D0369490

Cheng & Tsui
English-Chinese Lexicon of Business Terms
with Pinyin

CHENG
& TSUI

ENGLISH-CHINESE
LEXICON OF
BUSINESS TERMS

with Pinyin

剑桥英汉商用词汇拼音词典

Compiled by Andrew C. Chang

张介州 编

CHENG & TSUI COMPANY
Boston • Worcester

PJC PENSACOLA CAMPUS LRC

Cheng & Tsui English-Chinese Lexicon of Business Terms (with Pinyin)

Copyright © 2002 by Cheng & Tsui Company

All rights reserved. No part of this publication may be reproduced or transmitted in any form or by any means, electronic or mechanical, including photocopying, recording, scanning, or any information storage or retrieval system, without written permission from the publisher.

10 9 8 7 6 5 4 3 2 1

LCCN 2001094244
Paperback ISBN 0-88727-394-7

Printed in the U.S.A.

Published by

Cheng & Tsui Company
25 West Street
Boston, MA 02111-1213 USA
Fax (617) 426-3669
www.cheng-tsui.com
"Bringing Asia to the World"

Table of Contents 目录 / Mùlù

Preface (前言 / Qiányán) v

Acknowledgements (谢言 / Xièyán)................................ vi

Conventions and Notations (凡例 / Fánlì) vii

Abbreviations (略语表 / Lüèyǔbiǎo)................................ viii

The Lexicon (辞典正文 / Cídiǎn Zhèngwén) 1-420

Appendices (附录 / Fùlù)... 421

    I. Information Technology and E-Business (资讯科技及电子
    商务 / Zīxùn Kējì Jí Diànzǐ Shāngwù).......................... 423

    II. Financial Statements (财务报表 / Cáiwù Bàobiǎo)................. 431

        A. Balance Sheets (资产负债表 / Zīchǎn Fùzhàibiǎo)

        B. Statements of Cash Flow (现金流量报表 / Xiànjīn Liú-
        liàng Bàobiǎo)

        C. Income Statements / Statements of Profit and Loss
        (损益表 / Sǔnyìbiǎo)

    III. Two-way Conversion of Figures (英汉/汉英数目变换
    表 / Yīng-Hàn / Hàn-Yīng Shùmù Biànhuànbiǎo)................. 436

    IV. Eating and Drinking at a Restaurant (在餐馆饮食 / Zài
    Cānguǎn Yǐnshí) 438

Preface

Increasing trade and interaction with Chinese-speaking areas of the Pacific Rim highlight the necessity for greater communication and understanding between the rest of the world and native speakers of Mandarin Chinese. Consequently, Business Chinese has been incorporated into the traditional language curriculum of many colleges and universities offering Asian studies.

There is no scarcity of English-Chinese dictionaries for native speakers of the Chinese language. However, there is a lack of suitable materials for non-native Chinese speakers. This lexicon is specifically designed to serve as a reference book for students of Business Chinese and for people working in a business setting related to China. It is a comprehensive volume, for it encompasses terms covering a wide range of business topics such as banking, finance, insurance, international trade, real estate, stocks and bonds, and business-related legal jargon. In addition, a substantial body of generic vocabulary used in the business context is included. This lexicon is self-contained in the sense that English entry words are arranged alphabetically, with the Chinese equivalents (in simplified Chinese characters) shown side by side. Also, all the Chinese terms and expressions are phoneticized in the *pinyin* system. Therefore, it is easy for the user to locate the target English term, along with the corresponding Chinese term and its pronunciation. Many key words or main entries contain multiple definitions conveying the different uses for the word in different contexts in which it may occur, thus giving the lexicon a multi-dimensional character. Also included are some frequently used English colloquial expressions for additional reference.

The advent of the Internet and the emergence of e-business has changed the map of the business world dramatically. The proliferation of Web-enabled business utilizing new information technology (IT) for delivery of goods and services has widened the horizon of business activities. As a result, a new dimension has been added to business vocabulary used in cyberspace. In the face of this new reality and in order to keep abreast with the new business trends, a small section dealing with IT and e-commerce has been added to reflect the current state of business and the economy.

Obviously this is a daunting task for anyone to take on, for it requires an expertise that covers a wide spectrum of business disciplines and managerial science. I am very fortunate to be associated with a graduate school of international business at which teaching and learning management science as well as discussion about business trends is our daily routine. With the existing dictionaries and reference books that provide a frame and core information, it was relatively easy for me to build on and develop a handbook that reflects more realistically the current state of globalizing business and international economy. Furthermore, my previous research on business Japanese and the subsequent publication of a more detailed *English-Japanese Dictionary of Business Terms and Usage* prepared me to launch this seemingly overwhelming project with a much smoother start.

In sum, this book is essentially a practical handbook that summarizes and organizes essential business words and terms into a single volume for fast and easy access.

Acknowledgements

I am grateful to the following persons for their help in updating the original manuscript: Fun Shun, Xu Hui, Lin Chia-i, and Wu Hsiang-ying, all former and current graduate assistants at this school, for their painstaking formatting job of the entire manuscript and addition of appendices.

My special thanks go to two exchange scholars from China: Ms. Xiaoe Liu of the University of International Business and Economy (UIBE), Beijing, and Prof. Kouqing Li of the Shanghai University of Finance and Economics (SUFE). Their advice and input was highly valued and their generosity in offering their expert knowledge during their stay on this campus for research and studies is deeply appreciated.

I am especially indebted to Prof. James E. Dew, former professor of Chinese language and linguistics at the University of Michigan and former director of the Inter-University Program for Chinese Languages Studies (also known as the Stanford Center) in Taipei, Taiwan. He graciously accepted the task of editing the manuscript in his retirement. His profound knowledge of the Chinese language, together with his extensive experience in the preparation and publication of Chinese teaching materials, has been an invaluable and ready source of advice and guidance, with the result that this book is substantially enhanced in terms of both its content and layout.

In spite of all of the professional help received and every effort that I have put into this project in assuring its accuracy and correctness, some errors and omission are obviously inevitable. For these I will be solely responsible, and I would appreciate the understanding and indulgence of the readers as well as their comments and suggestions so that I can incorporate their feedback for improvement in the future.

Andrew C. Chang
Professor of Chinese/Japanese
Department of Modern Languages
Thunderbird, the American Graduate School of International Management
Glendale, Arizona
Summer, 2001

Conventions and Notations

Main entries are printed in **boldface type** and followed by Chinese equivalent terms in characters and *pinyin*. Secondary entries are indented and printed in italics.

In order to save space, the main entry term contained in each secondary entry is represented by a tilde " ~ " in mid-line position. For example, in:

acceptance
>   *~ agreement*

the symbol " ~ " stands for "acceptance," and the secondary entry should thus be read "*acceptance agreement.*"

For brevity and clarity, a number of notational conventions have been adopted. Examples are given below for illustration:

1. Chinese equivalents (and frequently, multiple equivalents) after each English entry are given in Chinese characters followed by *pinyin* with tone marks for pronunciation of the Chinese. A main entry is often followed by one or more secondary entries illustrating the Chinese equivalents. E.g.:

    abut (v.)   连接 / liánjiē, 接触 / jiēchù
    >   *~ting building*   连接的建筑物 / liánjiē de jiànzhùwù

    This indicates that the word "abut" may be translated into Chinese by either of two near synonyms, 连接 / liánjiē and 接触 / jiēchù, and the more appropriate one should be chosen for a given context.

2. While two Chinese terms that are essentially synonymous are separated by a comma (as above), a semicolon is used to separate terms whose meaning and contextual usage are clearly different. E.g.:

    assign (v.)   分配 / fēnpèi; 转让财产 / zhuǎnràng cáichǎn

    This indicates that the word "assign" has two different Chinese equivalents depending on context.

3. Terms enclosed within parentheses are optional and may appear or not without changing the essential meaning of the longer expression. E.g.:

    easing (n.)
    >   *~ of money (market)*   （市场）银根松 / (shìchǎng) yíngēn sōng

    This indicates the parenthesized word "market" or "市场 / shìchǎng" is optional.

4. Square brackets enclose terms that are alternatives to the preceding word, where either choice is acceptable. E.g.:

accounting (n.)
> *~ book*
> *~ entry*   会计分录[入帐] / kuàijì fēnlù [rùzhàng]

This indicates that either term, "分录" or "入帐", is appropriate, and the two terms are thus interchangeable.

5. The arrow sign, " → " inidicates that the reader should refer to other appropriate entries.

Abbreviations

adj.	adjective
adv.	adverb
n.	noun
L.	Latin
v.	verb
pref.	prefix
prep.	preposition
[证]	证券/ stock
[法]	法律/ law
[会]	会计/ accounting
[不动]	不动产/ real estate
[保]	保险/ insurance
[税]	税务/ tax

A

abandon (v.) 委付 / wěifù, 放弃 / fàngqì
　　~ an action 放弃诉讼 / fàngqì sùsòng
　　~ a ship 弃船行动 / qìchuán xíngdòng
　　~ed account 死帐 / sǐzhàng
　　~ed goods 无主货物 / wúzhǔ huòwù, 被遗弃的货物 / bèi yíqì de huòwù
　　~ed mine 废坑 / fèikēng, 废矿 / fèikuàng
　　~ed ship 废船 / fèichuán

abandonment (n.) 放弃 / fàngqì, 废弃 / fèiqì
　　~ of cargo 放弃货载 / fàngqì huòzǎi
　　~ of ship 弃船 / qìchuán

abate (v.) 缓和 / huǎnhé, 减弱 / jiǎnruò
　　Inflation is abating. 通货膨胀正在减其锋头 / Tōnghuò péngzhàng zhèngzài jiǎn qí fēngtóu.

abatement (n.) 减少 / jiǎnshǎo, 减免 / jiǎnmiǎn

abeyance (n.) (遗产) 所有人未定 / (yíchǎn) suǒyǒurén wèi dìng; 搁置 / gēzhì
　　an estate in ~ 所有人未定的不动产 / suǒyǒurén wèi dìng de búdòngchǎn
　　be held in ~ pending decision 暂时搁置待决定 / zànshí gēzhì dài juédìng

abide (v.) 遵守 / zūnshǒu
　　~ by a contract 遵守契约 / zūnshǒu qìyuē

ability (n.) 能力 / nénglì
　　~ to borrow 借款能力 / jièkuǎn nénglì
　　~ to buy 购买力 / gòumǎilì
　　~ to pay 支付能力 / zhīfù nénglì
　　~ to repay 偿还能力 / chánghuán nénglì
　　financial ~ 财务能力 / cáiwù nénglì

abolish (v.) 取消 / qǔxiāo, 废除 / fèichú

above (prep.)   在...之上 / zài......zhī shàng
   ~ average   超过平均水平 / chāoguò píngjūn shuǐpíng
   ~ par   超过票面 / chāoguò piàomiàn
   ~ the-line   线上(项目) / xiànshàng (xiàngmù)

abridge (v.)   节略 / jiélüè

abridgement (n.)   择要 / zéyào

abrogate (v.)   废除 / fèichú, 取消 / qǔxiāo
   ~ a treaty   废除条约 / fèichú tiáoyuē

abscond (v.)   卷款潜逃 / juǎnkuǎn qiántáo

absence (n.)   缺席 / quēxí
   ~ of value   无价值 / wú jiàzhí
   ~ without leave   旷工 / kuànggōng, 无故缺席 / wúgù quēxí

absentee (n.)   缺席者 / quēxízhě, 不在者 / búzàizhě
   ~ ballot   缺席投票 / quēxí tóupiào
   ~ landlord   在外地主 / zàiwài dìzhǔ
   ~ owner   在外的所有者 / zàiwài de suǒyǒuzhě

absenteeism (n.)   旷工 / kuànggōng, 长期在外 / chángqī zài wài
   ~ rate   缺席率 / quēxílǜ

absolute (adj.)   绝对的 / juéduì de, 无条件的 / wú tiáojiàn de
   ~ assignment   无条件转让 / wú tiáojiàn zhuǎnràng
   ~ endorsement   无条件背书 / wú tiáojiàn bèishū, 单纯背书 / dānchún bèishū
   ~ deed   完全的所有权 / wánquán de suǒyǒuquán
   ~ majority   绝对多数 / juéduì duōshù
   ~ title   绝对产权 / juéduì chǎnquán

absorb (v.)   吸收 / xīshōu, 承担 / chéngdān
   ~ all charges   承担一切费用 / chéngdān yíqiè fèiyòng
   ~ a loss   承担损失 / chéngdān sǔnshī

absorbed (adj.)	已分摊的 / yǐ fēntān de
~ *cost*	归入成本 / guīrù chéngběn, 已负担 [已吸收]成本 / yǐ fùdān [yǐ xīshōu] chéng- běn
absorption (n.)	吸收 / xīshōu, 合并 / hébìng, 分摊 / fēntān
~ *cost*	全部成本 / quánbù chéngběn
~ *cost basis*	全部成本计算基准 / quánbù chéngběn jìsuàn jīzhǔn
~ *of company*	公司合并 / gōngsī hébìng
~ *of corporate bond*	公司债吸收 / gōngsīzhài xīshōu
market ~	市场容量 / shìchǎng róngliàng
abstract (n.)	摘要 / zhāiyào
~ *of agreement*	协议摘要 / xiéyì zhāiyào
~ *of title*	产权说明书 / chǎnquán shuōmíngshū, 所有权的证据摘要 / suǒyǒuquán de zhèngjù zhāiyào
abundance (n.)	丰富 / fēngfù
abuse (v.)	滥用 / lànyòng
~ *one's authority*	滥用职权 / lànyòng zhíquán
abuse (n.)	滥用 / lànyòng
~ *of authority*	滥用权力 / lànyòng quánlì
abut (v.)	连接 / liánjiē, 接触 / jiēchù
~*ting building*	连接的建筑物 / liánjiē de jiànzhùwù
accelerate (v.)	加速 / jiāsù
~*d amortization*	加速摊还 / jiāsù tānhuán
~*d depreciation*	加速折旧 / jiāsù zhéjiù
~*d depreciation*	加速折旧提存/ jiāsù zhéjiù tícún
acceleration (n.)	加速 / jiāsù
~ *clause*	提前偿付条款 / tíqián chángfù tiáokuǎn
~ *of loan repayment*	加速还款 / jiāsù huánkuǎn, 提前还款 / tíqián huánkuǎn

accept (v.)	承兑 / chéngduì, 认付 / rènfù, 接受 / jiēshòu
~ *bills of exchange*	承兑汇票 / chéngduì huìpiào
~ *an order*	接受订购 / jiēshòu dìnggòu
acceptance (n.)	接受 / jiēshòu; 承兑 / chéngduì
~ *agreement*	承兑契约 / chéngduì qìyuē
~ *credit*	承兑信贷 / chéngduì xìndài, 承兑信用証 / chéngduì xìnyòngzhèng
~ *for honor*	参加承兑 / cānjiā chéngduì
~ *house*	承兑行 / chéngduìháng
~ *line*	承兑额度 [限额] / chéngduì édù [xiàn'é]
~ *market*	承兑票据市场 / chéngduì piàojù shìchǎng
~ *of bill*	承兑票据 / chéngduì piàojù
~ *rate*	票据承兑利率 / piàojù chéngduì lìlǜ
~ *supra protest*	承兑拒付汇票 / chéngduì jùfù huìpiào
~ *test*	验收试验 / yànshōu shìyàn
accepted (adj.)	已承兑的 / yǐ chéngduì de, 已接受的 / yǐ jiēshòu de
~ *accounting principle*	公认会计原理 / gōngrèn kuàijì yuánlǐ
~ *bill*	已承兑票据 / yǐ chéngduì piàojù
~ *draft*	已承兑汇票 / yǐ chéngduì huìpiào
accepting bank	(票据)承兑银行 / (piàojù) chéngduì yínháng
acceptor (n.)	汇票承兑人 / huìpiào chéngduìrén, 受票人 / shòupiàorén
~ *by intervention*	参加承兑人 / cānjiā chéngduìrén
~ *for honor*	参加承兑人 / cānjiā chéngduìrén
~ *of bill*	汇票承兑人 / huìpiào chéngduìrén
access (n.)	接近 / jiējìn, 自由使用的权力 / zìyóu shǐyòng de quánlì
~ *time*	(计算机的信息)存取时间 / (jìsuànjī de xìnxī) cúnqǔ shíjiān
~ *to the market*	进入市场的机会 / jìnrù shìchǎng de jīhuì
an ~ *right*	通行权 / tōngxíngquán
accessory (n.)	附加 / fùjiā, 附带 / fùdài
~ *and parts*	附属品及零件 / fùshǔpǐn jí língjiàn

accident (n.) (意外)事故 / (yìwài) shìgù

~ and indemnity 意外事故及赔偿 / yìwài shìgù jí péicháng

~ and health insurance 意外事故及医疗保险 / yìwài shìgù jí yīlíao bǎoxiǎn

~ compensation 灾害补偿 / zāihài bǔcháng

~ insurance 意外险 / yìwàixiǎn, 事故保险 / shìgù bǎoxiǎn

~ report 事故报告 / shìgù bàogào

accidental (adj.) 意外的 /yìwài de

~ death benefit 工伤死亡抚恤金 / gōngshāng sǐwáng fúxùjin

accommodate (v.) 融资 / róngzī

~ one with a loan 贷款款给某人 / dàikuǎn gěi mǒurén

accommodation (n.) 融资 / róngzī, 贷款 / dàikuǎn, 通融 / tōngróng

~ bill 空头票据 / kōngtóu piàojù

~ fiscal policy 缓和金融的财政政策 / huǎnhé jīnróng de zhèngcè

~ loan (无担保)融资贷款 / (wú dānbǎo) róngzī dàikuǎn

~ of funds 融(通)资(金) / róng(tōng) zī(jīn)

credit ~ 提供信贷 / tígōng xìndài

accommodations (n.) 膳食供应 / shànshí gōngyìng

hotel ~ 旅馆设施 / lǚguǎn shèshī

accommodative lending attitude 通融贷款态度 / tōngróng dàikuǎn tàidù

accord and satisfaction (债务替代清偿)协议与补偿 / (zhàiwù tìdài qīngcháng) xiéyì yǔ bǔcháng

accommodator (n.) 贷款人 / dàikuǎnrén

account (n.) 帐户[帐目] / zhànghù [zhàngmù], 帐务 / zhàngwù

~ balance	帐户结余 / zhànghù jiéyú, 帐户余额 / zhànghù yú'é, 帐户差额 / zhànghù chā'é
~ book	帐簿 / zhàngbù, 帐册 / zhàngcè
~ day	结算日 / jiésuànrì, 结帐日 / jiézhàngrì
~ due	应收到期帐款 / yīngshōu dàoqī zhàngkuǎn
~ executive	业务经理 / yèwù jīnglǐ, 贷款行办人 / dàikuǎn xíngbànrén
~ (s) payable	应付帐款 / yīngfù zhàngkuǎn
~(s) receivable	应收帐款 / yīngshōu zhàngkuǎn
~ settled	帐户清讫 / zhànghù qīngqì
~ statement	帐目说明 / zhàngmù shuōmíng
~ title	帐户名称 / zhànghù míngchēng, 会计科目 / kuàijì kēmù
balance an ~	平衡帐目 / pínghéng zhàngmù
charge to N ~	向某人收钱 / xiàng mǒu rén shōu qián
on ~	赊帐 / shēzhàng, 记帐 / jìzhàng
open an ~	开帐户 / kāi zhànghù
accountability (n.)	会计责任 / kuàijì zérèn; 成果报告责任 / chéngguǒ bàogào zérèn
business ~	企业责任 / qǐyè zérèn
accountancy (n.)	会计事务 / kuàijì shìwù
accountant (n.)	会计师 / kuàijìshī
~s opinion	会计师的意见 / kuàijìshī de yìjiàn
certified public~(CPA)	(公证)职业会计师 / (gōngzhèng) zhíyè kuàijìshī
accounting (n.)	会计(学) / kuàijì(xué)
~ book	会计帐簿 / kuàijì zhàngbù
~ entry	会计分录[入帐] / kuàijì fēnlù [rùzhàng]
~ firm	会计师事务所 / kuàijìshī shìwùsuǒ
~ period	会计期间 / kuàijì qījiān
~ year	会计年度 / kuàijì niándù
cost ~	成本会计 / chéngběn kuàijì
financial~	财务会计 / cáiwù kuàijì
managerial ~	管理会计 / guǎnlǐ kuàijì
accredit (v.)	认可 / rènkě

accretion (n.)	自然增长 / zìrán zēngzhǎng
accrual (n.)	应计收支额 / yīngjì shōuzhīʼé, 增殖 / zēngzhí
~ *accounting*	权责发生制会计 / quánzé fāshēngzhì kuàijì, 应收应付制会计 / yīngshōu yīng-fùzhì kuàijì
~ *basis*	应收应付制 / yīngshōu yīngfù zhì, 权责发生制 / quánzé fāshēng zhì
~ *date*	应收应付日期 / yīngshōu yīngfù rì
~ *of interest*	应计[累计]利息 / yīngjì [lěijì] lìxī
accrue (v.)	增长 / zēngzhǎng, (利息的)自然增殖 / (lìxī de) zìrán zēngzhí
Interest will ~ .	利息会自然增长 / Lìxī huì zìrán zēngzhǎng.
accrued (adj.)	应计的 / yīngjì de, 增值的 / zēngzhí de
~ *expenses*	应计费用 / yīngjì fèiyòng
~ *interest*	应计[孳生]利息 / yīngjì [zīshēng] lìxī
~ *liability*	应付负债 / yīngfù fùzhài
~ *revenue*	应计收入 / yīngjì shōurù
~ *tax*	应计税款 / yīngjì shuìkuǎn
accumulated (adj.)	累积的 / lěijī de
~ *capital*	累积资本 / lěijī zīběn
~ *interest*	累积利息 / lěijī lìxī
~ *profits*	累积利润 / lěijī lìrùn
accumulation (n.)	累计 / lěijì
~ *factor*	本利滚计式 / běnlì gǔnjìshì
capital ~	资本累计 / zīběn lěijì
achievement (n.)	成就 / chéngjiù
acid test (n.)	酸性测验 / suānxìng cèyàn
~ *ratio*	酸性试验比率 / suānxìng shìyàn bǐlǜ
acknowledge (v.)	承认 / chéngrèn; 感谢 / gǎnxiè

acknowledgement (n.)   承认 / chéngrèn; 感谢 / gǎnxiè
    ~ of order   承认受到订单 / chéngrèn shōudào dìngdān
    express ~   表示感谢 / biǎoshì gǎnxiè

acquire (v.)   取得 / qǔdé, 收购 / shōugòu
    ~ a business   收购企业 / shōugòu qǐyè
    ~ a right   获取权益 / huòqǔ quányì
    ~d right   既得利益[权益] / jìdé lìyì [quányì]

acquisition (n.)   取得 / qǔdé, 兼并 / jiānbìng
    ~ cost   取得 [购置]成本 / qǔdé [gòuzhì] chéngběn
    ~ date   取得日期 / qǔdé rìqī
    ~ of land   土地的取得 / tǔdì de qǔdé
    ~ price   购置价格 / gòuzhì jiàgé

acquit (v.)   宣告无罪 / xuāngào wúzuì; 还清 / huán-qīng
    ~ a debt   还清债务 / huánqīng zhàiwù

acquittal (n.)   宣告无罪 / xuāngào wúzuì; 清偿 / qīng-cháng

acquittance (n.)   清偿 / qīngcháng, 清偿债务的收据 / qīngcháng zhàiwù de shōujù

across-the-board (adj., adv.)   全面性的 / quánmiànxìng de
    ~ cut   全面性降低[削减] / quánmiànxìng jiàngdī [xuējiǎn]
    ~ adjustment   全面性调整 / quánmiànxìng tiáozhěng
    fall ~   全面跌价 / quánmiàn diējià

act (n.)   行为 / xíngwéi; 法令 / fǎlìng
    ~ and deed   后日的证据 / hòurì de zhèngjù
    ~ of bankruptcy   破产法 / pòchǎnfǎ
    ~ of God   天灾 / tiānzāi, 不可抗力 / bùkě kànglì
    ~ of incorporation   公司成立法 / gōngsī chénglìfǎ
    ~ of interruption   中止时效行为 / zhōngzhǐ shíxiào xíngwéi
    ~ of law   法律行为 / fǎlǜ xíngwéi
    ~ of state   国家治理行为 / guójiā zhìlǐ xíngwéi

acting (adj.)   代理 / dàilǐ
    ~ *consul*   代理领事 / dàilǐ lǐngshì
    ~ *manager*   代理经理 / dàilǐ jīnglǐ

action (n.)   行动 / xíngdòng; 诉讼 / sùsòng
    ~ *of debt*   债务诉讼 / zhàiwù sùsòng
    class ~   集团诉讼 / jítuán sùsòng
    legal ~   法律诉讼 / fǎlǜ sùsòng
    to take (legal) ~   采取(法律)行动 / cǎiqǔ (fǎlǜ) xíngdòng

active (adj.)   活跃的 / huóyuè de, 活动的 / huódòng de
    ~ *account*   活动帐户 / huódòng zhànghù
    ~ *buying*   交易活络 / jiāoyì huóluò
    ~ *capital goods*   活动[流动性]资本货物 / huódòng [liúdòng xìng] zīběn huòwù
    ~ *demand*   畅销 / chàngxiāo
    ~ *investment*   积极[参与经营而有收益的]投资 / jījí [cānyù ér yǒu shōuyì de] tóuzī
    ~ *market*   交易活跃的市场 / jiāoyì huóyuè de shìchǎng
    ~ *stocks*   热门股票 / rèmén gǔpiào

activity (n.)   活动 / huódòng
    account ~   业务帐目 / yèwù zhàngmù
    economic ~*ies*   经济活动 / jīngjì huódòng

actual (adj.)   实际的 / shíjì de, 现实的 / xiàn shí de
    ~ *cash value*   实际现金价值 / shíjì xiànjīn jiàzhí
    ~ *cost*   实际成本 / shíjì chéngběn
    ~ *income*   实际所得 / shíjì suǒ dé
    ~ *loss*   实际损失 / shíjì sǔnshī
    ~ *possession*   实际拥有 / shíjì yōng yǒu
    ~ *value*   实际价值 / shíjì jiàzhí

actuals (n.)   现货 / xiàn huò, 实际货物 / shíjì huòwù

actuarial (adj.)   保险统计的 / bǎoxiǎn tǒngjì de, 精算的 / jīngsuàn de
    ~ *basis*   保险业计算标准 / bǎoxiǎnyè jìsuàn biāojǔn
    ~ *value*   精算价值 / jīngsuàn jiàzhí

actuary (n.)	精算师 / jīngsuànshī, 保险统计师 / bǎoxiǎn tǒngjìshī
adaption/adaptation (n.)	修改採用 / xiūgǎi cǎiyòng
add (v.)	增加 / zēngjiā
~ up	结算 / jiésuàn
~ed capacity	新增生产能力 / xīnzēng shēngchǎn nénglì
~ed value	增值 / zēngzhí
~ed value tax	增值税 / zēngzhíshuì
add-on (adj.)	追加的 / zhuījiā de
~ contract	追加契约 / zhuījiā qìyuē
addendum (n.)	附录 / fùlù, 附约 / fùyuē
addition (n.)	扩建 / kuòjiàn, 增添 / zēngtiān
~ and betterment	扩建及改良 / kuòjiàn jí gǎiliáng
capital ~	资本扩充 / zīběn kuòchōng
additional (adj.)	追加的 / zhuījiā de, 额外的 / éwài de
~ allowance	额外津贴 / éwài jīntiē
~ assessment	加征金额 / jiāzhēng jīn'é
~ charge	额外费用 / éwài fèiyòng
~ collateral	追加担保品 / zhuījiā dānbǎopǐn
~ margin	追加保证金 / zhuījiā bǎozhèngjīn
~ perils	附加风险 / fùjiā fēngxiǎn
~ premium	附加保费 / fùjiā bǎofèi; 加费 / jiāfèi
ad hoc (adj.)	专案的 / zhuān'àn de, 临时的 / línshí de
~ committee	特别委员会 / tèbié wěiyuánhuì
adjoin (adj.)	邻接 / línjiē
~ing land	邻接土地 / línjiē tǔdì
adjective law (n.)	程序法 / chéngxùfǎ
adjudicate (v.)	裁决 / cáijué

adjudication (n.) (法庭的) 裁决 / (fǎtíng de) cáijué
    ~ of bankruptcy 宣布破产 / xuānbù pòchǎn

adjunct (adj.) 附属的 / fùshǔ de
    ~ account 附属帐户 / fùshǔ zhànghù

adjust (v.) 调整 / tiáozhěng
    ~ a claim 评定保险赔偿要求 / píngdìng bǎoxiǎn péicháng yāoqiú
    ~ price 调整价格 / tiáozhěng jiàgé
    ~ed amount 理算总值 / lǐsuàn zǒngzhí
    ~ed base 调整后基数 / tiáozhěng hòu jīshù

adjustable (adj.) 可调整的 / kě tiáozhěng de
    ~ loan 活动利率贷款 / huódòng lìlǜ dàikuǎn
    ~ rate mortgage (ARM) 活动利率房屋贷款 / huódòng lìlǜ fángwū dàikuǎn

adjuster / adjustor (n.) 保险评定人 / bǎoxiǎn píngdìngrén

adjustment (n.) 调整 / tiáozhěng
    ~ for price fluctuation 价格变动调整 / jiàgé biàndòng tiáozhěng
    ~ of claim 赔款计算 / péikuǎn jìsuàn
    ~ of loss 损失理算 / sǔnshī lǐsuàn
    cost of living ~ 日常生活指数的调整 / rìcháng shēnghuó zhǐshù de tiáozhěng
    seasonal ~ 季节性调整 / jìjiéxìng tiáozhěng

administration (n.) 管理 / guǎnlǐ, 行政 / xíngzhèng
    ~ expense 管理费 / guǎnlǐfèi
    ~ of estates 遗产管理 / yíchǎn guǎnlǐ

administrative (adj.) 管理的 / guǎnlǐ de, 行政的 / xíngzhèng de
    ~ assistant 行政助理 / xíngzhèng zhùlǐ
    ~ organ 行政机构 / xíngzhèng jīgòu
    ~ skill 管理技巧 / guǎnlǐ jìqiǎo

administrator (n.) 管理人 / guǎnlǐrén
    ~ in a bankrupt estate 破产管理人 / pòchǎn guǎnlǐrén

ad valorem (adv.) (adj.)	从价 / cóngjià, 按价值 / àn jiàzhí
~ duties/taxes	从价税 / cóngjiàshuì
~ goods	从价征税货物 / cóngjià zhēngshuì huòwù
ADR (American Depository Receipt)	美国银行受托保管证券收据 / Měiguó yínháng shòutuō bǎoguǎn zhèngquàn shōujù
advance (n.)	预付款 / yùfù, 垫付 / diànfù; 上升 / shàngshēng
~ against bills	票据抵押贷款 / piàojù dǐyā dàikuǎn
~ of salary	预支薪金 / yùzhī xīnjīn
~ order	预订单 / yùdìngdān
cash ~	预付现金 / yùfù xiànjīn
sharp ~	猛涨 / měngzhǎng
advance (v.)	预付 / yùfù; 上升 / shàngshēng
~ money	预付定金 / yùfù dìngjīn
price ~s	价格上升 / jiàgé shàngshēng
advance (adj.)	事先的 / shìxiān dè
~ arrangement	事先安排 / shìxiān ānpái
~ booking	预定 / yùdìng
~ notice	预告 / yùgào
advancement (n.)	进步 / jìnbù; 升职 / shēngzhí
~ of technology	技术进步 / jìshù jìnbù
qualifications for ~	升职条件 / shēngzhí tiáojiàn
advantage (n.)	优势 / yōushì
price ~	价格优势 / jiàgé yōushì
adversity (n.)	逆境 / nìjìng
advertise (v.)	广告 / guǎnggào
advertisement (n.)	广告 / guǎnggào
~ column	广告栏 / guǎnggàolán
~ rate	广告费率 / guǎnggào fèilǜ

advertising (adj.) 广告业 / guǎnggàoyè

  ~ agency 广告代理机构 / guǎnggào dàilǐ jīgòu

  ~ agent 广告经纪人 / guǎnggào jīngjìrén

  ~ campaign 广告宣传活动 / guǎnggào xuānchuán huódòng

  ~ expense 广告费 / guǎnggàofèi

advice (n.) 通知 / tōngzhī; 劝告 / quàngào

  ~ and pay 通知付款 / tōngzhī fùkuǎn

  ~ of arrival 到货通知 / dàohuò tōngzhī

  ~ of bill/draft 汇票通知书 / huìpiào tōngzhīshū

  ~ of payment 付款通知 / fùkuǎn tōngzhī

  credit ~ 贷款通知 / dàikuǎn tōngzhī

  legal ~ 法律意见 / fǎlǜ yìjiàn

advise (v.) 通知 / tōngzhī, 劝告 / quàngào

  ~ credit 通知开立信用证 / tōngzhī kāilì xìnyòngzhèng

  ~ing bank 通知银行 / tōngzhī yínháng

adviser / advisor (n.) 顾问 / gùwèn

  legal ~ 法律顾问 / fǎlǜ gùwèn

advisory (adj.) 谘询的 / zīxún de

  ~ function 谘询功能 / zīxún gōngnéng

  an ~ committee 谘询委员会 / zīxún wěiyuánhuì

  investment ~ service 投资咨询服务 / tóuzī zīxún fúwù

aerospace industry 航空航天工业 / hángkōng hángtiān gōngyè

affidavit (n.) 宣誓书 / xuānshìshū

affiliate (n.) 附属联营公司 / fùshǔ liányíng gōngsī, 分支机构 / fēnzhī jīgòu

affirmative action (无种族歧视的) 肯定政策 / (wú zhǒngzú qíshì de) kěndìng zhèngcè

affix (v.) 签署 / qiānshǔ, 附加 / fùjiā

affluent (adj.) 富裕的 / fùyù de

  ~ society 丰富社会 / fēngfù shèhuì

affordability (n.)   有支付能力 / yǒu zhīfù nénglì

affordable (adj.)   负担得起的 / fùdāndeqǐ de

affreightment (n.)   海运合同 / hǎiyùn hétóng

after (adj.)   以后的 / yǐhòu de, 事后的 / shìhòu de
- *~ date*   开发票日后 / kāi fāpiào rì hòu, 出票日后 / chūpiàorì hòu
- *~ hours trading*   收盘后的交易 / shōupánhòu de jiāoyì
- *~ market*   销售后市场 / xiāoshòuhòu shìchǎng
- *~ sales service*   售后服务 / shòuhòu fúwù
- *~ tax*   税后 / shuìhòu

after-sight (adj.)   见票后 / jiànpiào hòu
- *~ bill*   见票后即付汇票 / jiànpiào hòu jífù huìpiào
- *three months ~*   见票后三个月 / jiànpiào hòu sānge yuè

after-tax profit (n.)   税后利润 / shuìhòu lìrùn

agency (n.)   代理处 / dàilǐchù, 代理权 / dàilǐquán, 代理机关 / dàilǐ jīguān
- *~ business*   代理业务 / dàilǐ yèwù
- *~ fee*   代理费 / dàilǐfèi
- *employment ~*   就业辅导机关 / jiùyè fǔdǎo jīguān
- *governmental ~ies*   政府机关 / zhèngfǔ jīguān
- *hold an ~*   拥有代理权 / yōngyǒu dàilǐquán

agenda (n.)   议程 / yìchéng

agent (n.)   代理人[商] / dàilǐrén [shāng]
- *real estate ~*   房地产经纪 / fángdìchǎn jīngjì
- *sale ~*   销售代理商 / xiāoshòu dàilǐshāng

aggregate (n.)   总额 / zǒng'é, 累计 / lěijì
- *~ amount*   总(金)额 / zǒng(jīn)'é
- *~ demand*   总体需要 / zǒngtǐ xūyào
- *~ sum*   总额 / zǒng'é
- *in the ~*   总计 / zǒngjì, 总额 / zǒng'é, 一共 / yígòng
- *monetary ~*   货币总额 / huòbì zǒng'é

aggregate (v.)
总计达… / zǒngjì dá…

   export ~s X billion dollars
出口总计达数十亿美元 / chūkǒu zǒngjì dá shùshíyì Měiyuán

aggregative (adj.)
综合的 / zōnghé de

   ~ index number
综合指数 / zōnghé zhǐshù

agrarian (adj.)
农业的 / nóngyè de

aggrieved party (n.)
受害的一方 / shòuhài de yìfāng

agio (n.)
贴水 / tiēshuǐ; 差价 / chājià; 银行手续费 / yínháng shǒuxùfèi

agiotage (n.)
炒汇投机 / chǎohuì tóujī, 汇兑业务 / huìduì yèwù

agreed (adj.)
议定的 / yìdìng de, 协定的 / xiédìng de

   ~ insured value
协定保险额 / xiédìng bǎoxiǎn'é

   ~ price
议定[约定]价格 / yìdìng [yuēdìng] jiàgé

agreement (n.)
同意 / tóngyì, 契约 / qìyuē, 协议 / xiéyì

   ~ of sale
销售协议 / xiāoshòu xiéyì

   ~ in writing
书面契约 / shūmiàn qìyuē

   agency~
代理协议 / dàilǐ xiéyì

agribusiness (n.)
工农商联合企业 / gōngnóngshāng liánhé qǐyè

agricultural products
农产品 / nóngchǎnpǐn

agriculture (n.)
农业 / nóngyè

aid (n.)
援助 / yuánzhù, 补助 / bǔzhù

   economic ~
经济援助 / jīngjì yuánzhù

air (n.)
航空 / hángkōng, 空运 / kōngyùn

   ~ express
特快空运 / tèkuài kōngyùn

   ~ freight
空运货物 / kōngyùn huòwù; 航空运费 / hángkōng yùnfèi

   ~ shipment
空运 / kōngyùn

   ~ waybill
航空运货单 / hángkōngyùn huòdān

airborne (adj.)   空运的 / kōngyùn de
     ~ goods   空运货物 / kōngyùn huòwù

airlines (n.)   航空公司 / hángkōng gōngsī

alien (adj.)   外国人的 / wàiguórén de
     ~ corporation   外国公司 / wàiguó gōngsī
     ~ tax   外国人入境税 / wàiguórén rùjìngshuì

alienability (n.)   (所有权)可转让性 / (suǒyǒuquán) kě zhuǎnràng xìng

alienate (v.)   转让 / zhuǎnràng

alienation (n.)   产权让渡 / chǎnquánràngdù
     ~ of property   财产的让渡 / cáichǎn deràngdù
     power of ~   财产让渡权 / cáichǎn ràngdùquán

all (n.)   全部 / quánbù
     ~ concerned   所有有关人 / suǒyǒu yǒuguān rén
     ~ or any part   全部或任何一部分 / quánbù huò rènhé yíbùfen
     ~ or none   全部或全无 / quánbù huò quánwú
     in ~   全部的 / quánbù de

all (adj.)   全部的 / quánbù de
     ~ purpose   通用的 / tōngyòng de
     ~ right   全权 / quánquán
     ~ risks dwelling insurance 房屋全保险单 / fángwūquán bǎoxiǎndān

all-inclusive (adj.)   总括的 / zǒngkuò de
     ~ income statement   总括性损益表 / zǒngkuòxìng sǔnyìbiǎo

all-time (adj.)   空前的 / kōngqián de
     ~ high   最高记录 / zuì gāo jìlù
     ~ low   最低记录 / zuì dī jìlù
     ~ record   破记录的 / pò jìlù de
     post a ~ high   创下最高记录 / chuàngxià zuì gāo jìlù

allocate (v.)   分配 / fēnpèi
     ~ funds   拨款 / bōkuǎn

allocation (n.)	分配 / fēnpèi, 分摊 / fēntān
~ of costs	成本分摊 / chéngběn fēntān
~ of funds	基金分配 / jījīn fēnpèi
~ of resources	资源分配 / zīyuán fēnpèi
~ of responsibility	责任分担 / zérèn fēndān
asset ~	资产分配 / zīchǎn fēnpèi
budget ~	预算分配 / yùsuàn fēnpèi
allot (v.)	分配 / fēnpèi, 摊派 / tānpai
allottee (n.)	受分配者 / shòu fēnpèizhě
allotment (n.)	按股分配 / àngǔ fēnpèi
~ letter	配股通知书 / pèigǔ tōngzhīshū,
allowance (n.)	津贴 / jīn tiē, 补贴 / bǔtiē
depreciation ~	折旧补抵 / zhéjiù bǔdǐ
travel ~	旅遊津贴 / lǚyóu jīntiē
alluvial (n.)	冲积土 / chōngjītǔ
alluvian (adj.)	冲积的 / chōngjī de
~ plain	冲积平原 / chōngjī píngyuán
~ soil	冲积土 / chōngjītǔ
alluvion / alluvium (n.)	新生地 / xīnshēngdì, 冲积地 / chōngjīdì
alternative (n.)	替换物 / tìhuànwù; 备选方案 / bèixuǎn fāng'àn
~ order	备选订货单 / bèixuǎn dìnghuòdān
~ use	替代用途 / tìdài yòngtú
amalgamate (v.)	合并 / hébìng
amalgamation (n.)	企业合并 / qǐyè hébìng
amend (v.)	修改 / xiūgǎi
~ an agreement	修改协定 / xiūgǎi xiédìng
amicable (adj.)	友好的 / yǒuhǎo de
~ settlement	和解 / héjiě, 友好解决 / yǒuhǎo jiějué

amortization (n.) 分期摊销[摊还] / fēnqī tānxiāo / [tānhuán]

  ~ *loan* 分期偿还债款 / fēnqī chánghuán zhàikuǎn

  ~ *payment* 分期偿付款 / fēnqī chángfùkuǎn; 摊提款 / tāntíkuǎn

  ~ *period* 摊销期 / tānxiāoqī

  ~ *schedule* 分期偿还表 / fēnqī chánghuánbiǎo

amortize (v.) 分期偿还 / fēnqī chánghuán, 摊还 / tānhuán

  to be ~d over10 years 十年分期偿还 / shínián fēnqī chánghuán

amount (n.) 金额 / jīn'é, 数值 / shùzhí

  ~ *due* 到期应付金额 / dàoqī yīngfù jīn'é

  ~ *of contract* 合同金额 / hétóng jīn'é

  ~ *of sales* 销售额 / xiāoshòu'é

  ~ *outstanding* 未偿额 / wèicháng'é; 余额 / yú'é

  ~ *overpaid* 超付 / chāofù

  ~ *paid* 已付余额 / yǐfù yú'é, 支付额 / zhīfù'é

  the ~ deducted 扣除金额 / kòuchú jīn'é

  the ~ deposited 预付金额 / yùfù jīn'é

amusement (n.) 娱乐 / yúlè

analysis (n.) 分析 / fēnxī, 解析 / jiěxī

  comparative ~ 比较分析 / bǐjiào fēnxī

  cost ~ 成本分析 / chéngběn fēnxī

  cost-benefit ~ 成本-收益分析 / chéngběn-shōuyì fēnxī

  financial ~ 财务分析 / cáiwù fēnxī

analyst (n.) 分析师 / fēnxīshī

anchor (n.) 锚 / máo; 靠山 / kàoshān

  ~ *lease* 主要租约 / zhǔyào zūyuē

  ~ *tenant* 主要租户 / zhǔyào zūhù

ancillary (adj.) 辅助的 / fǔzhù de, 附属的 / fùshǔ de

  ~ *business* 附带事业 / fùdài shìyè

  ~ *duties* 附带职责 / fùdài zhízé

  ~ *revenue* 副业收入 / fùyè shōurù

annex (n.)	附件 / fùjiàn, 附录 / fùlù; 别馆 / biéguǎn, 附加建筑 / fùjiā jiànzhù
annex (v.)	附加 / fùjiā, 合并 / hébìng
annual (adj.)	每年的 / měinián de, 年度的 / niándù de
~ audit	年度审查 / niándù shěnchá
~ report	年度营业报告 / niándù yíngyè bàogào
annualize (v.)	按年率计算 / àn niánlǜ jìsuàn
~d rate of return	每年平均回收率 / měinián píngjūn huíshōulǜ
annuitant (n.)	领年金者 / lǐng niánjīn zhě
annuity (n.)	年金 / niánjīn
~ certain	确定年金 / quèdìng niánjīn
annul (v.)	宣告无效 / xuāngào wúxiào, 撤销 / chèxiāo
~ a contract	废约 / fèiyuē
annulment (n.)	废除 / fèichú, 作为无效 / zuòwéi wúxiào
annum (L.)	年 / nián
per ~	每年 / měinián
anonymous (adj.)	匿名的 / nìmíng de
announce (v.)	发表
antedate (v.)	倒填日期 / dàotián rìqī
~ed check	填早日期的支票 / tiánzǎo rìqī de zhīpiào
anti- (pref.)	反对的 / fǎnduì de, 防止的 / fángzhǐ de
~ diversion clause	反对变更卸货港 (或航线)条款/ fǎnduì biàngēng xièhuògǎng (huò hángxiàn) tiáokuǎn
~dumping law	反倾销法 / fǎnqīngxiāofǎ
~monopoly law	反垄断法 / fǎnlǒngduànfǎ
~profiteering law	取缔暴利法令 / qǔdì bàolì fǎlìng

~*trust law*	反拖拉斯法律 / fǎn tuōlāsī fǎlǜ
anticipated (adj.)	预期的 / yùqī de
~ *price*	预计价格 / yùjì jiàgé
~ *profit*	预计利润 / yùjì lìrùn
appeal (n.)	上诉 / shàngsù; 吸引力 / xīyǐnlì
a court of ~	上诉法庭 / shàngsù fǎtíng
sales ~	销售吸引力 / xiāoshòu xīyǐnlì
appendix (n.)	附录 / fùlù
applicant (n.)	申请人 / shēnqǐngrén
~ *for credit*	申请开証人 / shēnqǐng kāizhèng rén
job ~	工作申请人 / gōngzuò shēnqǐngrén
application (n.)	申请 / shēnqǐng, 申请表格 / shēnqǐng biǎogé
~ *for foreign exchange*	申请外汇 / shēnqǐng wàihuì
loan ~	申请贷款 / shēnqǐng dàikuǎn
patent ~	申请专利 / shēnqǐng zhuānlì
apply (v.)	申请 / shēnqǐng
~ *for a job*	申请工作 / shēnqǐng gōngzuò
~ *for a loan*	申请贷款 / shēnqǐng dàikuǎn
appoint (v.)	任命 / rènmìng
~ *someone to a post*	任命某人为某种职位 / rènmìng mǒurén wéi mǒuzhǒng zhíwèi
~ *a date*	订约会日期 / dìng yuēhuì rìqī
appointee (n.)	被指定人 / bèi zhǐdìng rén
appointment (n.)	任命 / rènmìng, 指派 / zhǐpài
~ *of agent*	代理店的指定 / dàilǐ diàn de zhǐdìng
keep an ~	守约 / shǒuyuē
letter of ~	任命表 / rènmìngbiǎo
apportion (v.)	分摊 / fēntān, 按比率分配 / àn bǐlǜ fēnpèi
apportionment (n.)	分摊 / fēntān, 摊派 / tānpài

appraisal (n.)	估价 / gūjià, 鉴定 / jiàndìng
an ~ fee	估计费用 / gūjì fèiyòng
an ~ report	估计报告 / gūjì bàogào
a financial ~	财务评估 / cáiwù pínggū
appraise (v.)	估价 / gūjià, 鉴定 / jiàndìng
~d value	估定价值 / gūdìng jiàzhí
appraiser (n.)	估价人 / gūjiàrén, 鉴定人 / jiàndìngrén
appreciate (v.)	增值 / zēngzhí, 升值 / shēngzhí
appreciation (n.)	增值 / zēngzhí, 升值 / shēngzhí
~ of the dollar	美元升值 / Měiyuán shēngzhí
currency ~	货币升值 / huòbì shēngzhí
apprentice (n.)	学徒 / xuétú
appropriate (v.)	指拨 / zhǐbō; 占用 / zhànyòng
~ funds	拨款 / bōkuǎn
appropriate (adj.)	适当的 / shìdàng de
~ adjustment	适当调整 / shìdàng tiáozhěng
~ authorities	主管当局 / zhǔguǎn dāngjú
~ measure	适当的措施 / shìdàng de cuòshī
appropriation (n.)	拨款 / bōkuǎn, 指拨金额 / zhǐbō jīn'é
~ bill	岁出预算案 / suìchū yùsuàn'àn
~ line	拨款项目 / bōkuǎn xiàngmù
~ of profit	利润分配 / lìrùn fēnpèi
approval (n.)	认可 / rènkě, 核准 / hézhǔn
~ in principle	原则认可 / yuánzé rènkě
~ sales	试销 / shìxiāo
goods on ~	认可商品 / rènkě shāngpǐn
meet one's ~	被某人认可 / bèi mǒurén rènkě
approve (v.)	认可 / rènkě, 核准 / hézhǔn
~d acceptance	核定承兑汇票 / hédìng chéngduì huìpiào

approximate (adj.)	大概的 / dàgài de, 近似的 / jìnsì de
~ *amount*	大概金额 / dàgài jīn'é
~ *price*	大约价格 / dàyuē jiàgé
appurtenant (n.)	附属物 / fùshǔwù
aptitude (n.)	才能 / cáinéng, 资质 / zīzhì
~ *test*	能力[资质]测验 / nénglì [zīzhì] cèyàn
arbiter or arbitrator (n.)	仲裁人 / zhòngcáirén
arbitrage (n.)	套汇 / tàohuì, 套利 / tàolì; 仲裁 / zhòngcái
~ *business*	套汇业务 / tàohuì yèwù
interest ~	套汇 / tàohuì, 套利 / tàolì
arbitrate (v.)	仲裁 / zhòngcái, 公断 / gōngduàn
~ *in a dispute*	仲裁纠纷 / zhòngcái jiūfēn
~d *exchange rate*	裁定汇率 / cáidìng huìlǜ
arbitration (n.)	公断 / gōngduàn, 仲裁 / zhòngcái, 调停 / tiáotíng
area (n.)	地区 / dìqū; 范围 / fànwéi
~ *of agreement*	协议领域 / xiéyì lǐngyù
~ *redevelopment plan*	区域重新开发计划 / qūyù chóngxīn kāifā jìhùa
arm's -length (adj.)	保持一定距离的 / bǎochí yídìng jùlí de, 公正的 / gōngzhèng de, 不亲密的 / bùqīnmì de
~ *price*	公平正常价格的 / gōngpíng zhèngcháng jiàgé de
~ *transaction*	公平独立的交易 / gōngpíng dúlì de jiāoyì
arraignment (n.)	法庭传问 / fǎtíng chuánwèn
arrange (v.)	安排 / ānpái
arrangement (n.)	协定 / xiédìng; 安排 / ānpái
credit ~	信贷协定 / xìndài xiédìng
financial ~	财务协定 / cáiwù xiédìng

necessary ~	必要的安排 / bìyào de ānpái
arrears (n.)	逾期欠纳 / yúqī qiànnà; 积欠 / jīqiàn
~ of interest	拖欠利息 / tuōqiàn lìxī
account in ~	拖欠帐户 / tuōqiàn zhànghù, 逾期帐款 / yúqī zhàngkuǎn
amount in ~s	拖欠金额 / tuōqiàn jīn'é
in ~	拖欠 / tuōqiàn
payment ~s	拖欠支付 / tuōqiàn zhīfù
arrearage (n.)	欠债 / qiànzhài, 欠款 / qiànkuǎn
article (n.)	物品 / wùpǐn; 条款 / tiáokuǎn
~ durable	耐用品 / nàiyòngpǐn
~ for sale	销售品 / xiāoshòupǐn
~ in demand	畅销货品 / chàngxiāo huòpǐn
~s and clauses	条款 / tiáokuǎn
~s of incorporation	公司章程 / gōngsī zhāngchéng
as is	按现状 / àn xiànzhuàng
ask (n.)	请求 / qǐngqiú; 询问 / xúnwèn; 索价 / suǒjià
ask (v.)	请求 / qǐngqiú
~ed / ~ing price	要价 / yàojià
~ ed quotation	询价 / xúnjià, 报价单 / bàojiàdān
asking price (n.)	要价 / yàojià, 出价 / chūjià
assemble (v.)	装配 / zhuāngpèi
assembly (n.)	装配 / zhuāngpèi; 集会 / jíhuì
~ line	装配线 / zhuāngpèixiàn
~ plant	装配工厂 / zhuāngpèi gōngchǎng
assess (v.)	估价 / gūjià, 税收评定 / shuìshōu píngdìng
~ damage	估计损坏额 / gūjì sǔnhuài'é
~ed valuation	估定价值 / gūdìng jiàzhí, 课税价格评定 / kèshuì jiàgé píngdìng
~ed amount	查定金额 / chádìng jīn'é

assessment (n.) 估价 / gūjià; 课税 / kèshuì, 摊派税款 / tānpài shuìkuǎn

~ *of result* 成果评定 / chéngguǒ píngdìng

~ *value* 课税价值 / kèshuì jiàzhí

tax ~ 估定税捐 / gūdìng shuìjuān

assessor (n.) 资产评价员 / zīchǎn píngjiàyuán

asset (n.) 资产 / zīchǎn

~*s and liabilities* 财产和负债 / cáichǎn hé fùzhài

~ *turnover* 财产周转律 / cáichǎn zhōuzhuǎnlǜ

~ *valuation* 资产估计 / zīchǎn gūjì

dead ~ 无用[无效益]的资产 / wúyòng [wú xiàoyì] de zīchǎn

net ~ 净资产 / jìng zīchǎn

quick ~*s* 流动[速动]资产 / liúdòng [sùdòng] zīchǎn, 能速变现的资产 / néng xùnsù biànxiàn de zīchǎn

assign (v.) 分配 / fēnpèi; 转让财产 / zhuǎnràng cáichǎn

assignee (n.) 受让[受托]人 / shòuràng[shòutuō]rén

assignor (n.) 转让[让与]人 / zhuǎnràng[ràngyǔ]rén

assignment (n.) (产权)转让 / (chǎnquán) zhuǎnràng, 让渡 /ràngdù

~ *of responsibility* 分配责任 / fēnpèi zérèn

~ *of lease* 租约转让 / zūyuē zhuǎnràng

assistance (n.) 援助 / yuánzhù, 扶助 / fúzhù

financial ~ 财政援助 / cáizhèng yuánzhù

technical ~ 技术援助 / jìshù yuánzhù

assistant (n.) 助理 / zhùlǐ

associated (adj.) 联合的 / liánhé de, 联营 的 / liányíng de

~ *enterprise* 联营企业 / liányíng qǐyè

association (n.)   协会 / xiéhuì, 联盟 / liánméng, 联合 / liánhé
    ~ dues   协会会费 / xiéhuì huìfei
    trade ~   贸易协会 / màoyì xiéhuì; 同业工会 / tóngyè gōnghuì

assort (v.)   配齐花色 / pèiqí huāsè

assortment (n.)   配齐品种 / pèiqí pǐnzhǒng

assumable (adj.)   可承担的 / kě chéngdān de
    ~ loan   可承担原利率的抵押贷款 / kě chéngdān yuán lìlǜ de dǐyā dàikuǎn

assume (v.)   承担 / chéngdān
    ~ a mortgage   承担抵押贷款 / chéngdān dǐyā dàikuǎn
    ~ responsibility   承担责任 / chéngdān zérèn
    ~d liability   承担债务 / chéngdān zhàiwù

at... (prep.)   以... / yǐ..., 依照 / yī zhào
    ~ market   按市价计算 / àn shìjià jìsuàn
    ~ or better   以特定或更佳价格 / yǐ tèdìng huò gèng jiā jiàgé
    ~ par   照票面价 / zhào piàomiàn jià
    ~ sight   见票即付 / jiànpiào jífù
    ~ the close   收盘 / shōupán

ATA carnet   临时进口过境证 / línshí jìnkǒu guòjìng-zhèng

attachment (n.)   附件 / fùjiàn; 扣押 / kòuyā, 查封 / cháfēng
    ~ to machine   机器的附件 / jīqì de fùjiàn
    order of ~   查封命令 / cháfēng mìnglìng

attainable (adj.)   可得到的 / kě dédào de

attest (v.)   签证 / qiānzhèng, 证明 / zhèngmíng
    ~ed document   经核证的证明 / jīng hézhèng de zhèngmíng
    ~ed copy   鉴定抄本 / jiàndìng chāoběn

attestation (n.)   证明 / zhèngmíng

attorney (n.) 律师 / lǜshī, 代理人 / dàilǐrén

    an ~ at-law 律师 / lǜshī

    an ~ in-fact 代理人 / dàilǐren

    power of ~ 代理证书 / dàilǐ zhèngshū, 委托书 / wěituō shū, 授权书 / shòuquánshū

attribute (n.) 属性 / shǔxìng, 品性 / pǐnxìng

attrition (n.) 磨损 / mósǔn, 消耗 / xiāohào

auction (n.) 拍卖 / pāimài

    ~ price 拍卖价格 / pāimài jiàgé

auction (v.) 拍卖 / pāimài

audience (n.) 听众 / tīngzhòng, 观众 / guānzhòng, 读者 / dúzhě

    ~ rating 收听率 / shōutīnglǜ

audit (n.) 稽查帐目 / jīcházhàngmù, 审计 / shěnjì

    ~ed accounts (已审查帐目的)审计决算 / (yí shěnchá zhàngmù de) shěnjì juésuàn

    an ~ report 审计报告 / shěnjì bàogào

    external ~ 外部审计 / wàibù shěnjì

audit (v.) 审计 / shěnjì, 查帐 / cházhàng

    ~financial statements 财务报表审查 / cáiwù bàobiǎo shěnchá, 查帐 / cházhàng, 审计的财务报告 / shěnjì de cáiwù bàogào

auditor (n.) 审计员 / shěnjìyuán, 查帐员 / cházhàngyuán

    ~ 's opinion 审计意见书 / shěnjì yìjiànshū

    ~ 's report 审计员报告 / shěnjìyuán bàogào

austerity (n.) 紧缩 / jǐnsuō

autarchy/autarky (n.) 自给自足政策 / zìjǐ-zìzú zhèngcè

authentic (adj.)	真实的 / zhēnshí de
an ~ signature	真笔签名 / zhēnbǐ qiānmíng
authenticate (v.)	鉴定 / jiàndìng; 确定真实性 / quèdìng zhēn-shíxìng
an ~ed copy	经公証的文件 / jīng gōngzhèng de wénjiàn
authorities (n.)	当局 / dāngjú
monetary ~	金融当局 / jīnróng dāngjú
authority (n.)	权威 / quánwēi, 权力 / quánlì
~ to draw	提款权 / tíkuǎnquán
~ to pay	有付款的权力 / yǒu fùkuǎn de quánlì, 授权付款 / shòuquán fùkuǎn
~ to/of purchase	有购买的权力 / yǒu gòumǎi de quánlì, 委托购买証 / wěituō gòumǎizhèng
~ to sign	授权签字 / shòuquán qiānzì
authorization (n.)	授权 / shòuquán
~ to negotiate	授权议付 / shòuquán yìfù
~ to purchase	购买的权力 / gòumǎi de quánlì
authorize (v.)	授权 / shòuquán
~d capital	法定[核定]资本 / fǎdìng [hédìng] zīběn
~d dealer	指定代理商 / zhǐdìng dàilǐshāng
~d limit	核定限额 / hédìng xiàn'é
~d share	认可股数 / rènkě gǔshù
automated teller machine (ATM) 自动提款机 / zìdòng tíkuǎnjī
automation (n.)	自动化 / zìdònghuà
avails (n.)	收益 / shōuyì, 可用金额 / kěyòng jīn'é
available (adj.)	可利用的 / kě lìyòng de
average (n.)	平均 / píngjūn; 海损 / hǎisǔn
~ adjustment	海损协议 / hǎisǔn xiéyì
~ cost	平均成本 / píngjūn chéngběn
~ loss, all ~	海损 / hǎisǔn

Dow Jones ~	道琼斯股票平均指数 / Dào Qióngsī gǔpiào píngjūn zhǐshù
market ~	市场平均指数 / shìchǎng píngjūn zhǐshù
averaging (n.)	平均价格 / píngjūn jiàgé
~ purchase	均等采购 / jūndéng cǎigòu
~ down	降低 平均价 / jiàngdī píngjūnjià
~ up	提高平均价 / tígāo píngjūnjià
aviation (n.)	航空 / hángkōng
award (n.)	授予 / shòuyǔ；裁决 / cáijué；仲裁赔偿 / zhòngcái péicháng；奖金 / jiǎngjīn
arbitrage ~	仲裁 裁决 / zhòngcái cáijué
cash ~	现金赔偿 / xiànjīn péicháng
construction ~	建筑工程发包 / jiànzhù gōngchéng fābāo
award (v.)	授予 / shòuyǔ, 裁定 / cáidìng
awareness (n.)	感知 / gǎnzhī, 认识 / rènshi

B

back (v.)	支援 / zhīyuán, 背书 / bèishū
~ *a loan*	提供贷款担保 / tígōng dàikuǎn dānbǎo
back (adj.)	过期的 / guòqī de
~ *interest*	未缴纳利息 / wèi jiǎonà lìxī
~ *office*	后勤部门 / hòuqín bùmén
~ *order*	延交[未交清]订货 / yánjiāo [wèi jiāoqīng] dìnghuò
~ *order pay*	延交(未交清货)罚款 / yánjiāo [wèi jiāoqīng huò] fákuǎn
~ *pay*	欠薪 / qiànxīn, 补发工资 / bǔfā gōngzī
~ *rent*	欠租 / qiànzū, 滞纳租金 / zhìnà zūjīn
~ *taxes*	未缴纳税款 / wèi jiǎonà shuìkuǎn
backdate (n.)	倒填[填后]日期 / dàotián [tiánhòu] rìqī
backdoor (n.)	后门 / hòumén
~ *financing*	后门筹资 / hòumén chóuzī
~ *operation*	后门交易 / hòumén jiāoyì
background information	背景资料 / bèijǐng zīliào, 幕后信息 / mùhòu xìnxī
backlog (n.)	拖欠订单 / tuōqiàn dìngdān
back-to-back credit (n.)	对开[背对背]信用证 / duìkāi [bèi duì bèi] xìnyòngzhèng
backwardation (n.)	延期交割费 / yánqī jiāogēfèi, 现货溢价 / xiànhuò yìjià
bad (adj.)	不良的 / bùliáng de, 低劣的 / dīliè de
~ *check*	空头支票 / kōngtóu zhīpiào
~ *credit*	不良的信用 / bùliáng de xìnyòng
~ *crop*	歉收 / qiànshōu
~ *debt*	呆帐 / dāizhàng, 倒帐 / dǎozhàng
~ *loan*	坏帐 / huàizhàng

~ *quality*	劣质品 / lièzhìpǐn
~ *title*	有问题的所有权[产权] / yǒu wèntí de suǒyǒuquán [chǎnquán]
bail (n.)	保释金 / bǎoshìjīn
~ *bond*	保释担保书 / bǎoshì dānbǎoshū
bailee (n.)	(财物等)受托人 / (cáiwù děng) shòutuōrén
bailment (n.)	寄托 / jìtuōrén
bailor (n.)	(财物的)寄托人(cáiwù) de jìtuōrén
bailout (n.)	紧急救济 / jǐnjí jiùjì, 调动头寸以解决财务困难 / diàodòng tóucùn yǐ jiějué kùnnan; 保释 / bǎoshì
bait (n.)	引诱物 / yǐnyòuwù
~*-and-switch*	诱售法 / yòushòufǎ
~ *pricing*	引诱性定价 / yǐnyòuxìng dìngjià
balance (v.)	结帐 / jiézhàng; 平衡 / pínghéng
balance (n.)	余额 / yú'é, 结余 / jiéyú
~ *at the beginning of the period*	期初余额 / qīchū yú'é
~ *brought forward*	结转余额 / jiézhuǎn yú'é; 上期结转 / shàngqī jiézhuǎn
~ *carried forward*	(余额)结转下期 / (yú'é) jiézhuǎn xiàqī
~ *due*	到期差欠 / dàoqī qiànchā
~ *due from ...*	某人欠 / mǒurén qiàn...
~ *due to ...*	欠某人 / qiàn mǒurén...
~ *due in hand*	库存余额 / kùcún yú'é
~ *in our favor*	我方结余 / wǒfāng jiéyú
~ *in your favor*	你方余额 / nǐfāng jiéyú
~ *of account*	结算 / jiésuàn, 清结帐目 / qīngjié zhàngmù
~ *of payments*	国际收支 / guójì shōuzhī
~ *of trade*	(国际)贸易平衡 / (guójì) màoyì pínghéng
~ *sheet*	资产负债表 / zīchǎn fùzhàibiǎo
bank ~	银行(存款)余额 / yínháng (cúnkuǎn) yú'é

balanced (adj.)	均衡的 / jūnhéng de
~ *budget*	均衡预算 / jūnhéng yùsuàn
balancing item (n.)	差漏项目 / chālòu xiàngmù
balloon (n.)	(长期分期付款) 期末整付 / (chángqī fēnqī fùkuǎn) qīmò zhěngfù, 漂浮式付款 / piāofúshì fùkuǎn
~ *payment*	期末整付(长期分期偿付期票) / qīmò zhěngfù (chángqī fēnqī chángfù qīpiào)
ballpark (n.)	大概的范围 / dàgài de fànwéi
~ *figure*	大约数目 / dàyuē shùmù
ban (n.)	禁止 / jìnzhǐ
~ *on import*	禁止进口 / jìnzhǐ jìnkǒu
~ *on export*	禁止出口 / jìnzhǐ chūkǒu
band-wagon effect	赶浪式的反应 / gǎnlàngshì de fǎnyìng
bank (v.)	与银行往来 / yǔ yínháng wǎnglái, 把款存入银行 / bǎ kuǎn cúnrù yínháng
bank (n.)	银行 / yínháng
~ *acceptance*	银行承兑 / yínháng chéngduì
~ *account*	银行帐户 / yínháng zhànghù
~ *crash*	银行倒闭 / yínháng dǎobì
~ *credit*	银行信贷 / yíng háng xìndài
~ *deposit*	银行存款 / yínháng cúnkuǎn
~ *draft*	银行汇票 / yínháng huìpiào
~ *failure*	银行破产 / yínháng pòchǎn, 银行倒闭 / yínháng dǎobì
~ *financing*	银行融资 / yínháng róngzī, 银行资助 / yínháng zīzhù
~*holding company*	银行控股公司 / yínháng kònggǔ gōngsī 银行持股公司 / yínháng chígǔ gōngsī
~ *line*	银行信贷额度 / yínháng xìndài édù
~ *statement*	银行对帐单[结单] / yínháng duìzhàngdān [jiédān]

commercial ~	商业银行 / shāngyè yínháng
banker's (n.)	银行(家)的 / yínháng(jiā) de
~ draft	银行汇票 / yínháng huìpiào
~ order	银行代付通知单 / yínháng dàifù tōngzhī-dān; 银行本票 / yínháng běnpiào
banking (n.)	银行业[事务] / yínhángyè [shìwù]
~ business	银行业务 / yínháng yèwù
~ crisis	银行危机 / yínháng wēijī
~ hours	银行营业时间 / yínháng yíngyè shíjiān
~ operations	银行业务 / yínháng yèwù
bankroll (v.)	提供资金 / tígōng zījīn
~ a project	项目融资 / xiàngmù róngzī
bankrupt (v.)	破产 / pòchǎn
bankrupt (n.)	破产者 / pòchǎnzhě
bankruptcy (n.)	破产 / pòchǎn, 倒闭 / dǎobì
~ court	破产法庭 / pòchǎn fǎtíng
~ proceedings	破产手续 / pòchǎn shǒuxù, 破产法律程序 / pòchǎn fǎlǜ chéngxù
file petition for ~	破产申请 / pòchǎn shēnqǐng
bar graph (n.)	条线图 / tiáoxiàntú
bargain (v.)	议价 / yìjià, 讨价还价 / tǎojià huánjià
~ away	廉价出售 / liánjià chūshòu
bargain (n.)	合同交易 / hétóng jiāoyì; 廉价商品 / liánjià shāngpǐn
~ counter	廉价品陈列柜 / liánjiàpǐn chénlièguì
~ hunter	找便宜货的人 / zhǎo piányi huò de rén
~ price	廉价 / liánjià, 特价 / tèjià
~ sale	大减价出售 / dàjiǎnjià chūshòu
collective ~	劳资[集体]谈判 / láozī [jítǐ] tánpàn
drive a hard ~	讨价还价中坚持成交条件 / tǎojià huánjià zhōng jiānchí chéngjiāo tiáojiàn

good ~	价廉物美 / jià lián wù měi
bargaining (n.)	议价 / yìjià, 交易 / jiāoyì, 讨价还价 / tǎojià huánjià
~ power	议价能力 / yìjià nénglì
wage ~	工资谈判 / gōngzī tánpàn
barge (n.)	驳船 / bóchuán, 平底货船 / píngdǐ huòchuán
barrier (n.)	障碍 / zhàng'ài
non-tariff ~	非关税壁垒 / fēiguānshuì bìlěi
trade ~	贸易壁垒 / màoyì bìlěi
barter (n.)	实物交易 / shíwù jiāoyì, 易货贸易 / yìhuò màoyì
~ agreement	易货协定 / yìhuò xiédìng
~ economy	易货经济 / yìhuò jīngjì
~ trade	易货贸易 / yìhuò màoyì
barter (v.)	以货易货 / yǐ huò yìhuò
base (n.)	基本 / jīběn, 基础 / jīchǔ; 基地 / jīdì
~ currency	基础货币 / jīchǔ huòbì
~ period	基期 / jīqī
~ port	基本港口 / jīběn gǎngkǒu
~ price	基本价格 / jīběn jiàgé
~ rate	基本费率 / jīběn fèilǜ, 基础利率 / jīchǔ lìlǜ
~ salary	基本薪金[工资] / jīběn xīnjīn [gōngzī]
~ year	基年 / jīnián
basic (adj.)	基础的 / jīchǔ de, 根本的 / gēnběn de
~ concepts	基本概念 / jīběn gàiniàn
~ industires	基础工业 / jīchǔ gōngyè
~ number	基数 / jīshù
~ price	基本价格 / jīběn jiàgé
~ rate	基础汇率 / jīchǔ huìlǜ; 基本费率 / jīběn fèilǜ
~ salary	基本工资 / jīběn gōngzī
~ year	基年 / jīnián

basic (n.) 基础 / jīchǔ, 基准 / jīzhǔn
    ~s of accounting 会计基准 / kuàijì jīzhǔn
    ~s of assessment 估税基准 / gūshuì jīzhǔn

basis (n.) 基础 / jīchǔ, 基数 / jīshù, 基准 / jīzhǔn
    ~ point (利率计算) 基点 / (lìlǜ jìsuàn) jīdiǎn
    ~ of assessment 估税基准 / gūshuì jīzhǔn
    ~ of calculation 计算标准 / jìsuàn biāozhǔn
    on the ~ of .... 以...为基准 / yǐ...wéi jīzhǔn

batch (n.) 批 / pī, 分批作业 / fēnpī zuòyè
    ~ costing 成本计算分批法 / chéngběn jìsuàn fēnpīfǎ
    ~ processing 批量生产 / pīliàng shēngchǎn

bear (n.) 空头 / kōngtóu, 买空者 / mǎikōngzhě
    ~ covering 补空 / bǔkōng
    ~ market 熊市 / xióngshì
    ~ over 空头过多 / kōngtóu guòduō
    ~ position 空头部位 / kōngtóu bùwèi
    buy the ~ 买空 / mǎikōng

bear (adj.) 空头 / kōngtóu, 卖空 / màikōng
    ~ market 空头[卖空]市场 / kōngtóu [màikōng] shìchǎng, 熊市 / xióngshì
    ~seller 卖空者 / màikōngzhě

bear (v.) (以抛售)使跌价 / (yǐ pāoshòu) shǐ diējià
    ~ the market 抛售 / pāoshòu, 拉跌市价 / lādiē shìjià

bearer (n.) 持票人 / chípiàorén, 无记名 / wújìmíng
    ~ bill 来人支票 / láirén zhīpiào, 不记名票据 / bújìmíng piàojù
    ~ bond 无记名债券 / wújìmíng zhàiquàn
    ~ check 来人[不记名]支票 / láirén [bújìmíng] zhīpiào
    ~ draft 来人汇票 / láirén huìpiào
    ~ instrument 无[不]记名票据 / wú[bú]jìmíng piàojù
    ~ paper 无记名票据 wújìmíng piàojù
    ~ security 无记名証券 / wújìmíng zhèngquàn
    payable to ~ 付给持票人 / fùgěi chípiàorén

bearish (adj.)	(行情)看跌的 / (hángqíng) kàndiē de, 卖空的 / màikōng de
~ *market*	市场疲跌 / shìchǎng pídiē
~ *operation*	兜售 / dōushòu
~ *tone*	市况看跌 / shìkuàng kàndiē, 看跌行情 / kàndiē hángqíng
beginning (adj.)	开始的 / kāishǐ de, 期初的 / qīchū de
~ *balance*	期初余额 / qīchū yú'é
~ *capital*	期初资本 / qīchū zīběn
~ *salary*	初薪 / chūxīn
behavioral (adj.)	行为的 / xíngwéi de
behemoth (n.)	庞然大物 / pángrán dàwù
corporate ~	巨大公司 / jùdà gōngsī
below (prep.)	在…以下 / zài…yǐxià
~ *cost*	低于成本 / dī yú chéngběn
belly up (adj.)	倒闭 / dǎobì, 破产 / pòchǎn
bellwether (n.)	先行指标 / xiānxíng zhǐbiāo
belongings (n.)	所有物 / suǒyǒuwù
personal ~	私人所有物 / sīrén suǒyǒuwù
below (prep.)	在…以下 / zài…yǐxià
~ *cost*	低于成本 / dīyú chéngběn
~ *the line*	线下项目 / xiànxià xiàngmù
~ *par*	低于票面价值 / dīyú piàomiàn jiàzhí
at ~ *the market*	低于市价 / dīyú shìjià
belt-tightening (n.)	束紧腰带 /shùjǐn yāodài, 实行俭约 /shíxíng jiǎnyuē
benchmark (n.)	基本标准 / jīběn biāozhǔn, 水准基点 / shuǐzhǔn jīdiǎn
benchmark (v.)	设定标准 / shèdìng biāozhǔn

benchmark (adj.)	基准的 / jīzhǔn de
~ *price*	基准价格 / jīzhǔn jiàgé
benchmarking (n.)	设定改善标准 / shèdìng gǎishàn biāozhǔn
beneficial (adj.)	有益的 / yǒuyì de, 受益的 / shòuyì de
~ *duty*	受益关税 / shòuyì guānshuì
~ *rate*	受益者税率 / shòuyìzhě shuìlǜ
beneficiary (n.)	受益者 / shòuyìzhě
~ *of remittance*	汇款的受款人 / huìkuǎn de shòukuǎnrén
~ *of a trust*	信托的受益者 / xìntuō de shòuyìzhě
benefit (n.)	利益 / lìyì; 福利 / fúlì; 保险赔偿 / bǎoxiǎn péicháng
~ *age*	领养恤金的年龄 /lǐng yǎngxùjīn de niánlíng
disability ~	残伤津贴 / cánshāng jīntiē
fringe ~*s*	附加福利 / fùjiā fúlì
full ~	完全福利 / wánquán fúlì
unemployment ~	失业津贴 / shīyè jīntiē
benefit (v.)	有益于... / yǒuyìyú...
bequeath (v.)	遗赠 / yízèng
bequest (n.)	遗产 / yíchǎn, 遗赠 / yízèng
berth (n.)	停泊处 / tíngbōchù
best (adj.)	最好的 / zuì hǎo de
~ *buy*	最合算的买卖 / zuì hésuàn de mǎimài
~ *effort*	最大的努力 / zuì dà de nǔlì
~ *offer*	最佳报价 / zuì jiā bàojià
~ *paper*	一流票据 / yīliú piàojù
~ *seller*	畅销货 / chàngxiāohuò
~ *use*	最佳用途 / zuì jiā yòngtú
better (adj.)	较好的 / jiào hǎo de
B~ *Business Bureau (BBB)*	维护企业信誉协会 / Wéihù Qǐyè Xìnyù Xiéhuì

betterment (n.) (房地¡)改建 / (fángdì)gǎijiàn
  ~ expense 改建费 / gǎijiànfèi
  ~ taxes 土地改良税 / tǔdì gǎiliáng shuì

beyond (prep.) 超出 / chāochū
  ~ doubt 毫无疑问 / háo wú yíwèn

bias (n.) 偏向 / piānxiàng

bid (n.) 投标价格(申报) / tóubiāo jiàgé
(shēnbào), 要价 / yàojià
  ~ and asked 买进出价和卖出要价 / mǎijìn chūjià hé màichū yàojià

  ~ bond 投标担保书 / tóubiāo dānbǎoshū
  ~ price 递价 / dìjià, 买方出价 / mǎifāng chūjià
  ~ quotations 标盘 / biāopán
  tender ~ 投标出价 / tóubiāo chūjià

bid (v.) 出价 / chūjià, 投标 / tóubiāo
  ~ price 买价 / mǎijià, 出价 / chūjià
  ~ up a price 哄抬价格 / hōngtái jiàgé

bidder (n.) 投标人 / tóubiāorén, 投价人 / tóujiàrén

bidding (n.) 投标 / tóubiāo

big-ticket item (n.) 高价商品 / gāojià shāngpǐn, 高档货 / gāo-dàng huò

bilateral (adj.) 双边的 / shuāngbiān de
  ~ negotiation 双边谈判 / shuāngbiān tánpàn
  ~ trade agreement 双边贸易协定 / shuāngbiān màoyì xiédìng

bilk (v.) 赖帐 / làizhàng, 诈欺 / zhàqī

bill (v.) 开帐单 / kāi zhàngdān
  ~ accepted 已承兑票据 / yǐ chéngduì piàojù
  amount ~ed 发票金额 / fāpiào jīn'é

bill (n.)	帐单 / zhàngdān; 汇票 / huìpiào, 票据 / piàojù
~ *for acceptance*	待承兑票据 / dài chéngduì piàojù
~ *of exchange*	汇票 / huìpiào
~ *of landing*	提货单 / tíhuòdān
~ *of sale*	销售契约 / xiāoshòu qìyuē, 卖据 /màijù; 发货单 / fāhuòdān
electronic ~	电费帐单 / diànfèi zhàngdān
billboard (n.)	揭示板 / jiēshìbǎn
billing (n.)	开单 / kāidān
~ *costs*	开单成本 / kāidān chéngběn
billion (n.)	十亿 / shíyì
binder (n.)	临时契约 / línshí qìyuē, 暂保单 / zànbǎodān
binding (adj.)	有约束力的 / yǒu yuēshùlì de
~ *force*	约束力 / yuēshùlì
black (n.)	帐簿的贷方 / zhàngbù de dàifāng
in the ~	有盈余 / yǒu yíngyú, 不亏空 / bùkuīkòng
black market (n.)	黑市 / hēishì
blacklist (n.)	黑名单 / hēi míngdān
blacklist (v.)	开黑名单 / kāi hēi míngdān
blank (adj.)	空白的 / kòngbái de
~ *cheque*	空白支票 / kòngbái zhīpiào
~ *endorsement*	空白背书 / kòngbái bèishū
blanket (adj.)	综合的 / zōnghé de, 一揽子的 / yīlánzǐ de
~ *bond*	总括抵押债券 / zǒngkuò dǐyā zhàiquàn
~ *order*	总括(长期有效)订单 / zǒngkuò (chángqī yǒuxiào) dìngdān

~ *policy*	统保单 / tǒngbǎodān
blind trust (n.)	保密信托 / bǎomì xìntuō
block (n.)	封锁 / fēngsuǒ; 集团 / jítuán; 地段 / dìduàn; 大宗股票 / dàzōng gǔpiào
blockade (n.)	封锁 / fēngsuǒ
economic ~	经济封锁 / jīngjì fēngsuǒ
blockbuster (n.)	热门影片 / rèmén yǐng piàn
bluechip (n.)	优良股票 / yōuliáng gǔpiào, 热门股票 / rèmén gǔpiào
~ *rate*	优惠利率 / yōuhuì lìlǜ
~ *stock*	蓝筹码股票 / lán chóumǎ gǔpiào
blue-collar worker (n.)	蓝领工人 / lánlǐng gōngrén
blueprint (n.)	蓝图 / lántú, 原本 / yuánběn
blue sky laws (n.)	非法股票发行禁止法 / fēifǎ gǔpiào fāxíng jìnzhǐfǎ
board (n.)	证券交易所 / zhèngquàn jiāoyìsuǒ; 委员会 / wěiyuánhuì
~ *lot*	股票买卖单位 / gǔpiào mǎimài dānwèi
~ *meeting*	董事会议 / dǒngshì huìyì
~ *of directors*	董事会 / dǒngshìhuì, 理事会 / lǐshìhuì
~ *of trustees*	受托人委员会 / shòutuōrén wěiyuánhuì
boardroom (n.)	董事会会议室 / dǒngshìhuì huìyìshì 证券交易经纪行(记载股票最新价的房间) / zhèngquàn jiāoyì jīngjìháng (jìzǎi gǔpiào zuì xīn jià de fángjiān)
bona fide (adj.)	真诚的 / zhēnchéng de
~ *offer*	善意的报价 / shànyì de bàojià
bonanza (n.)	发大财 / fādàcái

bond (v.)   用债权保证举债 / yòng zhàiquán bǎozhèng jǔzhài ; 存入关栈 / cúnrù guānzhàn

    ~ed goods   关栈货物 /guānzhàn huòwù

    ~ed warehouse   保税关栈 / bǎoshuì guānzhàn

bond (n.)   债券 / zhàiquàn, 保证金 /bǎozhèngjīn, 保税 / bǎoshuì

    ~ areas   保税区 / bǎoshuìqū, 关栈区 / guānzhànqū

    ~ certificate   债券 / zhàiquàn

    ~ coupon   债券息票 / zhàiquàn xīpiào

    ~ holder   债券持有者 / zhàiquàn chíyǒuzhě

    ~ issue   债券发行 / zhàiquàn fāxíng

    ~ market   债券市场 / zhàiquàn shìchǎng

    ~ premium   债券溢价 / zhàiquàn yìjià

    ~ rating   债券评级[分级] / zhàiquàn píngjí [fēnjí]

    ~ yield   债券收益 / zhàiquàn shōuyì

bonus (n.)   奖金 / jiǎngjīn, 红利 / hónglì; 免费赠品 / miǎnfèi zèngpǐn

    ~ plan   奖金制度 / jiǎngjīn zhìdù

    ~ share   红利股 / hónglìgǔ

book (v.)   订购 / dìnggòu; 记帐 / jìzhàng

book (n.)   帐簿 / zhàngbù

    ~ cost   帐面成本 /zhàngmiàn chéngběn

    ~ loss   帐面损失 / zhàngmiàn sǔnshī

    ~ profit   帐面利润 / zhàngmiàn lìrùn

    ~ value   帐面价值 / zhàngmiàn jiàzhí

    ~ keeping   簿记 / bùjì

booking (n.)   定货 / dìnghuò, 定票 / dìngpiào; 记帐 / jìzhàng

boom (n.)   景气 /jǐngqì, 繁荣 / fánróng

    ~ and bust   繁荣与萧条的交替循环 / fánróng yǔ xiāotiáo de jiāotì xúnhuán

    ~ construction   建筑景气 / jiànzhù jǐngqì

boom (adj.) 景气的 / jǐngqì de

   ~ period 兴旺时期 / xīngwàng shíqī

   ~ town 繁荣的城镇 / fánróng de chéngzhèn

   investment ~ 投资高涨 / tóuzī gāozhàng

boom (v.) 迅速发展 / xùnsù fāzhǎn

   ~ing industry 新兴工业 / xīnxīng gōngyè

boon (n.) 恩惠 / ēnhuì, 利益 / lìyì

boondoggle (n.) 浪费金钱时间做无益的事 / làngfèi jīnqián shíjiān zuò wúyì de shì

boost (n.) 提高 / tígāo; 推动的广告计划 / tuīdòng de guǎnggào jìhuà

   fare ~ 提高费率 / tígāo fèilǜ, 提高票价[运费] / tígāo piàojià [yùnfèi]

   give a ~ to the economy 推动经济 / tuīdòng jīngjì

boost (v.) 促进 / cùjìn, 提高 / tígāo

   ~ (up) the price 推动价格上升 / tuīdòng jiàgé shàngshēng

   ~ production 增加生产 / zēngjiā shēngchǎn

boot (n.) 解雇 / jiěgù

bootleg (v.) 走私贩运 / zǒusī fànyùn

bordereau(x) (n.) 分保明细表 / fēnbǎo míngxìbiǎo

borrow (v.) 借入 / jièrù

   ~ed fund money 借入资金 / jièrù zījīn

   ~ed share 借入股份 / jièrù gǔfèn

borrowed money (n.) 借入资金 / jièrù zījīn

borrower (n.) 借款人 / jièkuǎnrén

borrowing (n.) 借债 / jièzhài, 借款 / jièkuǎn

   ~ capacity 借款能力 / jièkuǎn nénglì

   ~ limit 借款限额 / jièkuǎn xiàn'é

~ *rate of interest*	借入利率 / jièrù lìlǜ
business ~	工商业借贷 / gōngshāngyè jièdài
government ~	政府借贷 / zhèngfǔ jièdài
bottleneck (n.)	瓶颈 / píngjǐng, 薄弱环节 / bóruò huánjié
capacity production ~	生产的薄弱环节 / shēngchǎn de bóruò huánjié
boss (n.)	老板 / lǎobǎn
bottom (n.)	底部 / dǐbù
~ *fisher*	捞最低价的人 / lāo zuì dī jià de rén
~ *fishing*	捞最低价 / lāo zuì dī jià
~ *up management*	自下而上的管理 / zì xià ér shàng de guǎnlǐ
hit / touch ~	达到最低 / dádào zuì dī, 触底 / chùdǐ
bottom (adj.)	最低的 / zuì dī de
~ *line*	损益表中的末行数字 / sǔnyìbiǎo zhōng de mòháng shùzì, 底线 / dǐxiàn
~ *price*	低价 / dǐjià
bottomry (n.)	押船借款 / yāchuán jièkuǎn
bounce a check (v.)	退票 / tuìpiào, 跳票 / tiàopiào
boutique (n.)	精品店 / jīngpǐndiàn
box car (n.)	蓬车 / péngchē
boycott (v.)	联合抵制 / liánhé dǐzhì
~ *of foreign goods*	抵制外货 / dǐzhì wàihuò
bracket (n.)	阶层 / jiēcéng, 类别 / lèibié
high-income ~	高收入阶层 / gāo shōurù jiēcéng
brainstorm (v.)	动脑 / dòngnǎo, 出主意 / chū zhǔyì, 群策群力 / qún cè qún lì

brand (n.) 商标 / shāngbiāo, 品牌 / pǐnpái

   ~ acceptance (消费者对)品牌的接受 / (xiāofèizhě duì) pǐnpái de jiēshòu

   ~ consciousness 品牌[商标]认知 / pǐnpái [shāngbiāo] rènzhī

   ~ image 品牌形象 / pǐnpái xíngxiàng

   ~ loyalty 品牌忠诚度 / pǐnpái zhōngchéngdù

   ~ management 品牌管理 / pǐnpái guǎnlǐ

   ~ name 牌名 / páimíng, 品名 / pǐnmíng

branding(n.) 品牌宣传 / pǐnpái xuānchuán

breach (n.) 违约 / wéiyuē

   ~ of contract 违反合同 / wéifǎn hétóng

   ~ of trust 违反信托 / wéifǎn xìntuō

bread-and-butter (adj.) 有关生计的 / yǒuguān shēngjì de, 主要 的 / zhǔyào de

   ~ issues 基本生活问题 / jīběn shēnghuó wèntí

   ~ products 基本生活用品 / jīběn shēnghuó yòngpǐn

breadwinner (n.) 赚钱养家的人 / zhuànqián yǎngjiā de rén

break (v.) 打破 / dǎpuò, 违反 / wéifǎn

   ~ a conract 违约 / wéiyuē

   ~ bulk 卸货 / xièhuò

   ~ a record 打破记录 / dǎpuò jìlù

breakage (n.) 破损 / pòsǔn

   ~ proof 防损 / fángsǔn

breakdown (n.) 分项细目 / fēnxiàng xìmù; 故障 / gùzhàng

   ~ of expenses 费用分项细数 / fèiyong fēnxiàng xìshù

   ~ of machinery 机器故障 / jīqì gùzhàng

break-even (n.) 盈亏平衡 / yíngkuī pínghéng, 收支相抵 / shōuzhī xiāngdǐ

   ~ analysis 盈亏平衡分析 / yíngkuī pínghéng fēnxī

   ~ point 损益[盈亏]平衡点 / sǔnyì [yíngkuī] pínghéngdiǎn, 保本点 / bǎoběndiǎn

breakthrough (n.)	突破 / tūpò
technological ~	技术突破 / jìshù tūpò
breakup (n.)	解体 / jiětǐ, 崩溃 / bēngkuì
brewery (n.)	酿酒厂 / niàngjiuchǎng
bribe (v.,n.)	贿赂 / huìlù, 买通 / mǎitōng, 行贿 / xínghuì
bribery (n.)	贿赂 / huìlù
brick and mortar (n.)	(对新兴高科技企业来说的) 传统基本产业 /(duì xīnxīng gāo kējì qǐyè lái shuō de) chuántǒng jīběn chǎnyè
bridge loan (n.)	过度性融资 / guòdùxìng róngzī
briefing (n.)	简报 / jiǎnbào
brisk (adj.)	活跃的 / huóyuè de
~ market	市场繁荣 / shìchǎng fánróng
brochure (n.)	小册子 / xiǎo cèzi
broker (n.)	经纪人 / jīngjìrén
real estate ~	房地产经纪人 / fángdìchǎn jīngjìrén
brokerage (n.)	经记业 / jīngjìyè, 经纪人佣金 / jīngjìrén yōngjīn
brought-forward	承上页 / chéng shàngyè, 上期结转 / shàng qī jiézhuǎn
budget (n.)	预算 / yùsuàn
~ allocation	预算拨款 / yùsuàn bōkuǎn
~ constraint	预算限制 / yùsuàn xiànzhì
~ cut/slash	预算削减 / yùsuàn xuējiǎn
~ deficit	预算赤字 / yùsuàn chìzì
~ planning	预算计划[编制]/ yùsuàn jìhuà [biānzhì]
~ surplus	预算结余 / yùsuàn jiéyú

~ year	预算年度 / yùsuàn niándù
budget (v.)	编预算 / biān yùsuàn
budgetary (adj.)	预算的 / biān yùsuàn de
~ reduction	预算削减 / yùsuàn xuējiǎn
~ restraint	预算限制 / yùsuàn xiànzhì
builder (n.)	建造者/ jiànzàozhě, 建筑业者 / jiànzhùyè zhě
bulk (n.)	大量的 / dàliàng de
~ mail	大宗邮件 / dàzōng yóujiàn
~ order	大量定货 / dàliàng dìnghuò
~ sale	整批销售 / zhěngpī xiāoshòu, 趸售 / dǔnshòu
bull (n.)	买空 / mǎikōng, 多头 / duōtóu
~ activity	多头旺盛 / duōtóu wàngshèng
~ buying	多头买进 / duōtóu mǎijìn
~ campaign	多头哄抬价格策动 / duōtóu hōngtái jiàgé cèdòng
~ market	牛市 / niúshì, 多头市场 / duōtóu shìchǎng 上涨行情 / shàngzhǎng hángqíng
~speculation	多头投机 / duōtóu tóujī
bullion (n.)	金(银)条 / jīn(yín)tiáo, 金(银)块 / jīn(yín)-kuài
~ broker	金条经纪人 / jīntiáo jīngjìrén
~ market	金银(条,块)市场 / jīnyín(tiáo, kuài) shìchǎng
~ standard	金银本位制 / jīnyín běnwèizhì
gold ~	金条 / jīntiáo
bullish (adj.)	看涨 / kànzhǎng, 看好的 / kànhǎo de
~ factor	上涨因素 / shàngzhǎng yīnsù
~ market	行情看涨市场 / hángqíng kànzhǎng shìchǎng
~ sentiment	行情看涨心理 / hángqíng kànzhǎng xīnlǐ

~ view	行情看涨论调 / hángqíng kànzhǎng lùndiào
bumper (n.)	丰收 / fēngshōu
burden (n.)	负担 / fùdān, 负荷 / fùhè
~ cost	製造费用成本 / zhìzào fèiyong chéngběn
tax ~	税收负担 / shuìshōu fùdān
burglary (n.)	盗窃 / dàoqiè
~ insurance	盗窃险 / dàoqièxiǎn
bureau (n.)	局 / jú, 处 / chù
bureaucracy (n.)	官僚主义 / guānliáo zhǔyì
bureaucrat (n.)	官僚 / guānliáo
bureaucratic (adj.)	官僚主义的 / guānliáo zhǔyì de
~ process	繁琐程序 / fánsuǒ chéngxù
burglary (n.)	盗窃 / dàoqiè
~ insurance	盗窃险 / dàoqièxiǎn
business (n.)	业务 / yèwù, 商业 / shāngyè, 企业 / qǐyè
~ activity	业务活动 / yèwù huódòng
~ administration	经营管理 / jīngyíng guǎnlǐ, 企业管理 / qǐyè guǎnlǐ
~ card	名片 / míngpiàn
~ condition	商情 / shāngqíng, 营业状况 / yíngyè zhuàngkuàng
~ contact	业务联系 / yèwù liánxì
~ correspondence	商业书信 / shāngyè shūxìn
~ cycle	经济周期 / jīngjì zhōuqī, 景气循环 / jǐngqì xúnhuán
~ environment	商业环境 / shāngyè huánjìng
~ ethics	商业道德 / shāngyè dàodé
~ expansion	业务扩张 / yèwù kuòzhāng
~ forecast	商情预测 / shángqíng yùcè
~ hours	营业时间 / yíngyè shíjiān

~ license	营业执照 / yíngyè zhízhào
~ negotiation	商业谈判 / shāngyè tánpàn
~ plan	经营计划 / jīngyíng jìhuà
~ policy	经营方针 / jīngyíng fāngzhēn
~ recession	景气萧条 / jǐngqì xiāotiáo
~ recovery	景气复苏 / jǐngqì fùsū
~ slowdown	景气缓慢 / jǐngqì huǎnmàn
~ slump/stagnation	营业不振 / yíngyè búzhèn
~ strategy	经营战略 / jīngyíng zhànluè
~ trip	出差 / chūchāi
go out of ~	经营失败而停业 / jīngyíng shībài ér tíngyè

bust (n.)   经济萧条 / jīngjì xiāotiáo

buy (n.)   购买 / gòumǎi

     good ~   买得合算 / mǎi de hésuàn

buy (v.)   购买 / gòumǎi

~ at best	在最有利的情况下购入 / zài zuì yǒulì de qíngkuàng xià gòurù
~ direct	直接购买 / zhíjiē gòumǎi
~ on the close	收盘价买入 / shōupánjià mǎirù
~ on the open	开盘价买入 / kāipánjià mǎirù
~ on opening	开盘时购买 / kāipán shí gòumǎi

buy-back(n.)   回购 / huígòu

     ~ price   回购价 / huígòujià

buyer (n.)   买手 / mǎishǒu, 买方 / mǎifāng

~ 's market	买方市场 / mǎifāng shìchǎng
~'s option	买方选择权 / mǎifāng xuǎnzéquán
~'s responsibility	买方责任 / mǎifāng zérèn

buying (n.)   购买 / gòumǎi

~ agent	买方代理人 / mǎifāng dàilǐrén
~ and selling	买卖 / mǎimài
~ contract	购货契约 / gòuhuò qìyuē
~ cost	购入成本 / gòurù chéngběn

~ *long*	多头购入 / duōtóu gòurù, 投机购买 / tóujī gòumǎi
~ *on balance*	购买差额 / gòumǎi chā'é
~ *opportunity*	购买的有利机会 / gòumǎi de yǒulì jīhuì
~ *rate*	买入汇率 / mǎirù huìlǜ, 收购价 / shōugòujià
buyout (v.)	买断 / mǎiduàn, 买下全部产权 / mǎixià quánbù chǎnquán
leverage ~	杠杆收购 / gànggǎn shōugòu
buzzword (n.)	隐语 / yǐnyǔ, 行话 / hánghuà
by-product (n.)	副产品 / fùchǎnpǐn
by-law (n.)	公司章程附则[细则] / gōngsī zhāngchéng fùzé [xìzé]

C

cable (n.)	电报 / diànbào
cabotage (n.)	沿海贸易 / yánhǎi màoyì, 沿海航行 / yánhǎi hángxíng
calculate (v.)	计算 / jìsuàn, 推定 / tuīdìng
~*d value*	计算值 / jìsuànzhí
caliber (n.)	才干 / cáigàn, 素质 / sùzhì
call (n.)	付款要求 / fùkuǎn yāoqiú, 收回通知 / shōuhuí tōngzhī; 短期拆借 /duǎnqī chāijiè; 股票购买权/gǔpiào gòumǎiquán; 催缴股款(通知书)/cuījiǎo gǔkuǎn(tōngzhīshū); 看涨期权 / kànzhǎng qīquán
~ *loan*	同业拆款 / tóngyè chāikuǎn, 短期同行拆借 / duǎnqī tónghàng chāijiè; 通知放款 / tōngzhī fàngkuǎn
~ *market*	短期放款市场 / duǎnqī fàngkuǎn shìchǎng
~ *money*	拆放款 / chāi fàngkuǎn, 活期贷款 / huóqī dàikuǎn
~ *option*	看涨[选购]期权 / kànzhǎng [xuǎngòu]qīquán, 购买期货选择权 /gòumǎi qīhuò xuǎnzéquán
~ *price*	赎回[收回]价格 / shúhuí [shōuhuí] jiàgé
call (v.)	催缴 / cuījiǎo
~ *a bond*	通知偿还公司债券 / tōngzhī chánghuán gōngsī zhàiquàn
~ *up a debt*	催还债务 / cuīhuán zhàiwù
callback (n.)	召回 / zhāohuí, 收回 / shōuhuí
callable (adj.)	(通知)赎回的 / (tōngzhī) shúhuí de, 可随时收兑的 / kě suíshí shōuduì de
~ *bond*	可赎回[可随时收兑的]债券 /kě shúhuí [kě suíshí shōuduì de] zhàiquàn

~ *stock*	可赎回股票 / kě shúhuí gǔpiào
campaign (n.)	活动 / huódòng, 运动 / yùndòng
~ *for fund*	集资运动 / jízī yùndòng
advertising ~	广告活动 / guǎnggào huódòng
marketing ~	营销活动 / yíngxiāo huódòng
cancel (v.)	作废 / zuòfèi, 撤销 / chèxiāo, 取消 / qǔxiāo, 抵销 / dǐxiāo
~ *a contract*	撤销合约 / chèxiāo héyuē
~ *an order*	撤销订单 / chèxiāo dìngdān
~*ed check*	已注销支票 / yǐ zhùxiāo zhīpiào
cancellation (n.)	取销 / qǔxiāo, 撤销 / chèxiāo
~ *clause*	取销条款 / qǔxiāo tiáokuǎn
~ *date*	撤销日期 / chèxiāo rìqī
~ *notice*	注销通知 / zhùxiāo tōngzhī
~ *of contract*	解约 / jiěyuē
canvass (v.)	游说 / yóushuì, 兜售 / dōushòu
~ *for sale*	推销 / tuīxiāo
cap (n.)	上限 / shàngxiàn
~ *on spending*	支出上限 / zhīchū shàngxiàn
price ~	价格上限 / jiàgé shàngxiàn
cap (v.)	加以上限 / jiāyǐ shàngxiàn
~ *wage increase*	对工资增长加上上限 / duì gōngzī zēngzhǎng jiāshàng shàngxiàn
capability (n.)	能力 / nénglì, 才能 / cáinéng
~ *available*	现有能力 / xiànyǒu nénglì
financial ~	财务能力 / cáiwù nénglì
capacity (n.)	容量 / róngliàng; 能力 / nénglì
~ *for action*	行为能力 / xíngwéi nénglì
~ *for expansion*	扩充能力 / kuòchōng nénglì
~ *investment*	设备投资 / shèbèi tóuzī, 生产能力投资 / shēngchǎn nénglì tóuzī
~ *operation/production*	完全开工 / wánquán kāigōng

~ utilization rate	设备利用率 / shèbèi lìyònglǜ
at full ~	全力投入 / quánlì tóurù
plant ~	工厂设备能力 / gōngchǎng shèbèi nénglì
capital (n.)	资金 / zījīn, 资本 / zīběn
~ account	资本帐户 / zīběn zhànghù
~ accumulation	资本积累 / zīběn jīlěi
~ appreciation	资本增值 / zīběn zēngzhí
~ asset ratio	资本和财产比例 / zīběn hé cáichǎn bǐlì
~ assets	资本固定资产 / zīběn gùdìng zīchǎn
~ budget	资本预算 / zīběn yùsuàn
~ expenditure	资本支出 / zīběn zhīchū
~ gains	资本利得[收益] / zīběn lìdé [shōuyì]
~ gains tax	资本利得税 / zīběn lìdéshuì
~ goods	资本财货 / zīběn cáihuò, 生产资料 / shēngchǎn zīliào
~ intensive	资本密集的 / zīběn mìjí de
~ investment	资本投资 / zīběn tóuzī, 基本建设投资 / jīběn jiànshè tóuzī
~ issue	公司发行集资股票 / gōngsī fāxíng jízī gǔpiào
~ loss	资本损失 / zīběn sǔnshī
~ market	资本市场 / zīběn shìchǎng
~ spending	资本开支 / zīběn kāizhī, 资本投资支出 / zīběn tóuzī zhīchū
~ surplus	资本盈余 / zīběn yíngyú
~ stock	股本资本金 / gǔběn zīběnjīn
~ turnover	资本周转 / zīběn zhōuzhuǎn
capitalism (n.)	资本主义 / zīběn zhǔyì
capitalization (n.)	投资资本总额 / tóuzī zīběn zǒng'é; 资本化 / zīběnhuà
~ of a corporation	公司资本构成 / gōngsī zīběn gòuchéng
~ of earnings interest, etc.	盈利, 利息等资本化 / yínglì, lìxī děng zīběnhuà
small ~/small-cap corporation	(资本额小的)小型公司 / (zīběn'é xiǎo de) xiǎoxíng gōngsī

captive (adj.)   被控制的 / bèi kòngzhì de

    ~market   被控制的市场 / bèi kòngzhì de shìchǎng

    ~ shop   附设工厂 / fùshè gōngchǎng

carbon copy (n.)   复写副本 / fùxiě fùběn

care (n.)   照顾 / zhàogù, 注意 / zhùyì

    ~ of ...   由...转交 / yóu...zhuǎnjiāo

    due ~   应有注意 / yīngyǒu zhùyì

    Handle with ~   小心轻放 / xiǎoxīn qīngfàng

career (n.)   职业 / zhíyè, 长期事业 / chángqī shìyè

cargo   货物 / huòwù, 船货 / chuánhuò

    ~ by sea   海运 / hǎiyùn

    air ~   空运 / kōngyùn

carriage (n.)   运输 / yùnshū

carried (n.)   运载 / yùnzǎi; 携带 / xiédài

    ~ down   结转 / jiézhuǎn

    ~ forward   转次页 / zhuǎn cìyè, 上期转来 / shàngqī zhuǎnlái

    ~ interest   附带权益 / fùdài quányì

    ~ over   转结 / zhuǎnjié

carrier (n.)   承运人 / chéngyùnrén, 运输公司 / yùnshū gōngsī

    ~'s risk   承运人风险 / chéngyùnrén fēngxiǎn

    common ~s   承运商 / chéngyùnshāng, 普通货运 / pǔtōng huòyùn

carryback (n.)   移前扣减 / yíqián kòujiǎn; 延期付款 / yánqī fùkuǎn

carrying cost (n.)   存储成本 / cúnchǔ chéngběn

carrying value (of an asset)   帐面结存价值 / zhàngmiàn jiécún jiàzhí; 抵押品价值 / dǐyāpǐn jiàzhí

carte blanche (n.)	空白委托书 / kòngbái wěituōshū
cartel (n.)	国际联盟垄断 / guójì liánméng lǒngduàn
~ *price*	垄断价格 / lǒngduàn jiàgé
international ~	国际同业联盟 / guójì tóngyè liánméng
price ~	价格协定 / jiàgé xiédìng
case (n.)	事件 / shìjiàn, 案例 / ànlì
~ *law*	判例法 / pànlìfǎ
~ *study*	案例研究 / ànlì yánjiū
cash (n.)	现金 / xiànjīn, 现款 / xiànkuǎn
~ *and carry*	现金购买自运 / xiànjīn gòumǎi zìyùn
~ *balance*	现金余额 / xiànjīn yú'é
~ *basis*	现收现付制 / xiànshōu xiànfùzhì
~ *business*	现金生意 / xiànjīn shēngyì
~ *cow*	不断的现金供应来源 / búduàn de xiànjīn gōngyìng láiyuán
~ *crop*	经济作物 / jīngjì zuòwù, 商品作物 / shāngpǐn zuòwù
~ *deal/transaction*	现金交易 / xiànjīn jiāoyì
~ *delivery*	付款交货 / fùkuǎn jiāohuò
~ *discount*	现付折扣 / xiànfù zhékòu
~ *dividend*	现金股息 / xiànjīn gǔxī
~ *flow*	现金流程[流量, 流转] / xiànjīn liúchéng [liúliàng, liúzhuǎn]
~ *on delivery*	现款交货 / xiànkuǎn jiāohuò, 货到付款 / huòdào fùkuǎn
~ *on hand*	手存现金 / shǒucún xiànjīn
~ *outlay*	现金支出 / xiànjīn zhīchū
~ *price*	现金价格 / xiànjīn jiàgé
~ *refund*	现金退款 / xiànjīn tuìkuǎn
~ *reserves*	现金储备 / xiànjīn chǔbèi
~ *sale*	现金销售 / xiànjīn xiāoshòu
out of ~	无现金 / wú xiànjīn
cash (v.)	兑现 / duìxiàn
~ *a check*	支票兑现 / zhīpiào duìxiàn

cashier (n.)　　　　　　出纳 / chūnà
　　~ 's check　　　　　　本票 / běnpiào

catalog(ue) (n.)　　　　产品目录 / chǎnpǐn mùlù
　　~ house　　　　　　　产品目录通信公司 / chǎnpǐn mùlù tōngxìn
　　　　　　　　　　　　　　gōngsī
　　~ retailing　　　　　　目录售货零售 / mùlù shòuhuò língshòu

catering (n.)　　　　　　包办伙食 / bāobàn huǒshí

catastrophic insurance (n.)　巨灾保险 / jùzāi bǎoxiǎn

caveat (n.)　　　　　　　防止误解的说明 / fángzhǐ wùjiě de shuō-
　　　　　　　　　　　　　　míng;停止支付通知 / tíngzhǐ zhīfù tōng-
　　　　　　　　　　　　　　zhī
　　~ emptor　　　　　　　买主当心 / mǎizhǔ dāngxīn, 买方负担风
　　　　　　　　　　　　　　险(货物售出概不退换) / mǎifāng fùdān
　　　　　　　　　　　　　　fēngxiǎn (huòwù shòuchū gài bútuìhuàn)
　　~ vendor　　　　　　　卖方当心 / màifāng dāngxīn, 卖方负担
　　　　　　　　　　　　　　风险(包退包换) / màifāng fùdān fēng-
　　　　　　　　　　　　　　xiǎn (bāotuì bāohuàn)

CD (certificate of deposit) (n.)　定期存单 / dìngqī cúndān

cease-and-desist order (n.)　停止命令 / tíngzhǐ mìnglìng (禁止商业欺诈
　　　　　　　　　　　　　　行为的通知) / (jìnzhǐ shāngyè qīzhà xíng-
　　　　　　　　　　　　　　wéi de tōngzhī)

cede (v.)　　　　　　　　分保 / fēnbǎo; 分出 / fēnchū
　　~ing company　　　　　分保公司 / fēnbǎo gōngsī

ceiling (n.)　　　　　　　最高限额 / zuìgāo xiàn'é, 上限 / shàngxiàn
　　~ price　　　　　　　　最高限价 / zuìgāo xiànjià
　　credit ~　　　　　　　信用限额 / xìnyòng xiàn'é
　　legal ~'s on interest rate　法定利率上限 / fǎdìng lìlǜ shàngxiàn
　　lending ~　　　　　　　贷款限额 / dàikuǎn xiàn'é
　　price ~　　　　　　　　价格上限 / jiàgé shàngxiàn

cellular phone (n.)　　　手提电话 / shǒutí diànhuà

center (n.)   中心 / zhōngxīn
   commerciall ~   商业中心 / shāngyè zhōngxīn
   distribution ~   配货中心 / pèihuò zhōngxīn
   financial ~   金融中心 / jīnróng zhōngxīn

central (adj.)   中央的 / zhōngyāng de, 中心的 / zhōngxīn de
   ~ bank   中央银行 / zhōngyāng yínháng
   ~ business district   中心商业区 / zhōngxīn shāngyè qū
   ~ planning   中央计划 / zhōngyāng jìhuà

centralization (n.)   集中化 / jízhōnghuà
   ~ of business   业务集中 / yèwù jízhōng
   ~ of control   集中管理 / jízhōng guǎnlǐ, 集中控制 / jízhōng kòngzhì

centralized (adj.)   集中的 / zhōngyāng de, 统一的 / tǒngyī de
   ~ planning   统一计划 / tǒngyī jìhuà
   ~ purchase   统一采购 / tǒngyī cǎigòu

CEO (Chief Executive Officer)   最高执行主管 / Zuìgāo Zhíxíng Zhǔguǎn

certain (adj.)   确定的 / quèdìng de
   ~ annuity   确定年金 / quèdìng niánjīn

certificate (n.)   证书 / zhèngshū, 执照 / zhízhào
   ~ of birth   出生证明 / chūshēng zhèngmíng
   ~ of deposit (CD)   定期存单 / dìngqī cúndān
   ~ of incorporation   公司登记执照 / gōngsī dēngjì zhízhào, 公司注册证 / gōngsī zhùcèzhèng
   ~ of origin   原产地[来源]证明书 / yuánchǎndì [láiyuán] zhèngmíngshū

certification (n.)   证明 / zhèngmíng
   ~ mark   证明标志 / zhèngmíng biāozhì
   date of ~   证明日期 / zhèngmíng rìqī

certified (adj.)   经证明的 / jīng zhèngmíng de
   ~ check   保付支票 / bǎofù zhīpiào
   ~ copy   经核证的副本 / jīng hézhèng de fùběn

~ *mail*	挂号信件 / guàhào xìnjiàn
~ *public accountant(CPA)*	注册会计师 / zhùcè kuàijìshī, 公证执业 会计师 / gōngzhèng zhíyè kuàijìshī

certify (v.)   证明 / zhèngmíng

cessation of business   停业 tíngyè

cession (n.)   转让 / zhuǎnràng; 分出业务 / fēnchū yèwù [保]

     ~ *of obligation*   债权转让 / zhàiquán zhuǎnràng

C.F.C. (cost, freight, commission) 运费加佣金价格 / yùnfèi jiā yòngjīn jiàgé

chain (n.)   联琐 / liánsuǒ; 联号 / liánhào

     ~ *of command*   指挥系统 / zhǐhuī xìtǒng

     ~ *reaction*   联琐反应 / liánsuǒ fǎnyìng

     ~ *store*   联琐店 / liánsuǒ diàn, 联营商店 / liányíng shāngdiàn

chairman of the board (n.)   董事长 / dǒngshìzhǎng

Chamber of Commerce (n.)   商会 / shānghuì

Chamber of Commerce and Industry (n.)   工商联合会 / Gōngshāng Liánhéhuì

channel (v.)   引导 / yǐndǎo

channel (n.)   途径 / tújìng, 渠道 / qúdào

     ~ *of communication*   沟通渠道 / gōutōng qúdào

     ~ *distribution*   销售渠道 / xiāoshòu qúdào

     go through proper ~*s*   通过正当途径 / tōngguò zhèngdāng tújìng

charge (v.)   收费 /shōufèi; 控告 / kònggào [法]

     ~ *to...*   ...支付 / ...zhīfù

charge (n.)   费用 / fèiyong, 收费 / shōufèi

     ~ *account*   计帐 / jìzhàng, 赊帐 / shēzhàng

     ~ *card*   赊账卡 / shēzhàngkǎ

     ~*/credit sale*   赊销 / shēxiāo

extra ~	额外费用 / éwài fèiyong
free of ~	免费 / miǎnfèi
service ~	服务费用 / fúwù fèiyong
chargeoff (n.)	冲销 / chōngxiāo, 销帐 xiāozhàng
charitable (adj.)	慈善的 / císhàn de
~ deduction	慈善性支出扣除 / císhànxìng zhīchū kòuchú
~ organization	慈善机构 / císhàn jīgòu
~ work	慈善工作 / císhàn gōngzuò
chart (n.)	图表 / túbiǎo
~ of accounts	会计科目表 / kuàijì kēmùbiǎo
organization ~	机构图 / jīgòutú
chart (v.)	图示 / túshì
~ a new course	制定新方向 / zhìdìng xīn fāngxiàng
~-off	查对无误作出记号 / cháduì wúwù zuòchū jìhào
charter (n.)	包租 / bāozū, 特许 / tèxǔ, 营业执照 / yíngyè zhízhào, 许可证 / xǔkězhèng
~ contract	包租合同 / bāozū hétóng
~ flight	包机 / bāojī
~ of corporation	公司章程 / gōngsī zhāngchéng
corporate ~	公司执照 / gōngsī zhízhào
chartist (n.)	行情预测专家 / hángqíng yùcè zhuānjiā
chattel (n.)	动产 / dòngchǎn, 家产 / jiāchǎn
~ mortgage	动产抵押 / dòngchǎn dǐyā
cheap (adj.)	便宜的 / piányi de, 廉价的 / liánjià de
~ credit	低利贷款 / dīlì dàikuǎn
~ money policy	低利率政策 / dī lìlǜ zhèngcè

check (n.)	支票 / zhīpiào, 检验 / jiǎnyàn, 核对 / hé-duì, 制约 / zhìyuē
~s and balances	互相牵制 / hùxiāng qiānzhì, 制约与平衡 / zhìyuē yǔ pínghéng, 制衡原则 / zhìhéng yuánzé
~ book	支票簿 / zhīpiàobù
~ing account	支票存款 / zhīpiào cúnkuǎn
~ list	清单 / qīngdān
~ mark	核对符号 / héduì fúhào, 注销符号 / zhùxiāo fúhào, 骑缝章 / qífèngzhāng
~ register	支票登记簿 / zhīpiào dēngjìbù
~ stub	支票存根 / zhīpiào cúngēn

Chief Executive Officer (CEO)(n.) 最高执行主管 / Zuìgāo Zhíxíng Zhǔguǎn

chemical industry (n.) 化学工业 / huàxué gōngyè

choice (n.)	选择 / xuǎnzé
of ~	精选的 / jīngxuǎn de
a wide ~	广泛的选择 / guǎngfàn de xuǎnzé

choice (adj.)	精选的 / jīngxuǎn de
~ location	最佳地点 / zuì jiā dìdiǎn

chronic (adj.)	慢性的 / mànxìng de
~ inflation	慢性的通货膨胀 / mànxìng de tōnghuò péngzhàng

C.I.F.(cost, insurance, freight)(n.) 到岸价(成本, 运费和保险费价格) / dào'àn jià (chéngběn, yùnfèi hé bǎoxiǎnfèi jiàgé)

circle (n.)	循环 / xúnhúan, 週期 / zhōuqī; (pl.) 界 / jiè
business ~s	景气循环 / jǐngqì xúnhúan; 企业界 / qǐyèjiè
financial ~s	金融界 / jīnróngjiè
vicious ~	恶性循环 / èxìng xúnhúan

circular (n.) 通函 / tōnghán

circular (adj.)	循环的 / xúnhuán de
~ buying	循环购买 / xúnhuán gòumǎi

~ *letter*	商业通函 / shāngyè tōnghán
circulation (n.)	循环 / xúnhuán, 流通 / liútōng
~ *cost*	流通[流动]费用 / liútōng [liúdòng] fèiyong
~ *of commodities*	商品流动 / shāngpǐn liúdòng
~ *of money*	货币流通 / huòbì liútōng
civil (adj.)	民用的 / mínyòng de
~ *aviation*	民航 / mínháng
~ *action/case*	民事诉讼 / mínshì sùsòng
~ *duties*	公民义务 / gōngmín yìwù
~ *law*	民法 / mínfǎ
~ *rights*	民权 / mínquán
~ *service*	(文职)公务 / (wénzhí) gōngwù
civil servant (n.)	文官 / wénguān, 公务员 gōngwùyuán
claim (n.)	索赔 / suǒpéi; 债权 / zhàiqúan
~ *for damage*	损害赔偿要求 / sǔnhài péicháng yāoqiú
~ *letter*	索赔书 / suǒpéishū
~*s department*	理赔部 / lǐpéibù
claim (v.)	索赔 / suǒpéi
~ *against damages*	要求赔偿损失 / yāoqiú péicháng sǔnshī
file a ~	要求赔偿 / yāoqiú péicháng
claimants (n.)	索赔人 / suǒpéirén
claimee (n.)	被索赔人 / bèi suǒpéi rén
classification (adj.)	分类 / fēnlèi
~ *of jobs*	职务分类 / zhíwù fēnlèi
~ *of tariff*	税则分类 / shuìzé fēnlèi
classified (adj.)	分类的 / fēnlèi de; 机密的 / jīmì de
~ *advertising*	分类广告 / fēnlèi guǎnggào
~ *papers*	机密文件 / jīmì wénjiàn
clause (n.)	条款 / tiáokuǎn
cancellation ~	取消条款 / qǔxiāo tiáokuǎn

clean (adj.)	完整的 / wánzhěng de, 清洁的 / qīngjié de, 不附保留条件的 / búfù bǎoliú tiáojiàn de
~ bill	信用票据 / xìnyòng piàojù, 光票 / guāngpiào
~ balance sheet	无负债的资产负债表 / wú fùzhài de zīchǎn fùzhài biǎo
~ negotiable B/L	清洁可转让提单 / qīngjié kě zhuǎnràng tídān
clearance (n.)	清理 / qīnglǐ; 结关 / jiéguān; 票据交换 / piàojù jiāohuàn
~ of checks	支票清洁 / zhīpiào qīngjié
~ certificate	出港许可证 / chūgǎng xǔkězhèng
~ paper	出港许可证 / chūgǎng xǔkězhèng, 报关许可证 / bàoguān xǔkězhèng
~ sale	清仓大减价 / qīngcāng dà jiǎnjià
clearing (n.)	清算 / qīngsuàn
~ of debt	清算债务 / qīngsuàn zhàiwù
bank ~	银行清算 / yínháng qīngsuàn
export ~	出口结关 / chūkǒu jiéguān
market ~	清场 / qīngchǎng
clearinghouse (n.)	票据交换所 / piàojù jiāohuànsuǒ
client (n.)	顾客 / gùkè, 客户 / kèhù
clientele (n.)	顾客 / gùkè, 常客 / chángkè
close (v.)	收盘 / shōupán, 结市 / jiéshì
~ an account	结清帐目 / jiéqīng zhàngmù
~ down	关闭 / guānbì
~ lower	低收 / dīshōu [证]
~ off	结帐 / jiézhàng
~ out	抛售 / pāoshòu, 停止业务 / tíngzhǐ yèwù
close (adj.)	关闭的 / guānbì de, 不公开的 / bùgōngkāi de
~/closed corporation	股份不公开公司 / gǔfèn bùgōngkāi gōngsī

~ price	收盘价格 / shōupán jiàgé
close (n.)	终止 / zhōngzhǐ, 达成 / dáchéng，结清（帐目）/jiéqīng (zhàngmù)
~ of the market	停市 / tíngshì
at the ~	收盘价 / shōupánjià
closed (adj.)	关闭的 / guānbì de, 保密的 / bǎomì de
~account	已结清帐户 / yǐ jiéqīng zhànghù
~ bid	秘密出价投标 /mìmì chūjià tóubiāo
~ economy	闭关自守的经济 / guānbì zìshǒu de jīngjì
~ shop	排外性雇佣制企业 / páiwàixìng gùyòngzhì qǐyè
close-end (adj.)	资本额固定的 / zīběn'é gùdìng de; 闭锁式的 / bìsuǒshì de
~ type of investment trust	定额投资信托 / dìng'é tóuzī xìntuō
closing (n.)	结帐 / jiézhàng; 收盘 / shōupán; 过户（不动产成交）/ guòhù (búdòngchǎn chéngjiāo)
~ costs	(地产)成交价 / (dìchǎn) chéngjiāo jià
~ entry	结算记录 / jiésuàn jìlù, 结帐分录 / jiézhàng fēnlù
~ price	收盘价格 / shōupán jiàgé
~ of account	结帐 / jiézhàng
close out (n.)	处理物品 / chǔlǐ wùpǐn, 抛售 / pāoshòu; 停闭业务 / tíngbì yèwù
closure (n.)	关闭 / guānbì
cloud (n.)	(名誉等的)污点 / (míngyù děng de) wūdiǎn
cluster sampling (n.)	分组抽样 / fēnzǔ chōuyàng
co- (pref.)	共同 / gòngtóng
~borrower	共同借款人/ gòngtóng jièkuǎnrén
~drawer	共同出票人 / gòngtóng chūpiàorén
~ownership	共同所有权 / gòngtóng suǒyǒuquán

code (n.) 准则 / zhǔnzé, 法典 / fǎdiǎn; 电码 / diànmǎ
  ~ number 帐户编号 / zhànghù biānhào
  ~ of conduct 行为准则 / xíngwéi zhǔnzé
  ~ of ethics 道德准则 / dào dé zhǔnzé
  building ~s 建筑法 / jiànzhùfǎ

codicil (n.) 遗嘱的附录 / yí zhǔ de fùlù

coffers (n.) 金库 / jīnkù, 保险箱 / bǎoxiǎnxiāng

collapse (n.) 暴跌 / bàodiē, 崩溃 / bēngkuì
  the ~ of market 市场崩溃 / shìchǎng bēngkuì

collateral (n.) 担保品 / dānbǎopǐn, 抵押财产 / dǐyā cái-chǎn
  ~ on a loan 贷款抵押 / dàikuǎn dǐyā

collateralize (v.) 以担保品作抵押 / yǐ dānbǎopǐn zuò dǐyā
  ~d loan 抵押贷款 / dǐyā dàikuǎn
  ~d mortgage obligation 抵押品或证书贷款执行契约 / dǐyāpǐn huò zhèngshū dàikuǎn zhíxíng qìyuē

colleague (n.) 同事 / tóngshì, 同行 / tóngháng

collect (adj.) 对方付费的 / duìfāng fùfèi de
  ~ call 对方付费电话 / duìfāng fùfèi diànhuà

collect (v.) 收费 / shōufèi; 收集 / shōují
  ~ing bank 托收行 / tuōshōuháng
  ~ on delivery (C.O.D.) 货到收款 / huòdào shōukuǎn

collection (n.) 托收 / tuōshōu, 收费 / shōufèi; 收集 / shōují
  ~ of bills 汇票托收 / huìpiào tuōshōu
  ~ of debts 收取债款 / shōuqǔ zhàikuǎn
  ~ of taxes 征税 / zhēngshuì
  letter of ~ 催收信 / cuīshōuxìn, 催帐函 / cuīzhànghán

collective bargaining 劳资谈判 / láozī tánpàn, 集体谈判 / jítǐ tánpàn

command economy (n.)	中央集权经济 / zhōngyāng jíquán jīngjì
commerce (n.)	商业 / shāngyè, 商务 / shāngwù
Department of C~	商业部 / Shāngyèbù
commercial (n.)	商业广告 / shāngyè guǎnggào
commercial (adj.)	商业的 / shāngyè de
~ company	商业公司 / shāngyè gōngsī, 贸易公司 / màoyì gōngsī
~ law	商法 / shāngfǎ
~ loan	商业贷款 / shāngyè dàikuǎn
~ paper	商业票据 / shāngyè piàojù
~ port	贸易港口 / màoyì gǎngkǒu
~ treaty	通商条约 / tōngshāng tiáoyuē
commingling (n.)	(资金)混合 / (zījīn) hùnhé, 参合 / cānhé
commission (n.)	佣金 / yòngjīn; 委托 / wěi tuō ; 委员会 / wěiyuánhuì
~ business	经纪业 / jīngjìyè
~ charges / fee	佣金 / yòngjīn
~ sale	寄售 / jìshòu, 代销 / dàixiāo
Fair Trade ~ (FTC)	公平交易委员会 / Gōngpíng Jiāoyì Wěiyuánhuì
on a ~ basis	收佣金方式 / shōu yòngjīn fāngshì
sell on ~	代销 / dàixiāo
commit (v.)	指定 / zhǐdìng, 承担 / chéngdān
The fund is ~ted.	基金已指定用途 / jījīn yǐ zhǐdìng yòngtú
commitment (n.)	承担(义务) / chéngdān (yìwù), 承诺 / chéngnuò
~ fee	承诺费 / chéngnuòfèi
loan ~	承付贷款 / chéngfù dàikuǎn
meet the ~	履行承诺 / lǚxíng chéngnuò
committee (n.)	委员会 / wěiyuánhuì

Commissioner (n.)	税务司 / shuìwùsī; 局长 / júzhǎng; 委员 / wěiyuán
commodity (n.)	商品 / shāngpǐn, 货物 / huòwù
~ *exchange*	商品交易所 / shāngpǐn jiāoyìsuǒ
~ *tax*	商品税 / shāngpǐnshuì
~ *trader*	商品交易商 / shāngpǐn jiāoyìshāng
common (adj.)	普通的 / pǔtōng de, 共同的 / gòngtóng de
~*carrier*	公共承运人 / gōnggòng chéngyùnrén, 运输业者 / yùnshūyèzhě, 普通货运 / pǔtōng huòyùn
~ *law*	习惯法/xíguànfǎ, 不成文法 / bùchéngwénfǎ
~ *property*	共同财产 / gòngtóng cáichǎn
~ *stock*	普通股 / pǔtōnggǔ
communal (adj.)	公共的 / gōnggòng de
communication (n.)	通讯 / tōngxùn, 交流 / jiāoliú
~ *and transport*	交通运输 / jiāotōng yùnshū
community (n.)	共同体 / gòngtóngtǐ, 团体 / tuántǐ; 社区 / shèqū
~ *ownership*	共同所有 / gòngtóng suǒyǒu
~ *property*	共有财产 / gòngyǒu cáichǎn
corporate ~	企业社会 / qǐyè shèhuì
company (n.)	公司 / gōngsī; 一行 / yìxíng, 来客 / láikè
compatibility (n.)	兼容性 / jiānróngxìng
compatible (adj.)	可两立的 / kě liǎnglì de, 相容的 / xiāngróng de
compensation (n.)	补偿 / bǔcháng, 报酬 / bàochóu
~ *for damage/loss*	补偿损失 / bǔcháng sǔnshī
~ *trade*	补偿贸易 / bǔcháng màoyì

competence (n.)	行动能力 / xíngdòng nénglì; 法律权限 / fǎlǜ quánxiàn
competent (adj.)	胜任的 / shèngrèn de
competitive (adj.)	竞争的 / jìngzhēng de; 有竞争力的 / yǒu jìngzhēnglì de
~ *advantage*	竞争优势 / jìngzhēng yōushì
~ *bidding*	公开招标 / gōngkāi zhāobiāo
~ *edge*	竞争优势 / jìngzhēng yōushì
~ *price*	竞争性价格 / jìngzhēngxìng jiàgé
competitiveness (n.)	具有竞争力 / jùyǒu jìngzhēnglì
competitor (n.)	竞争者 / jìngzhēngzhě
complaint (n.)	申诉 / shēnsù, 赔偿要求 / péicháng yāoqiú
complement (n.)	补充物 / bǔchōngwù, 补足 / bǔzú
complementary product (n.)	互补产品 / hùbǔ chǎnpǐn
complete monopoly (n.)	完全垄断 / wánquán lǒngduàn
complex (n.)	联合企业 / liánhé qǐyè, 复合 / fùhé
industrial ~	工业联合企业 / gōngyè liánhé qǐyè, 工业综合体 / gōngyè zōnghétǐ
military industrial ~	军工联合企业 / jūngōng liánhé qǐyè, 军工联合体 / jūngōng liánhétǐ
comply (v.)	应允 / yìngyǔn, 遵守 / zūnshǒu
~ *with formality*	履行手续 / lǚxíng shǒuxù
complimentary (adj.)	免费的 / miǎnfèi de
~ *copy*	赠本 / zèngběn
~ *ticket*	优惠券 / yōuhuìquàn
component (n.)	成份 / chéngfèn, 组件 / zǔjiàn，装备品 / zhuāngbèipǐn
~ *factory*	元件工厂 / yuánjiàn gōngchǎng

~ parts	构成部分 / gòuchéng bùfèn
composite (n.)	合成物 / héchéngwù, 各种指数的综合 / gè-zhǒng zhǐshù de zōnghé
~ Index (CI)	综合指数 / zōnghé zhǐshù
Standard & Poor's ~ Index	标准普尔综合指数 / Biāozhǔn Pǔ'ěr Zōnghé Zhǐshù
composite (adj)	复合的 / fùhé de, 综合的 / zōnghé de
~ commodity	复合商品 / fùhé shāngpǐn
~ depreciation	综合折旧 / zōnghé zhéjiù
~ supply	综合供应 / zōnghé gōngyìng
composition (n.)	构成 / gòuchéng , 组成 / zǔchéng; 债务和解 /zhàiwù héjiě, 和解清偿 / héjiě qīngcháng
~ by creditors	债权人的和解 / zhàiquánrén de héjiě
~ in bankruptcy	破产的债务和解 / pòchǎn de zhàiwù héjiě
~ of assets	资产构成 / zīchǎn gòuchéng
compound (v.)	混合 / hùnhé, 复利计算 / fùlì jìsuàn; 妥协 / tuǒxié, 和平了结 / hépíng liǎojié
~ed interest	复利 / fùlì
compound (adj.)	复式的 / fùshì de, 合成的 / héchéng de
~ duties	混合关税 / hùnhé guānshuì
~ interest	复利 / fùlì
~ rate	复利率 / fùlìlǜ
compound (n.)	混合物 / hùnhéwù
comprehensive (adj.)	综合的 / zōnghé de, 全面的 / quánmiàn de
~ coverage	综合险 / zōnghéxiǎn
~ medical care	综合医疗 / zōnghé yīliáo
compromise (v.)	妥协 / tuǒxié, 折衷 / zhézhōng
~ed settlement	协商解决 / xiéshāng jiějué
~ with creditors	与债务人进行妥协 / yǔ zhàiwùrén jìnxíng tuǒxié

compromise (n.)	妥协 / tuǒxié
comptroller (n.)	审计员 / shěnjìyuán, 稽查 / jīchá
compulsory (adj.)	强制的 / qiángzhì de, 义务的 / yìwù de
~ arbitration	强制裁定 / qiángzhì cáidìng
~ insurance	强制保险 / qiángzhì bǎoxiǎn
~ retirement	强制退休 / qiángzhì tuìxiū
computer	计算机 / jìsuànjī, 电脑 / diànnǎo
~-aid	计算机辅助的 / jìsuànjī fǔzhù de
~ program	电脑程序编成 / diànnǎo chéngxù biānchéng
~ terminal	电脑终端机 / diànnǎo zhōngduānjī
concealment (n.)	隐瞒 / yǐnmán
concern (n.)	关系 / guānxì, 利害关系 / lìhài guānxì; 商行 / shānghǎng, 行号 / hánghào
business ~	商业企业 / shāngyè qǐyè
concession (n.)	特许权 / tèxǔquán, 承让 / chéngràng, (关税上的) 减让 / (guānshuìshàng de) jiǎnràng
~ of business	营业特许 / yíngyè tèxǔ
mining ~	采矿特许权 / cǎikuàng tèxǔquán
price ~	减价 / jiǎnjià
tax ~	关税减让 / guānshuì jiǎnràng
concessionaire (n.)	特许权受让人 / tèxǔquán shòuràngrén
concierge (n.)	(高级旅馆的)接待员 / (gāojí lǚguǎn de) jiēdàiyuán
concurrent (adj.)	同时发生的 / tóngshí fāshēng de
~ lease	并存租赁 / bìngcún zūlìn
~ authority	同等权限 / tóngděng quánxiàn
condemnation (n.)	没收 / mòshōu, 征用 / zhēngyòng

condition (n.)   条件 / tiáojiàn; 状态 / zhuàngtài

   ~ express   明示条件 / míngshì tiáojiàn

   economic ~s   经济状况 / jīngjì zhuàngkuàng

   implied ~   默示条件 / mòshì tiáojiàn

   terms and ~s   条款和条件 / tiáokuǎn hé tiáojiàn

conditional (adj.)   有条件的 / yǒu tiáojiàn de

   ~ acceptance   有条件的承兑 / yǒu tiáojiàn de chéngduì; 有条件的接受 / yǒu tiáojiàn de jiēshòu

   ~ sales contract   附条件的销售合同 / fù tiáojiàn de xiāoshòu hétóng

condominium (n.)   住户分套购买的公寓 / zhùhù fēntào gòumǎi de gōngyù

conference (n.)   会议 / huìyì; 运费协议同盟 / yùnfèi xiéyì tóngméng

confidential (adj.)   机密的 / jīmì de

   ~ documents   机密文件 / jīmì wénjiàn

   ~ information   机密情报 / jīmì qíngbào

   ~ report   机密报告 / jīmì bàogào

confirm (v.)   确认 / quèrèn

   ~ed L/C   保兑信用证 / bǎoduì xìnyòngzhèng

confirmation (n.)   确认 / quèrèn, 证明 / zhèngmíng, 保兑 / bǎoduì

   letter of ~   确认书 / quèrènshū

confiscate (v.)   没收 / mòshōu, 充公 / chōnggōng

   ~ed good   充公货物 / chōnggōng huòwù

confiscation (n.)   没收 / mòshōu, 充公 / chōnggōng

conflict of interest (n.)   利害冲突 / lìhài chōngtū

conform (v.)   一致 / yízhì

conglomerate (n.)	多种行业联合的大企业 / duōzhǒng háng-yè liánhé de dà qǐyè, 集团企业 / jítuán qǐyè
~ *company*	多行业联合企业 / duōhángyè liánhé qǐyè
connection (n.)	关系 / guānxì
consensus (n.)	一致意见 / yízhì yìjiàn
consent (v.)	同意 / tóngyì
conservative (adj.)	保守的 / bǎoshǒu de
~ *estimate*	保守的估计 / bǎoshǒu de gūjì
conservation (n.)	保存 / bǎocún, 保护 / bǎohù
~ *of energe*	能源节约 / néngyuán jiéyuē
~ *of soil and water*	水土保持 / shuǐtǔ bǎochí
consideration (n.)	考虑 / kǎolǜ, 报酬 / bàochóu; 补偿 / bǔ-cháng; 合约事由 / héyuē shìyóu
~ *money*	报偿奖金 / bàocháng jiǎngjīn
money ~	金钱报偿 / jīnqián bàocháng
no ~	无代价 / wú dàijià
valuable ~	有价值的报酬 / yǒu jiàzhí de bàochóu, 对价 / duìjià
consign (v.)	代售 / dàishòu; 托运 / tuōyùn
consignee (n.)	代售人 / dàishòurén
consignment (n.)	寄售 / jìshòu, 交运货物 / jiāoyùn huòwù
~ *sale*	寄售 / jìshòu
on ~	寄销 / jìxiāo
consignor (n.)	寄销人 / jìxiāorén, 发货物人 / fā huòwù rén
consolidate (v.)	统一 / tǒngyī, 合并 / hébìng; 混载 / hùnzǎi
~ *air cargo*	并装空运货物 / bìngzhuāng kōngyùn huò-wù

consolidated (adj.)	统一的 / tǒngyī de, 合并的 / hébìng de
~ *balance sheet*	综合[合并]资产负债表/zōnghé [hébìng] zīchǎn fùzhàibiǎo
~ *debts*	合并债务 / hébìng zhàiwù
~ *financial statement*	综合[合并]财务报表 / zōnghé [hébìng] cáiwù bàobiǎo
consolidation (n.)	合并 / hébìng, 统一 / tǒngyī, 整合 / zhěnghé
consortium (n.)	国际财团 / guójì cáituán, 借款团 / jièkuǎn-tuán
conspicuous consumption	铺张浪费 / pūzhāng làngfèi
conspiracy (n.)	阴谋 / yīnmóu
constraint (n.)	限制 / xiànzhì
budget ~	预算拮据[限制] / yùsuàn jiéjù [xiànzhì]
construction (n.)	建设 / jiànshè, 建筑 / jiànzhù
~ *company*	建筑公司 / jiànzhù gōngsī
~ *loan*	建筑贷款 / jiànzhù dàikuǎn
~ *material*	建筑材料 / jiànzhù cáiliào
under ~	施工建筑中 / shīgōng jiànzhù zhōng
constructive (v.)	建设性的 / jiànshèxìng de; 推定的 / tuīdìng de, 推断的 / tuīduàn de [法]
~ *contract*	法定契约 / fǎdìng qìyuē
~ *dividend*	推定股利 / tuīdìng gǔlì
~ *eviction*	推断逐客 / tuīduàn zhúkè
~ *knowledge*	推定知悉 / tuīdìng zhīxī
~ *loss*	推定损失 / tuīdìng sǔnshī
~ *notice*	推定通知 / tuīdìng tōngzhī
~ *possession*	推定占有权 / tuīdìng zhànyǒuquán
~ *suggestion*	建设性意见 / jiànshèxìng yìjiàn
consul (n.)	领事 / lǐngshì

consular (adj.)	领事的 / lǐngshì de
~ *declaration*	领事证明 / lǐngshì zhèngmíng
~ *invoice*	领事签证发票 / lǐngshì qiānzhèng fāpiào
consulate (n.)	领事馆 / lǐngshìguǎn
general ~	总领事馆 / zǒnglǐngshìguǎn
consultancy (n.)	咨询事务 / zīxún shìwù
consultant (n.)	咨询 / zīxún , 顾问 / gùwèn
management ~	管理顾问 / guǎnlǐ gùwèn
consulting (adj.)	咨询的 / zīxún de
~ *firm*	咨询公司 / zīxún gōngsī
~ *services*	咨询服务 / zīxún fúwù
consultation (n.)	咨询 / zīxún, 协商 / xiéshāng
consumer (n.)	消费者 / xiāofèizhě
~ *behavior*	消费者行为 / xiāofèizhě xíngwéi
~ *durable goods*	耐用消费品 / nàiyòng xiāofèipǐn
~ *goods*	消费品 / xiāofèipǐn
~ *loyalty*	消费者的忠诚 / xiāofèizhě de zhōngchéng
~ *price index (CPI)*	消费物价指数 / xiāofèi wùjià zhǐshù
~*'s preference*	消费者偏好 / xiāofèizhě piānhào
~ *products*	消费用品 / xiāofèi yongpǐn
~-*pull*	消费者拉动 / xiāofèizhě lādòng
consummate (v.)	完成 / wánchéng
~ *a business deal*	成交一笔生意 / chéngjiāo yìbǐ shēngyì
consumerism (n.)	用户至上主义 / yònghù zhìshàng zhǔyì
consumption (n.)	消耗 / xiāohào, 消费量 / xiāofèiliàng
~-*led boom*	消费景气 / xiāofèi jǐngqì
gross domestic ~	国内总消费量 / guónèi zǒngxiāofèiliàng
container (n.)	集装箱 / jízhuāngxiāng
contamination (n.)	污染 wūrǎn

contango (n.)	证券交易延期费 / zhèngquàn jiāoyì yánqī-fèi
contempt (n.)	藐视 / miǎoshì
~ of court	藐视法庭 / miǎoshì fǎtíng
content (n.)	含量 / hánliàng, 内装物 / nèizhuāngwù (pl.) 内容 / nèiróng, 目次 / mùcì
local ~	当地成份 / dāngdì chéngfèn
contention (n.)	争论 / zhēnglùn; 论点 / lùndiǎn
contest (v.)	争论 / zhēnglùn; 竞争 / jìngzhēng
contingency (n.)	偶然性 / ǒuránxìng, 意外事故 / yìwài shìgù
~ plan	应变计划 / yìngbiàn jìhuà
financial ~	应急费用 / yìngjí fèiyong
contingent fund (n.)	应急基金 / yìngjí jījīn
contingent/contingency fee (n.)	胜诉赔偿分成收费 / shèngsù péicháng fēnchéng shōufèi
continuous process (n.)	连续加工 / liánxù jiāgōng
contra account (n.)	对销帐户 / duìxiāo zhànghù, 轧帐方式 / gázhàng fāngshì
contract (n.)	合同 / hétóng, 契约 / qìyuē
~ amount	合约金额 / héyuē jīn'é
~ date	合约日期 / héyuē rìqī
~ price	合约价格 / héyuē jiàgé
~ for service	劳务合同 / láowù hétóng
~ for work	承包 / chéngbāo
~ grade	订约品质 / dìngyuē pǐnzhì
~ for interest rate	约定利率 / yuēdìng lìlǜ
~ labor	契约劳工 / qìyuē láogōng, 合同工 / hétónggōng
~ life	合同有效期限 / hétóng yǒuxiào qīxiàn
~ of sale	销售合同 / xiāoshòu hétóng

employment ~	雇佣契约 / gùyòng qìyuē
formal ~	正式契约 / zhèngshì qìyuē
futures ~	期货合约 / qīhuò héyuē
legal ~	合法契约 / héfǎ qìyuē
put out to ~	包出去 / bāochūqù, 给人承包 / gěi rén chéngbāo
sign a ~	签合同 / qiān hétóng
terms of a ~	合同条件 / hétóng tiáojiàn
contract (v.)	签契约 / qiān qìyuē
~ *a loan*	举债 / jǔzhài
~-*out*	立约发包 / lìyuē fābāo
contraction (n.)	收缩 / shōusuō, 萎缩 / wěisuō, 商业收缩期 / shāngyè shōusuōqī
~ *of credit*	信用收缩 xìnyòng shōusuō
economic ~	经济萎缩 / jīngjì wěisuō
contractor (n.)	承包商 / chéngbāoshāng
contrarian (n.)	与一般投资者反道而行的投资者 / yǔ yìbān tóuzīzhě fǎndào ér xíng de tóuzīzhě
contravene (v.)	违反 / wéifǎn
~ *a law*	犯法 / fànfǎ
contribute (v.)	捐赠 / juānzèng, 贡献 / gòngxiàn
~*ed capital*	缴入[实收]资本 / jiǎorù [shíshōu] zīběn
contribution (n.)	捐献 / juānxiàn
~ *by cash*	现金捐助 / xiànjīn juānzhù
~ *margin*	利润额[率] / lìrùn'é [lǜ]
financial ~	财政捐款 / cáizhèng juānkuǎn
control (n.)	控制 / kòngzhì, 管理 / guǎnlǐ
inventory ~	存货管理 / cúnhuò guǎnlǐ
out of ~	无法控制 / wúfǎ kòngzhì, 失控 / shīkòng
quality ~	品质管制 / pǐnzhì guǎnlǐ
wage and price ~	工资与价格管理 / gōngzī yǔ jiàgé guǎnlǐ

control (v.)	控制 / kòngzhì, 管制 / guǎnzhì
~ *inflation*	控制通货膨胀 / kòngzhì tōnghuò péngzhàng
~*led economy*	管制经济 / guǎnzhì jīngjì
~*ling interest*	管制股权 / guǎnzhì gǔquán
convention (n.)	会议 / huìyì; 惯例 / guànlì; 公约 / gōngyuē
~ *bureau*	会议局 / huìyìjú
conversion (n.)	转换 / zhuǎnhuàn, 兑换 / duìhuàn
~ *issue*	调换发行 / diàohuàn fāxíng
~ *price*	调换价格 / diàohuàn jiàgé
~ *rate*	兑换率/ duìhuànlǜ
debt ~	债务折算 / zhàiwù zhésuàn
convertible (adj.)	可以转换的 / kěyǐ zhuǎnhuàn de
~ *bonds*	可以兑换的债券 / kěyǐ duìhuàn de zhàiquàn
~ *currency*	自由兑换货币 / zìyóu duìhuàn huòbì
~ *debentures*	可兑换债券 / kě duìhuàn zhàiquàn
~ *preferred stock*	可转换优先股/ kě zhuǎnhuàn yōuxiāngǔ
convey (v.)	转让 / zhuǎnràng, 转移 / zhuǎnyí
~ *the land to a buyer*	土地转让给买主 / tǔdì zhuǎnràng gěi mǎizhǔ
conveyance (n.)	运输工具 / yùnshū gōngjù; 转让证书 / zhuǎnràng zhèngshū, 财产的转让 / cáichǎn de zhuǎnràng
cooperative (adj.)	协力的 / xiélì de, 合作的 / hézuò de
~ *advertising*	联合广告 / liánhé guǎnggào
~ *association*	合作社 / hé zuòshe, 协会 / xiéhuì
~ *business*	合作经营 / hézuò jīngyíng
~ *ownership*	共同拥有权 / gòngtóng yōngyǒuquán
~ *venture*	合作企业 / hézuò qǐyè
copyright (n.)	版权 / bǎnquán, 著作权 / zhùzuòquán

corner a market (v.)	垄断市场 / lǒngduàn shìchǎng, 囤积居奇 / túnjī jūqí
corporate (adj.)	法人的 / fǎrén de, 公司的 / gōngsī de
~ *action*	公司股东决策 / gōngsī gǔdōng juécè
~ *body*	法人团体 / fǎrén tuántǐ
~ *bylaws*	公司组织细节 / gōngsī zǔzhī xìjié, 公司章程 / gōngsī zhāngchéng
~ *culture*	公司风气 / gōngsī fēngqì, 企业文化 / qǐyè wénhuà
~ *finance*	公司财务 / gōngsī cáiwù
~ *image*	公司形象 / gōngsī xíngxiàng
~ *law*	公司法 / gōngsīfǎ
~ *performance*	公司业绩 / gōngsī yèjī
~ *raider*	买断[侵吞]公司者 / mǎiduàn [qīntūn] gōngsīzhě
~ *reorganization*	公司改组 / gōngsī gǎizǔ
~ *responsibility*	公司共同责任 / gōngsī gòngtóng zérèn
~ *structure*	公司结构 / gōngsī jiégòu
~ *tax*	公司所得税 / gōngsī suǒdéshuì
corporation (n.)	股份有限公司 / gǔfèn yǒuxiàn gōngsī
finance ~	财务公司 / cáiwù gōngsī
foreign ~	外资公司 / wàizī gōngsī
municipal ~	市政机关 / shìzhèng jīguān, 市政公司 / shìzhèng gōngsī
public ~	公共事业公司 / gōnggòng shìyè gōngsī
corporeal (adj.)	有形的 / yǒuxíng de, 物质的 / wùzhì de
~ *capital*	有形资本 / yǒuxíng zīběn
~ *property*	有形财产 / yǒuxíng cáichǎn
corpus (n.)	(区别于利息的)基金的本金 / (qūbiéyú lìxī de) jījīn de běnjīn
correction (n.)	修正 / xiūzhèng, 调整 / tiáozhěng
~ *of error*	错误的修正 / cuòwù de xiūzhèng
~ *after the sharp rise of the index*	指数剧升后的修正 / zhǐshù jùshēng hòu de xiūzhèng

~ *phase*	修正阶段 / xiūzhèng jiēduàn, 调整 / tiáo-zhěng júmiàn [证]
corrective (adj.)	改正的 / gǎizhèng de, 修正的 / xiūzhèng de
~ *buying*	调整(市场)购买 / tiáozhěng (shìchǎng) gòumǎi
~ *mood*	(市场的)调整气氛 / shìchǎng de tiáozhěng qìfèn
correlation (n.)	相关 / xiāngguān, 对比关系 / duìbǐ guānxì
~ *and regression analysis*	相关和回归分析 / xiāngguān hé huíguī fēnxī
correspondence (n.)	通信 / tōng xìn, 来往信件 / láiwǎng xìnjiàn
~ *school*	函授学校 / hánshòu xuéxiào
correspondent bank (n.)	代理[往来]银行 / dàilǐ [wǎnglái] yínháng
corresponding (adj.)	对应的 / duìyìng de; 通讯来往的 / tōngxùn láiwǎng de
~ *account*	来往账户 / láiwǎng zhànghù
~ *period*	同期 / tóngqī
corroborate (v.)	确证 / quèzhèng
corroboration (n.)	确证 / quèzhèng
corruption (n.)	腐败 / fǔbài
cosign (v.)	担保联署 / dānbǎo liánshǔ
cosigner (n.)	连署人 / liánshǔrén
cost (n.)	成本 / chéngběn, 原价 / yuánjià, 费用 / fèi-yong
~ *accounting*	成本会计学 / chéngběn kuàijìxué
~-*based pricing*	成本型定价法 / chéngběnxíng dìngjiàfǎ
~ *benefit analysis*	成本效益分析 / chéngběn xiàoyì fēnxī

~~-cutting	削减成本 / xiāojiǎn chéngběn
~~-effective	具有成本效益的 / jùyǒu chéngběn xiàoyì de
~, freight and commission	运费佣金在内价格 / yùnfèi yòngjīn zài nèi jiàgé
~, insurance and freight (C.I.F.)	成本保险费运费价格 / chéngběn bǎoxiǎnfèi yùnfèi jiàgé
~ of goods sold	销售商品成本 / xiāoshòu shāngpǐn chéngběn
~ of living	生活费用 / shēnghuó fèiyong
~ of living adjustment	生活费用调整 / shēnghuó fèiyong tiáozhěng
~ of living escalator clause	按生活费用自动调整工资条款 / àn shēnghuó fèiyòng zìdòng tiáozhěng gōngzī tiáokuǎn
~ of sale	销售成本 / xiāoshòu chéngběn
~ overrun	超额费用 / chāo'é fèiyong, 预算超支 / yùsuàn chāozhī
~~-plus	成本加价 / chéngběn jiājià
at ~	照成本 / zhào chéngběn
fixed ~	固定成本 / gùdìng chéngběn
variable ~	变动成本 / biàndòng chéngběn
costing (n.)	成本计算[核算] / chéngběn jìsuàn [hésuàn]
~ basis	成本计算基础 / chéngběn jìsuàn jīchǔ
counseling (n.)	商议 / shāngyì, 咨询 / zīxún
employment ~	就业咨询 / jiùyè zīxún
financial ~	财务咨询 / cáiwù zīxún
count (n.)	计数 / jìshù
counter (n.)	柜台 / guìtái
counter (adj.)	相反的 / xiāngfǎn de
~ fund	相对资金 / xiāngduì zījīn
~ offer	(买方)还价 / (mǎifāng) huánjià
~ plan	替代性计划 / tìdàixìng jìhuà

counterclaim (n.)   反告 / fǎngào

countercycle (n.)   反周期 / fǎnzhōuqī

counterfeit (n.)   伪造 / wěizào

counterfeit (adj.)   伪造的 / wěizào de
  ~ goods   伪造物品 / wěizào wùpǐn
  ~ money   伪钞 / wěichāo

counterpart (n.)   副本 / fùběn

counter purchase   互购/ hù gòu, 对等采购/duìděng cǎigòu,
    补偿性购买 / bǔchángxìng gòumǎi

countertrade (n.)   对等贸易 / duìděng màoyì, 反向贸易 / fǎn-
    xiàng màoyì

countervailing (adj.)   抵销的 / dǐxiāo de, 对抗的 / duìkàng de
  ~ duty/ levy/tariff/tax   抵销（关税）/ dǐxiāo (guānshuì), 反倾销
    [补贴]税 / fǎnqīngxiāo [bǔtiē] shuì

country of origin (n.)   原产地[国]/ yuánchǎndì[guó]

coupon (n.)   息票 / xīpiào, 配给票 / pèijǐpiào

court (n.)   法院 / fǎyuàn, 法庭 / fǎtíng
  ~ of justice/law   法庭 / fǎtíng, 法院 / fǎyuàn
  settle out of ~   庭外和解 / tíngwài héjiě

covenant (n.)   誓约 / shìyuē, 契约条款 /qìyuē tiáokuǎn
  rate ~   利率限定条款 / lìlǜ xiàndìng tiáokuǎn
  title ~ in deed   产权保证条款 / chǎnquán bǎozhèng tiáo-
    kuǎn

covenant (v.)   订盟约 / dìng méngyuē

cover (n.)   弥补 / míbǔ, 负担支付 / fùdān zhīfù, 抵偿 /
    dǐcháng; 补空 / bǔkōng
  have ~ against theft   保盗窃险 / bǎo dàoqièxiǎn

cover(v.)	弥补(损失) / míbǔ (sǔnshī), 补进 / bǔjìn
~ position	轧平头寸 / zhápíng tóucùn
coverage (n.)	承保范围 / chéngbǎo fànwéi, 保险险别 / bǎoxiǎn xiǎnbié
full ~	全保 / quánbǎo
covering (n.)	买空补进 / mǎikōng bǔjìn
~ contract	补进契约 / bǔjìn qìyuē
~ by short	空头方补进 / kōngtóu fāng bǔjìn
short ~	空头补进 / kōngtóu bǔjìn
CPA(Certified Public Accountant)	注册会计师 / zhùcè kuàijìshī
CPI (Consumer Price Index)	消费者物价指数 / xiāofèizhě wùjià zhǐshù
craft (n.)	工艺 / gōngyì
crash (n.)	市场的崩溃 / shìchǎng de bēngkuì
~ crash	银行倒闭 / yínháng dǎobì
~ cost	突击施工成本 / tūjī shīgōng chéngběn
~ programme	应急[挽救]计划 / yìngjí [wǎnjiù] jìhuà
crash (v.)	大跌 / dà diē, 市场崩溃 / shìchǎng bēngkuì
stock markets ~	股市崩盘 / gǔshì bēngpán
crawling peg (n.)	小幅度调整的钉住汇率 / xiǎo fúdù tiáozhěng de dīngzhù huìlǜ
creation (n.)	创造 / chuàngzào
~ of money	创制货币 / chuàngzhì huòbì
~ of resources	资源的创造 / zīyuán de chuàngzào
creative (adj.)	创造性的 / chuàngzàoxìng de
credential (n.)	凭据 / píngjù; 证件 / zhèngjiàn
credibility (n.)	信用 / xìnyòng, 可靠性 / kěkàoxìng
~ gap	信用差距 / xìnyòng chājù

credit (v.)	赊款 / shēkuǎn, 贷记 / dàijì
credit (n.)	信用 / xìnyòng; 信贷 / xìndài; 贷方 / dàifāng [会]
~ *balance*	贷方余额 / dàifāng yú'é, 贷差 / dàichā
~ *bureau*	征信所 / zhēngxìnsuǒ, 信用咨询公司 / xìnyòng zīxún gōngsī
~ *ceiling*	信贷最高限度 / xìndài zuìgāo xiàndù
~ *economy*	信用经济 / xìnyòng jīngjì
~ *facilities*	信贷来源 / xìndài láiyúan
~ *line*	信用额度 / xìnyòng édù
~ *market*	信贷市场 / xìndài shìchǎng
~ *rating*	资信评级 / zīxìn píngjí
~ *reference*	信用担保人 / xìnyòng dānbǎorén
~ *risk*	信用风险 / xìnyòng fēngxiǎn
~ *sale*	赊销 / shēxiāo
~ *side*	贷方栏 / dàifānglán [会]
~ *standing/status*	信用状况 / xìnyòng zhuàngkuàng
~ *transaction*	赊购 / shēgòu
buying on ~	赊购 / shēgòu
creditor (n.)	债权人 / zhàiquánrén; 债主 / zhàizhǔ
~ *country*	债权国 / zhàiquánguó
creditworthy (n.)	值得信赖的 / zhídé xìnlài de
crisis (n.)	危机 / wēijī
~ *management*	紧急事件管理 / jǐnjí shìjiàn guǎnlǐ
banking ~	银行危机 / yínháng wēijī
credit ~	信用危机 / xìnyòng wēijī
financial ~	财务危机 / cáiwù wēijī
crop (n.)	农作物 / nóngzuòwù
cash ~*s*	经济现金作物 / jīngjì xiànjīn zuòwù
cross (n.)	横线 / héngxiàn
cross (adj.)	交叉的 / jiāochā de, 相互的 / xiānghù de
~ *entry*	对销记录 / duìxiāo jìlù
~ *offer*	相互发盘 / xiānghù fāpán

~ liability	交叉责任 / jiāochā zérèn
~ licensing	交换使用专利权 / jiāohuàn shǐyòng zhuān-lìquán
~-holding of shares	交叉持股 / jiāochā chígǔ
~ rate	交叉汇率 / jiāochā huìlǜ
~ trade	套购套售交易 / tàogòu tàoshòu jiāoyì; (两国) 港口间航运业 / (liǎngguó) gǎngkǒujiān hángyùnyè

crown jewel (n.)	最优良资产 / zuì yōuliáng zīchǎn

crunch (n.)	金融危机 / jīnróng wēijī
capital ~	资金危机 / zījīn wēijī
credit ~	信用危机 / xìnyòng wēijī

cum (prep.)	连同 / liántóng
~-all	附有一切权利 / fùyǒu yíqiè quánlì
~ call	附有催缴款项通知单 / fùyǒu cuījiǎo kuǎnxiàng tōngzhīdān
~ coupon	附有息票 / fùyǒu xīpiào
~ dividend	附有股利 / fùyǒu gǔlì
~ interest	附利息 / fùlìxī
~ new	附有新股 / fùyǒu xīngǔ
~ rights	附有权利 / fùyǒu quánlì

cumulative (adj.)	累积的 / lěijī de
~ rate of growth	累计增长率 / lěijì zēngzhǎnglǜ
~ preferred stock	累积优先股 / lěijī yōuxiāngǔ

curb (v.)	抑制 / yìzhì
~ credit expansion	限制信用扩充 / xiànzhì xìnyòng kuòchōng

curb / kerb (n.)	场外证券市场 / chǎngwài zhèngquàn shìchǎng
~ dealing	场外交易 / chǎngwài jiāoyi
~ exchange	场外证券交易所 / chǎngwài zhèngquàn jiāoyìsuǒ

currency (n.)	通货 / tōnghuò, 货币 / huòbì; 流通 / liútōng
~ *arbitrage*	套汇 / tàohuì
~ *appreciation*	货币升值 / huòbì shēngzhí
~ *depreciation*	货币贬值 / huòbì biǎnzhí
~ *exchange*	汇兑 / huìduì
~ *fluctuation*	币值变动 / bìzhí biàndòng
current (adj.)	现时的 / xiànshí de; 流动 的 / liúdòng de
~ *account*	活期[来往]帐户 / huóqī [láiwǎng] zhànghù
~ *asset*	流动资产 / liúdòng zīchǎn
~ *liabilities*	流动负债 / liúdòng fùzhài
~ *ratio*	流动比例 / liúdòng bǐlì
~ *year*	本年度 / běn niándù
~ *yield*	本期收益 / běnqī shōuyì
custodian (n.)	管理人 / guǎnlǐrén
~ *account*	管理帐户 / guǎnlǐ zhànghù
custody (n.)	保管 / bǎoguǎn, 拘留 / jūliú
~ *fee*	保管费 / bǎoguǎnfèi
child ~	子女 监护权 / zǐnǚ jiānhùquán
in the ~ *of...*	在... 保管下 / zài...bǎoguǎnxià
custom made (adj.)	定制的 / dìngzhì de
customer (n.)	顾客 / gùkè, 客户 / kèhù
~ *service*	顾客服务 / gùkè fúwù
customs (n.)	关税 / guānshuì, 海关 / hǎiguān
~ *agent*	报关行 / bàoguānháng, 报关经纪人 / bàoguān jīngjìrén
~ *broker*	报关行经纪人 / bàoguānháng jīngjìrén
~ *bureau*	税务局 / shuìwùjú
~ *duty/tariff*	关税 / guānshuì
~ *entry*	报关手续 / bàoguān shǒuxù, 海关登记 / hǎiguān dēngjì
~ *invoice*	海关发票 / hǎiguān fāpiào
~ *union*	关税同盟 / guānshuì tóngméng

cut (n.)　　　　　　　　削减 / xiāojiǎn

    a ~ in price　　　　减价 / jiǎnjià

    budget ~　　　　　预算削减 / yùsuàn xiāojiǎn

    dividend ~　　　　减红利 / jiǎn hónglì

    tax ~　　　　　　减税 / jiǎnshuì

cut (v.)　　　　　　　　削减 / xiāojiǎn

    ~ (down) expenses　削减费用 / xiāojiǎn fèiyong

    ~ price　　　　　　降价 / jiàngjià

cut-throat competition (n.)　　割颈式激烈的竞争/ gējǐngshì jīliè de jìng-
zhēng

cutback (n.)　　　　　　削减 / xiāojiǎn, 减产 / jiǎnchǎn

cycle (n.)　　　　　　　周期 / zhōuqī; 循环/ xúnhuán

    ~ counting　　　　周期盘点 / zhōuqī pángdiǎn

    business ~　　　　经济周期 / jīngjì zhōuqī, 景气循环 / jǐngqì
xúnhuán

    demand ~　　　　　需求周期 / xūqiú zhōuqī

cyclical (adj.)　　　　　周期性的 / zhōuqīxìng de

    ~ billing　　　　　循环报表 / xúnhuán bàobiǎo

    ~ fluctuation　　　周期性变动 / zhōuqīxìng biàndòng

    ~ industry　　　　周期性产业 / zhōuqīxìng chǎnyè

    ~ unemployment　　周期性失业 / zhōuqīxìng shīyè

D

daily (adj.)	每日的 / měirì de, 日常的 / rìcháng de
~ *bread*	生计 / shēngjì, 日用粮 / rìyòngliáng
~ *interest*	日息 / rìxī
~ *pay*	日工资 / rìgōngzī
~ *routine*	日常业务 / rìcháng yèwù
dairy (n.)	制酪场 / zhìlàochǎng, 制酪业 / zhìlàoyè
~ *products*	乳酪制品 / rǔlào zhìpǐn
damage (n.v.)	损害 / sǔnhài, 损坏 / sǔnhuài
~ *by fire / fire* ~	火损 / huǒsǔn
~ *by water*	水损 / shuǐsǔn
~ *control*	应急措施 / yìngjí cuòshī, 损害管理 / sǔnhài guǎnlǐ
~*d cargo*	受损货物 / shòusǔn huòwù
claim ~*s*	对保险公司要求损赔 / duì bǎoxiǎn gōngsī yāoqiú sǔnpéi
sea ~	海损 / hǎisǔn
data (n.)	数据 / shùjù, 资料 / zīliào
~ *analysis*	数据分析 / shùjù fēnxī
~ *processing*	资料[数据]处理 / zīliào [shùjù] chǔlǐ
financial ~	金融数据 / jīnróng shùjù
date (n.)	日期 / rìqī
~ *draft (D/D)*	定期汇票 / dìngqī huìpiào
~ *due*	到期日 / dàoqīrì
~ *of acquisition*	购置[购买]日期 / gòuzhì [gòumǎi] rìqī
~ *of arrival*	到达日期 / dàodá rìqī
~ *of birth*	出生日期 / chūshēng rìqī
~ *of delivery*	交割[交货]日期 / jiāogē [jiāohuò] rìqī
~ *of effect*	生效日期 / shēngxiào rìqī
~ *issued*	发行日期 / fāxíng rìqī; 开证日 / kāizhèngrì
~ *of maturity*	到期日 / dàoqīrì
~ *of payment*	支付日期 / zhīfù rìqī
~ *of record*	记录日期 / jìlù rìqī

the exact ~	确切日期 / quèqiè rìqī
date (v.)	注明日期 / zhùmíng rìqī
~ a check	在支票上注明日期 / zài zhīpiàoshàng zhùmíng rìqī
backward ~d date	倒填日期 / dàotián rìqī
your letter ~d...	你...发出的信件 / nǐ ... fāchū de xìnjiàn
day (n.)	工作日 / gōngzuòrì, 白天 / báitiān
~ basis	按日计息方法 / àn rì jìxī fāngfǎ
~-to-~ loan	逐日放款 / zhúrì fàngkuǎn, 日拆 / rìchāi
~ order	当日有效订单 / dāngrì yǒuxiào dìngdān
~s after sight	见票后...天(付款) / jiàn piào hòu ... tiān (fùkuǎn)
~ to day business	日常业务 / rìcháng yèwù
deadline (n.)	截限时间 / jiéxiàn shíjiān, 最后期限 / zuì hòu qīxiàn
meet the ~	赶上期限 / gǎnshàng qīxiàn
deadweight (n.)	自重 / zìzhòng, 载重量 / zàizhòngliàng
deal (n.)	协定 / xiéyì, 交易 / jiāoyì
cash ~	现金交易 / xiànjīn jiāoyì
cut a ~	做成交易 / zuòchéng jiāoyì
fair ~	公平交易 / gōngpíng jiāoyì
dealer (n.)	商人 / shāngrén, 经销商 / jīngxiāoshāng
~'s spread	交易商差价 / jiāoyìshāng chājià
exclusive ~	独家经销 / dújiā jīngxiāo
securities ~	证券商 / zhèngquànshāng
dealership (n.)	销货权 / xiāohuòquán, 代理商 / dàilǐshāng
dear-money (n.)	高利率资金 / gāolìlǜ zījīn
~ policy	高利率政策 / gāolìlǜ zhèngcè

debenture (n.)   (公司)无担保债券 / (gōngsī) wúdānbǎo zhàiquàn

     ~ convertible   可转换公司信用债 / kězhuǎnhuàn gōngsī xìnyòngzhài

     ~ holder   债权持有人 / zhàiquán chíyǒurén

debit (n.)   借方 / jièfāng, 借项 / jièxiàng

     ~ balance   借方余额 / jièfāng yú'é

     ~ column   借方栏 / jièfānglán

     ~ entry   借方记录 / jièfāng jìlù

     ~ ratio   负债比率 / fùzhài bǐlǜ

debt (n.)   债务 / zhàiwù, 负债 / fùzhài

     ~-equity ratio   负债与产权比率 / fùzhài yǔ chǎnquán bǐlǜ

     ~ market   债务市场 / zhàiwù shìchǎng

     ~ outstanding   未偿债务 / wèicháng zhàiwù

     ~ refinancing   重新筹款偿债 / chóngxīn chóukuǎn cháng-zhài

     ~ rescheduling   重整债务 / chóngzhěng zhàiwù

     ~-ridden   负债累累的 / fùzhài lěilěi de, 债台高筑的 / zhàitái gāozhù de

     ~ service   偿债 / chángzhài, 还本付息 / huánběn fùxī

     ~ servicing capacity   偿债的能力 / chángzhài de nénglì

     ~-to-asset ratio   债务与资产比率 / zhàiwù yǔ zīchǎn bǐlǜ

     be in ~   负债的状态 / fùzhài de zhuàngtài

debtor (n.)   债务人 / zhàiwùrén, 借方 / jièfāng

     ~ nation   债务国 / zhàiwùguó

deceased (adj.)   已死的 / yǐsǐ de

     ~ account   停用的帐户 / tíngyòng de zhànghù

decedent (n.)   死者 / sǐzhě

decentralize (v.)   分散化的 / fēnsànhuà de

     ~d management   分散管理 / fēnsàn guǎnlǐ

decentralization (n.)   权力分散 / quánlì fēnsàn

     ~ of authority   分权 / fēnquán

~ of responsibility	分层负责 / fēncéng fùzé
deceit (n.)	欺诈 / qīzhà
deception (n.)	欺骗 / qīpiàn, 骗局/ piànjú
deceptive (adj.)	骗人的 / piàn rén de
decision (n.)	决定 / juédìng, 决策 / juécè; 判决 / pànjué, 裁决 / cáijué
~ maker	决策人 / juécèrén
~ making process	决策过程 / juécè guòchéng
court's ~	法庭裁决 / fǎtíng cáijué
declaration (n.)	宣布 / xuānbù, 申报/ shēnbào
~ form	申报单 / shēnbàodān
~ of bankruptcy	宣布破产 / xuānbù pòchǎn
~ of income	申报所得 / shēnbào suǒdé
~ of origin	原产地声明 / yuánchǎndì shēngmíng
customs ~	海关申报 / hǎiguān shēnbào
declare (v.)	宣布 / xuānbù, 申报 / shēnbào
~ a dividend	宣布分配股息 / xuānbù fēnpèi gǔxī
~ one's income	申报所得 / shēnbào suǒdé
~d value	申报价值 / shēnbào jiàzhí
decline (n.)	下跌 / xiàdiē, 下降 / xiàjiàng
~ in prices	价格下跌 / jiàgé xiàdiē
~ing balance method of depreciation	贬值余额抵减法 / biǎnzhí yú'é dǐjiǎnfǎ
sales ~	销售下降 / xiāoshòu xiàjiàng
decline (v.)	下跌 / xiàdiē; 下降 / xiàjiàng
the price has ~d	价格下跌 / jiàgé xiàdiē
decontrol (n.)	自由化 / zìyóuhuà
decontrol (v.)	解除管制 / jiěchú guǎnzhì
~ the price	解除价格管制 / jiěchú jiàgé guǎnzhì

decrease (n.) 减少 / jiǎnshǎo, 减退 / jiǎntuì
    ~ in value 减值 / jiǎnzhí
    on the ~ 下降 / xiàjiàng

decrease (v.) 减少 / jiǎnshǎo, 减退 / jiǎntuì
    Exports are ~ing 出口在减少 / Chūkǒu zài jiǎnshǎo.

decreasing (adj.) 递减的 / dìjiǎn de
    ~ cost 递减成本 / dìjiǎn chéngběn
    ~ return 递减收益 / dìjiǎn shōuyì

decree (n.) 法令 / fǎlìng

deduct (n.) 扣除 / kòuchú, 减去 / jiǎnqù
    ~ from salary 从薪水扣除 / cóng xīnshuǐ kòuchú

deduction (n.) 扣除 / kòuchú
    ~ and exemption 所得扣除 / suǒdé kòuchú
    tax ~ 所得税扣除项目 / suǒdéshuì kòuchú xiàngmù

deductible (adj.) 可扣除的 / kě kòuchú de
    ~ fee 可扣除的费用 / kě kòuchú de fèiyòng
    tax ~ 可扣税的 / kě kòushuì de

deed (n.) 契据 / qìjù, 权利证书 / quánlì zhèngshū [不动]
    ~ of reconveyance 归原契据 / guīyuán qìjù
    ~ of trust 信托契据 / xìntuō qìjù
    ~ restriction 契据限制条款 / qìjù xiànzhì tiáokuǎn
    ~ in lieu of foreclosure 有条件的没收地契以代替拍卖 / yǒu tiáojiàn de mòshōu dìqì yǐ dàitì pāimài
    title ~ 产权契据 / chǎnquán qìjù

deed (v.) 立契约转让 / lì qìyuē zhuǎnràng
    ~ property to 立契约将财产转让于某人 / lì qìyuē jiāng cáichǎn zhuǎnràng yú mǒurén

default (n.) 违约 / wéiyuē; 拖欠 / tuōqiàn
    ~ on payment 不偿还贷款 / bùchánghuán dàikuǎn
    in ~ 在拖欠中 / zài tuōqiànzhōng

default (v.) 拖欠 / tuōqiàn
    ~ on a debt 拖欠负债 / tuōqiàn fùzhài

defect (n.) 瑕疵 / xiácī
    a ~ in title 产权中的漏洞 / chǎnquánzhōng de lòudòng

defective (adj.) 不良的 / bùliáng de
    ~ goods 次品 / cìpǐn, 废品 / fèipǐn

defendant (n.) 被告 / bèigào

deflator (n.) 物价折算 / wùjià zhésuàn, 价格修正因素 / jiàgé xiūzhèng yīnsù

defense (n.) 防卫 / fángwèi, 国防 / guófáng; 辩护 / biànhù, 抗辩 / kàngbiàn
    ~ budget 国防预算 / guófáng yùsuàn
    Dept. of ~ (US) 国防部 / guófángbù

deferred (adj.) 延期的 / yánqī de
    ~ charges 延期还项 / yánqī huánxiàng
    ~ delivery 延期交货 / yánqī jiāohuò
    ~ expenses 长期费用 / feìyòng
    ~ interest 延期利息 / yánqī lìxī
    ~ payment credit 延期付款信用状 / yánqī fùkuǎn xìnyòngzhuàng
    ~ tax 延期税款 / yánqī shuìkuǎn

deficit (n.) 亏损 / kuīsǔn, 逆差 / nìchā, 赤字 / chìzì
    ~ financing 赤字筹资 / chìzì chóuzī
    ~-ridden 赤字累累的 / chìzì lěilěide
    ~ spending 赤字支出 / chìzì zhīchū, 超支 chāozhī

deficiency (n.) 不足 / bùzú, 亏欠 / kuīqiàn, 缺交额 / quējiāo'é
    ~ decree / judgment 不足金判决 / bùzújīn pànjué [法]
    ~ payment note 欠款提示 / qiànkuǎn tíshì

deflation (n.) 通货收缩 / tōnghuò shōusuō

deflationary (adj.)   通货紧缩的 / tōnghuò jǐnsuō de
    ~ measures   通货紧缩措施 / tōnghuò jǐnsuō cuòshī

defraud (v.)   榨取 / zhàqǔ

defray (n.)   支付 / zhīfù

defunct (adj.)   死亡的 / sǐwáng de, 不存在的 / bùcúnzài de
    ~ company   已停业的公司 / yǐ tíngyè de gōngsī
    ~ law   已不存在的法律 / yǐ bùcúnzài de fǎlǜ

degressive tax (n.)   累退税 / lěituìshuì

delay (n.)   延迟 / yánchí, 推延 / tuīchí
    ~ in delivery   延期交货 / yánqī jiāohuò
    ~ of payment   迟付 / chífù

delay (v.)   延迟 / yánchí, 推延 / tuīyán
    ~ed interest   延滞利息 / yánzhì lìxī
    ~ed payment   迟付 / chífù, 延期支付 / yánqī zhīfù

delegate (n.)   代表 / dàibiǎo

delegate (v.)   委任 / wěirèn

delegation (n.)   代表团 / dàibiǎotúan; 委任 / wěirèn
    ~ of authority   授权 / shòuquán

delete (v.)   消除 / xiāochú

deliberate (v.)   考虑 / kǎolǜ, 商议 / shāngyì

deliberate (adj.)   故意的 / gùyì de, 蓄意的 / xùyì de

delicatessen (n.)   熟食店 / shúshídiàn

delinquency (n.)   违约 / wéiyuē, 拖欠 / tuōqiàn

delinquent (adj.)	拖欠的 / tuōqiàn de
become ~	成为违约 / chéngwéi wéiyuē
delivery (n.)	交货 / jiāohuò, 交割 / jiāogē
~ against payment	付款交货 / fùkuǎn jiāohuò
~ charge	销货运费 / xiāohuò yùnfèi
~ date	交货日期 / jiāohuò rìqī
~ price	交货价 / jiāohuòjià
demand (n.)	需求 / xūqiú; 要求 / yāoqiú
~ bill	即期汇票 / jíqī huìpiào
~ deposit	活期存款 / huóqī cúnkuǎn
~ draft (DD)	即期汇票 / jíqī huìpiào
~ for payment	付款要求 / fùkuǎn yāoqiú
~ for performance	要求履约 / yāoqiú lǚyuē
~ loan	活期放款 / huóqī fàngkuǎn
~-pull inflation	需求引起型通货膨胀 / xūqiú yǐnqǐxíng tōnghuò péngzhàng
in ~	有需求 / yǒu xūqiú
on ~	见票即付 / jiànpiào jífù
demand (v.)	要求 / yāoqiú
demographics (n.)	实体人口统计 / shítǐ rénkǒu tǒngjì
demonstrate (v.)	示范 / shìfàn
demotion (n.)	贬职 / biǎnzhí
demurrage (n.)	滞期(费) / zhìqī(fèi)
denominate (v.)	标示 / biāoshì
~d in foreign currency	用外币标价的 / yòng wàibì biāojià de
department (n.)	部门 / bùmén, 处 / chù, 局 / jú
~ manager	部门经理 / bùmén jīnglǐ
departmentalization (n.)	部门负责制 / bùmén fùzézhì

dependent (adj.) 受扶养的 / shòu fúyǎng de, 从属的 / cóngshǔ de

 ~ children 扶养小孩 / fúyǎng xiǎohái

dependent (n.) 受扶养者 / shòu fúyǎngzhě

 ~ allowance 扶养津贴 / fúyǎng jīntiē

depletion (v.) 耗尽 / hàojìn; 损耗 / sǔnhào

depose (v.) 宣誓证明 / xuānshì zhèngmíng

deposit (n.) 存款 / cúnkuǎn; 定金 / dìngjīn, 保证金 / bǎozhèngjīn; 寄托 / jìtuō

 ~ in the bank 银行存款 / yínháng cúnkuǎn
 ~ in foreign currency 外币存款 / wàibì cúnkuǎn

deposit (v.) 存放 / cúnfàng, 存储 / chǔcún

 ~ money in the bank 在银行裏存款 / zài yínháng lǐ cúnkuǎn

depositary (n.) 保管人 / bǎoguǎnrén, 保管处 / bǎoguǎnchù

 ~ receipt 预记证券 / yùjì zhèngquàn
 ~ right 存货权 / cúnhuòquán, 存款权 / cúnkuǎnquán

deposition (n.) 宣誓证明 / xuānshì zhèngmíng; 口供(书) / kǒugòng(shū)

depreciate (v.) 折旧 / zhéjiù, 贬值 / biǎnzhí

 The Yen has ~d. 日元贬值 / Rìyuán biǎnzhí le.

depreciation (n.) 折旧 / zhéjiù, 贬值 / biǎnzhí

 ~ allowance 折旧备抵 / zhéjiù bèidǐ
 ~ base 折旧计价 / zhéjiù jìjià
 ~ charge 折旧费 / zhéjiùfèi
 ~ of the dollar 美元贬值 / Měiyuán biǎnzhí
 ~ of building 建筑折旧 / jiànzhù zhéjiù
 ~ of equipment 设备折旧 / shèbèi zhéjiù
 accelerated ~ 加速折旧 / jiāsù zhéjiù

depredatory pricing 抢夺他人市场的定价制 / qiǎngduó tārén shìchǎng de dìngjiàzhì

depression (n.)   大不景气 / dà bùjǐngqì, 萧条 / xiāotiáo
    ~ of international price(s)   低压国际价格 / dīyā guójì jiàgé

deregulate (v.)   解除管制 / jiěchú guǎnzhì

deregulation (n.)   解除管制 / jiěchú guǎnzhì

derivative (n.)   衍生的金融产品 / yǎnshēng de jīnróng chǎnpǐn

description (n.)   记述 / jìshù, 说明 (书) / shuōmíng(shū)
    job ~   职务说明 / zhíwù shuōmíng
    legal ~   → "legal"

design (n.)   设计 / shèjì, 图案 / tú'àn

design (v.)   设计 / shèjì, 企划 / qǐhuà

designate (v.)   指定 / zhǐdìng

designation (n.)   标示 / biāoshì

destination (n.)   目的地 / mùdìdì

detailed (adj.)   详细的 / xiángxì de
    ~ description   详细说明 / xiángxì shuōmíng
    ~ specification   详细规格 / xiángxì guīgé

detain (v.)   扣押 / kòuyā

deterioration (n.)   恶化 / èhuà, 损耗 / sǔnhào
    ~ in quality   变质 / biànzhì
    ~ of the trade deficit   贸易赤字恶化 / màoyì chìzì èhuà

devaluate (v.)   贬值 / biǎnzhí
    The peso has been ~d by 10%.   比索贬值了 10% / Bǐsuǒ biǎnzhí le bǎifēn zhī shí.

devaluation (n.)   贬值 / biǎnzhí
    ~ of the exchange rate   汇率贬值 / huìlǜ biǎnzhí

develop (v.) 开发 / kāifā, 发展 / fāzhǎn

   ~ed/advanced countries 发达国 / fādáguó, 先进国 / xiānjìnguó

   ~ing country 发展中国家 / fāzhǎnzhōng guójiā

   ~ natural resources 开发自然资源 / kāifā zìrán zīyuán

development (n.) 开发 / kāifā, 发展 / fāzhǎn

   ~ aid/assistance 开发援助 / kāifā yuánzhù

   ~ bank 开发银行 / kāifā yínháng

   ~ company 地域开发公司 / dìyù kāifā gōngsī

developer (n.) 开发者 / kāifāzhě, 建筑公司 / jiànzhù gōng-sī

differential (n.) 差率 / chālǜ, 差额 / chā'é

differential (adj.) 差别的 / chābié de

   ~ duties 差别关税 / chābié guānshuì

   ~ treatment 差别待遇 / chābié dàiyù

differentiation (n.) 差异 / chāyì, 区别 / qūbié

   ~ in wages 工资差别 / gōngzī chābié

   ~ of product 产品差别化 / chǎnpǐn chābiéhuà

diligence(n.) (契约当事人应给予的)注意义务 / (qìyuē dāngshìrén yīng gěiyǔ de) zhùyì yìwù

   with due ~ 给予适当的注意 / gěiyǔ shìdāng de zhùyì [法]

dilute (v.) 每股价值的稀薄化 / měi gǔ jiàzhí de xībó-hùa

dilution (n.) 稀释 / xīshì, 产权削弱 / chǎnquán xuēruò

   ~ of ownership 减少产权 / jiǎnshǎo chǎnquán

   ~ of equity 股权稀释 / gǔquán xīshì

dilutive securities(n.) 分润证券 / fēnrùn zhèngqùan

digital (adj.) 数字的 /shùzì de

digitalize (v.) 数字化 / shùzìhùa

diminishing (adj.)　　　　　递减的 / dìjiǎn de
　~ *returns*　　　　　　　　收益递减 / shōuyì dìjiǎn
　~ *utility*　　　　　　　　　效益递减 / xiàoyì dìjiǎn

dip (n.)　　　　　　　　　行情下跌 [下落] / hángqíng xiàdiē [xiàluò]
　~ *in price*　　　　　　　　价格下落 / jiàgé xiàluò

dip (v.)　　　　　　　　　下落 / xià luò, 下跌 / xiàdiē
　buy as the price ~s　　　　价格下跌时购买 / jiàgé xiàdiē shí gòumǎi

dire poverty　　　　　　　赤贫 / chìpín

direct (adj.)　　　　　　　直接的 / zhíjiē de
　~ *export/exporter*　　　　　直接出口业者 / zhíjiē chūkǒu yèzhě
　~ *flight*　　　　　　　　　直线航班 / zhíxiàn hángbān
　~ *investment*　　　　　　　直接投资 / zhíjiē tóuzī
　~ *mail (junk mail)*　　　　　直接邮寄 / zhíjiē yóujì
　~ *selling*　　　　　　　　直销 / zhíxiāo

direction (n.)　　　　　　方向 / fāngxiàng
　~ *of management*　　　　　经营方向 / jīngyíng fāngxiàng

director (n.)　　　　　　　董事 / dǒngshì, 主任 / zhǔrèn
　board of ~s　　　　　　　董事会 / dǒngshìhuì
　executive ~　　　　　　　董事会主席 / dǒngshìhuì zhǔxí

dirty (adj.)　　　　　　　不洁的 / bùjié de, 受(政府)干预的 / shòu
　　　　　　　　　　　　　　(zhèngfǔ) gānyù de
　~ *bill of lading*　　　　　　不洁提单 / bùjié tídān, 有条款提单 / yǒu
　　　　　　　　　　　　　　tiáokuǎn tídān
　~ *float*　　　　　　　　　受干预的浮动 / shòu gānyù de fúdòng

disability (n.)　　　　　　残障 / cánzhàng
　~ *benefit*　　　　　　　　残疾津贴 / cánjí jīntiē

disadvantage (n.)　　　　　不利 / búlì
　at a ~　　　　　　　　　在不利状态中 / zài búlì zhuàngtàizhōng

disbursement (n.)　　　　　支付 / zhīfù, 现金支付 / xiànjīn zhīfù
　~ *schedule*　　　　　　　现金支付日期 / xiànjīn zhīfù rìqī

discharge (v.) 卸货 / xièhuò; 清偿 / qīngcháng; 履行 / lǚxíng

disclaim (v.) 放弃 / fàngqì; 否认 / fǒurèn
    ~ responsibility 拒绝承担责任 / jùjué chéngdān zérèn

disclaimer (n.) 否认责任 / fǒurèn zérèn; 放弃权利 / fàngqì quánlì
    ~ clause 弃权条款 / qìquán tiáokuǎn

disclose(v.) 揭示 / jiēshì

disclosure (n.) 公开 / gōngkāi, 揭示 / jiēshì, 透露 / tòulù
    ~ and represen tation 公开揭示义务 / gōngkāi jiēshì yìwù
    ~ allowed 被允许的公开 / bèi yǔnxǔ de gōngkāi
    ~ rate 揭示的比率 / jiēshì de bǐlǜ
    at a ~ 在公开过程中 / zài gōngkāi guòchéngzhōng
    cash ~ 现金公开 / xiànjīn gōngkāi
    quantity ~ 数量公开 / shùliàng gōngkāi

discontinue (v.) 停止 / tíngzhǐ
    ~ business 停止营业 / tíngzhǐ yíngyè

discount (n.) 折扣 / zhékòu; 贴现 / tiēxiàn
    ~ bank 贴现银行 / tiēxiàn yínháng
    ~ broker 票据贴现经纪人 / piàojù tiēxiàn jīngjìrén
    ~ market 贴现市场 / tiēxiàn shìchǎng
    ~ rate 贴现率 / tiēxiànlǜ
    ~ store 折扣商店 / zhékòu shāngdiàn, 廉价零售商店 / liánjià língshòu shāngdiàn

discretionary (adj.) 任意的 / rènyì de
    ~ account 任意[无条件]帐户 / rènyì [wú tiáojiàn] zhàng-hù
    ~ income 可自由支付的收入 / kě zìyóu zhīfù de shōurù
    ~ power 自由裁量权 / zìyóu cáiliàngquán

discrimination (n.) 歧视 / qíshì

discriminatory (adj.) 歧视性的 / qíshìxìng de
   ~ duty 歧视性关税 / qíshìxìng guānshuì
   ~ tax 差别税 / chābiéshuì

dishonor (n.) 拒绝承兑 / jùjué chéngduì
   ~ of bill 拒绝承兑票据 / jùjué chéngduì piàojù

dishonor (v.) 拒付 / jùfù, 退票 / tuìpiào
   ~ed check 拒付[空头]支票 / jùfù [kōngtóu] zhīpiào

disintermediation (n.) 资金的游离 / zījīn de yóulí

disinvestment (n.) 投资缩减 / tóuzī suōjiǎn, 负投资 / fùtóuzī

dismiss (v.n.) 免职 / miǎnzhí, 开除 / kāichú

dispatch (n.) 速遣 / sùqiǎn, 调度 / diàodù
   ~ list 派工单 / pàigōngdān
   ~ note 发货通知 / fāhuò tōngzhī

dispatch (v.) 迅速调理 / xùnsù tiáolǐ
   ~ an order 发出命令 / fāchū mìnglìng

disposal (n.) 出售处理 / chūshòu chǔlǐ, 变售 / biànshòu

dispose (v.) 处理 / chǔlǐ; 处置 / chǔzhì

disposable (adj.) 任意处理的 / rènyì chǔlǐ de; 一次性的 / yícì-xìng de; 自由使用的 / zìyóu shǐyòng de
   ~ goods 一次性货物 / yícìxìng huòwù
   ~ income 可支配收入 / kězhīpèi shōurù

dispute (n.) 争论 / zhēnglùn, 纠纷 / jiūfēn
   goods in ~ 争议中货物 / zhēngyìzhōng huòwù
   labor ~ 劳资纠纷 / láozī jiūfēn

dissolution (n.) 清算 / qīngsuàn, 解散 / jiěsàn
   ~ of a company 公司解散 / gōngsī jiěsàn
   ~ of a contract 解除合同 / jiěchú hétóng

distress (n.)	遇险 / yùxiǎn, 困境 / kùnjìng; 扣押财物 / kòuyā cáiwù [法]
~ *call (SOS)*	遇险信号 / yùxiǎn xìnhào
~ *sale*	廉价拍卖查封物品 / liánjià pāimài cháfēng wùpǐn
~ *warrant*	(法院对欠纳的)扣押许可证 / (fǎyuàn duì qiànnà de) kòuyā xǔkězhèng
in economic ~	在经济不景气中 / zài jīngjì bùjǐngqì zhōng
distribution (n.)	分配 / fēnpèi, 分布 / fēnbù; 经销 / jīngxiāo, 流通 / liútōng
~ *costs*	销售成本 / xiāoshòu chéngběn
~ *industry*	流通产业 / liútōng chǎnyè
~ *of wealth*	财富的分配 / cáifù de fēnpèi
distributor (n.)	经销商 / jīngxiāoshāng, 批发商 / pīfāshāng
~ *ship*	分销权 / fēnxiāoquán
sole ~	独家分销 / dújiā fēnxiāo
diversification (n.)	多样化 / duōyànghuà, 分种经营 / fēnzhǒng jīngyíng; 分散投资 / fēnsàn tóuzī
divestment/divestiture (n.)	企业分割 / qǐyè fēngē, 出售子公司 / chūshòu zǐgōngsī
dividend (n.)	股息 / gǔxī, 红利 / hónglì; 收获 / shōuhuò
~ *cut*	股息减少 / gǔxī jiǎnshǎo
~ *declared*	议决分配的股息 / yìjué fēnpèi de gǔxī
~ *on*	带有股息 / dàiyǒu gǔxī
~ *rate*	股息率 / gǔxīlǜ
ex ~	除去红利 / chúqù hónglì
division (n.)	分割 / fēngē, 部门 / bùmén
dock (n.)	船坞 / chuánwù, 码头 / mǎtóu
~ *handling charges*	码头手续费 / mǎtóu shǒuxùfèi
doctor (v.)	窜改 / cuàngǎi
to ~ *an account*	窜改帐目 / cuàngǎi zhàngmù

document (n.)	文书 / wénshū, 单据 / dānjù, 证件 / zhèng-jiàn
~(s) against acceptance (D.A)	承兑交单 / chéngduì jiāodān, 跟单承兑 / gēndān chéngduì
~ against payment(D/P)	现金付款交单 / xiànjīn fùkuǎn jiāodān
~ attached	付件 / fùjiàn
~ bill	跟单汇票 / gēndān huìpiào
~ on payment of draft	汇票支付文件 / huìpiào zhīfù wénjiàn
doldrums (n.)	景气萎靡不振 / jǐngqì wěimí búzhèn
dollar cost averaging	价格平均计算法 / jiàgé píngjūn jìsuànfǎ
documentary draft	跟单汇票 / gēndān huìpiào
documentation (n.)	文献编集 / wénxiàn biānjí
domestic (adj.)	国内的 / guónèi de, 本国的 / běnguó de
~ bill	国内汇票 / guónèi huìpiào
~ consumption	国内消费 / guónèi xiāofèi
~ corporation	本国公司 / běnguó gōngsī
~ demand	国内需求 / guónèi xūqiú
~ market	国内市场 / guónèi shìchǎng
~ product	国内产品 / guónèi chǎnpǐn
~ sousrcing	国内采购 / gúonèi cǎigòu
domicile (n.)	住所 / zhùsuǒ, 本籍 / běnjí; 支票支付场所 / zhīpiào zhīfù chǎngsuǒ
~ of origin	支票本籍 / zhīpiào běnjí
domicile (v.)	指定支付地点 / zhǐdìng zhīfù dìdiǎn
~d / domiciliary/ domiciliated bill	加注付款地点的汇票 / jiāzhù fùkuǎn dìdiǎn de huìpiào, 外埠付款票据 / wàibù fùkuǎn piàojù
~ a bill	外埠付款 / wàibù fùkuǎn
bill ~d in the U.S.A.	在美国支付的支票 / zài Měigúo zhīfù de zhīpiào
~d drawee	指定地点的付款人 / zhǐdìng dìdiǎn de fùkuǎnrén

domiciliation (n.)	指定支付场所 / zhǐdìng zhīfù chǎngsuǒ
donation (n.)	捐赠 / juānzèng, 赠与 / zèngyǔ
door-to-door (adj.)	挨家挨户的 / āijiā āihù de
~ *salesman*	挨家挨户推销员 / āijiā āihù tuīxiāoyuán
~ *selling*	挨家挨户推销 / āijiā āihù tuīxiāo
dormant (adj.)	不活动的 / bùhuódòng de
~ *account*	不活动帐户 / bùhuódòng zhànghù
double (adj.)	双重的 /shuāngchóng de, 加倍的 / jiābèi de
~ *charge*	加倍收费 / jiābèi shōufèi
~-*digit inflation*	两位数字的通货膨胀 / liǎngwèi shùzì de tōnghuò péngzhàng
~-*entry book keeping*	复式簿记 / fùshì bùjì
~ *jeopardy*	双重损害危险 / shuāngchóng sǔnhàiwēi xiǎn
~ *pay*	加倍薪金 / jiābèi xīnjīn
~ *pricing*	双重价格 / shuāngchóng jiàgé
~ *taxation*	双重课税 / shuāngchóng kèshuì
doubtful (adj.)	可疑的 / kěyí de; 有问题的 / yǒu wèntí de
~ *account*	呆账 / dāizhàng
~ *assets*	可疑资产 / kěyí zīchǎn
~ *debts*	可疑债务 / kěyí zhàiwù
Dow Jones Average	道琼斯股票平均价格指数 / Dào Qióngsī gǔpiào píngjūn jiàgé zhǐshù
down (n.)	首期付款 / shǒuqī fùkuǎn, 头款 / tóukuǎn
~ *payment*	预付定金 / yùfù dìngjīn
money ~	定金 / dìngjīn
down (adj.)	下降的 / xiàjiàng de
~ *period*	停工检修时期 / tínggōng jiǎnxiū shíqī
The market is ~ .	市场在下降 / Shìchǎng zài xiàjiàng.
downbeat (adj.)	悲观的 / bēiguān de

downgrade (v.) 降级 / jiàngjí

down-market (n.) 低档商品市场 / dīdàng shāngpǐn shìchǎng

downside (adj.) 下跌的 / xiàdiē de
    ~ risk 下跌危险 / xiàdiē wēixiǎn

downside (n.) 不利之面 / búlì zhī miàn

downsizing (n.) 整顿缩小 / zhěngdùn suōxiǎo

draft (n.) 汇票 / huìpiào; 草案 / cǎo'àn
    ~ budget 预算草案 / yùsuàn cǎo'àn
    ~ drawn at 30 days 30日后付款的汇票 / sānshí rì hòu fùkuǎn de huìpiào

drain (n.) 流出 / liúchū, 枯竭 / kūjié
    ~ on cash 现金枯竭 / xiànjīn kūjié
    brain ~ 人才外流 / réncái wàiliú

draw (v.) 开立 / kāilì, 提取 / tíqǔ
    ~ a draft on a person 向某人出票 / xiàng mǒurén chūpiào
    a check ~n on a bank 从某银行提取的支票 / cóng mǒu yínháng tíqǔ de zhīpiào

drawee (n.) 被提款人 / bèi tíkuǎn rén

drawer (n.) 提款人 / tíkuǎnrén

drawback (n.) 退款 / tuìkuǎn, 退税 / tuìshuì

drop (n., v.) 下跌 / xiàdiē

dual (adj.) 双重的 / shuāngchóng de

due (adj.) 到期的 / dàoqī de; 适当的 / shìdàng de
    ~ and payable 到期应付的 / dàoqī yīngfù de
    ~ date 到期日 / dàoqīrì
    ~ diligence 确当的注意 / quèdàng de zhùyì

~-on-sale	转售即需还清贷款条约 / zhuǎnshòu jíxū huánqīng dàikuǎn tiáoyuē
become/fall ~	到期 / dàoqī
past ~	过期 / guòqī
dull (adj.)	萧条的 / xiāotiáo de, 呆滞的 / dāizhì de
~ market	萧条的市场 / xiāotiáo de shìchǎng; 呆滞市面 / dāizhì shìmiàn
~ sale	滞销 / zhìxiāo, 销路呆滞 / xiāolù dāizhì
dumping (n.)	倾销 / qīngxiāo
duopoly (n.)	双头[两家]卖主垄断 / shuāngtóu [liǎngjiā] màizhǔ lǒngduàn
duopsony (n.)	两家买主垄断 / liǎngjiā mǎizhǔ lǒngduàn
durable goods (n.)	耐用物品 / nàiyòng wùpǐn
duty (n.)	关税 / guānshuì; 义务 / yìwù
~-free	免税 / miǎnshuì
~ of support	抚养义务 / fǔyǎng yìwù
anti-dumping ~	反倾销 / fǎnqīngxiāo
dynamic economy (n.)	动态经济 / dòngtài jīngjì
dynamics (n.)	动态学 / dòngtàixué, 原动力 / yuándònglì
~ of demand and supply	供需的动态学 / gōngxū de dòngtàixué
~ of stock market	股市市场原动力 / gǔshì shìchǎng yuándònglì

E

earmark (v.) 指定用途 / zhǐdìng yòngtú, 指定拨款 / zhǐdìng bōkuǎn

   ~ fund for research work 将资金指定用于研究工作 / jiāng zījīn zhǐdìng yòngyú yánjiū gōngzuò

   ~ed loan 专门贷款 / zhuānmén dàikuǎn

   ~ed surplus 指定用途的盈余金 / zhǐdìng yòngtú de yíngyújīn

   ~ed tax 专项税 / zhuānxiàngshuì

earn (v.) 赚得 / zhuàndé, 博得 / bódé

   ~ a living 谋生 / móushēng

   ~ interest 赚得利息 / zhuàndé lìxī

   ~ed income 劳动所得 / láodòng suǒdé

   ~ a reputation 博得名声 / bódé míngshēng

earnest money (n.) 购买定金 / gòumǎi dìngjīn

earnings (adj.) 生利的 / shēnglì de

   ~ assets 生利资产 / shēnglì zīchǎn

earnings (n.) 收益 / shōuyì, 盈余 / yíngyú

   ~ before interest and taxes (EBIT) 税前及支付利息前净利比例 / shuìqián jí zhīfù lìxī qián jìnglì bǐlì

   ~ capacity/power 收益能力 / shōuyì nénglì

   ~ per share(EPS) 每股收益 / měi gǔ shōuyì, 每股盈余 / měigǔ yíngyú

   ~-price ratio 收益-价格比率 / shōuyì-jiàgé bǐlǜ

   ~ retained 留存盈余 / liúcún yíngyú

ease (n.) 宽松 / kuānsōng

   ~ of credit 放款信贷 / fàngkuān xìndài

   ~ of money 银根松动 / yíngēn sōngdòng

easement (n.) 地产权 / dìchǎnquán

   ~ by prescription 时效[占据]地产权 / shíxiào [zhànjù] dìchǎnquán

~ *in gross*	普通[单纯]地产权 / pǔtōng [dānchún] dì-chǎnquán
easing (n.)	松动 / sōngdòng
~ *of money (market)*	(市场)银根松 / (shìchǎng) yíngēn sōng
~ *of credit*	信贷松动 / xìndài sōngdòng
easy (adj.)	宽松的 / kuānsōng de, 疲软的 / píruǎn de
~ *money*	低利资金 / dīlì zījīn
~-*money policy*	金融缓和政策[放松银根] / jīnróng huǎnhé zhèngcè [fàngsōng yíngēn]
~ *payment*	分期付款 / fēnqī fùkuǎn
~ *terms*	宽松的条件 / kuānsōng de tiáojiàn
econometrician (n.)	计量经济学者 / jìliàng jīngjìxuézhě
econometrics (n.)	计量经济学 / jìliàng jīngjìxué
~ *analysis*	计量经济分析 / jìliàng jīngjì fēnxī
~ *model*	计量经济模型 / jìliàng jīngjì móxíng
economic (adj.)	经济的 / jīngjì de
~ *aid*	经济援助 / jīngjì yuánzhù
~ *barometer*	经济指标 / jīngjì zhǐbiāo
~ *forecast*	经济预测 / jīngjì yùcè
~ *growth rate*	经济增长率 / jīngjì zēngzhǎnglǜ
~ *indicator*	经济指标 / jīngjì zhǐbiāo
~ *life*	经济生活 / jīngjì shēnghuó; 经济[使用]; 年限 / jīngjì [shǐyòng] nián xiàn
~ *policy*	经济政策 / jīngjì zhèngcè
~ *sanctions*	经济制裁 / jīngjì zhìcái
~ *stability*	经济稳定性 / jīngjì wěndìngxìng
economical (adj.)	经济的 / jīngjì de; 节约的 / jiéyuē de
~ *alliance*	经济同盟 / jīngjì tóngméng
~ *use*	经济使用 / jīngjì shǐyòng
economize (v.)	节约 / jiéyuē
economics (n.)	经济学 / jīngjìxué

economies (n.)   经济性 / jīngjìxìng
    ~ of large scale   大规模经济 / dà guīmó jīngjì
    ~ of scale   规模经济 / guīmó jīngjì

economist (n.)   经济学家 / jīngjìxúejiā

economize (v.)   节省 / jiéyòng

economy (n.)   经济 / jīngjì
    ~ of labor   劳动力的经济 / láodònglì de jīngjì
    free ~   自由经济 / zìyóu jīngjì
    planed ~   计划经济 / jìhuà jīngjì

edge (n.)   边缘 / biānyuán; 优势 / yōushì
    competitive ~   竞争优势 / jìngzhēng yōushì
    cutting ~   明显优势 / míngxiǎn yōushì, 先端的 / xiānduān de

edge (v.)   缓慢移动 / huǎnmàn yídòng
    ~ down/lower   渐渐下降 / jiànjiàn xiàjiàng

effect (n.)   效果 / xiàoguǒ, 效应 / xiàoyìng; 物品 /wùpǐn
    come into ~   生效 / shēngxiào
    date of ~   生效日 / shēngxiàorì
    expansionary ~   扩张效应 / kuòzhāng xiàoyìng
    have an ~ on...   对...产生效应 / duì...chǎnshēng xiàoyìng
    household ~s   家用物品 / jiāyòng wùpǐn

effect (v.)   使实现 / shǐ shíxiàn, 实行/ shíxíng, 实施/ shíshī
    ~ a contract   签订契约 / qiāndìng qìyuē

effective (adj.)   有效的 / yǒuxiào de, 实际的 / shíjì de
    ~ date   有效[生效]日期 / yǒuxiào [shēngxiào] rìqī
    ~ immediately   立即生效 / lìjí shēngxiào
    ~ measures   有效措施 / yǒuxiào cuòshī
    ~ yield   有效收益 / yǒuxiào shōuyì

efficiency (n.)   效率 / xiàolǜ
    ~ audit   效率审核 / xiàolǜ shěnhé

~ rating	效率分级 / xiàolǜ fēnjí
~ test	效率测试 / xiàolǜ cèshì
egress (n.)	(土地的) 出口 / (tǔdì de) chūkǒu
ejectment (n.)	收回产权的诉讼 / shōuhuí chǎnquán de sùsòng
elastic demand (n.)	弹性需求 / tánxìng xūqiú
electronic (n.)	电子的 / diànzǐ de
~ mail (E-mail)	电子邮件 / diànzǐ yóujiàn
eligibility (n.)	合格(性) / hégé (xìng), 资格 / zīgé
~ for membership	会员资格 / huìyuán zīgé
~ requirements	资格要求 / zīgé yāoqiú
embargo (n.)	禁运 / jìnyùn, 禁止 / jìnzhǐ
embargo (v.)	禁止出入港 / jìnzhǐ chūrù gǎng
~ed goods	禁运品 / jìnyùnpǐn
embezzle (v.)	侵吞公款 / qīntūn gōngkuǎn
embezzlement (n.)	侵吞[挪用]公款 / qīntūn [nuóyòng] gōng-kuǎn
emergency (n.)	紧急情况 / jǐnjí qíngkuàng, 突发事件 / tūfā shìjiàn
~ credit	紧急信贷 / jǐnjí xìndài
~ fund	应急资金 / yìngjí zījīn
~ loan	紧急贷款 / jǐnjí dàikuǎn
~ measures	紧急措施 / jǐnjí cuòshī
emerging (adj.)	新兴的 / xīnxīng de
~ economics	新兴经济 / xīnxīng jīngjì
~ markets	新兴市场 / xīnxīng shìchǎng
emeritus (adj.)	名誉的 / míngyù de
president ~	名誉总裁 / míngyù zǒngcái

eminent domain (n.) 公用征收权 / gōngyòng zhēngshōuquán, 国家征用私产权 / guójiā zhēngyòng sī- chǎnquán

employ (v.) 雇佣 / gùyòng, 使用 / shǐyòng
   ~ed manager 被雇的经理 / bèigù de jīnglǐ
   self-~ed 自雇 / zìgù

employee (n.) 员工 / yuángōng, 雇员 / gùyuán
   ~ profit sharing 员工分利制 / yuángōng fēnlìzhì
   ~ Retirement Income 员工退休收入保障法 / yuángōng tuìxiū
      Security Act(ERISA) shōurù bǎozhàngfǎ
   ~ share plan 员工利润分配制度 / yuángōng lìrùn fēnpèi zhìdù
   ~ stock option 职工股票购买权 / zhígōng gǔpiào gòumǎi- quán
   ~ stock option plan(ESOP) 职工股票购买权计划 / zhígōng gǔpiào gòumǎi jìhuà

employer (n.) 雇主 / gùzhǔ, 业主 / yèzhǔ

employment (n.) 雇佣 / gùyòng, 职业 / zhíyè; 运用 / yùnyòng
   ~ agency 职业介绍所 / zhíyè jièshàosuǒ
   ~ counseling 就业咨询 / jiùyè zīxún
   ~ for life 终身雇佣 / zhōngshēn gùyòng
   ~ history 就业历史 / jiùyè lìshǐ

emporium (n.) 商场 / shāngchǎng, 商品陈列所 / shāngpǐn chénlìesuǒ

emptor (n.) 买者 / mǎizhě
   caveat ~ 买者责任自负 / mǎizhě zérèn zìfù

encumber (v.) 使负担债务 / shǐ fùdān zhàiwù
   ~ a property with 以财产作抵押 / yǐ cáichǎn zuò dǐyā
      a mortgage
   a piece of real estate ~d 有抵押贷款债务的不动产 / yǒu dǐyā dài-
      with mortgage kuǎn zhàiwù de búdòngchǎn

encumbrance (n.)   支出保留数 / zhīchū bǎoliúhù; 产权抵押 / chǎnquán dǐyā, 不动产负债 / búdòngchǎn fùzhài

　　free of ~   没有债务的 / méiyǒu zhàiwù de

end (n.)   终局 / zhōngjú; 目的 / mùdì
　　high ~   高档 / gāodàng
　　high ~ product   高档产品 / gāodàng chǎnpǐn

end (adj.)   最终的 / zuìzhōng de
　　~ product   最终产品 / zuìzhōng chǎnpǐn, 制成品 / zhìchéngpǐn
　　~ result   最终结果 / zuìzhōng jiéguǒ
　　~ user   最终用户 / zuìzhōng yònghù

endorse (v.)   背书 / bèishū; 认可 / rènkě, 赞同 / zàntóng

endorsee (n.)   被背书人 / bèi bèishū rén, 受让人 / shòuràngrén

endorsement (n.)   背书 / bèishū; 保证 / bǎozhèng, 赞同 / zàntóng

endorser (n.)   背书人 / bèishūrén, 转让人 / zhuǎnràngrén

endowment (n.)   捐赠资金 / juānzèng zījīn, 捐付 / juānfù; 养老金 / yǎnglǎo jīn, 养老保险金 / yǎnglǎo bǎoxiǎnjīn

enforce (v.)   执行 / zhíxíng, 强制 / qiángzhì
　　~ a contract   履行契约 / lǚxíng qìyuē
　　~ payment   强制支付 / qiángzhì zhīfù

enforceable (adj.)   可强制执行的 / kě qiángzhì zhíxíng de
　　~ a contract   可强制履行的契约 / kě qiángzhì lǚxíng de qìyuē

enforced (adj.)   强制的 / qiángzhì de
　　~ liquidation   强制清算 / qiángzhì qīngsuàn

enforcement (n.)	强制执行 / qiángzhì zhíxíng, 实施 / shíshī
~ of a contract	强制履行契约 / qiángzhì lǚxíng qìyuē
engine (n.)	动力 / dònglì, 推动力 / tūidònglì
engineer (n.)	工程师 / gōngchéngshī
engineering (n.)	工程学 / gōngchéngxué
enquiry (n.)	询价 / xúnjià, 询盘 / xúnpán
entail (n.)	限制继承财产 / xiànzhì jìchéng cáichǎn
entailment (n.)	限制不动产继承人 / xiànzhì búdòngchǎn jìchéngrén
enterprise (n.)	企业 / qǐyè, 事业 / shìyè; 进取心 / jìnqǔxīn
~ zone	特定企业地域 / tèdìng qǐyè dìyù
private ~	私人企业 / sīrén qǐyè, 私营企业 / sīyíng qǐyè
entertainment (n.)	款待 / kuǎndài
entirety (n.)	全部 / quánbù, 全部所有权 / quánbù suǒyǒuquán
hold a property sole and ~	单独保有全部财产 / dāndú bǎoyǒu quánbù cáichǎn
entitlement (n.)	权利 / quánlì, 津贴 / jīntiē
entity (n.)	实体 / shítǐ, 个体 / gètǐ, 单位 / dānwèi
business ~	经营实体 / jīngyíng shítǐ
corporate ~	公司实体 / gōngsī shítǐ
legal ~	法律实体 / fǎlǜ shítǐ
entrepreneur (n.)	企业家 / qǐyèjiā, 创业家 / chuàngyèjiā

entrepreneurial (adj.)	富有企业家精神的 / fùyǒu qǐyèjiā jīngshén de
~ *spirit*	企业家的进取精神 / qǐyèjiā de jìnqǔ jīngshén
entrepreneurship (n.)	企业家精神[活动] / qǐyèjiā jīngshén [huódòng]
entry (n.)	入口 / rùkǒu; 入会 / rùhuì; 过关 / guòguān, 入帐 / rùzhàng, 登记 / dēngjì
~ *cash*	现金入帐 / xiànjīn rùzhàng
~ *debit*	借记 / jièjì
~ *declaration*	入港申报 / rùgǎng shēnbào
~ *ledger*	入分类帐 / rù fēnlèi zhàng
~-*level professional*	最低级的专业人员 / zuì dījí de zhuānyè rényuán
~ *permit*	进入许可 / jìnrù xǔkě
~ *visa*	入境签证 / rùjìng qiānzhèng
import ~	进口报关手续 / jìnkǒu bàoguān shǒuxù
latest ~	最后计算值 / zuìhòu jìsuànzhí
order ~	订单输入 / dìngdān shūrù
environment (n.)	环境 / huánjìng
business ~	经营环境 / jīngyíng huánjìng
investment ~	投资环境 / tóuzī huánjìng
environmental (adj.)	环境的 / huánjìng de
~ *conservation*	环境保护 / huánjìng bǎohù
~ *destruction*	环境破坏 / huánjìng pòhuài
~ *pollution*	环境污染 / huánjìng wūrǎn
environmentalism (n.)	环境保护论者 / huánjìng bǎohùlùnzhě
environmentalist (n.)	环境保护主义 / huánjìng bǎohù zhǔyì
equal (adj.)	相等的 / xiāngděng de
~ *employment opportunity*	就业机会均等 / jiùyè jīhuì jūnděng
~ *rights*	平等的权利 / píngděng de quánlì

equilibrium (n.) 均衡 / jūnhéng, 平衡状态 / pínghéng zhuàngtài

~ in the balance of payment 国际收支平衡 / guójì shōuzhī pínghéng

~ of supply and demand 供需平衡 / gōngxū pínghéng, 供求均衡 / gōngqiú pínghéng

equipment (n.) 设备 / shèbèi, 装置 / zhuāngzhì

~ leasing 设备租赁 / shèbèi zūlìn

capital ~ 资本[固定]设备 / zīběn [gùdìng] shèbèi

equity (n.) 资产净值 / zīchǎn jìngzhí, 股本 / gǔběn, 权益 / quányì; 贷方项目 / dàifāng xiàngmù; 公平 / gōngpíng

~ financing 增股筹资 / zēnggǔ chóuzī

~ investment 股权[股本,产权]/直接投资 / gǔquán [gǔběn, chǎnquán] / zhíjiē tóuzī

~ issue 证券发行 / zhèngquàn fāxíng

~ loan 净值贷款 / jìngzhí dàikuǎn

dilution of ~ 股权稀释 / gǔquán xīshì

equivalent (n.) 等价物 / děngjiàwù, 同量物 / tóngliàngwù

ergonomics (n.) 工效学 / gōngxiàoxué

errors and omissions (n.) 误差与遗漏 / wùchā yǔ yílòu

escalator (n.) 自动调整条项 / zìdòng tiáozhěng tiáoxiàng

~ clause 自动调整条款 / zìdòng tiáozhěng tiáokuǎn

escape clause (n.) 免责例外条款 / miǎnzé lìwài tiáokuǎn

escheat (n.) (无人继承收回国库的)财产 / (wú rén jìchéng shōuhuí guókù de) cáichǎn

escrow (n.) 代管契约 / dàiguǎn qìyuē, 附履行条件交付契据 / fù lǚxíng tiáojiàn jiāofù qìjù

~ account 公证账户 / gōngzhèng zhànghù, 信托记账(完成一定条件才能交付的证据) / xìn-tuō jìzhàng (wánchéng yídìng tiáojiàn cái-néng jiāofù de zhànghù

~ agent	公证代理人 / gōngzhèng dàilǐrén; 附条件 交付契约的委托人 / fù tiáojiàn jiāofù qìyuē de wěituōrén
~ fund	代管待交基金 / dàiguǎn dàijiāo jījīn
money held in ~	被代管待定的基金 / bèi dàiguǎn dàidìng de jījīn
open an ~	开设动产过户公证帐户 / kāishè dòngchǎn guòhù gōngzhèng zhànghù

essence (n.) 本质 / běnzhì, 要素 / yàosù

time is of the ~ 严守时间 / yánshǒu shíjiān

establish (v.) 设立 / shèlì, 制定 / zhìdìng, 确立 / quèlì

~ a business 创业 / chuàngyè

~ a line of credit 开设银行信贷 / kāishè yínháng xìndài

estate (n.) 遗产 / yíchǎn, 不动产(权) / búdòngchǎn
(quán), 产权 / chǎnquán

~ agent 房地产经纪人 / fángdìchǎn jīngjìrén

~ at will 随意产权 / suíyì chǎnquán

~ by the entirety 夫妻合一产权 / fūqī héyī chǎnquán

~ in fee 绝对所有地产权 / juéduì suǒyǒu dìchǎn-
quán

~ planning 产权规划 / chǎnquán guīhuà

~ tax 遗产税 / yíchǎnshuì

estimate (n.) 估计 / gūjì, 概算 / gàisuàn

approximate ~ 大约估计 / dàyuē gūjì

rough ~ 粗略估计 / cūluè gūjì

sales ~ 销售估计 / xiāoshòu gūjì

written ~ 书面估计 / shūmiàn gūjì

estimate (v.) 估计 / gūjì

~ed price 估计价格 / jiàgé gūjì

~d time of departure 预计出发时间 / yùjì chūfā shíjiān

estoppel (n.) 禁止翻供[反言] / jìnzhǐ fāngōng [fǎnyán]

ethics (n.) 伦理 / lúnlǐ, 职业道德 / zhíyè dàodé

Eurodollar (n.) 欧(洲美)元 / Ou(zhōu Měi)yuán

European (adj.) 欧洲的 / Ouzhōu de
   ~ Community 欧洲共同体 / Ouzhōu Gòngtóngtǐ
   ~ Currency Unit (ECU) 欧洲货币单位 / Ouzhōu Huòbì Dānwèi
   ~ Monetary System 欧洲货币体系 / Ouzhōu Huòbì Tǐxì
   ~ Union(EU) 欧(洲联)盟 / Ou(zhōu Lián)méng

evaluate(v.) 评价 / píngjià, 评估 / pínggū
   ~ cost 估计成本 / gūjì chéngběn

evaluation (n.) 评价 / píngjià, 评估 / pínggū
   job ~ 工作评价 / gōngzuò píngjià

evasion (n.) 逃避 / táobì
   tax ~ 逃税 / táoshuì

even (adj.) 公平的 /gōngpíng de, 对等的 / duìděng de
   ~ bargain 公平的交易 / gōngpíng de jiāoyì
   "~ keel" policy 平衡政策 / pínghéng zhèngcè

evict (v.) 逐出 / zhúchū

eviction (n.) 逐出 / zhúchū

ex- (pref.) 前任的 / qiánrèn de; 在...交货 / zài...jiāo huò; ...无（红利）/ ...wú (hónglì)
   ~ chairman 前任主席 / qiánrèn zhǔxí
   ~ divided 股息未付 / gǔxī wèifù
   ~ dock 码头交货价 / mǎtóu jiāohuòjià
   ~ factory 卖方工厂交货价 / màifāng gōngchǎng jiāohuòjià
   ~ right 除权 / chúquán, 无认股权 / wúrèn gǔquán
   ~ ship 船上交货价 / chuánshàng jiāohuòjià
   ~ warehouse （买方）仓库交货（价格）/ (màifāng) cāngkù jiāohuò (jiàgé)

exception (n.) 不包括的项目/ bùbāokuò de xiàngmù
   ~ clause 除外条例 / chúwài tiáolì

excess (n.) 过剩 / guòshèng

   ~ capacity 多余生产能量 / duōyú shēngchǎnnéng liàng, 过剩设备 / guòshèng shèbèi

   ~ demand 过量需求 / guòliàng xūqiú

   ~ earnings 超额收益[盈利] / chāo'é shōuyì / yínglì

   ~ profit tax 超额利润税 / chāo'é lìrùnshuì

excessive (adj.) 过多的 / guòduō de

   ~ advertising 过多的广告宣传 / guòduō de gǔanggào xuānchúan

   ~ profit tax 超额利润税 / chāo'é lìrùnshuì

exchange (n.) 兑换 / duìhuàn, 国外汇兑 / guówài huìduì; 交易 / jiāoyì, 交易所 / jiāoyìsuǒ

   ~ control 外汇管理 / wàihuì guǎnlǐsuǒ

   ~ discount 外汇贴水 / wàihuì tiēshuǐ, 兑换折价 / duìhuàn zhéjià

   ~ gain 兑换利得 / duìhuàn lìdé

   ~ loss 汇兑损失 / wàihuì sǔnshī

   ~ market 外汇市场 / wàihuì shìchǎng

   ~ permit 外汇许可证 / wàihuì xǔkězhèng

   ~ rate 汇率 / huìlǜ

   ~ risk 外汇风险 / wàihuì fēngxiǎn

   commodity ~ 商品交易 / shāngpǐn jiāoyì

   stock ~ 股票交易所 / gǔpiào jiāoyìsuǒ

excise tax (n.) 国内消费税 / guónèi xiāofèishuì, 货物税 / huòwùshuì, 营业税 / yíngyèshuì

exclude (v.) 除外 / chúwài

exclusion (n.) 免责 / miǎnzé

   ~ policy 除外责任条款保险 / chúwài zérèn tiáokuǎn bǎoxiǎn

exclusive (adj.) 独家的 / dújiā de; 高级的 / gāojí de; 不算在内的 / búsuàn zài nèi de

   ~ agent/distributor 独家代理总经销店 / dújiā dàilǐ zǒng jīngxiāodiàn

~ *area*	高级地区 / gāojí dìqū
~ *listing*	独家代理 / dújiā dàilǐ
exclusivity (n.)	排外(主义) / páiwài zhǔyì
exculpatory clause (n.)	(赁贷人)免责条款 / (lìndàirén) miǎnzé tiáo-kuǎn
execute (v.)	执行 / zhíxíng
~ *a business plan*	执行营业计划 / zhíxíng yíngyè jìhuà
~*d contract*	已执行的契约 / yǐ zhíxíng de qìyuē
~*d sale*	已执行的买卖 / yǐ zhíxíng de mǎimài
execution (n.)	执行 / zhíxíng
executive (n.)	经理 / jīnglǐ, 主管人员 / zhǔguǎn rényuán
~ *committee*	执行[常务]委员会 / zhíxíng [chángwù] wěiyuánhuì
~ *director*	执行理事 / zhíxíng lǐshì, 常务董事 / chángwù dǒngshì
Chief ~ *Officer(CEO)*	最高执行主管 / Zuìgāo Zhíxíng Zhǔguǎn
executor (n.)	遗嘱执行人 / yízhǔ zhíxíngrén
exempt (adj.)	免除的 / miǎnchú de
tax ~	免税 / miǎnshuì
exempt (v.)	免除 / miǎnchú
~ *(a person) from taxation*	免税 / miǎnshuì
be ~*ed from tax*	免税 / miǎnshuì
exemption (n.)	免除 / miǎnchú, 豁免 / huòmiǎn, 免税额 / miǎnshuǐ'é
~ *from liability*	免除责任 / miǎnchú zérèn
~ *from taxation*	免除课税 / miǎnchú kèshuì
tax ~	税收豁免 / shuìshōu huòmiǎn
exercise (v. n.)	行使 / xíngshǐ
~ *an option*	行使选择权 / xíngshǐ xuǎnzéquán
~ *of right*	权利的行使 / quánlì de xíngshǐ

exhibit (n.) 展览品 / zhǎnlǎnpǐn, 附表 / fùbiǎo

exhibition (n.) 展示 / zhǎnshì, 展览会 / zhǎnlǎnhuì

exigency (n.) 困境 / kùnjìng, 急需 / jíxū
  financial ~ies 财政困局 / cáizhèng kùnjú

exhorbitant (adj.) 过分的 / guòfèn de, 过高的 / guògāo de

existing (adj.) 现存的 / xiàncún de, 现行的 / xiànxíng de
  ~ condition 现状 / xiànzhuàng
  ~ law 现行的法令 / xiànxíng de fǎlìng

expansion (n.) 扩大 / kuòdà, 扩张 / kuòzhāng
  ~ of business 扩大营业 / kuòdà yíngyè, 扩大业务 / kuòdà yèwù
  ~ overseas 海外扩张 / hǎiwài kuòzhāng

expansionary (adj.) 扩张性的 / kuòzhāngxìng de
  ~ monetary policy 扩张性金融政策 / kuòzhāngxìng jīnróng zhèngcè

expatriate (n.) 派遣到国外者 / pàiqiǎn dào guówài zhě

expectancy (n.) 预期 / yùqī
  ~ expectancy 预期寿命 / yùqī shòumìng

expected (adj.) 预期的 / yùqī de
  ~ cost 预期成本 / yùqī chéngběn
  ~ life 使用年限 / shǐyòng niánxiàn

expedience (n.) 权宜之计 / quányí zhī jì

expedite (v.) 速办 / sùbàn

expenditure (n.) 支出 / zhīchū, 开支 / kāizhī, 经费 / jīngfèi
  ~ above the line (英国预算中的)线上支出 / (Yīngguó yùsuàn zhōng de) xiànshàng zhīchū
  ~ for public works 公共事业费 / gōnggòng shìyèfèi
  capital ~ 资本支出 / zīběn zhīchū

consumer ~s	消费者支出 / xiāofèizhě zhīchū
expense (n.)	费用 / fèiyòng, 经费 / jīngfèi, 支出 / zhīchū
~ account	(交际用) 开支帐目 / (jiāojì yòng) kāizhī zhàngmù, 费用帐目 / fèiyòng zhàngmù
~ budget	费用预算 / fèiyòng yùsuàn
at one's own ~	自费 / zìfèi
cut ~s	削减费用 / xuējiǎn fèiyòng
general ~s	总费用 / zǒngfèiyòng
experimental (adj.)	实验的 / shíyàn de, 实验性的 / shíyànxìng de
expert (n.)	专家 / zhuānjiā
expertise (n.)	专门知识 / zhuānmén zhīshì
expiration (n.)	满期 / mǎnqī, 失效 / shīxiào
~ date	期满 / qīmǎn, 失效日期 / shīxiào rìqī
~ notice	到期通知 / dàoqī tōngzhī
~ of lease	租约期限 / zūyuē qīxiàn
expire (v.)	期满 / mǎnqī, 到期 / dàoqī; 已耗的 / yǐ hào de
~ed contract	满期契约 / mǎnqī qìyuē
~ed utility	已耗的效用 / yǐ hào de xiàoyòng
expiry (n.)	满期 / mǎnqī, 失效 / shīxiào
~ date	期满 / mǎnqī, 失效日期 / shīxiào rìqī
explicit (adj.)	现付的 / xiànfù de; 明显的 / míngxiǎn de
~ cost	现付成本 / xiànfù chéngběn
~ direction	明确指示 / míngquè zhǐshì
explanation (n.)	说明 / shuōmíng
explanatory (adj.)	说明的 / shuōmíng de, 解释的 / jiěshì de
exploit (v.)	开发 / kāifā, 利用 / lìyòng; 剥削 / bōxuē
~ an oil field	开发油田 / kāifā yóutián

~ cheap labor	利用廉价劳动力 / lìyòng liánjià láodònglì
~ mineral resources	开发矿产资源 / kāifā kuàngchǎn zīyuán
exploitation (n.)	开发 / kāifā, 利用 / lìyòng; 剥削 / bōxuē
~ of labor	劳动榨取 / láodòng zhàqǔ
~ of new market	开拓新市场 / kāituò xīn shìchǎng
exploration (n.)	探讨 / tàntǎo, 勘探 / kāntàn, 探测 / tàncè
~ of natural resources	自然资源的开发 / zìrán zīyuán de kāifā
exploratory (adj.)	探讨性的 / tàntǎoxìng de
explosion (n.)	爆炸 / bàozhà
explosive (adj.)	爆炸性的 / bàozhàxìng de
exponential (adj.)	指数的 / zhǐshù de
export (n.)	出口 / chūkǒu, 输出 / shūchū, 外销 / wài-xiāo; 输出品 / shūchūpǐn; 输出额 / shū-chū'é
~ agent	出口代理商 / chūkǒu dàilǐshāng
~ ban	禁止出口 / jìnzhǐ chūkǒu
~ commission house	出口代办行 / chūkǒu dàibànháng
~ credit	出口信贷 / chūkǒu xìndài
~ declaration	出口申报单 / chūkǒu shēnbàodān
~ dependence	出口依赖 / chūkǒu yīlài
~ duty	出口税 / chūkǒushuì
~ entry	出口报单 / chūkǒu bàodān, 出口登记 / chū-kǒu dēngjì
~ house	出口行 / chūkǒuháng
~import	进出口 / jìnchūkǒu
~ Import Bank (EXIM)	进出口银行 / Jìnchūkǒu Yínháng
~ license	出口许可证 / chūkǒu xǔkězhèng
~ quota	出口限额 / chūkǒu xiàn'é, 出口配额 / chū-kǒu pèi'é
~ regulations	出口管制 / chūkǒu guǎnzhì
for ~	用于出口 / yòngyú chūkǒu
key ~	主要出口品 / zhǔyào chūkǒupǐn

express mail (n.)	快信 / kuàixìn
expropriation (n.)	征用 / zhēngyòng, 没收 / mòshōu
extend (v.)	扩张 / kuòzhāng, 延长 / yáncháng; 延期 / yánqī, 展期 / zhǎnqī
~ business	扩大业务 / kuòdà yèwù
~ the expiration date	延展有效期 / yánzhǎn yǒuxiàoqī
~ed coverage	扩展保险范围 / kuòzhǎn bǎoxiǎn fànwéi
extension (n.)	扩大 / kuòdà, 延期 / yánqī, 延长 / yáncháng
~ of coverage	扩大承保范围 / kuòdà chéngbǎo fànwéi
~ of lease	延长租期 / yáncháng zūqī
~ of payment	延长支付期限 / yáncháng zhīfù qīxiàn
extensive (adj.)	广泛的 / guǎngfàn de
extenuating circumstances (n.)	可原谅的情形 / kě yuánliàng de qíngxíng, 情有可原 / qíngyǒu kěyuán
exterior (n.)	外部 / wàibù
external (adj.)	外部的 / wàibù de, 对外的 / duìwài de
~ audit	外部审查 / wàibù shěnchá
~ debt	外债 / wàizhài
extinction (n.)	削减 / xuējiǎn, 废除 / fèichú
~ of debt	债务削减 / zhàiwù xuējiǎn
extort(v.)	敲诈 / qiāozhà, 勒索 / lèsuǒ
extortion (n.)	勒索财物 / lèsuǒ cáiwù, 勒索罪 / lèsuǒzuì
extra (adj.)	额外的 / éwài de, 临时的 / línshí de, 特别的 / tèbié de
~ allowance	额外津贴 / éwài jīntiē, 临时津贴 / línshí jīntiē
~ charge	额外费用 / éwài fèiyòng
~ disbursement	额外(现金)支出 / éwài (xiànjīn) zhīchū

~ discount	额外折扣 / éwài zhékòu
~ dividend	额外股息 / éwài gǔxī
~ revenue	额外收入 / éwài shōurù

extraordinary (adj.)	非常的 / fēicháng de, 特殊的 / tèshū de
~ budget	临时预算 / línshí yùsùan
~ cost	特别费用 / tèbié fèiyòng
~ item	特殊项目 / tèshū xiàngmù
~ session	临时会议 / línshí huìyì

| **extravagance (n.)** | 浪费 / làngfèi, 过分奢侈 / guòfèn shēchǐ |

F

fabric (n.)	织物 / zhīwù ; 组织 / zǔzhī, 构造 / gòuzào
economic ~	经济结构 / jīngjì jiégòu
social ~	社会组织 / shèhuì zǔzhī
face (n.)	面额 / miàn'é, 表面 / biǎomiàn
~ *amount of the policy*	保险单面额 / bǎoxiǎndān miàn'é
~ *par*	票面价值 / piàomiàn jiàzhí
~ *value*	票(面价)值 / piào(miàn jià)zhí
face (v.)	面对 / miànduì, 面临 / miànlín
~ *competition*	面对竞争 / miànduì jìngzhēng
facility (n.)	设备 / shèbèi, 设施 / shèshī; (银行提供的) 贷款便利 / (yínháng tígōng de) dàikuǎn biànlì
credit ~	信贷来源 / xìndài láiyuán
financial ~	金融设施[制度] / jīnróng shèshī [zhìdù] 融资机构 / róngzī jīgòu
lending ~	贷款制度 / dàikuǎn zhìdù
manufacturing	生产设备 / shēngchǎn shèbèi
transport ~	交运设施 / jiāoyùn shèshī
facsimile (FAX)) (n.)	传真机 / chuánzhēnjī;传真 / chuánzhēn
factor (n.)	因素 / yīnsù, 要因 / yàoyīn; 经纪商 / jīngjì-shāng, 代理商 / dàilǐshāng
~ *company*	代理通融公司 / dàilǐ tōngróng gōngsī, 收债公司 / shōuzhài gōngsī
~ *cost*	要素成本 / yàosù fèiyòng [chéngběn]
~*ing house*	客帐经纪公司 / kèzhàng jīngjì gōngsī
~ *of plant location*	选择厂址的因素 / xuǎnzé chǎngzhǐ de yīnsù
~*s of production*	生产要素 / shēngchǎn yàosù
domestic ~	国内因素 / guónèi yīnsù
economic ~	经济因素 / jīngjì yīnsù
favorable ~	(刺激股市的) 良好因素 / (cìjī gǔshì de) liánghǎo yīnsù

factorage (n.)	代理行业 / dàilǐ hángyè, 代理佣金 / dàilǐ yòngjīn
factoring (n.)	代收帐款 / dàishōu zhàngkuǎn, 代理融运 / dàilǐ róngyùn
~ *company*	收债公司 / shōuzhài gōngsī
factory (n.)	工厂 / gōngchǎng
~ *capacity*	生产设备能力 / shēngchǎn shèbèi nénglì
~ *overhead*	製造间接费用 / zhìzào jiànjiē fèiyòng
~ *price*	出厂价 / chūchǎngjià
~ *site*	厂址 / chǎngzhǐ
facultative reinsurance (n.)	临时再保险 / línshí zàibǎoxiǎn
fad (n.)	一时的流行 / yìshí de liúxíng, 爱好 / àihào
failure (n.)	失败 / shībài; 破产 / pòchǎn; 故障 / gùzhàng
~ *in business*	事业失败 / shìyè shībài, 经营失败 / jīngyíng shībài
~ *of performance*	未履行合同 / wèi lǚxíng hétóng
bank ~	银行倒闭 / yínháng dǎobì
business ~s	公司倒闭 / gōngsī dǎobì
fair (adj.)	公平[公正]的 / gōngpíng [gōngzhèng] de
~ *and equitable*	公正合理的 / gōngzhèng hélǐ de
~ *cash value*	公平价格 / gōngpíng jiàgé
~ *deal*	公平交易 / gōngpíng jiāoyì
~ *free trade*	公平自由的交易 / gōngpíng zìyóu de jiāoyì
~ *market value*	公平[公允]市价 / gōngpíng [gōngyǔn] shìjià, 同类市价 / tónglèi shìjià
~ *price shop*	公平商店 / gōngpíng shāngdiàn
~ *return*	公平[公正]报酬率 / gōngpíng [gōngzhèng] bàochóulǜ
~ *trade*	公平交易 / gōngpíng jiāoyì, 互惠贸易 / hùhuì màoyì
~ *Trade Commission* (FTC)	公平交易委员会 / Gōngpíng Jiāoyì Wěiyuánhuì

~ *value*	合理价值 / hélǐ jiàzhí
fake (n.)	伪造品 / wěizàopǐn
fake (adj.)	假的 / jiǎ de
fall (v.)	下降 / xiàjiàng; 到来 / dàolái
~ *due*	到期 / dàoqī
~ *in market*	市价跌落 / shìjià diēluò
~ *in price*	价格下跌 / jiàgé xiàdiē
~ *into arrears*	支付滞纳 / zhīfù zhìnà
~*ing market*	下跌的市场 / xiàdiē de shìchǎng
false (adj.)	伪造的 / wěizào de, 虚假的 / xūjiǎ de
~ *account*	伪造帐户 / wěizào zhànghù
~ *boom*	虚假繁荣 / xūjiǎ fánróng
~ *declaration*	虚报 / xūbào
~ *entry*	假记录 / jiǎ jìlù, 伪造记录 / wěizào jìlù
~ *representation*	虚告 / xūgào, 虚报 / xūbào
~ *statement*	虚假的陈述 / xūjiǎ de chénshù
falsify (v.)	伪造 / wěizào
~ *accounts*	伪造帐户 / wěizào zhànghù
falsification (n.)	伪造 / wěizào, 伪造文书 / wěizào wénshū [法]
family (n.)	家庭 / jiātíng, 家族 / jiāzú
~ *allowance*	(工资以外的)家庭补贴 / (gōngzī yǐwài de) jiātíng bǔ tiē
~ *brand*	统一商标[品牌] / tǒngyī shāngbiāo [pǐn-pái]
~ *budget survey*	家计(预算)调查 / jiājì (yùsuàn) diàochá
~ *business*	家族事业 / jiāzú shìyè
~ *company*	家族公司 / jiāzú gōngsī
~ *income*	家庭收入 / jiātíng shōurù
~*-size*	家庭用大号的 / jiātíng yòng dàhào de
Fannie Mae	→ federal

fare (n.)	运送费 / yùnsòngfèi, 票价 / piàojià
~ *war*	票价 战 / piàojiàzhàn
air ~	航空票价 / hángkōng piàojià
farm (n.)	农场 / nóngchǎng
~ *aid*	农场补助方案 / nóngchǎng bǔzhù fāng'àn
~ *belt*	谷仓地带 / gǔcāng dìdài
~ *price support policy*	农产品价格支持政策 / nóngchǎnpǐn jiàgé zhīchí zhèngcè
~ *subsidies*	农产品价格补贴 / nóngchǎnpǐn jiàgé bǔtiē
farm out (v.)	租出(土地) / zūchū (tǔdì); 包出(工件) / bāochū (gōngjiàn)
fashion (n.)	流行式样 / liúxíng shìyàng, 时尚 / shíshàng
fast good (n.)	快速食品 / kuàisù shípǐn
fat (adj.)	优厚的 / yōuhòu de
~ *job*	优厚的工作 / yōuhòu de gōngzuò
~ *pay*	高薪 / gāoxīn
~ *profit*	高利润 / gāo lìrùn
fault (n.)	缺点 / quēdiǎn, 过失 / guòshī, 故障 / gùzhàng
~ *liability*	过失赔偿责任 / guòshī péicháng zérèn
~ *standard of liability*	责任的过失标准 / zérèn de guòshī biāozhǔn
~ *workmanship*	次品 / cìpǐn
no-~ *insurance*	无过失责任险 / wúguòshī zérènxiǎn
favor (n.)	好意 / hǎo yì, 优惠 / yōuhuì; 以...为收款人 / yǐ....wéi shōukuǎnrén
~ *tax*	奖励税收 / jiǎnglì shuìshōu
draw a check in ~*of ...*	向某人开支票 / xiàng mǒurén kāizhīpiào
favorable (adj.)	有利的 / yǒulì de, 顺利的 / shùnlì de
~ *balance of trade*	贸易顺差 / màoyì shùnchā
~ *terms*	有利的条件 / yǒulì de tiáojiàn
FCC	→ federal

FDA → food

FDIC → federal

feasance (n.) (责任义务的)履行 / (zérèn yìwù de) lǚxíng

feasibility (n.) 可行性 / kěxíngxìng
~ *study* 可行性研究 / kěxíngxìng yánjiū

featherbedding (n.) 限产超雇 / xiànchǎn chāogù, 强迫雇佣/ qiǎngpò gùyòng

federal (adj.) 美国联邦政府的 / Měiguó liánbāng zhèngfǔ de

   F~ Communication Commission (FCC) 联邦通信委员会 / Liánbāng Tōngxìn Wěiyuánhuì

   ~ *Deposit Insurance Corporation (FDIC)* 联邦储备保险公司 / Liánbāng Chǔbèi Bǎoxiǎn Gōngsī

   ~ *Housing Administration (FHA)* 联邦住房管理局 / Liánbāng Zhùfáng Guǎnlǐjú

   ~ *National Mortgage Association (Fannie Mae)* 联邦国民抵押协会/ Liánbāng Guómín Dǐyā Xiéhuì

   ~ *Reserve Bank (FRB)* 联邦储备银行 / Liánbāng Chǔbèi Yínháng

   ~ *Savings and Loan Insurance Corporation (FSLIC)* 联邦储备信贷保险公司 / Liánbāng Chǔbèi Xìndài Bǎoxiǎn Gōngsī

   ~ *Trade Commission (FTC)* 联邦贸易委员会/ Liánbāng Màoyì Wěiyuánhuì

fee (n.) 费用 / fèiyòng, 酬金 / chóujīn; 世袭地产 / shìxī dìchǎn, 封地所有权 / fēngdì suǒyǒuquán

   ~ *paid* 已付费用 / yǐfù fèiyòng
   ~ *simple* 绝对所有权地产(无条件继承的不动产) / juéduì suǒyǒuquán dìchǎn (wútiáojiàn jìchéng de búdòngchǎn)
   ~ *tail* 限定继承产权 / xiàndìng jìchéng chǎnquán
   attorney ~ 律师费 / lǜshīfèi
   collection ~ 托收票据费 / tuōshōu piàojùfèi

estate in ~	绝对所有地产权 / juéduì suǒyǒu dìchǎn-quán
feedback (n.)	回馈 / huíkuì, 反应/ fǎnyìng, 回流 / huíliú
FHA	→ federal
fictitious (adj.)	虚构的 / xūgòu de
~ capital	虚构资产 / xūgòu zīchǎn
~ person	法人 / fǎrén
~ transaction	虚构交易 / xūgòu jiāoyì
fidelity (n.)	忠诚 / zhōngchéng, 忠实 / zhōngshí
~ guarantee insurance	职工保证保险 / zhígōng bǎozhèng bǎoxiǎn
fiducial (adj.)	信托的 / xìntuō de
~ business	信托业务 / xìntuō yèwù
fiduciary (adj.)	信托的 / xìntuō de, 信托发行的 / xìntuō fā-xíng de
~ currency	信用货币 / xìnyòng huòbì
~ duty	信托责任 / xìntuō zérèn
~ issue	信托[信用, 保证]发行 / xìntuō [xìnyòng, bǎozhèng] fāxíng
~ loan	(无抵押)信用贷款 / (wú dǐyā) xìnyòng dài-kuǎn
~ money	基准货币 / jīzhǔn huòbì
~ relationship	信托关系 / xìntuō guānxì
~ responsibility	受托责任 / shòutuō zérèn
fiduciary (n.)	受托人 / shòutuōrén, 信托者 / xìntuōzhě
field (n.)	现场 / xiànchǎng, 实地/shídì; 领域/ lǐngyù
~ of study	研究领域 / yánjiū lǐngyù
~ office	现场办事处 / xiànchǎng bànshìchù
~ study	实地研究 / shídì yánjiū
~ trip	实地旅行 / shídì lǚxíng
~ work	现场作业 / xiànchǎng zuòyè

FIFO (first-in-first-out)   先进先出法 / xiānjìn-xiánchūfǎ [会]

figure (n.)   数字 / shùzì; 人物 / rénwù; 形状 / xíng-zhuàng

    rough ~   概数 / gàishù

figure (v.)   计算 / jìsuàn, 判断 / pànduàn

    ~ out the interest charges   算出利息费用 / suànchū lìxī fèiyòng

file (n.)   卷宗 / juànzōng, 文件夹 / wénjiànjiā

    ~ number   文件编号 / wénjiàn biānhào

file (v.)   整理 / zhěnglǐ; 提出 / tíchū

    ~ a lawsuit   提起诉讼 / tíqǐ sùsòng

    ~ for bankruptcy   提出破产 / tíchū pòchǎn

filing (n.)   申告 / shēngào; 归档 / guīdàng

    ~ date   申请日期 / shēnqǐng rìqī

    ~ of a claim   要求赔偿 / yāoqiú péicháng

    bankruptcy ~   破产申请 / pòchǎn shēnqǐng

fill (v.)   满足 / mǎnzú; 装满 / zhuāngmǎn; 填补 / tiánbǔ

    ~ an order   供应订货 / gōngyìng dìnghuò, 填单供货 / tiándān gōnghuò

    ~ or kill order   成交或取消订单 / chéngjiāo huò qǔxiāo dìngdān [证]

final (adj.)   最终的 / zuìzhōng de, 确定的 / quèdìng de

    ~ consumer   最终消费者 / zuìzhōng xiāofèizhě

    ~ decision   最后决定 / zuìhòu juédìng

    ~ figure   确定数字 / quèdìng shùzì

    ~ report   最终报告 / zuìzhōng bàogào

fninalize (v.)   完成 / wánchéng

finance (n.)   金融 / jīnróng, 财政 / cáizhèng, 财源 / cáiyuán, 财务 / cáiwù

    ~ analysis   财务分析 / cáiwù fēnxī

    ~ committee   财务委员会 / cáiwù wěiyuánhuì

~ *company*	金融[信贷]公司 / jīnróng [xìndài] gōngsī
~ *lease*	融资租赁 / róngzī zūlìn; 贷款式租赁 / dài-kuǎnshì zūlìn
bridging ~	临时融资 / línshí róngzī
equity ~	产权筹资 / chǎnquán chóuzī
Minister of F~	财政部长 / cáizhèng bùzhǎng

finance (v.) 融资 / róngzī, 筹措资金 / chóucuò zījīn

~ *a new house*	为新居筹措资金 / wèi xīnjū chóucuò zījīn
~ *a project*	项目融资 / xiàngmù róngzī

financial (adj.) 金融的 / jīnróng de, 财务的 / cáiwù de

~ *ability*	财(务能)力 / cái(wù néng)lì
~ *account*	财务帐单 / cáiwù zhàngdān
~ *accounting*	财务会计 / cáiwù kuàijì
~ *adviser*	财务顾问 / cáiwù gùwèn
~ *affairs*	财务 / cáiwù
~ *analysis*	财务分析 / cáiwù fēnxī
~ *assets*	金融资产 / jīnróng zīchǎn
~ *circles*	财界 / cáijiè, 金融界 / jīnróngjiè
~ *management*	财务管理 / cáiwù guǎnlǐ
~ *market*	金融市场 / jīnróng shìchǎng
~ *planning*	财务计划 / cáiwù jìhuà
~ *requirement*	资金需求 / zījīn xūqiú
~ *resources*	资力 / zīlì, 资金 / zījīn, 财政来源 / cáizhèng láiyuán
~ *services*	金融服务 / jīnróng fúwù
~ *statements*	财务报表 / cáiwù bàobiǎo
~ *structure*	财务构造 / cáiwù gòuzào
~ *year*	财政年度 / cáizhèng niándù

financier (n.) 金融(业)家 / jīnróng(yè)jiā

financing (n.) 融资 / róngzī, 资金筹措 / zījīn chóucuò

~ *arrangements*	融资安排 / róngzī ānpái
~ *costs*	融资成本 / róngzī chéngběn
~ *demand*	资金需求 / zījīn xūqiú
~ *requirement*	资金需要 / zījīn xūyào

finder's fee (n.)	仲人的佣金 / zhōngrén de yòngjīn
findings (n.)	(法律) 裁决 / fǎlǜ cáijué; 调查结果 / diàochá jiéguǒ
fine (n.)	罚金 / fájīn
~ rate	罚款率 / fákuǎnlǜ
~s and penalties	罚款 / fákuǎn
fine (adj.)	精制的 / jīngzhì de, 纯的 / chún de, 优良的 / yōuliáng de
~ gold	纯金 / chúnjīn
~ paper	优质 [上等] 票据 / yōuzhì [shàngděng] piàojù
~ print	附属细则 / fùshǔ xìzé
~ quality (goods)	优质 (品) / yōuzhì (pǐn)
~ rate	优惠利率 / yōuhuì lìlǜ
fine (v.)	罚 / fá
He was ~d $50 for...	他因... 被罚了 500 美元 / Tā yīn...bèi fá le wǔbǎi Měiyuán.
fineness (n.)	成色 / chéngsè
~ of coin	铸币成色 / zhùbì chéngsè
finetune (v.)	精密调校 / jīngmì tiáojiào
finished goods (n.)	制成品 / zhìchéngpǐn
fire (n.)	火灾 / huǒzāi
~ alarm	火灾警报 / huǒzāi jǐngbào
~ damage/loss	火损 / huǒsǔn
~ insurance	火险 / huǒxiǎn
~ peril	火灾危险 / huǒzāi wēixiǎn
fire (v.)	解雇 / jiěgù
to be ~d	被解雇 / bèi jiěgù

firm (n.)   公司 / gōngsī, 商号 / shānghào

     law ~   律师事务所 / lǜshī shìwùsuǒ

     securities ~   证券公司 / zhèngquàn gōngsī

firm (adj.)   坚挺的 / jiāntǐng de, 坚实的 / jiānshí de, 确定的 / quèdìng de

     ~ *commitment*   确定承诺 / quèdìng chéngnuò, 包销承诺 / bāoxiāo chéngnuò

     ~ *order*   确认订单 / quèrèn dìngdān

     a ~ *market*   行情坚挺的市场 / hángqíng jiāntǐng de shìchǎng

first (adj.)   第一的 / dìyī de, 第一流的 / dìyīliú de

     ~ *beneficiary*   第一受益人 / dìyī shòuyìrén

     ~ *class mail*   第一类邮件 / dìyī lèi yóujiàn

     ~-*come,* ~-*served system*   先到先办理制 / xiān dào xiān bàn lǐzhì

     ~ *lien*   第一[优先]留置权 / dìyī [yōuxiān]liúzhìquán

     ~ *mortgage*   第一抵押权 / dìyī dǐyāquán

     ~ *preferred stock*   第一优先股 / dìyī yōuxiāngǔ

     ~ *right to buy*   优先购买权 / yōuxiān gòumǎiquán

fiscal (adj.)   财政的 / cáizhèng de; 国库的 / guókù de

     ~ *deficit*   财政赤字 / cáizhèng chìzì

     ~ *period*   会计期间 / kuàijì qījiān

     ~ *policy*   财政政策 / cáizhèng zhèngcè

     ~ *restraint*   财政紧缩 / cáizhèng jǐnsuō

     ~ *stimulus*   财政刺激 / cáizhèng cìjī

     ~ *year*   财政年度 / cáizhèng niándù

fishery (n.)   渔业 / yúyè, 水产业 / shuǐchǎnyè

fishing industry (n.)   水产业 / shuǐchǎnyè

fix (n.)   困境 / kùnjìng; 解决办法 / jiějué bànfǎ

     in a ~ *of money*   资金短缺 / zījīn duǎnquē

     no quick ~   无急速解决办法 / wú jísù jiějué bànfǎ

fix (v.)   修理 / xiūlǐ; 非法操纵 / fēifǎ cāozòng

     ~ *price*   操纵定价 / cāozòng dìngjià

fixed (adj.)	固定的 / gùdìng de, 确定的 / quèdìng de
~ *amount*	定额 / dìng'é, 确定金额 / quèdìng jīn'é
~ *annuity*	固定利率年金 / gùdìng lìlǜ niánjīn
~ *assets*	固定资产 / gùdìng zīchǎn
~ *costs*	固定费用[成本] / gùdìng fèiyòng [chéngběn]
~ *income*	固定收入 / gùdìng shōurù
~ *interest*	固定利息 / gùdìng lìxī
~ *rate*	固定利率 / gùdìng lìlǜ
~ *rate loan*	固定利率贷款 / gùdìng lìlǜ dàikuǎn
~ *term*	定期 / dìngqī
fixing (n.)	议定 / yìdìng; 装备 / zhuāngbèi
price ~	非法操纵定价 / fēifǎ cāozòng dìngjià
fixture (n.)	固定装置 / gùdìng zhuāngzhì
flat (adj.)	一律的 / yílǜ de, 统一的 / tǒngyī de; 不涨落的 / bùzhǎngluò de
~ *bond*	无利息公债 / wú lìxī gōngzhài
~ *loan*	本息齐还贷款 / běnxī qíhuán dàikuǎn
~ *market*	萧条的市场 / xiāotiáo de shìchǎng
~ *rate*	统一费率 / tǒngyī fèilǜ
~ *tax*	统一税 / tǒngyīshuì
flea market	廉价及旧物市场 / liánjià jí jiùwù shìchǎng
flexible (adj.)	灵活的 / línghuó de, 弹性的 / tánxìng de, 变动的 / biàndòng de
~ *exchange rate*	弹性[机动,可变]汇率 / tánxìng [jīdòng, kěbiàn] huìlǜ
~ *working hours*	机动工时 / jīdòng gōngshí
flier (n.)	广告传单 / guǎnggào chuándān
flight (n.)	飞行 / fēixíng, 班机 / bānjī; 移动 / yídòng, 外逃 / wàitáo
capital ~	资本转移 / zīběn zhuǎnyí
scheduled ~	预定的班机 / yùdìng de bānjī

flip side (n.)	反面 / fǎnmiàn
float (n.)	浮存 / fúcún; 浮动差额 / fúdòng chā'é; 筹款 / chóukuǎn, 发行债务[股票] / fāxíng zhàiwù [gǔpiào]
float (v.)	流通 / liútōng, 发行 / fāxíng; 浮动 / fúdòng
~ a company	创办公司 / chuàngbàn gōngsī
~ a loan	发行公债 / fāxíng gōngzhài, 举债 / jǔzhài
~ securities	发行债务 / fāxíng zhàiwù
~ the Yen	浮动日圆 / fúdòng Rìyuán
floater (n.)	流动证券 / liúdòng zhèngquàn
floatation (n.)	筹资开办/ chóuzī kāibàn, 发行证券/ fāxíng zhèngquàn
~ of a loan	举债 / jǔzhài, 债款的发行募集 / zhàikuǎn de fāxíng mùjí
~ of a new company	创办公司 / chuàngbàn gōngsī
floating (adj.)	浮动的 / fúdòng de; 在运输中的 / zài yùnshū zhōng de
~ asset	浮动[流动]资产 / fúdòng [liúdòng] zīchǎn
~ cargo	未到货 / wèidào huò
~ debt	短期债务 / duǎnqīzhàiwù
~ exchange rate	浮动汇率 / fúdòng huìlǜ
~ goods	转口货物 / zhuǎnkǒu huòwù
~ policy	统保[总额, 浮动]保险单 / tǒngbǎo [zǒng'é, fúdòng] bǎoxiǎndān
~ rate	浮动汇率 / fúdòng huìlǜ
floor (n.)	场地 / chǎngdì; 最低额 / zuì dī é, 最低价 / zuìdī jià; 交易场/ jiāoyìchǎng
~ broker	场内经纪人 / chǎngnèi jīngjìrén
~ loan	基底贷款 / jīdǐ dàikuǎn
~ plan	平面布置计划 / píngmiàn bùzhì jìhuà
~ plan financing	抵押计划贷款 / dǐyā jìhuà dàikuǎn
~ price	最低价 / zuìdī jià
~ sample	展销样品 / zhǎnxiāo yàngpǐn

flop (n.)   失败 / shībài

flow (n.)   流动 / liúdòng, 流转 / liúzhuǎn, 流量 / liúliàng
    ~ analysis   流程分析 / liúchéng fēnxī
    ~ chart   流程图 / liúchéngtú
    ~ of trade   贸易流量 / màoyì liúliàng
    ~ shop   流水车间 / liúshuǐ chējiān
    cash ~   现金流量[流动] / xiànjīn liúliàng [liúdòng]

fluctuate (v.)   波动 / bōdòng, 变动 / biàndòng
    price ~s   价格变动[波动] / jiàgé biàndòng [bōdòng]

fluctuation (n.)   变动 / biàndòng , 涨落 / zhǎngluò]
    ~ in exchange   汇价变动 / huìjià biàndòng
    business ~s   商情波动 / shāngqíng bōdòng
    market ~   市场波动 / shìchǎng bōdòng
    price ~   价格变动[涨落] / jiàgé biàndòng [zhǎngluò]

fly a kite (v.)   开空头支票 / kāi kōngtóu zhīpiào

fly-by-night (n.)   夜间潜逃的逃债者 / yèjiān qiántáo de táozhàizhě
    ~ operation   不能信任的交易 / bùnéng xìnrèn de jiāoyì

FOB (free on board)   离岸价 / líànjià
    ~ airport   国际机场交货价格 / guójì jīchǎng jiāohuò jiàgé
    ~ contract   离岸价合同 / líànjià hétóng
    ~ destination   到达地交货 / dàodádì jiāohuò
    ~ shipping point   起运点交货 / qǐyùndiǎn jiāohuò

follow-up (adj.)   后续 / hòuxù, 跟踪 / gēnzōng
    ~ check   追踪调查 / zhuīzōng diàochá
    ~ letter   后续信件 / hòuxù xìnjiàn
    ~ service   后续服务 / hòuxù fúwù

food (n.)   食品 / shípǐn
    ~ and Drug Administration   食品与药品管理局 / Shípǐn yǔ Yàopǐn
    (FDA)   Guǎnlǐjú

foothold (n.) 立足点 / lìzúdiǎn

foray (n.) 初步尝试 / chūbù chángshì
   make a ~ into (为追求利益等) 出手尝试 / (wèi zhūiqiú lìyì dĕng) chūshŏu chángshì

forbearance (n.) 债务偿还期的延展 / zhàiwù chánghuánqī de yánzhǎn
   ~ is no acquittance 不催帐不等于取消帐 / bùcuīzhàng bùdĕngyú qǔxiāo zhàng

force (n.) 势力 / shìlì; 人员 / rényuán; 实施 / shíshī
   ~ majure 不可抗力的 / bùkĕ kànglì de
   come into ~ 实施 / shíshī
   market ~s 市场力量 / shìchǎng lìliàng
   sales ~ 销售人员 / xiāoshòu rényuán

force (v.) 强制 / qiángzhì
   ~d sale 强制买卖 / qiángzhì mǎimài

forecast (n.) 预测 / yùcè
   market ~ 市场预测 / shìchǎng yùcè
   sales ~ 销售预测 / xiāoshòu yùcè

forecast (v.) 预测 / yùcè
   ~ market 预测市况 / yùcè shìkuàng

foreclose (v.) 取消赎取抵押品的权利 / qǔxiāo shúqǔ dǐyāpǐn de quánlì
   ~ on a car 取消赎回所抵押的汽车的权利 / qǔxiāo shúhuí suŏ dǐyā de qìchē de quánlì
   ~d property 被取消赎回权的产业 / bèi qǔxiāo shúhuíquán de chǎnyè

foreclosure (n.) 取消赎取抵押品的权利 / qǔxiāo shúqǔ dǐyāpǐn de quánlì, 封屋拍卖 / fēngwū pāimài
   ~ proceedings 取消赎取抵押品权利的法律程序 / qǔxiāo shúqǔ dǐyāpǐn quánlì de fǎlǜ chéngxù
   ~ sale 抵押品公卖 / dǐyāpǐn gōngmài

foredate (v.)　　　　　　倒填日期 / dàotián rìqī

　　~d check　　　　　　倒填日期的支票 / dàotián rìqī de zhīpiào

foreign (adj.)　　　　　外国的 / wàiguó de, 在外的 / zàiwài de

　　~ aid　　　　　　　外援 / wàiyuán

　　~ debt　　　　　　　外债 / wàizhài

　　~ freight forwarder　外国承运人 / wàiguó chéngyùnrén

　　~ investment　　　　外国投资 / wàiguó tóuzī

　　~ sales agent　　　　外国销售代理人 / wàiguó xiāoshòu dàilǐrén

　　~ trade　　　　　　　外贸 / wàimào

　　~ trade zone　　　　自由贸易区 / zìyóu màoyìqū

foreign exchange (n.)　外汇 / wàihuì

　　~ business　　　　　外汇业务 / wàihuì yèwù

　　~ control　　　　　外汇管制 / wàihuì guǎnzhì

　　~ holding　　　　　外汇持有额 / wàihuì chíyǒu'é

　　~ rate　　　　　　外汇汇率 / wàihuì huìlǜ

　　~ regulations　　　外汇管理法 / wàihuì guǎnlǐfǎ

foreman (n.)　　　　工头 / gōngtóu, 领班 / lǐngbān

forestation (n.)　　造林 / zàolín

forfeit (n.)　　　　违约金 / wéiyuējīn; 权利丧失 / quánlì sàng- shī

　　~ clause　　　　　违约金条款 / wéiyuējīn tiáokuǎn

　　~ed share　　　　丧失保证金的份额 / sàngshī bǎozhèngjīn de fèn'é

forfeit (v.)　　　　丧失 / sàngshī, 没收 / mòshōu

　　~ a deposit　　　丧失保证金 / sàngshī bǎozhèngjīn

　　~ed pledge　　　丧失质押 / sàngshī zhìyā

forfeiture (n.)　　丧失 / sàngshī, 罚金 / fájīn

forge (v.)　　　　伪造 / wěizào

　　~d securities　　伪造证券 / wěizào zhèngquàn

forgery (n.)　　　(文书)伪造 / (wénshū) wěizào

　　~ of documents　文书伪造 / wénshū wěizào

forgive (v.)	免除 / miǎnchú, 赦免 / shèmiǎn
~ *a debt*	免除债务 / miǎnchú zhàiwù
form (n.)	格式 / géshì, 形态 / xíngtài; 表格 / biǎogé
~ *letter*	打印信件 / dǎyìn xìnjiàn
~ *of business organization*	企业形态 / qǐyè xíngtài
~ *of application*	申请表 / shēnqǐngbiǎo
~ *of payment*	支付方式 / zhīfù fāngshì
form (v.)	创设 / chuàngshè
~ *a company*	创立公司 / chuànglì gōngsī, 成立公司 / chénglì gōngsī
formal (adj.)	形式的 / xíngshì de, 正式的 / zhèngshì de
~ *agreement*	正式协议 / zhèngshì xiéyì
~ *notice*	正式通知 / zhèngshì tōngzhī
formality (n.)	形式(的礼仪) / xíngshì (de lǐyí), (正式)手续 / (zhèngshì) shǒuxù
~ *for entry*	入境手续 / rùjìng shǒuxù
custom ~	海关手续 / hǎiguān shǒuxù
formalize (v.)	正式化 / zhèngshìhuà
format (n.)	格式 / géshì
formation (n)	形成 / xíngchéng, 构成 / gòuchéng
~ *of capital/capital* ~	资本形成 / zīběn xíngchéng
~ *expenses*	开办费 / kāibànfèi
price ~	价格形成 / jiàgé xíngchéng
formative (adj.)	形成的 / xíngchéng de, 发达的 / fādá de
~ *period*	形成期 / xíngchéngqī, 发达期 / fādáqī
forward (adj.)	远期的 / yuǎnqī de, 期货的 / qīhuò de
~ *buying*	远期买进 / yuǎnqī mǎijìn, 买期货 / mǎi qīhuò
~ *contract*	远期合同 / yuǎnqī hétóng
~ *exchange*	外汇期货 / wàihuì qīhuò
~ *market*	期货市场 / qīhuò shìchǎng

forward (v.)   运送 / yùnsòng, 进行 / jìnxíng

forwarder (n.)   代运人 / dàiyùnrén, 承运商 / chéngyùn-shāng

     ~ agency   承运机构 / chéngyùn jīgòu

     ~ charges   承运费 / chéngyùnfèi

forwarding (n.)   运送 / yùnsòng, 承运 / chéngyùn

     ~ agency   运输(代理)行 / yùnshū (dàilǐ)háng, 承运商 / chéngyùnshāng

     ~ charges   发运费 / fāyùnfèi

     ~ order   货物托运单 / huòwù tuōyùndān

fossil (n.)   化石 / huàshí

fossil (adj.)   从地下发掘出来的 / cóng dìxià fājuéchūlái de

     ~ fuel/oil   石油 / shíyóu, 矿物燃料 / kuàngwù ránliào

foul (adj.)   不洁的 / bùjié de, 危险的 / wēixiǎn de, 不正的 / búzhèng de

     ~ bill of lading   不正副本 / búzhèng fùběn

     ~ copy   草稿 / cǎogǎo, 底稿 / dǐgǎo

     ~ deed   背信行为 / bèixìn xíngwéi

     ~ play   不正手段 / búzhèng shǒuduàn

     ~ shipping order   不清洁装船单 / bùqīngjié zhuāngchuándān

foundation (n.)   基金 / jījīn, 财团 / cáituán; 创办 / chuàng-bàn; 地基 / dìjī; 基础 / jīchǔ

     ~ members   创办人 / chuàngbànrén

     ~ of the building   建筑地基 / jiànzhú dìjī

     ~ of the national economy   国民经济基础 / guómín jīngjì jīchǔ

     Ford ~   福特基金会 / Fútè Jījīnhuì

     since its ~   自创立时起 / zì chuànglì shí qǐ

founder (n.)   创立者 / chuànglìzhě, 创设者 / chuàng-shèzhě, 发起人 / fāqǐrén

     ~'s share/stock   发起人股票 / fāqǐrén gǔpiào

foundry (n.) 铸造 / zhùzào
~ *shop* 铸造车间 / zhùzào chējiān

fraction (n.) 小部分 / xiǎo bùfèn, 分数 / fēnshù
~ *defective* 次品率 / cìpǐnlǜ
~ *of shares* 股票分票 / gǔpiào fēnpiào
~*s omitted* 舍去零数 / shěqù língshù

fractional (adj.) 部分的 / bùfèn de, 零星的 /língxīng de
~ *currency* 辅币 / fǔbì
~ *number* 分数 / fēnshù
~ *share* 零星股份 / língxīng gǔfèn

fragile (adj.) 易损坏的 / yì sǔnhuài de
~, *handle with care* 容易损坏, 小心轻放 / róngyì sǔnhuài, xiǎo-
xīn qīngfàng

frame (n.) 组织 / zǔzhī, 机构 /jīgòu; 构架 / gòujià
~ *of reference* 参考标架 / cānkǎo biāojià

frame (v.) 组织 / zǔzhī, 编制 / biānzhì; 陷害 / xiànhài
~ *a plan* 拟订计划 / nǐdìng jìhuà
be ~*d* 陷入圈套 / xiànrù quāntào

frame (adj.) 木造的 / mùzào de
~ *building* 木造的建筑 / mùzào de jiànzhú

framework (n.) 组织 / zǔzhī, 机构 /jīgòu; 构架 / gòujià
financial ~ 财政结构 / cáizhèng jiégòu
within the legal~ 法律的界限内 / fǎlǜ de jièxiàn nèi

franchise (n.) 特许（代理）权 / tèxǔ (dàilǐ)
quán, 连锁店经销权 / liánsuǒdiàn jīngxiāo-
quán

franchisee (n.) 特许经营权受让人 / tèxǔ jīngyíngquán
shòuràngrén, 特许经销代理人 / tèxǔ
jīngxiāo dàilǐ rén

franchising (n.)	特许经营权 / tèxǔ jīngyíngquán
franchisor (n.)	特许代营授权人 / tèxǔ dàiyíng shòuquánrén
franco (n.)	(全部费用在内)目的地交货价 / (quánbù fèiyòng zài nèi) mùdìdì jiāohuòjià, 指定目的地交货条件 / zhǐdìng mùdìdì jiāohuò tiáojiàn
fraud (n.)	欺诈(行为) / qīzhà (xíngwéi)
obtain money by ~	通过欺诈获取钱财 / tōngguò qīzhà huòqǔ qiáncái
fraudulent (adj.)	欺诈的 / qīzhà de, 不诚实的 / bùchéngshí de
~ act	欺诈行为 / qīzhà xíngwéi
~ bankruptcy	恶性倒闭 / èxìng dǎobì
~ concealment	恶意隐匿[隐瞒] / èyì yǐnnì [yǐnmán]
~ gain	欺诈所得 / qīzhà suǒdé
~ misrepresentation	虚伪的陈述 / xūwěi de chénshù
FRB	→ Federal Reserve Board
free (adj.)	自由的 / zìyóu de; 免费的 / miǎnfèi de
~ admission	免费入场 / miǎnfèi rùchǎng, 不收门票 / bùshōu ménpiào
~ and clear	全部付清的 / quánbù fùqīng de, 无债务的 / wú zhàiwù de, 清楚完整产权 / qīngchǔ wánzhěng chǎnquán
~ credit	无条件信贷 / wú tiáojiàn xìndài
~ economy	自由经济 / zìyóu jīngjì
~ enterprise	自营企业 / zìyíng qǐyè
~ fund	自由资金 / zìyóu zījīn
~ in (F.I.)	船方不负担装货费用 / chuánfāng búfùdàn zhuānghuò fèiyòng
~ of charge	免费 / miǎnfèi
~ out (F.O.)	卸货费在内的运费 / xièhuò fèi zài nèi de yùnfèi

~ *port*	自由港 / zìyóugǎng
~ *trade zone*	自由贸易区 / zìyóu màoyìqū
~ *trial*	免费试用 / miǎnfèi shìyòng
duty ~	免税 / miǎnshuì
free (v.)	解放 / jiěfàng; 释放 / shìfàng; 免除 / miǎn- chú
~ *a person from debt*	免除某人的债务 / miǎnchú mǒurén de zhàiwù
~ *alongside ship (FAS)*	船边交货价 / chuánbiān jiāohuòjià
~ *on board (FOB)*	离岸价 / lí'ànjià
~ *on rail*	铁路交货价 / tiělù jiāohuòjià
freehold (n.)	完整所有权 / wánzhěng suǒyǒuquán
freestanding (adj.)	独门独户的 / dúmén dúhù de
~ *building*	独立建筑物 / dúlì jiànzhùwù
freeze (n.)	冻结 / dòngjié
~ *on prices*	物价冻结 / wùjià dòngjié
~ *on wages*	工资冻结 / gōngzī dòngjié
credit ~	信贷冻结 / xìndài dòngjié
pay ~	工资冻结 / gōngzī dòngjié
freeze (v.)	冻结 / dòngjié
~*ing of foreign assets*	外国资产冻结 / wàiguó zīchǎn dòngjié
freight (n.)	货物 / huòwù; 运送费 / yùnsòngfèi, 运费 / yùnfèi
~ *collect*	代收运费 / dàishōu yùnfèi; 运费到付 / yùn- fèi dàofù, 受货人付运费 / shòuhuòrén fù yùnfèi
~ *forwarder*	货运承揽公司 / huòyùn chénglǎn gōngsī, 货物转运商 / huòwù zhuǎnyùnshāng
~ *included*	运费在内 / yùnfèi zài nèi
~ *prepaid*	先付运费 / xiānfù yùnfèi
air ~	空运 / kōngyùn

freight (v.) 运送 / yùnsòng
   ~ a ship 将货物装船 / jiāng huòwù zhuāngchuán
   ~ goods to... 将货物运至... / jiāng huòwù yùnzhì...

freighter (n.) 货船 / huòchuán; 承运人 / chéngyùnrén

frequency (n.) 频度 / píndù

friction (n.) 摩擦 / mócā
   trade ~ 贸易摩擦 / màoyì mócā

frills (n.) 对乘客的多余服务 / duì chèngkè de duōyú fúwù
   no ~ 没有多余的服务 / méiyǒu duōyú de fúwù

fringe benefits (n.) 额外津贴 / éwài jīntiē, 附加福利 / fùjiā fúlì

front (n.) 前部 / qiánbù; 战线 / zhànxiàn
   ~ man 在第一线工作的人 / zài dìyīxiàn gōngzuò de rén
   ~ office 本部 / běnbù, 前台受理 / qiántái shòulǐ
   ~ organization 前方机构 / qiánfāng jīgòu
   ~ing company 出面公司 / chūmiàn gōngsī

front (v.) 预付定金 / yùfù dìngjīn, 前头付款 / qiántóu fùkuǎn

front-end (adj.) 开端 / kāiduān, 前端 / qiánduān
   ~ fee 前端手续费 / qiánduān shǒuxùfèi
   ~ load 前端负荷 / qiánduān fùhè
   ~ loading 启动费 / qǐdòngfèi

front money (n.) 前头款 / qiántóukuǎn, 基底金 / jīdǐjīn, 发展金 / fāzhǎnjīn

frozen (adj.) 冻结的 / dòngjié de; 冷冻的 / lěngdòng de
   ~ account 冻结帐户 / dòngjié zhànghù
   ~ assets 冻结资产 / dòngjié zīchǎn
   ~ food 冷冻食品 / lěngdòng shípǐn
   ~ loans 冻结贷款 / dòngjié dàikuǎn

~ rents	冻结租金 / dòngjié zūjīn
~ wage	冻结工资 / dòngjié gōngzī
frugality (n.)	节约 / jiéyuē, 节俭 / jiéjiǎn
frustration (n.)	失败 / shībài, 落空 / luòkōng
~ of contract	合同落空 / hétóng luòkōng
~ of voyage	航程中止 / hángchéng zhōngzhǐ
FSLIC	→ federal
FTC	→ fair
fuel-efficient (adj.)	节省燃料的 / jiéshěng ránliào de
fulfill (v.)	履行 / lǚxíng
~ one's duty	履行某人的职责 / lǚxíng mǒurén de zhízé
~ an order	回应订购 / huíyìng dìnggòu
fulfillment (n.)	履行 / lǚxíng
~ of a contract	履行合同 / lǚxíng hétóng
full (adj.)	完全 / wánquán, 十分的 / shífen de, 满的 / mǎn de, 全额的 / quán'é de
~ amount	全额 / quán'é
~ authority	全权 / quánquán
~-blown depression	全面不景气 / quánmiàn bùjǐngqì
~ capacity	满负荷 / mǎn fùhè
~ disclosure	充分揭示 / chōngfèn jiēshì
~ fare	金(额)票(价) / jīn(é)piào(jià)
~-line policy	经销全套产品政策 / jīngxiāo quántào chǎnpǐn zhèngcè
~ operation	满负荷操作 / mǎn fùhè cāozuò
~ service	全面服务 / quánmiàn fúwù
~ value	足额 / zú'é
at ~ capacity	开足马力 / kāizú mǎlì
at ~ value	全额 / quán'é
pay in ~	全额支付 / quán'é zhīfù

full-time (adj.) 全日的 / quánrì de
   ~ employment 全日工作职位 / quánrì gōngzuò zhíwèi
   ~ job 专任工作 / zhuānrèn gōngzuò
   ~ pay 全日工资 / quánrì gōngzī

fully-diluted (adj.) 全被冲淡 / quánbèi chōngdàn
   ~ earnings per share 全面冲淡每股盈利 / quánmiàn chōngdàn měigǔ yínglì

function (n.) 职能 / zhínéng; 功能 / gōngnéng
   ~ of supply and demand 供需机能 / gōngxū jīnéng

function (v.) 运作 / yùnzuò

functional (adj.) 职能的 / zhínéng de
   ~ accounting 职能会计 / zhínéng kuàijì, 作业会计 / zuòyè kuàijì
   ~ classification 职能分类 / zhínéng fēnlèi
   ~ depreciation 功能折旧 / gōngnéng zhéjìu
   ~ expenses 业务费用 / yèwù fèiyòng
   ~ management 职能管理 / zhínéng guǎnlǐ
   ~ organization 职能机构 / zhínéng jīgòu

fund (n.) 资金 / zījīn, 基金 / jījīn
   ~ balance 基金结存额 / jījīn jiécún'é
   ~ in/on demand 资金需求 / zījīn xūqiú
   ~ manager 基金管理人 / jījīn guǎnlǐrén
   contingent ~ 应急资金 / yìngjí zījīn
   public ~s 公共基金 / gōnggòng jījīn
   working ~s 周转资金 / zhōuzhuǎn zījīn

fund (v.) 提供资金 / tígōng zījīn
   ~ a project 为计划项目提供资金 / wèijìhuà xiàngmù tígōng zījīn

fundamental (adj.) 基础的 / jīchǔ de
   ~ construction 基础建设 / jīchǔ jiànshè
   ~ change 基础变化 / jīchǔ biànhuà

fundamentals (n.)	基本原理 / jīběn yuánlǐ; 表示一国经济 力的) 基础 条件 / (biǎoshì yìguó jīngjìlì de) jīchǔ tiáojiàn
~ *analysis*	经济力基础条件分析 / jīngjìlì jīchǔ tiáojiàn fēnxī
~ *of economy*	经济的基本条件 / jīngjì de jīběn tiáojiàn
funding (n.)	提供资金 / tígōng zījīn
~ *bond*	筹资债券 / chóuzī zhàiquàn
~ *loan*	基金贷款 / jījīn dàikuǎn
~ *operation*	长期资金的转用 / chángqī zījīn de zhuǎn- yòng
~ *reserve*	特定基金储蓄金 / tèdìng jījīn chǔxùjīn
futures (n.)	期货 / qīhuò
~ *contract*	期货合约 / qīhuò héyuē
~ *market*	期货市场 / qīhuò shìchǎng
~ *option*	期货选择权 / qīhuò xuǎnzéquán, 期权 / qī- quán

G

GAAP (Generally Accepted Accounting Principles) 公认会计准则 / gōngrèn de kuàijì zhǔnzé

gain (n.) 利益 / lìyì, 利得/lìdé，收益金/ shōuyìjīn
  ~ and/or loss 损益/ sǔnyì
  capital ~s 资本利得/ zīběn lìdé

gain (v.) 赚/ zhuàn, 增进/ zēngjìn，获得/ huòdé
  ~ popularity 受欢迎 / shòu huānyíng

gainful (adj.) 有报酬[薪水]的/ yǒu bàochóu [xīnshuǐ] de
  ~ employment 有报酬的职业/ yǒu bàochóu de zhíyè
  ~ly employed 就业/ jiùyè

gamble (n.) 赌博 / dǔbó, 投机/ tóujī
  ~ in stock 做股票投机 / zuò gǔpiào tóujī

gamble (v.) 打赌 / dǎdǔ, 孤注一掷 / gūzhù yīzhì

game plan (n.) 精心策划的行动 / jīngxīn cèhuà de xíng-dòng

gangbuster (n.) 爆发性的盛况 / bàofāxìng de shèngkuàng

gangbuster (adj.) 盛况的 / shèngkuàng de

gap (n.) 差距 / chājù
  technology ~ 技术差距 / jìshù chājù
  trade ~ 贸易差额 / màoyì chā'é

garnishee (n.) 债权被扣押的第三债务人 / zhàiquán bèi kòuyā de dìsān zhàiwùrén
  ~ order 扣押令 / kòuyālìng

garnisher (n.) 扣押人 / kòuyārén

garnishment (n.)	扣押债务人财产 / kòuyā zhàiwùrén cái-chǎn, 扣 押债权的通知 / kòuyā zhàiquán de tōngzhī
GATT (General Agreement on Tariffs and Trade)	关税与贸易总协议 / Guānshuì yǔ Màoyì Zǒngxiéyì
gear (n.)	齿轮 / chǐlún
high ~	高速档 / gāosùdǎng
in ~	顺利进行 / shùnlì jìnxíng
out of ~	出了毛病 / chū le máobìng
run in high ~	顺利全力地进行 / shùnlì quánlì de jìnxíng
gear (v.)	加速 / jiāsù, 运动灵活 / yùndòng línghuó
~ down	挂慢档 / guà màndǎng
~ up production	加速 / jiāsù, 促进生产 / cùjìn shēngchǎn
general (adj.)	全体的 / quántǐ de, 一般的 / yìbān de, 普通的 / pǔtōng de, 总的 / zǒngde
~ acceptance	普通[无条件]承兑 / pǔtōng [wú tiáojiàn] chéngduì
~ expenses	一般费用 / yìbān fèiyòng
~ export license	普通出口许可证 / pǔtōng chūkǒu xǔkě-zhèng
~ ledger	总分类帐 / zǒng fēnlèi zhàng
~ manager	总经理 / zǒngjīnglǐ
~ meeting	大会 / dàhuì
~ partner	普通合伙人 / pǔtōng héhuǒrén
~ partnership	普通合伙 / pǔtōng héhuǒ
~ power of attorney	全权委托书 / quánquán wěituōshū
~ warranty deed	无债权 地契 / wú zhàiquán dìqì
general average (G.A.)	共同海损 / gòngtóng hǎisǔn
generate (v.)	发生 / fāshēng, 产生 / chǎnshēng
~ income	产生收益 / shēngchǎn shōuyì
generic brand (n.)	通用商标 / tōngyòng shāngbiāo

get-rich-quick (adj.)	立即致富 / lìjí zhìfù, 一攫千金 / yìjué qiān-jīn
gift tax (n.)	赠与税 / zèngyǔshuì
gilts (n.)	金边证券 / jīnbiān zhèngquàn
gilt-edged (adj.)	金边的 / jīnbiān de, 信用良好的 / xìnyòng liánghǎo de
~ *bills*	优良票据 / yōuliáng piàojù
~ *securities*	优良[金边]证券 / yōuliáng [jīnbiān] zhèngquàn
~ *stocks*	金边股票 / jīnbiān gǔpiào
giro (n.)	银行转帐清单 / yínháng zhuǎnzhàng qīng-dān
giveaway (adj.)	赠品 / zèngpǐn, 免费样品 / miǎnfèi yàngpǐn
~ *price*	贱价 / jiànjià
glamour (n.)	魅力 / mèilì
~ *stock*	热门股 / rèméngǔ
global (adj.)	全球的 / quánqiú de
~ *boom*	全球性繁荣 / quánqiúxìng fánróng
~ *brand*	全球性品牌 / quánqiúxìng pǐnpái
~ *company*	全球性公司 / quánqiúxìng gōngsī
~ *marketing*	全球性营销 / quánqiúxìng yíngxiāo
globalization (n.)	全球化 / quánqiúhuà
glut (n.)	充斥 / chōngchì, (市场)过剩 /(shìchǎng) guòshèng
~ *in the market*	市场过剩 / shìchǎng guòshèng
glut (v.)	充斥(市场) / chōngchì (shìchǎng)
~ *the market*	充斥市场 / chōngchì shìchǎng, 使存货过剩 / shǐ cúnhuò guòshèng
GNP (Gross National Product)	国民总产值 / guómín zǒngchǎnzhí

go begging	没销路 / méi xiāolù
go out of business (v.)	经营失败而停业 / jīngyíng shībài ér tíngyè
go public (v.)	挂牌 / guàpái, 公开上市 / gōngkāi shàng-shì
go under (v.)	破产 / pòchǎn
go-go (adj.)	赌博性投资的 / dǔbóxìng tóuzī de
~ *fund*	赌注性投资基金 / dǔzhùxìng tóuzī jījīn, 速利基金 / sùlì jījīn
~ *stock*	赌博性股票 / dǔbóxìng gǔpiào
the ~ *years*	狂欢年代 / kuánghuān niándài
goal (n.)	目标 / mùbiāo
going (adj.)	现行的 / xiànxíng de, 现存的 / xiàncún de
~ *concern value*	继续营业价值 / jìxù yíngyè jiàzhí
~ *price*	时价 / shíjià, 现行价格 / xiànxíng jiàgé
~ *rate*	现行费率 / xiànxíng fèilǜ
gold (n.)	金 / jīn, 黄金 / huángjīn
~ *basis*	金本位 / jīn běnwèi
~ *bug*	金本位支持者 / jīn běnwèi zhīchízhě
~ *bullion standard*	金块本位制 / jīnkuài běnwèizhì
~ *reserve*	黄金储备 / huángjīn chǔbèi
~ *standard*	金本位制度 / jīn běnwèi zhìdù
golden(adj.)	黄金的 / huángjīn de
~ *age*	黄金时代 / huángjīn shídài
~ *parachutte*	给公司老闆优厚的退休条件 / gěi gōngsī lǎobǎn yiūhòu de tuìxiū tiáojiàn
good (adj.)	好的 / hǎo de, 可靠的 / kěkào de, 有效的 / yǒuxiào de
~ *bargain*	赚钱生意 / zhuànqián shēngyì
~ *buy*	合算的买卖 / hésuàn de mǎimài, 上等的货物 / shàngděng de huòwù

~ *market*	销路好 / xiāolù hǎo
~ *paper*	可靠单据 / kěkào dānjù
~ *this month*	限本月有效 / xiàn běnyuè yǒuxiào
~ *till cancelled*	未撤销前有效 / wèi chèxiāo qián yǒuxiào [证]
~ *title*	有效的所有权 / yǒuxiào de suǒyǒuquán
good faith (n.)	诚意 / chéngyì, 善意 / shànyì
goods (n.)	商品 / shāngpǐn, 货物 / huòwù
~ *and services*	货物与劳务 / huòwù yǔ láowù
~ *in process*	在制品 / zài zhìpǐn
~ *rejected / returned*	拒收[退回]货物 / jùshōu [tuìhuí] huòwù
capital ~	资本货物 / zīběn huòwù
consumer ~	消费品 / xiāofèipǐn
durable ~	耐用品 / nàiyòngpǐn
goodwill (n.)	好意 / hǎoyì, 商誉 / shāngyù, 商业权 / shāngyèquán
~ *value*	商誉价值 / shāngyù jiàzhí
gouge (n.)	欺诈 / qīzhà, 诈取 / zhàqǔ
gouging (n.)	欺诈 / qīzhà, 诈取 / zhàqǔ
~ *price*	操纵价格牟利 / cāozòng jiàgé móulì
governance (n.)	支配/zhīpèi, 管理[方式]/guǎnlǐ [fāngshì]
corporate ~	企业共同管理 / qǐyè gòngtóng guǎnlǐ
government (n.)	政府 / zhèngfǔ, 行政管理 / xíngzhèng guǎlǐ, 统治 / tǒngzhì
~ *bond*	政府公债 / zhèngfǔ gōngzhài
~ *borrowing*	政府举债 / zhèngfǔ jǔzhài
~ *debt*	国债 / guózhài, 政府债务 / zhèngfǔ zhàiwù
~ *spending*	政府开支 / zhèngfǔ kāizhī
grace period (n.)	宽限期 / kuānxiànqī
grade (n.)	等级 / děngjí, 品位 / pǐnwèi
~ *label(l)ing*	按质量分等级 / àn zhìliàng fēn děngjí

high ~	高档 / gāodàng
investment ~	适合投资的品级 / shìhé tóuzī de pǐnjí
low ~	低档 / dī dàng
grade (v.)	分等级 / fēn děngjí
~d goods	分等级商品 / fēn děngjí shāngpǐn
~d tax	级差税 / jíchāshuì
grading (n.)	分级 / fēnjí
gradual (adj.)	逐渐的 / zhújiàn de
~ decline	渐跌 / jiàndiē
~ decrease/fall	逐步下跌 / zhúbù xiàdiē
graduated (adj.)	累进的 / lěijìn de, 分等级的 / fēn děngjí de
~ rate	累进税率 / lěijìn shuìlǜ
~ tax	累进税 / lěijìnshuì
~ taxation	累进课税 / lěijìn kèshuì
grain (n.)	粮食 / liángshí
grand (n.)	一千美元 / yìqiān Měiyuán
grand (adj.)	总的 / zǒngde; 雄大的 / xióngdà de
~ prize	特等奖 / tèděngjiǎng
~ sale	大拍卖 / dà pāimài
~ strategies	重要策略 / zhòngyào cèlüè
grand total (n.)	总计 / zǒngjì
grandfather (v.)	免受新法规限制 / miǎnshòu xīn fǎguēi xiànzhì
~ clause	既得权条款 / jìdéquán tiáokuǎn
grandfathering (n.)	既得权 / jìdéquán
grant (n.)	补助金 / bǔzhùjīn; 许可 / xǔkě, 赠与 / zèngyǔ, 转让财产 / zhuǎnràng cáichǎn
~ deed	产权转让契约 / chǎnquán zhuǎnràng qìyuē
patent ~	专利许可 / zhuānlì xǔkě

research ~	研究补助金 / yánjiū bǔzhùjīn
grantee (n.)	受让人 / shòuràngrén; 买主 / mǎizhǔ
grantor (n.)	出让人 / chūràngrén; 卖主 / màizhǔ
grapevine (n.)	传闻 / chuánwén
through ~	从暗中的秘密消息来源 / cóng ànzhōng de
	mìmi xiāoxi láiyuán
graph (n.)	图表 / túbiǎo
gratis (L.)	免费的 / miǎnfèi de, 无偿的 / wúcháng de
gratuitous (adj.)	免费的 / miǎnfèi de, 无偿的 / wúcháng de
~ *conveyance*	无偿让渡 / wúchángràngdù
~ *service*	免费服务 / miǎnfèi fúwù
gratuity (n.)	小费 / xiǎofèi, 赏金 / shǎngjīn
gravcyard shift (n.)	大夜班 / dàyèbān
gravy (n.)	容易赚的钱 / róngyì zhuàn de qián
~ *boat / train*	不卖劲而赚大钱的机会 / búmàijìn ér zhuàn dà qián de jīhuì
greenmail (n.)	绿票讹诈 / lüpiào èzhà
grievance (n.)	不平 / bùpíng, 申诉 / shēnsù
~ *committee*	(处理工人不满的)申诉委员会 / (chǔlǐ gōngrén bùmǎn de) shēnsù wěiyuánhuì
~ *procedure*	申诉程序 / shēnsù chéngxù
wage ~*s*	对工资不满的申诉 / duì gōngzī bùmǎn de shēnsù
grocery store (n.)	食品杂货店 / shípǐn záhuòdiàn
gross (n.)	总额 / zǒng'é, 毛额 / máo'é

gross (adj.)	毛的 / máo de; 重大的 / zhòngdà de
~ *amount*	总额 / zǒng'é
~ *domestic product (GDP)*	国内生产总值 / guónèi shēngchǎn zǒngzhí
~ *income*	总收入 / zǒngshōurù
~ *margin*	毛利 / máolì
~ *national product (GNP)*	国民生产总值 / guómín shēngchǎn zǒngzhí
~ *negligence*	重大过失 / zhòngdà guòshī
~ *price*	毛价 / máojià
~ *profit*	总利润 / zǒnglìrùn
~ *weight*	毛重 / máozhòng
group (n.)	集团 / jítuán
group (adj.)	集体的 / jítǐ de
~ *insurance*	集体保险 / jítǐ bǎoxiǎn
growth (n.)	成长 / chéngzhǎng, 增长 / zēngzhǎng, 发展 / fāzhǎn
~ *company*	(增长快于总体经济的) 发展公司 / (zēngzhǎng kuàiyú zǒngtǐ jīngjì de) fāzhǎn gōngsī
~ *fund*	发展信托投资基金 / fāzhǎn xìntuō tóuzī jījīn
~ *industry*	发展迅速的新行业 / fāzhǎn xùnsù de xīn hángyè
~ *potential*	成长潜力 / chéngzhǎng qiánlì
~ *rate*	增长率 / zēngzhǎnglǜ
~ *stock*	成长股 / chéngzhǎnggǔ
profit ~	利润增长 / lìrùn zēngzhǎng
guarantee (n.)	保证 / bǎozhèng
~ *of quality*	质量保证 / zhìliàng bǎozhèng
~ *of title*	所有权的保证 / suǒyǒuquán de bǎozhèng
guarantee (v.)	保证 / bǎozhèng, 担保 / dānbǎo
~ *a note*	为票据提供担保 / wèi piàojù tígōng dānbǎo
~*ed loan*	有担保的贷款 / yǒu dānbǎo de dàikuǎn
~*d price*	保证价格 / bǎozhèng jiàgé
~*d qualities*	有保证的品质 / yǒu bǎozhèng de pǐnzhì

guarantor (n.)	保证[担保]人 / bǎozhèng[dānbǎo]rén
guaranty (n.)	保证(书) / bǎozhèng(shū), 抵押品 / dǐyāpǐn
guardian (n.)	保护者 / bǎohùzhě, 监护人 / jiānhùrén
~ of estate	财产监护人 / cáichǎn jiānhùrén
guardianship (n.)	监护 / jiānhù, 监护人的职责或身分 / jiānhù-rén de zhízé huò shēnfèn
guidebook (n.)	指南 / zhǐnán
guideline (n.)	指导原则 / zhǐdǎo yuánzé, 方针 / fāngzhēn
investment ~	投资指南 /tóuzī zhǐnán
guild/gild(n.)	同业公会 / tóngyè gōnghuì
guru (n.)	专家 / zhuānjiā, 领袖 / lǐngxiù

H

haggle (v.) 讨价还价 / tǎojià huánjià
 ~ about principle 拿原则作交易 / ná yuánzé zuò jiāoyì
 ~ over a price 讨价还价 / tǎojià huánjià

half (n.) 一半 / yíbàn
 ~ fare 半价运费 / bànjià yùnfèi
 ~ pay 半薪 / bànxīn
 ~ time 半工半薪 /bàngōng bànxīn, 半日劳动者/ bànrì láodòngzhě

hallmark (n.) 品质证明 / pǐnzhì zhèngmíng, 标志 / biāozhì

halt (v.) 停止 / tíngzhǐ, 中止 / zhōngzhǐ
 Trading was ~ed. 交易中断了 / jiāoyì zhōngduàn le

halve (v.) 减半 / jiǎnbàn, 二等分 / èrděng fēn, 平均分担 / píngjūn fēndān
 ~ the production 使生产减低一半 / shǐ shēngchǎn jiǎndī yíbàn

hand (n.) 人手 / rénshǒu; 职工 / zhígōng; 握有 / wòyǒu
 change ~s 换主 / huànzhǔ
 cash on ~ 手存现金 / shǒucún xiànjīn
 farm ~s 农业劳动者 / nóngyè láodòngzhě
 goods on ~ (盘)存货(物) / (pán) cúnhuò (wù)

handbook (n.) 手册 / shǒucè

handicraft (n.) 手工业 / shǒugōngyè, 手工艺 / shǒugōngyì, 手工艺品 / shǒugōngyìpǐn
 ~ industry 手工业 / shǒugōngyè

handle (v.) 搬运 / bānyùn, 处理 / chǔlǐ
 "~ with care" 小心轻放 / xiǎoxīn qīngfàng

handling (n.)	装卸 / zhuāngxiè
~ *cost*	装卸成本 / zhuāngxiè chéngběn
handy (adj.)	方便的 / fāngbiàn de, 手巧的 / shǒuqiǎo de
handyman (n.)	手巧的人 / shǒuqiǎo de rén
hangup (n.)	障碍 / zhàngài; 大难题 / dà nántí
harbinger (n.)	先驱 / xiānqū, 前兆 / qiánzhào
harbor dues (n.)	入港[港口]税 / rùgǎng [gǎngkǒu] shuì
hard (adj.)	硬的 / yìng de; 辛苦的 / xīnkǔ de, 困难的 / kùnnan de; 残酷的 / cánkù de
~ *bargain*	苛刻的交易 / kēkè de jiāoyì
~ *currency*	硬通货 / yìng tōnghuò, 强势货币 / qiángshì huòbì
~ *goods*	耐用(消费)品 / nàiyòng (xiāofèi)pǐn
~ *labor*	重劳动 / zhòng láodòng
~ *loan*	硬币货款 / yìngbì dàikuǎn
~ *sell*	强行推销 / qiángxíng tuīxiāo
~ *times*	不景气的时期 / bùjǐngqì de shíqī, 困难时期 / kùnnan shíqī
~ *up for cash*	经济拮据 / jīngjì jiéjù, 银根紧 / yíngēn jǐn
hardball (n.)	强硬的措施 / qiángyìng de cuòshī
play ~	施硬 / shīyìng
hardware (n.)	五金类 / wǔjīnlèi
~ *store*	五金行 / wǔjīnháng
harsh (adj.)	苛刻的 / kēkè de
~ *duties*	苛捐杂税 / kējuān záshuì
~ *terms*	苛刻的条件 / kēkè de tiáojiàn
haul (n.)	搬运 / bānyùn
long ~	长途搬运 / cháng tú bānyùn
short ~	短途搬运 / duǎntú bānyùn

have (n.)   富有者[国] / fùyǒuzhě [guó]
     ~s and ~ nots   富有者和无产者 / fùyǒuzhě hé wúchǎnzhě

haven (n.)   港口 / gǎngkǒu, 避难所 / bìnànsuǒ
     tax ~   保税区 / bǎoshuìqū

hawk (v.)   沿街叫卖 / yánjiē jiàomài
     ~ products   兜售商品 / dōushòu shāngpǐn

hawker (n.)   小贩 / xiǎofàn

hazard (n.)   危险 / wēixiǎn
     health ~   健康危险 / jiànkāng wēixiǎn
     occupational ~   职业伤害[危险] / zhíyè shānghài [wēixiǎn]

hazadous goods (n.)   危险的 / wēixiǎn de
     ~ article/goods   危险货物 / wēixiǎn huòwù

HDTV (n.) (high-definition television)   高分辨电视 / gāo fēnbiàn diànshì

head (adj.)   总局[总店]的 / zǒngjú [zǒngdiàn] de
     ~ office   总公司 / zǒnggōngsī

head (n.)   首长 / shǒuzhǎng, 头 / tóu
     ~ count   人数调查 / rénshù diàochá
     ~ of family   家长 / jiāzhǎng
     keep one's ~ above water   未欠债 / wèi qiànzhài

head (v.)   向...前进 / xiàng... qián jìn
     ~ toward bankruptcy   濒临破产 / bīnlín pòchǎn
     Interest rates will ~ lower.   利率趋下降 / Lìlǜ qū xiàjiàng.

headhunter (n.)   (物色人才的)荐人公司 / (wùsè réncái de) jiànrén gōngsī, 猎头者 / liètóuzhě

headhunting (n.)   物色人才 / wùsè réncái

headquarters (n.)   总部 / zǒngbù
     corprate ~   公司总部 / gōngsī zǒngbù

headway (n.) | 进展 / jìnzhǎn
make ~ | 获得进展 / huòdé jìnzhǎn

health (n.) | 健康 / jiànkāng, 卫生 / wèishēng
~ care industry | 保健业 / bǎojiànyè
~ care market | 卫生用品[保健品]市场 / wèishēng yòng-pǐn [bǎojiànpǐn] shìchǎng
~ certificate | 健康证明书 / jiànkāng zhèngmíngshū
~ food | 健康食品 / jiànkāng shípǐn
~ insurance | 医疗保险 / yīliáo bǎoxiǎn, 健康保险 / jiàn-kāng bǎoxiǎn

heavy (adj.) | 重的 / zhòng de, 大量的 / dàliàng de
~ buyer | 大量买入者 / dàliàng mǎirùzhě
~ cargo | 超重货物 / chāozhòng huòwù, 特重货物 / tèzhòng huòwù
~ duty/tax | 重税 / zhòngshuì
~ industry | 重工业 / zhònggōngyè
~ market | 不活跃[滞销]市场 / bùhuóyuè [zhìxiāo] shìchǎng

heavy-duty (adj.) | 重型的 / zhòngxíng de, 经得起耗损的 / jīngdeqǐ hàosǔn de
~ machine | 重型机器 / zhòngxíng jīqì

heckler (n.) | 质问者 / zhìwènzhě

hedge (v.) | 套头[平衡]交易 / tàotóu [pínghéng] jiāoyì, 套期[套购]保值 / tàoqī [tàogòu] bǎozhí
~ against inflation | 避免通货膨胀损失的套购保值 / bìmiǎn tōnghuò péngzhàng sǔnshī de tàogòu bǎozhí
~ buying | 买期卖期保值 / mǎiqī bǎozhí
~ fund | 套利基金 / tàolì jījīn
~ selling | 卖期保值 / màiqī bǎozhí

hedge (n.) | 套购保值 / tàogòu bǎozhí
~ inventory | 囤积库存 / túnjī kùcún

hedging (n.)	套期交易 / tàoqī jiāoyì
~ operation	套期保值业务 / tàoqī bǎozhí yèwù
height (n.)	顶点 / dǐngdiǎn
heir (n.)	法定继承人 / fǎdìng jìchéngrén
~ and assigns	继承人与其他继承人 / jìchéngrén yǔ qítā jìchéngrén
~ apparent	当然继承人 / dāngrán jìchéngrén
~ at law	法定推定继承人 / fǎdìng tuīdìng jìchéngrén
hereditament (n.)	可继承的财产 / kě jìchéng de cáichǎn, 不动产 / búdòngchǎn
heyday (n.)	全盛时期 / quánshèng shíqī
hidden (adj.)	隐藏的 / yǐncáng de, 秘密的 / mìmì de
~ asset	隐匿 [帐外]资产 / yǐnnì [zhàngwài] zīchǎn
~ tax	隐含税 / yǐnhánshuì, 间接税 / jiànjiēshuì
~ unemployment	隐蔽性失业 / yǐnbìxìng shīyè
high (n.)	最高价格 / zuìgāo jiàgé
historical ~	历史最高价格 / lìshǐ zuìgāo jiàgé
new ~	新高 价格 / xīngāo jiàgé
high (adj.)	高度的 / gāodù de, 高额的 / gāo'é de, 高级的 / gāojí de
~ cost	高成本 / gāo chéngběn
~ coupon	高收益证券 / gāo shōuyì zhèngquàn
~ economic growth	高度增长 / gāodù zēngzhǎng
~ flier/flyer	投机性大而价格变动大的股票 / tóujīxìng dà ér jiàgé biàndòng dà de gǔpiào, 有高手腕的人 / yǒu gāo shǒuwàn de rén, 极会挥霍的人 / jí huì huīhuò de rén
~ flying stock	投机性而价格变化大的股票 / tóujīxìng ér jiàgé biànhuà dà de gǔpiào
~-grade corporate bond	高资信等级的公司债券 / gāo zīxìn děngjí de gōngsī zhàiquàn
~ income bracket	高收入阶层 / gāo shōurù jiēcéng
~-margin product	高毛利产品 / gāo máolì chǎnpǐn

~ *risk*	高风险 / gāo fēngxiǎn
~ *roller*	肆意挥霍的人 / sìyì huīhuò de rén
~~*yield*	高产 / gāochǎn
highlight (n.)	显著要点 / xiǎnzhù yàodiǎn; 最主要事项 / zuì zhǔyào shìxiàng; 精彩节目 / jīngcǎi jiémù
hike (n.)	加价 / jiājià
pay ~	增薪 / zēngxīn
price and wage ~	物价和工资上涨 / wùjià hé gōngzī shàng-zhǎng
hike (v.)	急速抬高价格 / jísù táigāo jiàgé
hire (n.)	雇佣 / gùyòng
~ *purchase*	租购 / zūgòu
new ~	新雇佣 / xīn gùyòng
hire (v.)	雇佣 / gùyòng
~ *a ship*	租船 / zū chuán
historical cost (n.)	历史[过去, 原始]成本 / lìshǐ [guòqù, yuán-shǐ] chéngběn
hive-off (n.)	分散经营 / fēnsàn jīngyíng
hoard (v.)	囤积 / túnjī, 储藏 / chǔcáng
~*ed good*	囤积物资 / túnjī wùzī
hoarding (n.)	囤积 / túnjī, 储藏 / chǔcáng
hold (n.)	保有 / bǎoyǒu, 持有 / chíyǒu; 停止 / tíngzhǐ
on ~	停止状态 / tíngzhǐ zhuàngtài
hold (v.)	保有 / bǎoyǒu, 使...负责 / shǐ... fùzé; 抑制 / yìzhì
~ *down the costs*	缩减成本 / suōjiǎn chéngběn
~ *harmless*	保证免受损失 / bǎozhèng miǎnshòu sǔnshī

~ *harmless clause*	保证无损害条文 / bǎozhèng wú sǔnhài tiáo- wén
~ *share*	持有股份 / chíyǒu gǔfèn
~ *... responsible*	使某人负责 / shǐ mǒurén fùzé
holdbacks (n.)	被暂时扣下的东西(或工资) / bèi zànshí kòuxià de dōngxi (huò gōngzī)
holder (n.)	持有者 / chíyǒuzhě; (支票汇票等)执票人 (zhīpiào, huìpiào děng) zhípiàorén
~ *for value*	有代价的持有人 / yǒu dàijià de chíyǒurén
~ *in due course*	正当所有人 / zhèngdāng suǒyǒurén
~ *of a bill*	票据持有人 / piàojù chíyǒurén
~ *of a mortgage*	抵押契据持有人 / dǐyā qìjù chíyǒurén
~ *of record*	保持记录者 / bǎochí jìlù zhě
patent ~	专利持有人 / zhuānlì chíyǒurén
holding (n.)	持有 / chíyǒu, 持有物[地] / chíyǒuwù [dì]; 持股 / chígǔ; 持有额 / chíyǒu'é, 库存 / kùcún
~ *bank*	持股银行 / chígǔ yínháng
~ *company*	控股[股权]公司 / kònggǔ [gǔquán] gōngsī
~ *period*	持有期间 / chíyǒu qījiān
holdover (n.)	暂缓 / zànhuǎn, 延期 / yánqī
holiday (n.)	假期 / jiàqī
tax ~	税收减免期 / shuìshōu jiǎnmiǎnqī
hollow out (v.)	空洞化 / kōngdònghuà
home (n.)	住宅 / zhùzhái; 本国 / běnguó, 本地 / běndì
~ *appliance*	家庭电气用具 / jiātíng diànqì yòngjù
~ *country*	本国 / běnguó
~ *loan*	房屋贷款 / fángwū dàikuǎn
~ *mortgage*	住宅抵押贷款 / zhùzhái dǐyā dàikuǎn
~ *office*	总公司 / zǒnggōngsī
homeowner (n.)	房主 / fángzhǔ

~ *insurance policy*	宅主保险单 / zháizhǔ bǎoxiǎndān
~ *warrenty*	屋主保证贷款 / wūzhǔ bǎozhèng dàikuǎn
homeopoly (n.)	同质竞争 / tóngzhì jìngzhēng
homestead (n.)	家用住宅 / jiāyòng zhùzhái, 住者有其屋 / zhùzhě yǒu qí wū
~ *exemption*	房屋扣押豁免 / fángwū kòuyā huòmiǎn
homestead (v.)	定居 / dìngjū
honest (adj.)	正当的 / zhèngdāng de, 诚实的 / chéngshí de
~ *gain*	正当收益 / zhèngdāng shōuyì
~ *price*	货真价实 / huò zhēn jià shí
homogeneous (adj.)	同类的 / tónglèi de, 同质的 / tóngzhì de
honor (n.)	名誉 / míngyù, 信誉 / xìnyù; 承兑 / chéng-duì
~ *agreement*	名誉保险契约 / míngyù bǎoxiǎn qìyuē
acceptance for ~	参加承兑 / cānjiā chéngduì
business ~	商业信用 / shāngyè xìnyòng
honor (v.)	承兑 / chéngduì; 承诺 / chéngnuò; 信守 / xìnshǒu; 履行 / lǚxíng
~ *a bill*	承兑票据 / chéngduì piàojù
~ *an agreement*	履行协议 / lǚxíng xiéyì
honorarium (n.)	酬金 / chóujīn
honorary (adj.)	名誉的 / míngyù de
host (n.)	主人 / zhǔrén, 东道主 / dōngdàozhǔ
~ *country*	东道国 / dōngdàoguó
hot (adj.)	紧急的 / jǐnjí de; 热门的 / rèmén de
~ *issue*	热门股票 / rèmén gǔpiào
~ *item*	热门货品 / rèmén huòpǐn
~ *job*	急要的工作 / jíyào de gōngzuò

~ *money*	游资 / yóuzī, 热钱 / rèqián
sell like ~cakes	很畅销 / hěn chàngxiāo
horizontal combination (n.)	横向合并 / héngxiàng hébìng, 同业合并 / tóngyè hébìng
hourly (adj.)	每小时的 / měi xiǎoshí de
~ *wage*	每小时的工资 / měi xiǎoshí de gōngzī
house (n.)	公司 / gōngsī, 商店 / shāngdiàn
~ *bill*	内部汇票 / nèibù huìpiào, 公司汇票 / gōngsī huìpiào
~ *brand*	公司自定牌名 / gōngsī zìdìng páimíng
~ *check*	本行支票 / běnháng zhīpiào
~ *organ*	公司报刊 / gōngsī bàokān
household (n.)	家庭 / jiātíng, 住户 / zhùhù
~ *budget*	家庭预算 / jiātíng yùsuàn
~ *effects*	家具什物 / jiājù shíwù
~ *expenses*	家庭开支 / jiātíng kāizhī
~ *goods*	家用物品 / jiāyòng wùpǐn
housing (n.)	住宅供给 / zhùzhái gōngjǐ
~ *boom*	住宅建筑景气 / zhùzhái jiànzhù jǐngqì
~ *loan*	房屋贷款 / fángwū dàikuǎn
~ *shortage*	住宅短缺 / zhùzhái duǎnquē, 住宅荒 / zhùzhái huāng
~ *situation*	住房状况 / zhùfáng zhuàngkuàng
hovering (n.)	盘旋 / pánxuán
hub (n.)	中心 / zhōngxīn, 中枢 / zhōngshū
commercial ~	商业中心 / shāngyè zhōngxīn
human (adj.)	人(力)的 / rén(lì) dè
~ *capital*	人力资本 / rénlì zīběn
~ *relations*	人际关系 / rénjì guānxì
~ *resources*	人力资源 / rénlì zīyuán
~ *rights*	人权 / rénquán

hush-money	遮羞费 / zhēxiūfèi; 贿赂 / huìlù
hype (n.)	广告 / guǎnggào; 花招 / huāzhāo
hype (v.)	大肆宣传 / dàsì xuānchuán
hyper inflation (n.)	极度通货膨胀 / jídù tōnghuò péngzhàng
hypothecate (v.)	信用抵押 / xìnyòng dǐyā, 质押/ zhìyā, 不转移占有权抵押/ bùzhuǎnyí zhànyǒu- quán dǐyā
~ securities	抵押证券 / dǐyā zhèngquàn
~d asset	质押资产 / zhìyā zīchǎn
~d good	抵押品 / dǐyāpǐn
hypothecation (n.)	抵押 / dǐyā, 担保契约 / dānbǎo qìyuē

I

icon (n.)	偶像 / ǒuxiàng, 崇拜对象 / chóngbài duì-xiàng
identification (n.)	鉴定 / jiàndìng, 查明 / chámíng
~ card (ID card)	身份证 / shēnfènzhèng
~ marks or markings	识别 / shìbíe, 标记 /biāojì
identity (n.)	身份 / shēnfèn
idle (adj.)	停工的 / tínggōng de, 闲置的 / xiánzhì de
~ capital	闲置资本 / xiánzhì zīběn
~ cash	闲置现金 / xiánzhì xiànjīn
~ capacity	闲置生产能力 / xiánzhì shēngchǎn nénglì
~ facility	闲置设备 / xiánzhì shèbèi
~ time	停工时间 / tínggōng shíjiān
money lying ~	闲置不用的资金 / xiánzhì búyòng de zījīn
illegal (adj.)	非法的 / fēifǎ de, 违法的 / wéifǎ de
~ act	非法行为 / fēifǎ xíngwéi
~ dividend	非法红利 / fēifǎ hónglì
~ loan	非法贷款 / fēifǎ dàikuǎn
~ payment	非法付款 / fēifǎ fùkuǎn, 违章支付 / wéizhāng zhīfù
~ profit	非法利润 / fēifǎ lìrùn
illicit (adj.)	违禁的 / wéijìn de, 不经许可的 / bùjīng xǔkě de
~ income	非法收入 / fēifǎ shōurù
~ traffic	非法贩运 / fēifǎ fànyùn
illiquid (adj.)	非兑现性的 / fēiduìxiànxìng de
~ assets	非流动[不能变现的]资产 / fēiliúdòng [bùnéng biànxiàn de] zīchǎn
image (n.)	形象 / xíngxiàng
~ building	形象建立 / xíngxiàng jiànlì

brand ~	品牌形象 / pǐnpái xíngxiàng
corporate ~	公司形象 / gōngsī xíngxiàng
improve the ~	改善形象 / gǎishàn xíngxiàng
imbalance (n.)	不均衡状态 / bùjūnhéng zhuàngtài
~ of trade	贸易不均衡 / màoyì bùjūnhéng
imitation (n.)	仿制品 / fǎngzhìpǐn, 冒牌货 /màopái huò
~ brand	冒牌 / màopái
IMF	→ International Monetary Fund
immaterial (adj.)	无形的 / wúxíng de; 不重要的 / búzhòng-yào de
~ asset	无形资产 / wúxíng zīchǎn
~ evidence	非重要的证据 / fēizhòngyào de zhèngjù
~ property	无形财产 / wúxíng cáichǎn
immediate (adj.)	立即的 / lìjí de, 即期的 / jíqī de, 直接的 / zhí-jiē de
~ acceptance	即期承兑 / jíqī chéngduì
~ assets	流动资产 / liúdòng zīchǎn
~ cash payment	即期付现 / jíqī fùxiàn
~ party	直接当事人 / zhíjiē dāngshìrén
immigrant (n.)	移民 / yímín
~ remittance	侨汇 / qiáohuì
immovable (adj.)	不动的 / búdòng de, 不可动摇的 / bùkě dòngyáo de
~ estate	不动产 / búdòngchǎn
~ fixture	固定的附著物 / gùdìng de fùzhuówù
immunity (n.)	豁免 / huòmiǎn, 豁免权 / huòmiǎnquán
impact (n.)	冲击 / chōngjí, 影响 / yǐngxiǎng
imparlance (n.)	庭外谈判[和解]/ tíngwài tánpàn [héjiě]
impediment (n.)	妨碍 / fáng'ài, 障碍 / zhàng'ài

trade ~	贸易障碍 / màoyì zhàng'ài
implement (n.)	工具 / gōngjù, 器具 / qìjù
~ *of production*	生产工具 / shēngchǎn gōngjù
implement (v.)	履行 / lǚxíng, 实施 / shíshī
~ *a contract*	履行合同 / lǚxíng hétóng
implementation (n.)	履行 / lǚxíng, 实施 / shíshī
implicit (adj.)	隐含的 / yǐnhán de, 不讲明的 / bùjiǎngmíng de
~ *agreement*	默认[不讲明的]协议 / mòrèn [bùjiǎngmíng de] xiéyì
~ *interest*	内函[内隐]利息 / nèihán [nèiyǐn] lìxī
~ *transaction*	不讲明的交易 / bùjiǎngmíng de jiāoyì
give ~ *consent*	给予默许 / gěiyǔ mòxǔ
implied (adj.)	含隐[默示]的 / hányǐn [mòshì] de
~ *agreement*	默契 / mòqì
~ *authority*	默示代理权 / mòshì dàilǐquán
~ *conditions*	默示条件 / mòshì tiáojiàn
~ *notice*	示意告示 / shìyì gàoshì
~ *price*	含蓄价格 / hánxù jiàgé
implosion (n.)	内破 / nèipò
import (n.)	进口 / jìnkǒu, 输入 / shūrù
~ *declaration*	进口报关单 / jìnkǒu bàoguāndān
~ *deposits*	进口保证金 / jìnkǒu bǎozhèngjīn
~ *duty/tariff*	进口关税 / jìnkǒu guānshuì
~ *entry*	进口登记[报关手续] / jìnkǒu dēngjì [bàoguān shǒuxù]
~ *license*	进口许可 / jìnkǒu xǔkě
~ *regulations*	进口管制 / jìnkǒu guǎnzhì
~ *tax*	进口税 / jìnkǒushuì
import (v.)	进口输入 / jìnkǒu shūrù
~*ed goods*	进口货 / jìnkǒuhuò
importer (n.)	进口商 / jìnkǒushāng

impose (v.) 课上 / kèshàng, 强派 / qiángpài

~ *fine* 课上罚款 / kèshàng fákuǎn

~ *sanction* 加予制裁 / jiāyǔ zhìcái

~*tax* 课税 / kèshuì

impound (v.) 扣留 / kòuliú, 扣押 / kòuyā, 保管 / bǎoguǎn

~*ed account* 保管帐户 / bǎoguǎn zhànghù

~ *an account* 查封帐户 / cháfēng zhànghù

improved (adj.) 改善的 / gǎishàn de

~ *land* 改善地 / gǎishàndì, 可建地 / kějiàndì

~ *value* 增加价值 / zēngjiā jiàzhí

improvement (n.) 改进 / gǎijìn, 改良 / gǎiliáng, 改建 / gǎijiàn

~*s and betterments* 改进工程 / gǎijìn gōngchéng

~ *bond* 改良工程公债 / gǎiliáng gōngchéng gōng-zhài

~ *cost* 改良成本 / gǎiliáng chéngběn

~ *of stock price* 股票价格上升 / gǔpiào jiàgé shàngshēng

impulse (n.) 冲动 / chōngdòng, 即兴 / jíxìng

~ *buying* 冲动[即兴]购买 / chōngdòng [jíxìng] gòumǎi

~ *buyer* 冲动型消费者 / chōngdòngxíng xiāofèizhě

impute (v.) 归结 / guījié

imputed (adj.) 估算的 / gūsuàn de, 假计的 / jiǎjì de

~ *cost* 估算成本 / gūsuàn chéngběn

~ *income* 估算收入 / gūsuàn shōurù

~ *interest* 估算[假计]利息 / gūsuàn [jiǎjì] lìxī

inaccessible (adj.) 达不到的 / dábúdào de, 进不去的 / jìnbúqù de

inaccurate (adj.) 不正确的 / búzhèngquè de

inactive (adj.) 呆滞的 / dāizhì de, 不活动的 / bùhuódòng de

~ account	静止[不活动的]帐户 / jìngzhǐ [bùhuódòng de] zhànghù
~ market	交易清淡[不活络]的市场 / jiāoyì qīngdàn [bùhuóluò] de shìchǎng
~ stock	冷门股票 / lěngmén gǔpiào
inalienable (adj.)	不可转让[让与]的 / bùkě zhuǎnràng [ràngyǔ] de
~ rights	不可让与的权利 / bùkě ràngyǔ de quánlì
incapacity (n.)	无能力 / wú nénglì, 无资格 / wú zīgé
incentive (n.)	诱因 / yòuyīn, 鼓励 / gǔlì, 奖励 / jiǎnglì
~ pay	奖励金 / jiǎnglìjīn
~ system	奖励制度 / jiǎnglì zhìdù
reduce ~ to invest	减低投资意愿 / jiǎndī tóuzī yìyuàn
inchoate (adj.)	才开始的 / cái kāishǐ de, 未完成的 / wèi wánchéng de, 不完全的 / bùwánquán de, 未到期的 / wèi dàoqī de
~ instrument	手续不完备的票据 / shǒuxù bùwánbèi de piàojù, 空白票据 / kòngbái piàojù, 起始文件 / qǐshǐ wénjiàn
~ right	未赎权 / wèishúquán
incidental (adj.)	伴随的 / bànsuí de, 附带的 / fùdài de
~ conditions	附带条件 / fùdài tiáojiàn
~ expenses	杂项费用 / záxiàng fèiyòng
~ purchases	连带购买 / liándài gòumǎi
income (n.)	所得 / suǒdé, 收入 / shōurù, 收益 / shōuyì
~ approach	收益估计法 / shōuyì gūjìfǎ
~ bonds	收入债券 / shōurù zhàiquàn, 所得公司债 / suǒdé gōngsī zhài
~ bracket	收入等级[阶层] / shōurù děngjí [jiēcéng]
~ capitalization approach	投资报酬估计法 / tóuzī bàochóu gūjìfǎ
~ property	出租房地产 / chūzū fángdìchǎn
~ share	资产股 / zīchǎngǔ
~ statement	损益表 / sǔnyìbiǎo

~ tax	所得税 / suǒdéshuì
annual ~	年收入 / niánshōurù
inconsequential (adj.)	微不足道的 / wēibùzúdào de, 无关重要的 / wúguān zhòngyào de
of ~ value	几无价值的 / jǐwú jiàzhí de
incontestable (adj.)	不可争议的 / bùkě zhēngyì de, 不容争辩的 / bùróng zhēngbiàn de
~ clause	不可争的条款 / bùkězhēng de tiáokuǎn
~ evidence	无可争辨的证据 / wúkě zhēngbiàn de zhèngjù
inconvertible (adj.)	不可兑换的 / bùkě duìhuàn de, 不能兑现的 / bùnéng duìxiàn de
~ currency/money	非自由兑换的货币 / fēi zìyóu duìhuàn de huòbì
~ (bank) notes	不可转换的(银行)票据 / bùkě zhuǎnhuàn de (yínháng) piàojù
incorporate (v.)	组成公司 / zǔchéng gōngsī
The company was ~d in 1990.	公司成立于1990年 / Gōngsī chénglì yú yī-jiǔ-jiǔ-líng nián.
incorporated (adj.)	法人组织的 / fǎrén zǔzhī de
incorporation (n.)	组成[设立]公司 / zǔchéng [shèlì] gōngsī, 成为法人组织 / chéngwéi fǎrén zǔzhī
incorporeal (adj.)	无实体的 / wú shítǐ de
~ capital	无形资本 / wúxíng zīběn
~ property	无形财产 / wúxíng cáicǎn
~ right	无实体权 / wú shítǐquán
increase (n.)	增大 / zēngdà, 增加(量) / zēngjiā (liàng)
~ in price	涨价 / zhǎngjià
~ in value	增值 / zēngzhí
~ of capital stock	增资 / zēngzī
profit ~	利润增加 / lìrùn zēngjiā

increase (v.)	增大 / zēngdà, 增加 / zēngjiā
~ *the credit limit*	增加信贷额度 / zēngjiā xìndài édù
~ *the limit*	增加限制 / zēngjiā xiànzhì
increasing (adj.)	递增的 / dìzēng de
increment (n.)	增额 / zēng'é, 递增值 / dìzēngzhí
in ~s	分段逐渐增额 / fēnduàn zhújiàn zēng'é
incremental (adj.)	增额的 / zēng'é de, 增值的 / zēngzhí de
~ *benefit*	增值收益 / zēngzhí shōuyì
~ *costs*	增量成本 / zēngliàng chéngběn
~ *stock issue*	额外的股票发行 / éwài de gǔpiào fāxíng
incubator (n.)	扶植[孵养]新技术机构 / fúzhí [fūyǎng] xīn jìshù jīgòu
incur (v.)	招致 / zhāozhì, 遭受 / zāoshòu
~ *debts*	负债 / fùzhài, 引起债务 / yǐnqǐ zhàiwù
~ *expenses*	支出费用 / zhīchū fèiyòng
~*ed basis*	发生主义 / fāshēng zhǔyì
~*ed but not reported*	已发生但没有报告损害 / yǐ fāshēng dàn méiyǒu bàogào sǔnhài
indebtedness (n.)	负债 / fùzhài, 债务 / zhàiwù
excessive ~	超额负债 / chāo'é fùzhài
indemnify (v.)	给予赔偿 / gěiyǔ péicháng, 使免予受罚 / shǐ miǎnyǔ shòufá
~ *someone for a loss*	对某人的损失给予赔偿 / duì mǒurén de sǔnshī gěiyǔ péicháng
~ *one from an action*	使人避免因某种行为而受罚 / shǐ rén bìmiǎn yīn mǒuzhǒng xíngwéi ér shòufá
indemnity (n.)	损害赔偿 / sǔnhài péicháng, 损害担保 / sǔnhài dānbǎo
~ *agreement*	损失补偿契约 / sǔnshī bǔcháng qìyuē, 补偿协议 / bǔcháng xiéyì
~ *insurance*	损失补偿保险 / sǔnshī bǔcháng bǎoxiǎn
deed ~	赔偿契据 / péicháng qìjù

indent (n.)	代购定货单 / dàigòu dìnghuòdān, 委托定单 / wěituō dìngdān
~ *invoice*	受托代办发票 / shòutuō dàibàn fāpiào
~ *with limit*	限额双联订购单 / xiàn'é shuānglián dìnggòudān
indentee (n.)	受托代购商 / shòutuō dàigòushāng
indentor (n.)	委托代购商 / wěituō dàigòushāng
indenture (n.)	双联合同(一式二份的契约) / shuānglián hétóng (yíshì èrfèn de qìyuē); 债券约定书 / zhàiquàn yuēdìngshū, 公司债契约 / gōngsīzhài qìyuē; 定期服务契约 / dìngqī fúwù qìyuē
independent (adj.)	独立的 / dúlì de
~ *audit*	独立审计 / dúlì shěnjì
~ *contractor*	独立经营承包商 / dúlì jīngyíng chéngbāoshāng
~ *report*	第三者的(非官方的)报告 / dìsānzhě de (fēiguānfāng de) bàogào
index (n.)	索引 / suǒyǐn; 指数 / zhǐshù, 指标 / zhǐbiāo
~ *of business conditions*	景气指标 / jǐngqì zhǐbiāo
consumer price ~ *(CPI)*	消费价格指数 / xiāofèi jiàgé zhǐshù
stock ~	股票指数 / gǔpiào zhǐshù
wholesale price ~	批发价格指数 / pīfā jiàgé zhǐshù
indexing/indexation (n.)	(全面物价)指数化 / (quánmiàn wùjià) zhǐshùhuà
~ *of wage increase*	工资上升指数化 / gōngzī shàngshēng zhǐshùhuà
indicator (n.)	指标 / zhǐbiāo, 标誌 / biāozhì
business ~	商业指标 / shāngyè zhǐbiāo
economic ~	经济指标 / jīngjì zhǐbiāo
lagging ~	滞后指标 / zhìhòu zhǐbiāo
leading ~	先导指标 / xiāndǎo zhǐbiāo

indict (v.) 控告 / kònggào, 起诉 / qǐsù

indictment (n.) 起诉 / qǐsù

indirect (adj.) 间接的 / jiànjiē de
~ *cost/expense* 间接成本费用 / jiànjiē chéngběn fèiyòng
~ *flight* 非直达航次 / fēizhídá hángcì
~ *tax* 间接税 / jiànjiēshuì
~ *trade* 间接贸易 / jiànjiē màoyì

individual (n.) 个人 / gèrén, 个别 / gèbié
~ *account* 个人帐户 / gèrén zhànghù
~ *Retirement Account (IRA)* 个人退休金帐户 / gèrén tuìxiūjīn zhànghù

individual (adj.) 个别的 / gèbié de, 个人的 / gèrén de
on an ~ basis 以个别而论 / yǐ gèbié ér lùn

indivisible (adj.) 不可分的 / bùkěfēn de
~ *contract* 不可分的契约 / bùkěfēn de qìyuē
~ *obligation* 不可分的债务 / bùkěfēn de zhàiwù

industrial (adj.) 产业的 / chǎnyè de, 工业的 / gōngyè de
~ *accident* 工业事故 / gōngyè shìgù
~ *park* 工业区 / gōngyèqū, 工业园地 / gōngyè yuándì
~ *policy* 产业政策 / chǎnyè zhèngcè
~ *relations* 劳资关系 / láozī guānxì
~ *share* 工业股 / gōngyègǔ
~ *waste* 工业废料 / gōngyè fèiliào

inelastic demand (n.) 无弹性需求 / wú tánxìng xūqiú

inflation (n.) 通货膨胀 / tōnghuò péngzhàng, 物价飞涨 / wùjià fēizhǎng
~ *adjusted* 通货膨胀调整 / tōnghuò péngzhàng tiáozhěng
~ *control* 通货膨胀控制 / tōnghuò péngzhàng kòngzhì
~ *of credit* 信用膨胀 / xìnyòng péngzhàng

inflationary (adj.)   通货膨胀性的 / tōnghuò péngzhàngxìng de, 物价上涨的 / wùjià shàngzhǎng de

   ~ pressure   通货膨胀压力 / tōnghuò péngzhàng yālì

   ~ spiral   螺旋式通货膨胀 / luóxuánshì tōnghuò péngzhàng

   ~ trends   通货膨胀倾向 / tōnghuò péngzhàng qīngxiàng

inflow (n.)   流入(物) / liúrù (wù)

   capital ~   资本流入 / zīběn liúrù

influx (n.)   流入 / liúrù, 充斥 / chōngchì

   ~ of cheap labor   廉价劳动力流入 / liánjià láodònglì liúrù

   ~ of orders   订单涌入 / dìngdān yǒngrù

information (n.)   信息 / xìnxī

   ~ system   信息系统 / xìnxī xìtǒng

   ~ technology   信息技术 / xìnxī jìshù

infrastructural (adj.)   (社会)基础设施的 (shèhuì) jīchǔ shèshī

   ~ investment   基础设施投资 / jīchǔ shèshī tóuzī

infrastructure (n.)   基层结构 / jīcéng jiégòu, (社会)基础设施 / (shèhuì) jīchǔ shèshī

   economic ~   经济基础 / jīngjì jīchǔ

infringe (v.)   违反 / wéifǎ, 侵犯 / qīnfàn

   ~ copyright   侵犯版权 / qīnfàn bǎnquán

infringement (n.)   违反 / wéifǎn, 侵犯 / qīnfàn

   ~ of copyright   侵犯版权 / qīnfàn bǎnquán

   ~ of patent   专利权的侵犯 / zhuānlìquán de qīnfàn

infusion (n.)   注入 / zhùrù

   ~ of cash   现金注入 / xiànjīn zhùrù

ingot (n.)   铸金块 / zhùjīnkuài

   ~ bar   铸块 / zhùkuài

ingress (n.)	入口 / rùkǒu, 进路 / jìnlù, 入境权 / rùjìng quán, 自由进入权 / zìyóu jìnrùquán [不动]
inherit (v.)	继承 / jìchéng
~ an estate	继承遗产 / jìchéng yíchǎn
inheritance (n.)	继承(权) / jìchéng (quán), 遗产 / yíchǎn
~ property	遗产 / yíchǎn
~ tax	遗产(继承)税 / yíchǎn (jìchéng)shuì
inhibitive price (n.)	令人却步的价格 / lìngrén quèbù de jiàgé
initial (adj.)	最初的 / zuìchū de, 初期的 / chūqī de
~ balance	期初余额 / qīchū yú'é
~ capital	创业资本 / chuàngyè zīběn
~ cost	创办成本 / chuàngbàn chéngběn
~ payment	分期付款的首次付款 / fēnqī fùkuǎn de shǒucì fùkuǎn
~ price	开价 / kāijià
~ public offering (IPO)	最初公开募股出价 / zuìchū gōngkāi mùgǔ chūjià
initial (n.)	词首字母 / císhǒu zìmǔ, 姓名的大写字母/ xìngmíng de dàxiě zìmǔ
initiate (v.)	创始 / chuàngshǐ, 开始 / kāishǐ
injunction (n.)	命令 / mìnglìng, 指令 / zhǐlìng, 强制禁令 / qiángzhì jìnlìng, 禁制令 / jìnzhìlìng
ask for a court ~	请求法院强制执行 / qǐngqiú fǎyuàn qiáng-zhì zhíxíng
labor ~	劳资争议禁止令 / láozī zhēngyì jìnzhǐ lìng
inland bill of lading (n.)	内陆提单 / nèilù tídān
innovation (n.)	革新 / géxīn, 创新 / chuàng xīn
~ investment	技术革新投资 / jìshù géxīn tóuzī
innovative (adj.)	革新的 / géxīn de, 创意性的 / chuàngyìxìng de

input (n.)	投入(量) / tóurù(liàng), 输入 / shūrù
~ - output analysis	投入产出分析 / tóurù chǎnchū fēnxī
inquire (n.)	询盘 / xúnpán, 询价 / xúnjià
letter of ~	询价函件 / xúnjià hánjiàn
in-service (adj.)	在职的 / zàizhí de
~ training	在职培训 / zàizhí péixùn
insider (n.)	内部的人 / nèibù de rén, 知悉内幕的人 / zhīxī nèimù de rén
~ trading	内幕交易 / nèimù jiāoyì
insolvency (n.)	无偿债能力 / wú chángzhài nénglì de, 破产 / pòchǎn
~ proceeding	破产程序 / pòchǎn chéngxù
insolvent (adj.)	无偿债能力的 / wú chángzhài nénglì de, 周转不灵的 / zhōuzhuǎn bùlíng de
corporation	无偿还能力的公司 / wú chánghuán nénglì de gōngsī
inspection (n.)	检查 / jiǎnchá, 检验 / jiǎnyàn
~ declined	谢绝检验 / xièjué jiǎnyàn
~ free	欢迎检验 / huānyíng jiǎnyàn
instability (n.)	不安全 / bù'ānquán
instal (v.)	安置 / ānzhì, 安装 / ānzhuāng
installation (n.)	安置 / ānzhì, 安装 / ānzhuāng
installment (n.)	分期付款 / fēnqī fùkuǎn
~ buying	分期付款购买 / fēnqī fùkuǎn gòumǎi
~ plan	分期付款计划 / fēnqī fùkuǎn jìhuà
~ shipment(s)	分批装运 / fēnpī zhuāngyùn
payment in ~s	分期支付 / fēnqī zhīfù
instant (adj.)	本月的 / běnyuè de; 立即的 / lìjí de
~ death	即死 / jísǐ

~ food	快餐 / kuàicān
~ reply	立即答复 / lìjí dáfù
institutional (adj.)	团体[机关]的 / tuántǐ [jīguān] de, 制度上的 / zhìdùshàng de
~ buying	团体[机关]购买 / tuántǐ [jīguān] gòumǎi
~ investor	机构(有组织的集体)投资者 / jīgòu (yǒu zǔzhī de jítǐ) tóuzīzhě
~ stockholder	机构股东 / jīgòu gǔdōng
instruction (n.)	说明 / shuōmíng, 指示 / zhǐshì
~s for use	使用说明 / shǐyòng shuōmíng
follow ~s	按照说明 / ànzhào shuōmíng, 遵照指示 / zūnzhào zhǐshì
instrument (n.)	工具 / gōngjù; 票据 / piàojù; 证书 / zhèngshū; 手段 / shǒuduàn
~ of guarantee	保证契约证书 / bǎozhèng qìyuē zhèngshū
bank ~	银行票据 / yínháng piàojù
debt ~	债务证券 / zhàiwù zhèngquàn
financial ~	金融手段 / jīnróng shǒuduàn
market ~	短期债务证书 / duǎnqī zhàiwù zhèngshū
negotiable ~s	可转让票据 / kězhuǎnràng piàojù, 流通证券 / liútōng zhèngquàn
insufficient (adj.)	不足的 / bùzú de
~ funds	资金(存款)不足 / zījīn (cúnkuǎn) bùzú
~ packaging	包装不足 / bāozhuāng bùzú
insurance (n.)	保险 / bǎoxiǎn, 保证 / bǎozhèng
~ against damage	损害保险 / sǔnhài bǎoxiǎn
~ broker/company	保险经纪人公司 / bǎoxiǎn jīngjìrén gōngsī
~ policy	保险单 / bǎoxiǎndān
~ premium	保险费 / bǎoxiǎnfèi
fire ~	火险 / huǒxiǎn
insurer (n.)	保险(业)者 / bǎoxiǎn(yè)zhě
intangible (adj.)	无形的 / wúxíng de
~ assets	无形资产 / wúxíng zīchǎn

~ *property*	无形财产 / wúxíng cáichǎn
integration (n.)	统合 / tǒnghé, 一体化 / yītǐhuà
horizontal ~	水平一体化 / shuǐpíng yītǐhuà
vertical ~	垂直一体化 / chuízhí yītǐhuà
intellectual property (n.)	知识产权 / zhīshi chǎnquán
intensive (adj.)	密集的 / mìjí de, 集约的 / jíyuē de
~ *crops*	精耕农作物 / jīnggēng nóngzuòwù
~ *cultivation*	精耕细作 / jīnggēng xìzuò
capital ~	资本密集 / zīběn / mìjí
labor ~	劳动密集 / láodòng mìjí
interbank (adj.)	银行同业者间的 / yínháng tóngyèzhě jiān de
~ *market*	银行同业拆放市场 / yínháng tóngyè chāifàng shìchǎng
~ *rates*	银行间汇率 / yínhángjiān huìlǜ, 银行间利率 / yínhángjiān lìlǜ
interdependent (adj.)	相互依靠的 / xiānghù yīkào de
interdiction (n.)	禁治产 / jìnzhìchǎn [法]
interest (n.)	利息 / lìxī; 利害关系者 / lìhài guānxì zhě, 权益 / quányì
~ *arbitrage*	利息套汇 / lìxī tàohuì, 套利 / tàolì
~ *bearing*	生息[有利息]的 / shēngxī [yǒulìxī] de
~ *due*	到期利息 / dàoqī lìxī
~ *earned*	赚得利息 / zhuàndé lìxī
~ *free*	免息的 / miǎnxī de
~ *included*	本利合计 / běnlì héjì
~ *income*	利息收益 / lìxī shōuyì
~ *payable*	应付利息 / yīngfù lìxī
~ *rate*	利率 / lìlǜ
banking ~s	银行界 / yínhángjiè
bear no ~	不负担利率 / bùfùdān lìxī
business ~s	商界 / shāngjiè, 实业界 / shíyèjiè
buying ~	买意 / mǎiyì

controlling ~	支配关系 / zhīpèi guānxì
high ~	高利息 / gāo lìxī
joint ~s	共同利益 / gòngtóng lìyì
sell one's ~	售出某人的权益 / shòuchū mǒurén de quányì
interested parties (n.)	当事各方 / dāngshì gèfāng, 当事者 /dāng- shìzhě
interfere (v.)	干涉/ gānshè
interlocking director (n.)	互兼董事 / hùjiān dǒngshì
interim (n.)	期中 / qīzhōng, 临时 / línshí
in the ~	在过渡期间 / zài guòdù qījiān
interim (adj.)	临时的 / línshí de, 期中的 / qīzhōng de
~ *budget*	中期预算 / zhōngqī yùsuàn
~ *certificate*	临时证书 / línshí zhèngshū
~ *dividends*	期中股息(决算前的暂定股息) / qīzhōng gǔxī (juésuànqián de zàndìng gǔxī)
~ *reports*	期中报告 / qīzhōng bàogào
~ *statement*	期中报表 / qīzhōng bàobiǎo
interlocutor (n.)	对话者 / duìhuàzhě, 参加会谈的人 / cānjiā huìtán de rén
intermediary (n.)	居间[中介]人 / jūjiān[zhōngjiè]rén
act as ~	作为中介 / zuòwéi zhōngjiè
financial ~	金融居间人 / jīnróng jūjiānrén, 金融中介 / jīnróng zhōngjiè
through the ~ *of*	通过中间人 / tōngguò zhōngjiānrén
intermediary (adj.)	中介的 / zhōngjiān de, 媒介的 / méijiè de
~ *bank*	中间银行 / zhōngjiān yínháng
~ *commerce*	中介贸易 / zhōngjiè màoyì
~ *goods*	半成品 / bànchéngpǐn

intermediate (n.)	媒介 / méijiè, 半成品 / bànchéngpǐn
~s capacities	半成品生产能力 / bànchéngpǐn shēngchǎn nénglì
intermediate (adj.)	中间的 / zhōngjiān de, 居间的 / jūjiān de
~ grade	中级 / zhōngjí
~ term	中期 / zhōngqī
~ term marke outlook	中期市场展望 / zhōngqī shìchǎng zhǎnwàng
intermediation (n.)	中介 / zhōngjiè
intern (n.)	实习生 / shíxíshēng
internal (adj.)	内部的 / nèibù de, 国内的 / guónèi de
~ audit	内部审计 / nèibù shěnjì
~ finance	内部融资 / nèibù róngzī
~ rate of interest	内部利息率 / nèibù lìxīlǜ
~ revenue	国内税收 / guónèi shuìshōu
~ Revenue Service (IRS)	国(内)税(务)局 / Guó(nèi) Shuì(wù)jú
international (adj.)	国际的 / guójì de
~ agreement	国际协定 / guójì xiédìng
~ balance of payment	国际收支 / guójì shōuzhī
~ borrowing	国际借贷 / guójì jièdài
~ Monetary Fund (IMF)	国际货币基金组织 / Guójì Huòbì Jījīn Zǔzhī
Internet (n.)	国际互联网 / Guójì Hùliánwǎng
interstate commerce	州际商业 / zhōujì shāngyè
intervene (v.)	干预 / gānyù
intervention (n.)	干预 / gānyù
~ operation	干预操作 / gānyù cāozuò
currency ~	货币干预 / huòbì gānyù
interview (n.)	面谈 / miàntán
intestacy (n.)	无遗嘱 / wú yízhǔ

intestate (adj.)	没有留下遗嘱的 / méiyǒu liúxià yízhǔ de, 不能根据遗嘱处理的 / bùnéng gēnjù yízhǔ chǔlǐ de
die ~	无留遗嘱死亡 / wú liú yízhǔ sǐwáng
inure (v.)	生效 / shēngxiào, 利益归属 / lìyì guīshǔ
invalid (adj.)	失效的 / shīxiào de, 无效的 / wúxiào de
~ claim	无效要求 / wúxiào yāoqiú
~ contract	无效合同 / wúxiào hétóng
invalidate (v.)	使无效 / shǐ wúxiào
invention (n.)	发明 / fāmíng
inventory (n.)	存货[盘存] / cúnhuò [páncún], 库存 / kùcún, 财产清单 / cáichǎn qīngdān, 商品目录 / shāngpǐn mùlù
~ building	存货积累 / cúnhuò jīlěi
~ clearance	库存盘点 / kùcún pándiǎn
~ control	库存管理 / kùcún guǎnlǐ
~ turnover	库存周转(率) / kùcún zhōuzhuǎn (lǜ)
unsold ~	未售出库存 / wèi shòuchū kùcún
invest (v.)	投资 / tóuzī
~ in stock	股票投资 / gǔpiào tóuzī
~ed capital	投入[原有]资本 / tóurù [yuányǒu] zīběn
investment (n.)	投资 / tóuzī
~ advisor	投资顾问 / tóuzī gùwèn
~ analysis	投资分析 / tóuzī fēnxī
~ bank(er)s	投资银行(金融业者) / tóuzī yínháng (jīnróng yèzhě)
~ company	投资公司 / tóuzī gōngsī
~ strategy	投资战略 / tóuzī zhànluè
capital ~	资本投资 / zīběn tóuzī
investor (n.)	投资者 / tóuzīzhě
private ~	私人投资者 / sīrén tóuzīzhě
small ~	小(规模)投资者 / xiǎo (guīmó) tóuzīzhě

invisibles (n.)	无形贸易项目 / wúxíng màoyì xiàngmù
invisible (adj.)	隐形的 / yǐnxíng de, 无形的 / wúxíng de
~ *assets/capital*	无形资产[资本] / wúxíng zīchǎn [zīběn]
~ *balance*	(国际收支中的)无形收支差额 / (guójì shōuzhīzhōng de) wúxíng shōuzhī chā'é
~*capital*	无形资本 / wúxíng zīběn
~ *trade*	无形贸易 / wúxíng màoyì
~ *trade deficit*	无形贸易赤字 / wúxíng màoyì chìzì
~ *trade surplus*	无形贸易盈余 / wúxíng màoyì yíngyú
invoice (n.)	发票 / fāpiào, 装货单 / zhuānghuòdān
~ *book*	发票簿 / fāpiàobù
~ *number*	发票号码 / fāpiào hàomǎ
~ *price*	发票价格 / fāpiào jiàgé
consular ~	领事签证发票 / lǐngshì qiānzhèng fāpiào, 领事发票 / lǐngshì fāpiào
irrevocable (adj.)	不可撤销的 / bùkě chèxiāo de, 不可改变的 / bèkě gǎibiàn de
~ *assignment*	不能取消的转让 / bùnéng qǔxiāo de zhuǎn- ràng
~ *letter of credit*	不可撤销的信用证 / bùkě chèxiāo de xìn- yòngzhèng
~ *power of attorney*	不可撤销委托代理权状 / bùkě chèxiāo wěituō dàilǐquánzhuàng
issue (n.)	论点 / lùndiǎn; 颁布 / bānbù; 发行 / fāxíng
~ *market*	(证券)发行市场 / (zhèngquàn) fāxíng shì- chǎng
~ *of new shares*	发新股 / fā xīngǔ
~ *price*	发行价格 / fāxíng jiàgé
at ~	在争论中 / zài zhēnglùn zhōng, 待裁定的 / dài cáidìng de
barometer ~	指标股 / zhǐbiāogǔ
bond ~	公债发行 / gōngzhài fāxíng
new ~	新问题 / xīn wèntí

issue (v.)	发行 / fāxíng, 开立 / kāilì
~ *a check*	开出支票 / kāichū zhīpiào
~ *a letter of credit*	开立信用証 / kāilì xìnyòngzhèng
~ *a policy*	出具保单 / chūjù bǎodān
~ *at par*	按面额发行 / àn miàn'é fāxíng
~ *at the market price*	按市场价发行 / àn shìchǎngjià fāxíng
~ *instruction*	发布指示 / fābù zhǐshì
~ *shares*	发行股票 / fāxíng gǔpiào
~*ing bank*	发行银行 / fāxíng yínháng
~*d shares*	(已)发行股本 / (yǐ) fāxíng gǔběn
item (n.)	项目 / xiàngmù, 品目 / pǐnmù
~ *by* ~	逐项地 / zhúxiàng de
~ *of expense*	支出项目 / zhīchū xiàngmù
itemization (n.)	分项列举 / fēnxiàng lièjǔ
itemize (v.)	分项列举 / fēnxiàng lièjǔ, 详细列举 / xiángxì lièjǔ
~*d account*	明细帐目 / míngxì zhàngmù
itinerary (n.)	旅行日程 / lǚxíng rìchéng

J

jackpot (n.)	意外的成功 / yìwài de chénggōng, (彩票) 头奖 / (cǎi piào) tóujiǎng
hit the ~	赢得最大赌注 / yíngdé zuì dà dǔzhù
jack up (v.)	抬高(价格) / táigāo (jiàgé)
~ the price	抬高价格 / táigāo jiàgé
jargon (n.)	行话 / hánghuà
jawbone (v.)	强势说服 / qiángshì shuōfú
jawboning (n.)	强势说服 / qiángshì shuōfú, 施加压力 / shījiā yālì
jerry-build (v.)	偷工减料地建造 / tōugōng jiǎnliào de jiànzào
jet (n.)	喷射 / pēnshè
~ fuel	喷射机燃料 / pēnshèjī ránliào
~ lag	时差 / shíchā
jettison (n.)	投弃 货物入海 / tóuqì huòwù rù hǎi
jewel (n.)	珠宝 / zhūbǎo, 被珍视的物或人 / bèi zhēnshì de wù huò rén
JIT	→ Just in Time
job (n.)	工作 / gōngzuò, 职务 / zhíwù
~ description	职务说明 / zhíwù shuōmíng
~ evaluation	作业评价[评定] / zuòyè píngjià [píngdìng]
~ hunting	求职 / qiúzhí
~ market	求职市场 / qiúzhí shìchǎng
~ security	职业保证 / zhíyè bǎozhèng
~ seeker	求职者 / qiúzhízhě
on the ~ training	在职培训 / zàizhí péixùn

job (v.)	作包工 / zuò bāogōng, 代客买卖 / dàikè mǎimài, 零工 / línggōng
~ costing	分批成本计算 / fēnpī chéngběn jìsuàn
~ lot	成批出售 / chéngpī chūshòu, 零批 / língpī, 小批合同 / xiǎopī hétóng
~ lot ordering	成批订货 / chéngpī dìnghuò
jobber (n.)	散工 / sǎngōng; 非正式证券经纪人 / fēi zhèngshì zhèngquàn jīngjìrén, 中间商 / zhōngjiānshāng, 批发商 / pīfāshāng
~ market	经销批发市场 / jīngxiāo pīfā shìchǎng
jobless (adj.)	失业 / shīyè
~ rate	失业率 / shīyèlǜ
joinder (n.)	合并诉讼 / hébìng sùsòng
joint (adj.)	共同的 / gòngtóng de, 结合的 / jiéhé de
~ account	共同账户 / gòngtóng zhànghù
~ and several liability	连带及个别责任 / liándài jí gèbié zérèn
~ annuity	共同年金 / gòngtóng niánjīn
~ cost	共同成本 / gòngtóng chéngběn
~ debt	连带债务 / liándài zhàiwù
~ estate	联合共有地 / liánhé gòngyǒudì
~ management	联合经营 / liánhé jīngyíng, 共同管理 /gòngtóng guǎnlǐ
~ note	联合票据 / liánhé piàojù
~ owner	共有者 / gòngyǒuzhě, 合伙人 / héhuǒrén
~ ownership	共有权 / gòngyǒuquán
~ project	合办项目 / hébàn xiàngmù
~ product	联合产品 / liánhé chǎnpǐn
~ return	共同报税表 / gòngtóng bàoshuìbiǎo
~ stock company	合资公司 / hézī gōngsī
~ tenancy	共同均等持有房地产 / gòngtóng jūnděng chíyǒu fángdìchǎn
~ tenant	共同拥有者 / gòngtóng yōngyǒuzhě
~ venture	合资企业 / hézī qǐyè, 合伙投资 / héhuǒ tóuzī
~ly and severally	个别并连带负责 / gèbié bìng liándài fùzé

journal (n.)	分录(簿) / fēnlù(bù),日记帐 /rìjìzhàng, 杂志 / zázhì
a ~ book	日记簿 / rìjìbù
trade ~	贸易杂誌 / màoyì zázhì
jointure (n.)	寡妇的终身财产权 / guǎfù de zhōngshēng cáichǎnquán
judgement (n.)	判断 / pànduàn, 判决 / pànjué, 判决确定 债务 / pànjué quèdìng zhàiwù
~ by default	缺席判决 / quēxí pànjué
~ creditor	判定债权人 / pàndìng zhàiquánrén
~ debtors	判(决确)定债务人 / pàn(jué què)dìng zhài- wùrén
~ lien	判定留置权 / pàndìng liúzhìquán, 判定质 权 / pàndìng zhìquán
~ sample	判断抽样 / pànduàn chōuyàng
in my ~	根据本人判断 / gēnjù běnrén pànduàn
judicial (adj.)	司法的 / sīfǎ de
~ action	诉讼 / sùsòng
~ arbitration	法院仲裁 / fǎyuàn zhòngcái
~ authority	司法机关 / sīfǎ jīguān
~ foreclosure	法院没收抵押品 / fǎyuàn mòshōu dǐyāpǐn, 法院拍卖财产 / fǎyuàn pāimài cáichǎn
~ notice	司法上告知的事实 / sīfǎshàng gàozhī de shìshí
~ person	法人 / fǎrén
~ power	司法权 / sīfǎquán
~ sale	法院判决的销售[拍卖] / fǎyuàn pànjué de xiāoshòu [pāimài]
juicy (adj.)	有利可图的 / yǒu lì kě tú de
~ contract	有利可图的合同 / yǒu lì kě tú de hétóng
jumbo (adj.)	巨大的 / jùdà de
~ jet	大型喷射机 / dàxíng pēnshèjī
~ loan	巨额贷款 / jù'é dàikuǎn

jump (n.)	暴涨 / bàozhǎng
price ~s/~ in prices	价格暴涨 / jiàgé bàozhǎng
junior (adj.)	低级的 / dījí de, 初级的 / chūjí de
~ bonds	低级[非优先, 后保]债券 dījí [fēiyōuxiān, hòubǎo] zhàiquàn
~ mortgage	低级 抵押权 / dījí dǐyāquán; 第二次贷款 / dìercì dàikuǎn
~ security	次等[非优先]抵押 / cìděng [fēiyōuxiān] dǐyā
junk bond (n.)	垃圾债券 / lājī zhàiquàn
junket (n.)	(以视察名义)利用公费旅行 / (yǐ shìchá míngyì) lìyòng gōngfèi lǚxíng
jurisdiction (n.)	司法权 / sīfǎquán, 管辖(权) / guǎnxiá (quán)
~ clause	适用法律条款 / shìyòng fǎlǜ tiáokuǎn
~ dispute	管辖权争议 / guǎnxiáquán zhēngyì
under the ~ of	在... 管辖之下 / zài...guǎnxiá zhī xià
just (adj.)	公平的 / gōngpíng de, 合理的 / hélǐ de, 合法的 / héfǎ de
~ and amicable settlement	公正友好解决 / gōngzhèng yǒuhǎo jiějué
~ bill	合法票据 / héfǎ piàojù
~ claim	有根据的债权 / yǒu gēnjù de zhàiquán
~ price	公平[合理]的价格 / gōngpíng [hélǐ] de jiàgé
~ title	合理[合法, 公正]产权 / hélǐ [héfǎ,gōngzhèng] chǎnquán
~ wage	公平工资 / gōngpíng gōngzī
Just in Time (JIT)	准时制生产 / zhǔnshí zhì shēngchǎn
~ delivery system	准时交货系统 / zhǔnshí jiāohuò xìtǒng
jury (n.)	陪审团 / péishěntuán

K

keep (v.) 保存 / bǎocún, 遵守 / zūnshǒu
    ~ account 管账 / guǎnzhàng, 记账 / jìzhàng
    ~ an appointment (遵)守约(定) / (zūn)shǒu yuē(dìng)
    ~-out pricing 排外定价法 / páiwài dìngjiàfǎ
    ~ in touch with 保持联系 / bǎochí liánxì
    ~ prices low 保持低价 / bǎochí dījià

Keogh plan (n.) (自营业者的)基欧退休计划 / (zìyíngyèzhě de) Jīōu tuìxīu jìhuà

kerb / curb (n.) 路边 / lùbiān, 场外 / chǎngwài
    ~ broker 场外经纪人 / chǎngwài jīngjìrén
    ~ close 场外收盘价 / chǎngwài shōupánjià
    ~ market 场外证券市场 / chǎngwài zhèngquàn shì-chǎng

key (adj.) 主要的 / zhǔyào de, 关键的 / guānjiàn de
    ~ currencies 主要货币 / zhǔyào huòbì, 关键通货 / guān-jiàn tōnghuò
    ~ exports 主要出口品 / zhǔyào chūkǒupǐn
    ~ factors 关键因素 / guānjiàn yàosù
    ~ industry 主要产业 / zhǔyào chǎnyè, 基础产业 / jīchǔ chǎnyè, 关键产业 / guānjiàn chǎnyè
    ~-man 关键人物 / guānjiàn rénwù, 企业要员 / qǐyè yàoyuán
    ~ money 顶费 / dǐngfèi, 开门费 / kāiménfèi, 额外租金 / éwài zūjīn
    ~ personnel 主要工作人员 / zhǔyào gōngzuò rényuán
    ~ point 关键 / guānjiàn, 要点 / yàodiǎn

key board (n.) 键盘 / jiànpán

keynote (n.) 主旨 / zhǔzhǐ, 基调 / jīdiào

keystone (n.) 根本原理 / gēnběn yuánlǐ, 主旨 / zhǔzhǐ

kickback (n.) 回扣 / huíkòu, 暗盘 / ànpán, 退赔 / tuìpéi

kicker (n.)	额外支出 / éwài zhīchū
kickoff (n.)	开始 / kāishǐ, 序幕 / xùmù
killing (n.)	赚大钱 / zhuàn dà qián, 暴发(赚的)钱 / bào-fā (zhuàn de) qián
make a ~	赚大钱 / zhuàn dà qián
kind (n.)	实物 / shíwù
payment in ~	以实物支付 / yǐ shíwù zhīfù
kiosk (n.)	摊位 / tānwèi, 亭 / tíng
kitchenette (n.)	小厨房 / xiǎo chúfáng
kite (n.)	空头支票 / kōngtóu zhīpiào
~ bill	空头票据 / kōngtóu piàojù
~-flying	开空头支票 / kāi kōngtóu zhīpiào
fly a ~	开空头支票 / kāi kōngtóu zhīpiào
kite (v.)	抵用票据 / dǐyòng piàojù, 用空头支票骗钱 / yòng kōngtóu zhīpiào piànqián
~ checks	开空头支票 / kāi kōngtóu zhīpiào
kiting (n.)	冒空 / màokōng, 开空头支票 / kāi kōngtóu zhīpiào
~ stock	操纵[空头]股票 / cāozòng [kōngtóu] gǔpiào
~ transaction	用空头期票作抵押进行交易 / yòng kōngtóu qīpiào zuò dǐyā jìnxíng jiāoyì
knockdown (adj.)	能拆散组装的 / néng chāisàn zǔzhuāng de; 最低的 / zuì dī de
~ export	散装出口 / sǎnzhuāng chūkǒu
~ price	(拍卖时的)最低成交价 / (pāimài shí de) zuì dī chéngjiāojià, 杀价 / shājià
know-how (n.)	技术诀窍 / jìshù juéqiào, 技术知识 / jìshù zhīshi
technological ~	技术诀窍 / jìshù juéqiào

knowledge(n.)	知识 / zhīshi
~-*intensive*	知识密集型的 / zhīshi mìjíxíng de
~ *property*	知识财产 / zhīshi cáichǎn
krugerrand (n.)	南非货币 / Nán Fēi huòbì
kudos (n.)	光荣 / guāngróng, 荣誉 / róngyù
to draw ~	获得颂扬 / huòdé sòngyáng

L

label (n.)	标签 / biāoqiān
grade ~	等级标签 / děngjí biāoqiān
quality ~	质量标签 / zhìliàng biāoqiān
labor (n.)	劳动(力) / láodòng(lì), 劳动者 / láodòngzhě, 工人 / gōngrén
~ cost	劳务成本 / láowù chéngběn
~ dispute	劳资纠纷 / láozī jiūfēn
~ force	劳动力 / láodònglì
~ intensive	劳动密集型 / láodòng mìjíxíng
~ market	劳动力市场 / láodònglì shìchǎng
~ offensive	劳工攻势 / láogōng gōngshì
~ pool	劳动力供应源 / láodònglì gōngyìng yuán
~-saving	劳动节省型 / láodòng jiéshěngxíng
~ shortage	劳动力短缺 / láodònglì duǎnquē
~ slowdown	怠工 / dàigōng
~ union	工会 / gōnghuì
~ unrest	工潮 / gōngcháo
laches (n.)	(对行使权利的)懈怠 / (duì xíngshǐ quánlì de) xièdài
lack (n.)	缺乏 / quēfá
~ of experience	经验不足 / jīngyàn bùzú
~ of funds	资金不足 / zījīn bùzú
lack (v.)	缺乏 / quēfá
~ capital	缺乏资金 / quēfá zījīn
~experience	缺乏经验 / quēfá jīngyàn
lackluster (adj.)	暗淡的 / àndàn de, 无光泽的 / wú guāngzé de
~ performance	业绩平平 / yèjī píngpíng
~ return	收益平平 / shōuyì píngpíng
ladder (n.)	进升的阶梯 / jìnshēng de jiētī
corporate ~	公司职阶 / gōngsī zhíjiē

lading (n.)	装船 / zhuāngchuán
bill of ~ (B/L)	提货单 / tíhuòdān
lag (n.)	滞差 / zhìchā
~ effect	时滞效应 / shízhì xiàoyìng
~ging indicator	滞后指标 / zhìhòu zhǐbiāo
jet ~	时差 / shíchā
laggard (n.)	滞销股 / zhìxiāogǔ
laid-off (adj.)	(被临时)解雇 / (bèi línshí) jiěgù
laissez-faire (n.)	自由放任主义 / zìyóu fàngrèn zhǔyì
land (n.)	土地 / tǔdì, 地产 / dìchǎn; 陆上 / lùshàng
~ banking	存购土地 / cúngòu tǔdì
~ description	地籍记载 / dìjí jìzǎi
~ grant	无偿土地赠与 / wúcháng tǔdì zèngyǔ
~ improvements	土地改良投资 / tǔdì gǎiliáng tóuzī
~ locked	闭锁地 / bìsuǒdì
~ owner	土地所有者 / tǔdì suǒyǒuzhě
~ reform	土地改革 / tǔdì gǎigé
~ tax	地租 / dìzū
~ transportation	陆上输送 / lùshàng shūsòng
land (v.)	起货 / qǐhuò; 获得 / huòdé
~ed costs/prices	卸岸成本[价格] / xiè'àn chéngběn [jiàgé]
~ing certificates	上岸证明书 / shàng'àn zhèngmíngshū
~ed quality	卸货品质 / xièhuò pǐnzhì
~ a contract	获得签契 / huòdé qiānqì
~ a job	获得工作 / huòdé gōngzuò
landlord (n.)	地主 / dìzhǔ
landmark (n.)	界标 / jièbiāo, 里程碑 / lǐchéngbēi
~ legislation	历史性的立法 / lìshǐxìng de lìfǎ
lapping (n.)	现金收入的挪用 / xiànjīn shōurù de nuó-yòng

lapse (n.)　　逾时 / yúshí, 终止失效 / zhōngzhǐ shīxiào
　　~ in payment　　逾期支付 / yúqī zhīfù
　　~ of time　　时效终止 / shíxiào zhōngzhǐ

lapse (v.)　　逾时 / yúshí, 满期失效 / mǎnqī shīxiào
　　~d policy　　失效保险单 / shīxiào bǎoxiǎndān
　　~d share　　无效股份 / wúxiào gǔfèn

larceny (n.)　　盗窃罪 / dàoqièzuì, 非法侵占他人财产 / fēifǎ qīnzhàn tārén cáichǎn
　　~ insurance　　盗窃险 / dàoqièxiǎn

large (adj.)　　大的 / dà de, 广泛的 / guǎngfàn de
　　~-capital stock　　大面额股票 / dà miàn'é gǔpiào
　　~ corporation　　大公司 / dà gōngsī
　　~-scale integration (LSI)　　大规模集积电路 / dà guīmó jíjī diànlù

laser printer　　激光打印机 / jīguāng dǎyìnjī

last (adj.)　　最后的 / zuì hòu de, 最新的 / zuì xīn de
　　~ quotation　　终盘价 / zhōngpánjià
　　~ will　　最后遗嘱 / zuìhòu yízhǔ

last-in, first-out (LIFO)　　后进先出法 / hòujìn xiānchū fǎ [会]

late (adj.)　　迟到的 / chídào de
　　~ charge　　到期货价延迟付款费 / dàoqī huòjià yánchí fùkuǎnfèi, 延期罚款 / yánqī fákuǎn
　　~ payment charge　　逾期罚款 / yúqī fákuǎn

latecomer (n.)　　新来的人 / xīn lái de rén, 后来者 / hòu lái zhě

latent (adj.)　　潜在的 / qiánzài de
　　~ defects　　潜在瑕疵[缺陷] / qiánzài xiácī [quēxiàn]
　　~ demand　　潜在需求 / qiánzài xūqiú
　　~ unemployment　　潜在失业 / qiánzài shīyè

launder (v.)　　洗 / xǐ, 非法转移 / fēifǎ zhuǎnyí
　　money ~　　洗钱 / xǐqián

law (n.)	法律 / fǎlǜ, 法则 / fǎzé, 原则 / yuánzé
~ *firm*	法律事物所 / fǎlǜ shìwùsuǒ
~ *of diminishing returns*	收益递减规律 / shōuyì dìjiǎn guīlǜ
~ *of supply and demand*	供给需求法则 gōngjǐ xūqiú fǎzé
break the ~	犯法 / fànfǎ
lawful (adj.)	合法 / héfǎ; 法定的 / fǎdìng de
~ *act*	合法行为 / héfǎ xíngwéi
~*age*	法定年龄 / fǎdìng niánlíng; 成年 / chéng-nián
lawmaking (n.)	立法 / lìfǎ
lawsuit (n.)	诉讼 / sùsòng
bring/file a ~	提起诉讼 / tíqǐ sùsòng
lawyer (n.)	律师 / lǜshī
layoff (n.)	(暂时)解雇 / (zànshí) jiěgù
lay off (v.)	暂时解雇 / zànshí jiěgù
~ *workers*	暂时解雇工人 / zànshí jiěgù gōngrén
LBO (leveraged buyout)	大型买断 / dàxíng mǎiduàn; → leverage
L/C (letter of credit)	信用证 / xìnyòngzhèng
lead (n.)	领导 / lǐngdǎo, 指导 / zhǐdǎo, 领先 / lǐngxiān
~*s and lags*	提前或推迟结汇 / tíqián huò tuīchí jiéhuì
~ *indicator*	领先指标 / lǐngxiān zhǐbiāo
~ *time*	订货间隔期 / dìnghuò jiàngéqī, 备运时间 (从定货到交货的时间)/bèiyùn shíjiān (cóng dìnghuò dào jiāohuò de shíjiān)
~*-time buying*	预先购买/ yùxiān gòumǎi
~ *time of a project*	项目准备期间 / xiàngmù zhǔnbèi qījiān
lead (v.)	领导/ lǐngdǎo, 带领 / dàitóu, 领头 / lǐngtóu
advantages ~*ing declines*	升多跌少/ shēng duō diē shǎo

leader (n.) 指导者 / zhǐdǎozhě; 特价商品 / tèjià shāng-pǐn; 最热门股票 / zuì rèmén gǔpiào

   ~ merchandizing 特价兜揽推销政策 / tèjià dōulǎn tuīxiāo zhèngcè

   ~ pricing 特价品定价法 / tèjiàpǐn dìngjiàfǎ

leadership (n.) 领导(人员, 能力) lǐngdǎo (rényuán, nénglì)

leading (adj.) 先导的 / xiāndǎo de, 主要的 / zhǔyào de

   ~ article 特价品 / tèjiàpǐn

   ~ currency 主要通货 / zhǔyào tōnghuò

   ~ indicator 前导指标 / qiándǎo zhǐbiāo

   ~ industry 先导产业 / xiāndǎo chǎnyè

   ~ market 主要市场 / zhǔyào shìchǎng; 大市行情 / dà-shì hángqíng

   ~ stock 主要股票 / zhǔyào gǔpiào

lean year (n.) 歉收年 / qiànshōunián

learning curve (n.) 学习曲线 / xuéxí qūxiàn

lease (n.) 租赁 / zūlìn, 租约 / zūyuē

   ~ agreement 租约 / zūyuē

   ~-back 返租 / fǎnzū

   ~ hold property 租赁财产 / zūlìn cáichǎn

   ~-purchase agreement 租购(分期付款)协议 / zūgòu (fēnqī fùkuǎn) xiéyì

   ~-purchase option 租购合同(分期付款购买合同) / zūgòu hétóng (fēnqī fùkuǎn gòumǎi hétóng)

   financial ~ 财务租赁 / cáiwù zūlìn, 财务租约 / cáiwù zūyuē, 金融租赁 / jīnróng zūlìn, 融资租赁 / róngzī zūlìn

   operating ~ 营运租赁 / yíngyùn zūlìn, 使用租赁 / shǐyòng zūlìn

lease (v.) 租赁 / zūlìn

   ~ an office 租用办公室 / zūyòng bàngōngshì

leasee (n.) 承租人 / chéngzūrén

leaseholder (n.) 租借人 / zūjièrén, 承租人 / chéngzūrén

leasing (n.) 从事租赁业务 / cóngshì zūlìn yèwù
  ~ business 租赁业务 / zūlìn yèwù

leasor (n.) 出借人 / chūjièrén

leave (n.) 准假 / zhǔnjià, 假期 / jiàqī
  ~ of absence 请假 / qǐngjià
  sick ~ 病假 / bìngjià

ledger (n.) 总帐 / zǒngzhàng, 分类帐 / fēnlèizhàng
  ~ account 总帐科目 / zǒngzhàng kēmù, 分类帐帐户 / fēnlèizhàng zhànghù
  ~ journal 分类日记帐 / fēnlèi rìjìzhàng

legal (adj.) 法律的 / fǎlǜ de, 法定的 / fǎdìng de, 合法的 / héfǎ de
  ~ action 诉讼 / sùsòng
  ~ adviser 法律顾问 / fǎlǜ gùwèn
  ~ age 法定年龄 / fǎdìng niánlíng
  ~ backing (通货的)法定发行准备 / (tōnghuò de) fǎdìng fāxíng zhǔnbèi
  ~ capital 法定资本[股本] / fǎdìng zīběn [gǔběn]
  ~ costs 法律费用 / fǎlǜ fèiyòng
  ~ description 法定房地产所在地记述 / fǎdìng fángdìchǎn suǒzàidì jìshù
  ~ entity 法律实体 / fǎlǜ shítǐ
  ~ investments 合法投资 / héfǎ tóuzī
  ~ liability 法律责任 / fǎlǜ zérèn
  ~ owner 合法所有人 / héfǎ suǒyǒurén
  ~ person 法人 / fǎrén
  ~ proceedings 诉讼 / sùsòng
  ~ rate of interest 法定利率 / fǎdìng lìlǜ
  ~ representative 法定代理人 / fǎdìng dàilǐrén
  ~ requirement 法定准备要求额 / fǎdìng zhǔnbèi yāoqiú'é
  ~ reserve 法定准备 / fǎdìng zhǔnbèi
  ~ residence 依法登记的住址 / yīfǎ dēngjì de zhùzhǐ

~ *right*	法定权利 / fǎdìng quánlì
~ *tender*	法定货币 / fǎdìng huòbì, 本位货币 /běnwèi huòbì
legality (n.)	合法(性)/ héfǎ(xìng)
legalize (v.)	合法化 / héfǎhuà
legally-binding (adj.)	有法律拘束力的 / yǒu fǎlǜ jūshùlì de
legatee (n.)	遗产承受[继承]人 / yíchǎn chéngshòu[jì chéng]rén
legator (n.)	遗赠人 / yízèngrén
legislate (v.)	立法 / lìfǎ, 制定法律 / zhìdìng fǎlǜ
legislation (n.)	立法 / lìfǎ, 法律制定 / fǎlǜ zhìdìng
legislative (adj.)	立法的 / lìfǎ de
~ *action*	立法行动 / lìfǎ xíngdòng
~ *body*	立法机构 / lìfǎ jīgòu
~ *process*	立法程序 / lìfǎ chéngxù
legislature (n.)	立法机关 / lìfǎ jīguān
legitimate (adj.)	合法的 / héfǎ de, 正统的 / zhèngtǒng de
~ *demand*	正当的要求 / zhèngdāng de yāoqiú
~ *transaction*	合法的交易 / héfǎ de jiāoyì
leisure (n.)	闲暇 / xiánxiá, 余暇 / yúxiá
~ *class*	有闲阶级 / yǒuxián jiējí
~ *industry*	闲暇行业 / xiánxiá hángyè
lend (v.)	贷与 / dàiyǔ, 贷款 / dàikuǎn
~ *money*	贷款 / dàikuǎn
~*ing institution*	放款机构 / fàngkuǎn jīgòu
~*ing policies*	放款政策 / fàngkuǎn zhèngcè
~*ing rate*	放款利率 / fàngkuǎn lìlǜ

lender (n.)　贷方 / dàifāng, 放款业者 / fàngkuǎnyè-
　　　　　　　zhě, 债权人 / zhàiquánrén

　~'s risk　贷款人风险 / dàikuǎnrén fēngxiǎn

　money ~　贷款人 / dàikuǎnrén

lending (n.)　贷款 / dàikuǎn

　~ criteria　放款标准 / fàngkuǎn biāozhǔn

　~ institution　贷款机构 / dàikuǎn jīgòu

　~ operation　贷放业务 / dàifàng yèwù

　~ policy　贷放方针 / dàifàng fāngzhēn

　~ rate　贷款利率 / dàikuǎn lìlǜ

length (n.)　长度 / chángdù; 期间 / qījiān

　~, capacity, and weight　度量衡 / dùliànghéng

　~ of life　使用年限 / shǐyòng niánxiàn

　~ of warranty　保证期间 / bǎozhèng qījiān

less (adv.)　更少 / gèng shǎo, 较少 / jiào shǎo

　~ developed country　低度开发国家 / dīdù kāifā guójiā

　~ than carload lot (LCL)　拼箱货装运 / pīnxiānghùo zhuāngyùn

less (adj.)　较少的 / jiào shǎo de

　~ value　较不值钱的 / jiào bùzhíqián de

　~ weight　较轻的 / jiào qīng de

less (n.)　较小量 [数] / jiào xiǎoliàng[shù]

less (prep.)　扣除 / kòuchú

　X dallars ~ tax　扣税后净价 X 元 / kòu shuì hòu jìngjià X yuán

lessee (n.)　承租人 / chéngzūrén

lessor (n.)　出租人 / chūzūrén

letter (n.)　书信 / shūxìn, 证书 / zhèngshū

　~ of acceptance　承兑函 / chéngduìhán

　~ of administration　遗产委任管理状 / yíchǎn wěirèn guǎnlǐ-
　　　　　　　　　zhuàng

　~ of assignment　(遗产权力的)转让书 / (yíchǎnquánlì de)
　　　　　　　　zhuǎnràngshū

~ of attorney	委任状 / wěirènzhuàng
~ of guaranty	(信用)保证书 / (xìnyòng) bǎozhèngshū
~ of indemnity	认赔书 / rènpéishū
~ of intent	意向书 / yìxiàngshū, 合同草约 / hétóng cǎoyuē
~ of introduction	介绍信 / jièshào xìn
~ of proxy	委任书 / wěirènshū
~ security	不能公开上市而直接向投资人出售的股票 / bùnéng gōngkāi shàngshì ér zhíjiē xiàng tóuzīrén chūshòu de gǔpiào
letter of credit (L/C) (n.)	信用证 / xìnyòngzhèng
documentary ~	跟单信用证 / gēndān xìnyòngzhèng, 押汇信用证 / yāhuì xìnyòngzhèng
irrevocable ~	不可撤销的信用证 / bùkě chèxiāo de xìnyòngzhèng
revocable ~	可撤销的信用证 / kě chèxiāo de xìnyòngzhèng
letup (n.)	减弱 / jiǎnruò, 缓和 / huǎnhé
level (n.)	水平 / shuǐpíng, 程度 / chéngdù
~ of exposure	信贷业务规模 / xìndài yèwù guīmó
~ of income	收入水平 / shōurù shuǐpíng
price ~	价位 / jiàwèi, 价格水平 / jiàgé shuǐpíng
leverage (n.)	杠杆原理[作用] / gànggǎn yuánlǐ [zuòyòng], 举债经营 / jǔzhài jīngyíng
~ effects	杠杆作用效应 / gànggǎn zuòyòng xiàoyìng
use ~	使用杠杆 / shǐyòng gànggǎn
leverage (v.)	利用外部资金投资 / lìyòng wàibù zījīn tóuzī
a highly ~d company	自己资金比率很低的公司 / zìjǐ zījīn bǐlǜ hěn dī de gōngsī
~d buyout (LBO)	大型买断(以收购对象公司资产为抵押的买断) / dàxíng mǎiduàn (yǐ shōugòu duìxiàng gōngsī zīchǎn wéi dǐyā de mǎiduàn)

levy (n.)   徵税(额) / zhēngshuì(é)
    import ~   进口税 / jìnkǒushuì

levy (v.)   徵收 / zhēngshōu; 扣押财产 / kòuyā cáichǎn
    ~ a tax   徵税 / zhēngshuì, 课税 / kèshuì

lex (L.)   法律 / fǎlǜ, 法体系 / fǎtǐxì
    ~ loci actus   行为地法 / xíngwéidìfǎ
    ~ loci contractus   契约缔结地法 / qìyuē dìjiédìfǎ
    ~ loci solutionis   契约履行地法 / qìyuē lǚxíngdìfǎ
    ~ rei sitae   物之所在地法 / wù zhī suǒzàidìfǎ

liability (n.)   义务 / yìwù, 负债 / fùzhài; 负担 / fùdān
    ~ insurance   责任保险 / zérèn bǎoxiǎn
    ~ outstanding   未清偿债务 / wèiqīngcháng zhàiwù
    accept ~ for damage   承担赔偿责任 / chéngdān péicháng zérèn
    assumed ~   承担债务 / chéngdān zhàiwù
    current ~   流动负债 / liúdòng fùzhài
    fixed ~   固定负债 / gùdǐng fùzhài

liable (adj.)   有责任的 / yǒu zérèn de
    ~ for tax   有付税义务的 / yǒu fùshuì yìwù de
    ~ to a fine   须罚款的 / xū fákuǎn de

libel (n.)   (文书引起的)名誉毁损 / (wénshū yǐnqǐ de) míngyù huǐsǔn, 诽谤 / fěibàng

liberalization (n.)   自由化 / zìyóuhuà

liberalize (v.)   自由化 / zìyóuhuà
    ~ the conditions of loan   放宽贷款条件 / fàngkuān dàikuǎn tiáojiàn

license (v.)   许可 / xǔkě, 发许可证 / fā xǔkězhèng
    ~d shop   领有许可证的商店 / língyǒu xǔkězhèng de shāngdiàn

license (n.)   许可证 / xǔkězhèng, 执照 / zhízhào
    ~ fees   执照费 / zhízhàofèi

~(d) warehouse	保税仓库 / bǎoshuì cāngkù, 保税关栈 / bǎoshuì guānzhàn
export ~	出口许可证 / chūkǒu xǔkězhèng
licensee (n.)	领许可证者 / lǐng xǔkězhèngzhě
licensing (n.)	许可证交易技术转让 / xǔkězhèng jiāoyì jìshù zhuǎnràng
~ agreement	许可证协议 / xǔkě zhèng xiéyì, 特许权协定 / tèxǔquán xiédìng
licentiate (n.)	许可证所有者 / xǔkězhèng suǒyǒuzhě
lien (n.)	扣押权(因债务引起产权障碍) / kòuyāquán (yīn zhàiwù yǐnqǐ chǎnquán zhàng'ài), 留置权 / liúzhìquán
~ holder	享有留置权的人 / xiǎngyǒu liúzhìquán de rén
a ~ against property	对财产的留置权 / duì cáichǎn de liúzhìquán
first ~	第一留置权 / dìyī liúzhìquán
prior ~	优先权 / yōuxiānquán
lienee (n.)	抵押债务人 / dǐyā zhàiwùrén
lienor (n.)	抵押债权人 / dǐyā zhàiquánrén
life (n.)	生命 / shēngmìng; 使用期限 / shǐyòng qī-xiàn
~ annuity	终身年金 / zhōngshēn niánjīn
~ estate	终身产业 / zhōngshēn chǎnyè
~ expectancy	预期使用年限 / yùqī shǐyòng niánxiàn
~ insurance	人寿保险 / rénshòu bǎoxiǎn
~ interest	终身财产所有权 / zhōngshēn cáichǎn suǒ-yǒuquán
~ member	终身会员 / zhōngshēn huìyuán
~ of a patent	专利有效期 / zhuānlì yǒuxiàoqī
~ of loan	借款期限 / jièkuǎn qīxiàn
~ tenant	终身产业所有人 / zhōngshēn chǎnyè suǒ-yǒurén

lifetime employment (n.)	终身雇佣 / zhōngshēn gùyòng
LIFO (last in-first out) (n.)	后进先出法/ hòujìn xiānchūfǎ [会]
light trading (n.)	少量交易 / shǎoliàng jiāoyì
like for like	同物交易 / tóngwù jiāoyì
like-kind (n.)	同类财产 / tónglèi
~ *exchange*	同类财产交易 / tónglèi cáichǎn jiāoyì
~ *property*	同类财产 / tónglèi cáichǎn
limit (n.)	界限 / jièxiàn, 限度/ xiàndù, 限额 / xiàn'é
~ *of liability*	赔偿责任限度/ péicháng zérèn xiàndù
~/ ~ed order	限价订单 / xiànjià dìngdān
age ~	年龄限制 / niánlíng xiànzhì
credit ~	信贷限额/ xìndài xiàn'é
limit (v.)	限制/ xiànzhì
be ~ed to...	仅限于... / jǐn xiànyú...
limitation (n.)	限制 / xiànzhì, (诉文的)时效 / (sùwén de) shíxiào
~ *clause*	责任限制[范围]条款/ zérèn xiànzhì [fàn- wéi] tiáokuǎn
~ *of actions*	诉讼时效/ sùsòng shíxiào
limited (adj.)	有限的 / yǒuxiàn dè, 限定的/ xiàndìng de, 有限责任的 / yǒuxiàn zérèn de
~ *company*	有限公司 / yǒuxiàn gōngsī
~ *convertibility*	有限兑换 / yǒuxiàn duìhuàn
~ *investment*	短期投资 / duǎnqī tóuzī
~ *liability*	有限(赔偿)责任 / yǒuxiàn (péicháng) zérèn
~-*line store*	有限品种商店 / yǒuxiàn pǐnzhǒng shāng- diàn
~ *partner*	有限责任股东 / yǒuxiàn zérèn gǔdōng
~ *partnership*	有限合伙 / yǒuxiàn héhuǒ
on a ~ *scale*	有限规模/ yǒuxiàn guīmó

line (n.)	线 / xiàn; 行业 / hángyè; 商品的类别 / shāngpǐn de lèibié; 额度 / édù
~ authority	各级职权 / gèjí zhíquán
~ of business	营业项目[范围] / yíngyè xiàngmù [fànwéi]
~ of credit	信贷[信用]限度 / xìndài [xìnyòng] xiàndù, 融资限额 / róngzī xiàn'é
~ of product	产品线 / chǎnpǐnxiàn, 产品系列 / chǎnpǐn xìliè
linear (adj.)	线性的 / xiànxìng de, 直线的 / zhíxiàn de
~ correlation	线性相关 / xiànxìng xiāngguān
liner (n.)	定期客轮 / dìngqī kèlún
liquid (adj.)	易变成现金的 / yì biànchéng xiànjīn de, 流动的 / liúdòng de
~ assets	流动资产 / liúdòng zīchǎn, 速动资产 / sùdòng zīchǎn
~ ratio	流动比率 / liúdòng bǐlù, 偿付能力比率 / chángfù nénglì bǐlǜ
~ securities	流动证券 / liúdòng zhèngquàn
liquidate (v.)	清偿 / qīngcháng, 清理 / qīnglǐ, 变换现金 / biànhuàn xiànjīn
~ indebtedness	清偿债务 / qīngcháng zhàiwù
~ liabilities	清理负债 / qīnglǐ fùzhài
~ a claim	清偿损赔 / qīngcháng sǔnpéi
liquidation (n.)	清偿 / qīngcháng, 清盘 / qīngpán, 偿返 / chángfǎn, 清理 / qīnglǐ
~ of assets	清理(公司等的)资产 / qīnglǐ (gōngsī děng de) zīchǎn
~ sale	清仓大拍卖 / qīngcāng dà pāimài, 停业清理拍卖 / tíngyè qīnglǐ pāimài
~ value	(每股)清算价值 / (měigǔ) qīngsuàn jiàzhí 变现价值 / biànxiàn jiàzhí
forced / involuntary ~	强制清理 / qiángzhì qīnglǐ
go into ~	破产 / pòchǎn

liquidator (n.)   清算人 / qīngsuànrén, 清理人 / qīnglǐrén

liquidity (n.)   变现[偿债]能力 / biànxiàn [chángzhài] nénglì, 流动性 / liúdòngxìng

    ~ crisis   周转[清偿]危机 / zhōuzhuǎn [qīngcháng] wēijī

    ~ position   流动头寸 / liúdòng tóucùn

    ~ preference   流动偏好 / liúdòng piānhào

    ~ ratio   流动[速动]比率 / liúdòng [sùdòng] bǐlù

    corporation ~   公司偿债能力 / gōngsī chángzhài nénglì

liquor (n.)   酒 / jiǔ

    ~ tax   酒税 / jiǔshuì

lis pendens (L.)   诉讼中悬案 / sùsòngzhōng xuán'àn, 未决诉讼 / wèijué sùsòng, 诉案待决 / sù'àn dài jué

list (n.)   目录 / mùlù, 表 / biǎo, 清单 / qīngdān; 各种上市证券 / gèzhǒng shàngshì zhèngquàn

    ~ price   价目单价格 / jiàmùdān jiàgé

    ~ of a quotation   牌价 / páijià

    mailing ~   邮寄名单 / yóujì míngdān

    price ~   定价表 / dìngjiàbiǎo

    shopping ~   购物单 / gòuwùdān

list (v.)   列表 / lièbiǎo; 上市 / shàngshì

    ~/~ed price   定价 / dìngjià

    ~ing standard   上市标准 / shàngshì biāozhǔn

listed (adj.)   上市的 / shàngshì de

    ~ broker   交易所挂牌经纪人 / jiāoyìsuǒ guàpái jīngjìrén

    ~ companies   上市公司 / shàngshì gōngsī

    ~ securities   上市证券 / shàngshì zhèngquàn

    ~ share   上市股票 / shàngshì gǔpiào

listing (n.)	列表 / lièbiǎo; 挂牌 / guàpái, 股票上市登记 / gǔpiào shàngshì dēngjì; 授权租售单 (房地产代理人出售权) / shòuquán zū-shòudān (fángdìchǎn dàilǐrén chūshòuquán)
~ *price*	卖主开价 / màizhǔ kāijià
~ *requirement*	上市要求 / shàngshì yāoqiú
litigate (v.)	提出诉讼 / tíchū sùsòng
litigation (n.)	诉讼 / sùsòng, 打官司 / dǎ guānsī
livestock (n.)	家畜 / jiāchù
living (n.)	生活 / shēnghuó
~ *expenses*	生活费 / shēnghuófèi
standard of ~	生活水准 / shēnghuó shuǐzhǔn
living trust	生前信託 / shēngqián xìntuō, 活遗嘱 / huó yízhǔ
load (n.)	负荷 / fùhè; 负担 / fùdān; 装载 / zhuāngzài (购买股票的)佣金 / (gòumǎi gǔpiào de) yòngjīn
~ *factor*	负荷因素 / fùhè yīnsù
no ~ *(fund)*	不必付佣金的(共同基金) / búbì fù yòngjīn de (gòngtóng jījīn)
work ~	工作负荷 / gōngzuò fùhè
loan (n.)	借款 / jièkuǎn, 贷款 / dàikuǎn
~ *amount*	贷款额 / dàikuǎn'é
~ *application*	贷款申请(书) / dàikuǎn shēnqǐng(shū)
~ *commitment*	贷款承诺 / dàikuǎn chéngnuò, 承付承诺 / chéngfù chéngnuò
~ *deposit ratio*	存贷比率 / cúndài bǐlǜ
~ *discount*	抵押贷款折扣 [贴息,贴现] / dǐyā dàikuǎn zhékòu [tiēxī, tiēxiàn]
~ *facility*	贷款便利 / dàikuǎn biànlì
~ *holder*	债权人 / zhàiquánrén
~ *loss charge-offs*	贷款坏帐额 / dàikuǎn huàizhàng é

~ *loss provisions*	放款损失备抵 / fàngkuǎn sǔnshī bèidǐ
~ *market*	贷款市场 / dàikuǎn shìchǎng
~ *officer*	贷款办理人 / dàikuǎn bànlǐrén
~ *policy*	贷款政策 / dàikuǎn zhèngcè
~ *rate*	借款利率 / jièkuǎn lìlǜ
~ *service*	贷款偿还 / dàikuǎn chánghuán
~ *shark*	高利贷 / gāolìdài
~ *value*	(寿险保单)抵押限额 / (shòuxiǎn bǎodān) dǐyā xiàn'é
auto ~*s*	汽车贷款 / qìchē dàikuǎn
bank ~*s*	银行贷款 / yínháng dàikuǎn
lobbyist (n.)	院外活动员 / yuànwài huódòngyuán
lobby (n.)	游说 / yóushuì
lobby (v.)	游说议员通过议案 / yóushuì yìyuán tōngguò yì'àn
lobbying (n.)	游说 / yóushuì
local (adj.)	本地的 / běndì de, 当地的 / dāngdì de
~ *authorities*	地方当局 / dìfāng dāngjú
~ *bill*	本地票据 / běndì piàojù
~ *currency*	当地货币 / dāngdì huòbì
~ *labor*	当地雇佣劳工 / dāngdì gùyòng láogōng
~ *staff*	当地雇佣工作人员 / dāngdì gùyòng gōngzuò rényuán
~ *tax*	地方税 / dìfāngshuì
location (n.)	位置 / wèizhì
plant ~	工厂场所 / gōngchǎng chǎngsuǒ, 厂址 / chǎngzhǐ
logo (n.)	(广告用的)标识 / (guǎnggào yòng de) biāozhì
long (adj.)	多头 / duōtóu, 超买 / chāomǎi, 买空 / mǎikōng, 行情看涨的 / hángqíng kànzhǎng de; 长期 / chángqī, 远期 / yuǎnqī

~ account	多头账户 / duōtóu zhànghù
~ bills/drafts	长期[远期]汇票 /chángqī [yuǎnqī] huìpiào
~ hedge	远期套汇/ yuǎn qī tào huì, 多头对冲/ duō- tóu duìchōng
~ interest	多头 / duōtóu, 买方 / mǎifāng
~ position	多头部位 / duōtóu bùwèi, 多头交易地位/ duōtóu jiāoyì dìwèi; 利多形势 / lìduō xíngshì
~-range planning	长期经营计划 / chángqī jīngyíng jìhuà
~-run	长期的 / chángqī de
~-term (interest rates)	长期(利率) / chángqī (lìlǜ)

longshoreman (n.)   码头装卸工人 / mǎtóu zhuāngxiè gōngrén

loophole (n.)   漏洞 / lòudòng

    tax ~   税收漏洞 / shuìshōu lòudòng

loser (n.)   损失者 / sǔnshīzhě, 输家 / shūjiā

loss (n.)   损失/ sǔnshī, 亏损 / kuīsǔn, 损失额 / sǔn- shī'é

~ and gain	损益 / sǔnyì, 盈亏 / yíngkuī
~ assessor	公估人 / gōnggūrén
~ on sale	销售损失 / xiāoshòu sǔnshī
~ leader	特价商品 / tèjià shāngpǐn, 牺牲品 / xī- shēngpǐn
cover ~	弥补损失 / míbǔ sǔnshī
total ~	总损失 / zǒngsǔnshī

lost (adj.)   失去的 / shīqù de

~ check	遗失支票 / yíshī zhīpiào
~ cost	虚耗费用 / xūhào fèiyòng

lot (n.)   抽签 / chōuqiān; 地皮 / dìpí; 批量 / pīliàng

~ for lot	按需订货 / ànxū dìnghuò
~ size	地皮大小 / dìpí dàxiǎo
~-size inventory	批量库存 / pīliàng kùcún
building ~	建筑用地 / jiànzhù yòngdì
small ~s	小批量 / xiǎopīliàng

low (adj.)	低的 / dī de
~-dividend stock	低股利股票 / dī gǔlì gǔpiào
~-end product	低档产品 / dīdàng chǎnpǐn
~ income bracket	低收入阶层 / dī shōurù jiēcéng
~-interest loan	低利贷款 / dīlì dàikuǎn
~ price stock	低价股票 / dījià gǔpiào
~-yield bonds	低收益债券 / dī shōuyì zhàiquàn
~ wage	低工资 / dī gōngzī
low (n.)	最低价格 / zuìdī jiàgé
lowball (v.)	向顾客虚报低价 / xiàng gùkè xūbào dījià
lower (v.)	降低 / dījià
~ing of exchange rate	降低汇率 / jiàngdī huìlǜ
~ing of price	价格降低 / jiàgé jiàngdī
loyalty (n.)	忠诚 / zhōngchéng
brand ~	品牌忠诚 / pǐnpái zhōngchéng
lucrative (adj.)	有利的 / yǒulì de; 赚钱的 / zhuànqián de
lull (n.)	间歇 / jiànxiē, 稍息 / shāoxī
lumber (n.)	木材 / mùcái
lump-sum (n.)	一次付清 / yícì fùqīng, 整笔 / zhěngbǐ, 一揽子 / yìlǎnzi, 总计 / zǒngjì
~ fee	整笔付清费用 / zhěngbǐ fùqīng fèiyòng
~ payments	一次付清 / yícì fùqīng, 整批支付 / zhěngpī zhīfù
~ purchase	整批购买 / zhěngpī gòumǎi, 一揽子采购 / yìlǎnzi cǎigòu
luxury (n.)	奢侈品 / shēchǐpǐn
~ goods	奢侈品 / shēchǐpǐn
~ tax	奢侈品税 / shēchǐpǐn shuì

M

M & A	→ "mergers and acquisitions"
machine (n.)	机器 / jīqì, 机械 / jīxiè; 机关 / jīguān
automatic vending ~	自动售货机 / zìdòng shòuhuòjī
copy ~	复印机 / fùyìnjī
political ~	政治机器 / zhèngzhì jīqì, 政党的领导机构 [核心集团] zhèngdǎng de lǐngdǎo jīgòu [héxīn jítuán]
~ tools	机床 / jīchuáng, 工作母机 / gōngzuò mǔjī
machinist (n.)	机工 / jīgōng
machinery (n.)	机器 / jīqì; 机构 / jīgòu, 组织 / zǔzhī
~ and equipment	机器和设备 / jīqì hé shèbèi
~ of supply and demand	供求机制 / gōngqiú jīzhì
macro-economics(n.)	宏观经济学 / hóngguān jīngjìxué
made (adj.)	製造的 / zhìzào de, 建造的 / jiànzào de
~-to-order	定制 / dìngzhì
hand-~	手工製作 / shǒugōng zhìzuò
magnate (n.)	工商界大亨 /gōngshāngjiè dàhēng, 工商界巨头 / gōngshāngjiè jùtóu
~ store	主幹店 / zhǔgàndiàn
financial ~	金融巨头 / jīnróng jùtóu
mail (n.)	邮件 / yóujiàn
~ling list	邮寄名单 / yóujì míngdān
~ order	邮购 / yóugòu, 函购 / hángòu
~ transfer	信汇 / xìnhuì
maintain (v.)	维持 / wéichí, 维修 / wéixiū, 保养 / bǎoyǎng
~ a road	维护道路 / wéihù dàolù
~ margin requirement	维持保证金之要求 / wéichí bǎozhèngjīn zhī yāoqiú
~ the reputation	维护信誉 / wéihù xìnyù

maintenance (n.) 保养 / bǎoyǎng, 维修费用 / wéixiū fèiyòng

~ *contract* 维修合同 / wéixiū hétóng

~ *cost* 维修费 / wéixiūfèi

~ *margin* 最低保证金 / zuìdī bǎozhèngjīn

~ *service* 维修服务 / wéixiū fúwù

major (adj.) 主要的 / zhǔyào de, 较大的 / jiào dà de, 较多的 / jiào duō de

~ *overhaul* 大修 / dàxiū, 总检修 / zǒngjiǎnxiū

~ *product* 主要产品 / zhǔyào chǎnpǐn

~ *repairs* 大修 / dàxiū

~ *swing (trend)* 长期趋势 / chángqī qūshì

majority (n.) 大多数 / dàduōshù

~ *interest* 多数权利[股权] / duōshù quánlì [gǔquán]

~ *stockholder* 多数股权股东 / duōshù gǔquán gǔdōng

~ *vote* 多数表决 / duōshù biǎojué

make (n.) 製造方式 / zhìzào fāngshì, 样式 / yàngshì

~-*to-order* 面向订单生产的产品 / miànxiàng dìngdān shēngchǎn de chǎnpǐn

new ~ 新式样 / xīn shìyàng

of foreign ~ 外国式样的 / wàiguó shìyàng de

make (v.) 做 / zuò; 赚 / zhuàn; 转让 / zhuǎnràng; 决定价格 / juédìng jiàgé

~ *an advance* 预付 / yùfù, 垫款 / diànkuǎn

~ *a living* 维持生计 / wéichí shēngjì

~ *an offer* 出盘 / chūpán, 出价 / chūjià

~ *a profit* 获取利润 / huòqǔ lìrùn

~ *both ends meet* 量入为出 / liàng rù wéi chū, 收支相抵 / shōuzhī xiāngdǐ

~ *good* 补偿 / bǔcháng

~ *money* 赚钱 / zhuànqián, 发大财 / fā dàcái

~ *over* 转让或移交 / zhuǎnràng huò yíjiāo

~ *payment* 付款 / fùkuǎn

~ *record* 创记录 / chuàng jìlù

~ *up* 补偿 / bǔcháng

maker (n.)	制造厂商 / zhìzào chǎngshāng; 出票人 / chūpiàorén
~ *of a draft*	出票人 /chūpiàorén
car ~	汽车製造商 /qìchē zhìzàoshāng
make-over (n.)	转让 / zhuǎnràng, 移交 / yíjiāo
malfeasance (n.)	不法行为 / bùfǎ xíngwéi, 渎职 / dúzhí
malfunction (n.)	故障 / gùzhàng
malicious act (n.)	恶意行为 / èyì xíngwéi
malpractice (n.)	怠忽职守/ dàihū zhíshǒu, 疗法失当 / líaofǎ shīdàng
mammonism (n.)	拜金主义 / bàijīn zhǔyì
manage (v.)	经营 / jīngyíng
managed (adj.)	管理的 / guǎnlǐ de, 经营的 / jīngyíng de
~ *economy*	管制经济 / guǎnzhì jīngjì, 计划经济 / jìhuà jīngjì
~ *float*	管理浮动 / guǎnlǐ fúdòng
management (n.)	管理 / guǎnlǐ, 经营 / jīngyíng; 管理部门 / guǎnlǐ bùmén, 资方 / zīfāng
~ *consultant*	管理顾问 / guǎnlǐ gùwèn
financial ~	财务管理 / cáiwù guǎnlǐ
middle ~	中层管理人员 / zhōngcéng guǎnlǐ rényuán
personnel ~	人事管理 / rénshì guǎnlǐ
production ~	生产管理 / shēngchǎn guǎnlǐ
top ~	高层主管 / gāocéng zhǔguǎn
manager (n.)	经理 / jīnglǐ, 管理人员 / guǎnlǐ rényuán
general ~	总经理 / zǒngjīnglǐ
managerial accounting	管理会计 / guǎnlǐ kuàijì
managing director	常务董事 / chángwù dǒngshì

mandamus (L.)   (上级法院对下级法院的)训令 / (shàngjí fǎ-yuàn duì xiàjí fǎyuàn de) xùnlìng

mandate (n.)   训令 / xùnlìng; 支付命令 / zhīfù mìnglìng, 委托 / wěituō

     ~ *on remission*   发还下级法院命令 / fāhuán xiàjí fǎyuàn mìnglìng

mandate (v.)   委托 / wěituō; 指令 / zhǐlìng

mandatory (adj.)   委任的 / wěirèn de; 强制性的 / qiángzhìxìng de; 法定的 / fǎdìng de

     ~ *arbitration*   强制仲裁 / qiángzhì zhòngcái
     ~ *control*   强制性控制 / qiángzhìxìng kòngzhì
     ~ *redemption*   定期偿还 / dìngqī chánghuán
     ~ *retirement*   强制退休 / qiángzhì tuìxiū

manifest (n.)   仓单 / cāngdān, 载货目录 / zàihuò mùlù

     ~ *of clearance*   (报关)出口货运清单 / (bàoguān) chūkǒu huòyùn qīngdān

     import ~   进口货单 / jìnkǒu huòdān
     cargo ~   载货清单 / zàihuò qīngdān

manipulate (v.)   操纵 / cāozòng, 窜改 / cuàngǎi
     ~ *account*   窜改帐户 / cuàngǎi zhànghù
     ~ *the market*   操纵市场 / cāozòng shìchǎng

manipulation (n.)   操作 / cāozuò, 控制 / kòngzhì

manpower (n.)   人力 / rénlì, 劳动力 / láodònglì
     shortage of ~   劳动力短缺 / láodònglì duǎnquē

manual (adj.)   用手操作的 / yòng shǒu cāozuò de, 手工的 / shǒugōng de

     ~ *control*   手控 / shǒukòng
     ~ *labor*   手工 / shǒugōng, 体力劳动 / tǐlì láodòng

manual (n.)   手册 / shǒucè, 教科书 / jiàokēshū
     operation ~   操作手册 / cāozuò shǒucè

manufactory (n.) 制造厂 / zhìzàochǎng, 工厂 / gōngchǎng

manufacture (n.) 製造 / zhìzào, 生产 / shēngchǎn
~ order 製造订单 / zhìzào dìngdān, 生产指令 / shēngchǎn zhǐlìng

manufacture (v.) 製造 / zhìzào, 生产 / shēngchǎn
~d export 制成品出口 / zhìchéngpǐn chūkǒu
~d home 移动性屋 / yídòngxìng wū

manufacturer (n.) 厂商 / chǎngshāng, 制造业者 / zhìzàoyè-zhě
~'s agent 厂商代理人 / chǎngshāng dàilǐrén
~'s liability 厂商责任 / chǎngshāng zérèn

manufacturing (adj.) 制造的 / zhìzào de
~ capacity 制造能力 / zhìzào nénglì
~ control 生产控制 / shēngchǎn kòngzhì
~ cost 製造成本 / zhìzào chéngběn
~ industries 制造业 / zhìzàoyè
~ resource planning 製造资源计划 / zhìzào zīyuán jìhuà

margin (n.) 栏外空白 / lánwài kòngbái; 界限 / jièxiàn; 利润率 / lìrùnlǜ, 差价 / chājià, 赚头 / zhuàntóu; 股本证据金 / gǔběn zhèngjù-jīn, 押金 / yājīn, 垫头 / diàntóu [证]
~ call 补交保证金通知 / bǔjiāo bǎozhèngjīn tōngzhī
~ requirements 额定保证金 / édìng bǎozhèngjīn [证]
~ trading 保证金交易 / bǎozhèngjīn jiāoyì[证]
buying on ~ 押金[垫头] 购买 / yājīn [diàntóu] gòumǎi
gross ~ 总毛利 / zǒngmáolì
high ~ products 高毛利产品 / gāomáo lì chǎnpǐn
profit ~ 利润幅度 / lìrùn fúdù, 毛利率 / máolìlǜ
The ~ will improve. 利润幅度会增加 / Lìrùn fúdù huì zēngjiā.

marginal (adj.) 栏外的 / lánwài de, 边际的 / biānjì de, 收益仅敷支出 / shōuyì jǐn fū zhīchū de
~ cost 边际成本 / biānjì chéngběn

~ *pricing*	边际定价 / biānjì dìngjià
~ *product*	边际产品 / biānjì chǎnpǐn
~ *productivity*	边际生产率 / biānjì shēngchǎnlǜ
~ *revenue*	边际收入 / biānjì shōurù
~ *uility*	边际效用 / biānjì xiàoyòng
marine (adj.)	海洋的 / hǎiyáng de, 船舶的 / chuánbó de
~ *affairs*	海洋事务 / hǎiyáng shìwù
~ *cargo insurance*	货物海上保险 / huòwù hǎishàng bǎoxiǎn
~ *industry*	水产业 / shuǐchǎnyè
~ *insurance*	水险 / shuǐxiǎn
~ *products*	水产 / shuǐchǎn, 海产 / hǎichǎn
~ *underwriter*	海运保险人 / hǎiyùn bǎoxiǎnrén
maritime (adj.)	海事的 / hǎishì de, 海运的 / hǎiyùn de
~ *contract*	海运合同 / hǎiyùn hétóng
~ *court*	海事法庭 / hǎishì fǎtíng
~ *law*	海商法 / hǎishāngfǎ, 海事法 / hǎishìfǎ
~ *trade*	海洋贸易 / hǎiyáng màoyì
mark (n.)	商标 / shāngbiāo, 包装标记 / bāozhuāng biāojì, (船舶)载重线标誌 / (chuánbó) zàizhòngxiàn biāozhì
~ *of origin*	原产地标誌 / yuánchǎndì biāozhì
markdown (n.)	削价 / xiāojià, 减低标价 / jiǎndī biāojià
market (n.)	市场 / shìchǎng, 行情 / hángqíng, 市价 / shìjià
~ *access*	进入市场的途径 / jìnrù shìchǎng de tújìng
~ *analysis*	市场分析 / shìchǎng fēnxī
~ *approach*	市场估价法 / shìchǎng gūjiàfǎ
~ *capitalization*	市场总额 / shìchǎng zǒng'é
~ *condition*	市场条件 / shìchǎng tiáojiàn
~-*driven industry*	市场导向的产业 / shìchǎng dǎoxiàng de chǎnyè
~ *economy*	市场经济 / shìchǎng jīngjì
~ *entry strategy*	市场进入策略 / shìchǎng jìnrù cèlüè

~ *forces*	市场力[推动力量] / shìchǎnglì [tuīdòng lìliàng]
~ *leader*	领头[热门]股票 / lǐngtóu [rèmén] gǔpiào
~-*maker*	报价人 / bàojiàrén
~ *order*	市场[市价]订单 / shìchǎng [shìjià] dìngdān; 市价委托 / shìjià wěituō [证]
~ *penetration*	市场渗透 / shìchǎng shèntòu
~-*oriented product*	面向市场的产品 / miànxiàng shìchǎng de chǎnpǐn
~ *portfolio*	市场投资组合 / shìchǎng tóuzī zǔhé
~ *price*	市场价格 / shìchǎng jiàgé
~ *potential*	市场潜力 / shìchǎng qiánlì
~ *rate*	市场利率 / shìchǎng lìlǜ; 市场汇价 / shìchǎng huìjià
~ *research*	市况[商情]报道 / 市场调研 / shìkuàng [shāngqíng] bàodào / shìchǎng diàoyán
~ *returns*	市场报酬 / shìchǎng bàochóu
~ *risk*	市场风险 /shìchǎng fēngxiǎn
~ *segmentation*	市场剖析 / shìchǎng pōuxī
~ *share*	市场占有率[份额] / shìchǎng zhànyǒulǜ [fèn'é]
~ *survey*	市场调查 / shìchǎng diàochá
~ *trend*	市场趋势/ shìchǎng qūshì
~ *value*	市场价值 / shìchǎng jiàzhí
at the ~	照市价 / zhào shìjià
The ~ *is strong.*	市场走势强劲 / Shìchǎng zǒushì qiángjìn.
market (v.)	销售 / xiāoshòu, 行销 / xíngxiāo
~ *a new product*	销售新产品 / xiāoshòu xīn chǎnpǐn
marketability (n.)	市场性 / shìchǎngxìng, 变现性 / biànxiàn- xìng
marketable (adj.)	适销的 / shìxiāo de, 好销的 / hǎoxiāo de
~ *securities*	有价证券 / yǒujià zhèngquàn
~ *title*	可上市场的产权 / kě shàng shìchǎng de chǎnquán

marketeer (n.)	市场商人 / shìchǎng shāngrén
marketer (n.)	专营特定商品的商人 / zhuānyíng tèdìng shāngpǐn de shāngrén
marketing (n.)	市场学 /shìchǎngxué, 销售[营销]学 /xiāo-shòu [yíngxiāo]xué, 行销[销售] / xíngxiāo [xiāoshòu]
~ *channel*	销售渠道 / xiāoshòu qúdào
~ *planning*	销售计划编制 / xiāoshòu jìhuà biānzhì
~ *strategy*	销售战略 / xiāoshòu zhànlüè
mass ~	大规模销售 / dà guīmó xiāoshòu
mark-up (n.)	加价 /jiājià, 加码 / jiāmǎ
marking / marks (n.)	标志 / biāozhì, 标记 / biāojì
marshalling of asset (n.)	清算资产的分配顺序 / qīngsuàn zīchǎn de fēnpèi shùnxù
mart (n.)	市场 / shìchǎng
mass (adj.)	大量的 / dàliàng de, 集体的 /jítǐ de, 大众的 / dàzhòng de
~ *media*	大众媒介[媒体] / dàzhòng méijiè [méitǐ]
~ *production*	大量生产 / dàliàng shēngchǎn, 大规模生产 / dàguīmó shēngchǎn
~ *transit*	公共交通运输 / gōnggòng jiāotōng yùnshū
mass (n.)	大量 / dàliàng, 成批 / chéngpī
~ *migration*	大规模迁移 / dà guīmó qiānyí
massive (adj.)	大量的 / dàliàng de, 大幅度的 / dà fúdù de
~ *layoff*	大批解雇 / dàpī jiěgù
master (adj.)	主的 / zhǔ de
~ *lease*	主租赁 / zhǔzūlìng
~ *plan*	总体规划 / zǒngtǐ guīhuà; 计划纲领 / jìhuà gānglǐng
~ *table*	基本表 / jīběnbiǎo

material (adj.)   重要的 / zhòngyào de; 物资的 / wùzī de, 有形的 / yǒuxíng de

     ~ breach of contract   实质性违约 / shízhìxìng wéiyuē

     ~ fact   实质事项 / shízhì shìxiàng

     ~ witness   重要证人 / zhòngyào zhèngrén

material (n.)   物资 / wùzī, 原料 / yuánliào, 物料 / wùliào

     ~ management   物料管理 / wùliào guǎnlǐ

     construction ~s   建筑材料 / jiànzhù cáiliào

     raw ~s   原材料 / yuáncáiliào

matrix (n.)   矩阵 / jùzhèng

mature (adj.)   成熟的 / chéngshú de

     ~ bond   到期债券 / dàoqī zhàiquàn

     ~ economy   成熟经济 / chéngshú jīngjì

     ~ liability   到期债务 / dàoqī zhàiwù

mature (v.)   到期 / dàoqī, 满期 / mǎnqī

     The draft ~s on ...   汇票于X日到期 / Huìpiào yú X rì dàoqī.

maturity (n.)   到期日 / dàoqīrì, 偿还日 / chánghuánrì

     ~ amount   到期金额 / dàoqī jīn'é

     ~ date   到期日 / dàoqīrì, 偿还日 / chánghuánrì

maximization (n.)   最大化 / zuìdàhuà

     ~ of profit   利润最大化 / lìrùn zuìdàhuà

maximize (v.)   极大化 / jídàhuà

     ~ the use of facilities   尽可能利用设备 / jìn kěnéng lìyòng shèbèi, 最大限度地利用设备 / zuìdà xiàndù de lìyòng shèbèi

maximum (adj.)   最大限度的 / zuìdà xiàndù de

     ~ amount   最大额 / zuìdà é

     ~ rate of interest   最高利率 / zuìgāo lìlǜ

maximum (n.)   最大量 / zuìdà liàng, 最高点 / zuìgāodiǎn, 极点 / jídiǎn

mean (adj.) 中位的 / zhōngwèi de, 平均的 / píngjūn de
    ~ price 平均价格 / píngjūn jiàgé

mean (n.) 中数 / zhōngshù; 平均数 / píngjūnshù

means (n.) 手段 / shǒuduàn, 方法 / fāngfǎ; 资力 / zīlì
    beyond one's ~ 超出某人的能力范围 /chāochū mǒurén
        de nénglì fànwéi
    financial ~ 金融手段 / jīnróng shǒuduàn
    within one's ~ 在某人的能力范围之内 / zài mǒurén de
        nénglì fànwéi zhī nèi

measure (n.) 措施 / cuòshī
    emergency ~ 紧急措施 / jǐnjí cuòshī
    safety ~ 安全措施 / ānquán cuòshī
    take appropriate ~ 采取适当措施 / cǎiqǔ shìdàng cuòshī
    weights and ~s 度量衡 / dùliànghéng

mechanics lien 职工留置权 / zhígōng liúzhìquán

median (n.) 中间数 / zhōngjiānshù

mediation (n.) 调停 / tiáotíng, 调解 / tiáojiě
    through the ~ of... 通过... 的调解 / tōngguò...dè tiáojiě

Medicaid (n.) (贫困者)医疗补助计划 / (pínkùnzhě) yīliáo
    bǔzhù jìhuà

medical (adj.) 医学的 / yīxué de, 医术的 / yīshù de
    ~ insurance 医疗保险 / yīliáo bǎoxiǎn
    ~ industry 医疗业 / yīliáoyè
    ~ products 医疗产品 / yīliáo chǎnpǐn

Medicare 医疗保健方案 / yīliáo bǎojiàn fāng'àn

medium (adj.) 中位的 / zhōngwèi de
    ~-range 中期 / zhōngqī
    ~ term 中期(的) / zhōngqī (de)
    ~-size company 中等规模公司 / zhōngděng guīmó gōngsī

medium (n.)	媒介物 / méijièwù, 手段 / shǒuduàn
~ of exchange	交换媒介 / jiāohuàn méijiè
melon (n.)	额外红利 / éwài hónglì
cut a ~	给股东额外分红 / gěi gǔdōng éwài fēnhóng
meltdown (n.)	瓦解 / wǎjiě
membership (n.)	会员身份 / huìyuán shēnfèn
memorandum (n.)	备忘录 / bèiwànglù, 章程 / zhāngchéng, 规章 / guīzhāng
~ and articles of association	(合营企业)公司章程 / (héyíng qǐyè) gōngsī zhāngchéng
~ of agreement	协议书 / xiéyìshū, 协议备忘录 / xiéyì bèiwànglù
mercantile (adj.)	商业的 / shāngyè de, 贸易的 / màoyì de
~ agency	商业徵信所 / shāngyè zhēngxìnsuǒ
~ credit	商业信用 / shāngyè xìnyòng
~ doctrine	重商主义 / zhòngshāng zhǔyì
~ law	商(事)法 / shāng(shì)fǎ
~ nation	贸易国 / màoyìguó
mercantilism (n.)	重商主义 / zhòngshāng zhǔyì
mercantilist (n.)	重商主义者 / zhòngshāng zhǔyìzhě
mercenary (adj.)	贪财的 / tāncái de, 唯利是图的 / wéi lì shì tú de
merchandise (n.)	商品 / shāngpǐn, 货物 / huòwù
~ balance	(商品)贸易差额 / (shāngpǐn) màoyì chā'é
~ trade	商品贸易 / shāngpǐn màoyì
merchandizing (n.)	商品推销 / shāngpǐn tuīxiāo, 广告推销 / guǎnggào tuīxiāo
merchant (n.)	商人 / shāngrén
merchantable (adj.)	可交易的 / kě jiāoyì de

~ *title*	可交易的产权 / kě jiāoyì de chǎnquán
meridian (n.)	子午线 / zǐwǔxiàn
merge (v.)	合并 / hébìng, 兼并 / jiānbìng
~ *with...*	与...合并 / yǔ...hébìng
merger (v.)	(收买)合并 / (shōumǎi) hébìng
~*s and acquisitions* (M&A)	企业的吸收与合并 / qǐyè de xīshōu yǔ hébìng
merit (n.)	优点 / yōudiǎn, 长处 / chángchù, 功绩 / gōngjī
~*s and demerits*	优缺点 / yōuquēdiǎn, 功过 / gōngguò, 得失 / déshī
~ *increase*	凭成绩的加薪 / píng chéngjī de jiāxīn
meritocracy (n.)	精英领导(的集团,社会) / jīngyīng lǐngdǎo (de jítuán,shèhuì)
metals (n.)	金属 / jīnshǔ
metes and bounds	土地测量及界限 / tǔdì cèliáng jí jièxiàn
microeconomics (n.)	微观经济学 / wēiguān jīngjìxué
middle (adj.)	中级的 / zhōngjí de, 中间的 / zhōngjiān de
~ *class*	中等阶层 / zhōngděng jiēcéng
~ *income bracket*	中等收入阶层 / zhōngděng shōurù jiēcéng
~ *management*	中层管理人员 /zhōngcéng guǎnlǐ rényuán
middleman (n.)	中间商 / zhōngjiānshāng, 买卖双方中介人 / mǎimài shuāngfāng zhōngjièrén
midterm (n.)	中期的 / zhōngqī de
milestone (n.)	里程碑 / lǐchéngbēi
millionaire (n.)	百万富翁 / bǎiwàn fùwēng

mine (n.)	矿藏 / kuàngcáng
hit a gold ~	发现金矿 / fāxiàn jīnkuàng
mine (v.)	采掘 / cǎijué, 开采 / kāicǎi, 采矿 / cǎikuàng
mineral (n.)	矿产 / kuàngchǎn
~ deposits	矿藏 / kuàngcáng
~ resources	矿产资源 / kuàngchǎn zīyuán
mineral (adj.)	含矿物的 / hán kuàngwù de
~ products	矿产品 / kuàngchǎnpǐn
minimal (adj.)	最低限度的 / zuìdī xiàndù de
~ fee	最低费用 / zuìdī fèiyòng
minimum (adj.)	起码的 / qǐmǎ de
~ reserve	最低准备 / zuìdī zhǔnbèi
~ wage	最低工资 / zuìdī gōngzī
minimum (n.)	最小量 / zuìxiǎo liàng, 最低额 / zuìdī é, 最低程度 / zuìdī chéngdù
keep to a ~	保持至最低限度 / bǎochí zhì zuìdī xiàndù
mining (n.)	探矿 / tànkuàng, 矿业 / kuàngyè
~ industry	矿业 / kuàngyè
~ right	采矿权 / cǎikuàngquán
~ share	矿股 / kuànggǔ
minor (adj.)	较小的 / jiào xiǎo de, 次要的 / cìyào de
~ coin	辅币 / fǔbì
~ defect	小缺点 / xiǎo quēdiǎn
~ offense	轻罪 / qīngzuì
~ partner	小合伙人 / xiǎo héhuǒrén
~ price decline	轻微价格下跌 / qīngwēi jiàgé xiàdiē
~ rally	股票市场的小回稳 / gǔpiào shìchǎng de xiǎo huíwěn
~ recession	轻微的经济衰退 / qīngwēi de jīngjì shuāituì
~ shareholder	少数股权股东 / shǎoshù gǔquán gǔdōng
minor (n.)	未成年者 / wèi chéngnián zhě

minority (n.)	少数(派) / shǎoshù (pài); 未成年 / wèi chéngnián
~ *interest*	少数股权 / shǎoshù gǔquán
~ *stockholders*	少数股东 / shǎoshù gǔdōng
mint (adj.)	新造的 / xīnzào de, 崭新的 / zhǎnxīn de
in ~ *state*	刚印好的 / gāngyìn hǎo de
mint (n.)	造币厂 / zàobìchǎng
~ *parity*	法定平价 / fǎdìng píngjià, 铸币平价 / zhùbì píngjià
~ *price*	法定价格 / fǎdìng jiàgé, 法定平价 / fǎdìng píngjià
~ *rate*	法定比价 / fǎdìng bǐjià
mint (v.)	铸造 / zhùzào
~ *silver coinage*	铸造银币 / zhùzào yínbì
newly ~*ed CEO*	新任公司最高执行主管 / xīnrèn gōngsī zuì gāo zhíxíng zhǔguǎn
minutes (n.)	会议记录 / huìyì jìlù
miscalculation (n.)	计算失误 / jìsuàn shīwù
miscellaneous (adj.)	种种的 / zhǒngzhǒng de, 杂项的 / záxiàng de
~ *expenses*	杂费 / záfèi
~ *goods*	杂货 / záhuò
misdemeanor (n.)	轻罪 / qīngzuì
misfeasance (n.)	失职 / shīzhí, 滥用职权 / lànyòng zhíquán
misleading (adj.)	误导的 / wùdǎo de
~ *advertisement*	不实广告 / bùshí guǎnggào
mismanagement (n.)	经营欠善 / jīngyíng qiànshàn
misrepresentation (n.)	不真实的告知 / bùzhēnshí de gàozhī, 虚伪陈述 / xūwěi chénshù

mission (n.)	代表团 / dàibiǎotuán, 工作团 / gōngzuò-tuán, 使命 / shǐmìng
trade ~	贸易代表团 / màoyì dàibiǎotuán
misjudge (v.)	判断错误 / pànduàn cuòwù
mistake (n.)	错误 / cuòwù
misuse (v.n.)	误用 / wùyòng
mitigating circumstances (n.)	减轻处罚情节 / jiǎnqīng chǔfá qíngjié
mix (n.)	混合 / hùnhé
product ~	产品组合 / chǎnpǐn zǔhé
mix (v.)	混合 / hùnhé
mixed (adj.)	混合的 / hùnhé de
~ cargo	混装货物 / hùnzhuāng huòwù
~ economy	混合经济 / hùnhé jīngjì
~ market	涨跌互见的市场 / zhǎngdiē hùjiàn de shì-chǎng
The market closed ~ .	股市高低价混合收市 / Gǔshì gāodījià hùnhé shōushì.
mobile (adj.)	可移动的 / kě yídòng de
~ home	移动屋 / yídòngwū
~ labor	流动劳动力 / liúdòng láodònglì
mobility (n.)	移动性 / yídòngxìng
mobilization (n.)	动员 / dòngyuán
moderate (adj.)	稳健的 / wěnjiàn de, 适度的 / shìdù de
~ inflation	轻度通货膨胀 / qīngdù tōnghuò péngzhàng
~ price	稳健[适度]价格 / wěnjiàn [shìdù] jiàgé
moderate (v.)	使缓和 / shǐ huǎnhé
Inflation has ~d..	通货膨胀已经趋缓 / Tōnghuò péngzhàng yǐjīng qūhuǎn.

modify (v.)   修改 / xiūgǎi, 变更 / biàngēng
     ~ the terms of a contract   变更合同条件 / biàngēng hétóng tiáojiàn

modification (n.)   修正 / xiūzhèng, 修改 / xiūgǎi
     ~ of a contract   契约的修改 / qìyuē de xiūgǎi

modus (L.)   方式 / fāngshì, 样式 / shìyàng
     ~ operandi   办事方法 / bànshì fāngfǎ
     ~ vivendi   暂时解决办法 / zànshí jiějué bànfǎ

mogul (n.)   显要人物 / xiǎnyào rénwù

momentum (n.)   走势 / zǒushì

monetarism (n.)   货币主义 / huòbì zhǔyì

monetarist (n.)   货币论者 / huòbìlùnzhě

monetary (adj.)   货币的 / huòbì de, 金融的 / jīnróng de
     ~ assets   货币金融性资产 / huòbì jīnróngxìng zīchǎn
     ~ base   货币基底 / huòbì jīdǐ
     ~ growth   货币增长 / huòbì zēngzhǎng
     ~ policy   货币政策 / huòbì zhèngcè
     ~ standard   货币本位 / huòbì běnwèi
     ~ system   货币制度 / huòbì zhìdù

money (n.)   货币 / huòbì, 金钱 / jīnqián, (pl.)金额 / jīn'é
     ~ broker   代办短期借款的经纪人 / dàibàn duǎnqī jièkuǎn de jīngjìrén
     ~ crop   可立即销售的农作物 / kě lìjí xiāoshòu de nóngzuòwù
     ~ down   现金交易 / xiànjīn jiāoyì, 定金 / dìngjīn
     ~ in hand   现款 / xiànkuǎn
     ~ market certificate   金融市场存款证明 / jīnróng shìchǎng cúnkuǎn zhèngmíng
     ~ order   汇兑 / huìduì, 汇票 / huìpiào, 邮汇 / yóuhuì
     ~ supply   货币供应量 / huòbì gōngyìngliàng
     ~ policy   紧缩的货币政策/ jǐnsuō de huòbì zhèngcè

monopolistic (adj.)	独占的 / dúzhàn de, 专卖的 / zhuānmài de
~ *enterprise*	垄断企业 / lǒngduàn qǐyè
~ *price*	垄断价格 / lǒngduàn jiàgé
monopolize (v.)	独占 / dúzhàn, 垄断 / lǒngduàn
monopoly (n.)	独占(权) / dúzhàn(quán), 专利 / zhuānlì
monopolist (n.)	垄断者 / lǒngduànzhě, 专卖者 / zhuānmài-zhě
monopsony (n.)	独买 / dúmǎi, 买方独占(买主多而只有一家卖主的市场结构) / mǎifāng dúzhàn (mǎizhǔ duō ér zhǐyǒu yìjiā màizhǔ de shìchǎng jiégòu)
month order	本月有效的委托 / běnyuè yǒuxiào de wěituō
monthly (adj.)	按月的 / àn yuè de, 每月的 / měiyuè de
~ *income*	月收入 / yuèshōurù
~ *instal(l)ment*	按月摊付额 / àn yuè tānfùé
~ *output*	月产出 / yuèchǎnchū
~ *payment*	按月付款 / àn yuè fùkuǎn
moonlighting (n.)	兼职(夜间打工) / jiānzhí (yèjiān dǎgōng)
moratorium (n.)	停止对外偿债令 / tíngzhǐ duìwài chángzhài lìng, 付款宽延期限 / fùkuǎn kuānyán qī-xiàn; 暂时停建 / zànshí tíngjiàn
mortgage (n.)	抵押贷款 / dǐyā dàikuǎn
~ *bond*	抵押债券 / dǐyā zhàiquàn
~ *company*	抵押放款[融资]公司 / dǐyā fàngkuǎn [róng-zī] gōngsī
~ *loan*	抵押贷款 / dǐyā dàikuǎn
~ *payment*	抵押贷款支付 / dǐyā dàikuǎn zhīfù
first ~	初次抵押 /chūcì dǐyā, 第一抵押权/ dìyī dǐ-yāquán
take out a ~	申请抵押贷款 / shēnqǐng dǐyā dàikuǎn

mortgage (v.)	抵押 / dǐyā, 典质 / diǎnzhì
~ a house	以房屋作抵押 / yǐ fángwū zuò dǐyā
a ~d property	已抵押的财产 / yǐ dǐyā de cáichǎn
mortgagee (n.)	受押人 / shòuyārén, 抵押债权人 / dǐyā zhàiquánrén
mortgagor (n.)	抵押债务人 / dǐyā zhàiwùrén, 出押人 / chūyārén
most-favored nation (MFN)	最惠国(条款) / zuìhuìguó (tiáokuǎn)
motivation (n.)	动机 / dòngjī
consumer ~	消费动机 / xiāofèi dòngjī
movement (n.)	运动 / yùndòng
~ of market price	市场价格运动 / shìchǎng jiàgé yùndòng
~ of price	价格运动 / jiàgé yùndòng
price ~	价格运动 / jiàgé yùndòng
multi- (pref.)	多边的 / duōbiān de, 多角的 / duōjiǎo de
~ domestic marketing	多市场独立营销 / duō shìchǎng dúlì yíngxiāo
multilateral (adj.)	多边的 / duōbiān de, 多国间的 / duōguójiān de
~ agreement	多边协议 / duōbiān xiéyì
~ trade	多边贸易 / duōbiān màoyì
multinational corporation (MNC)	跨国公司 / kuàguó gōngsī
multiple (adj.)	多样的 / duōyàng de
~ exchange rate	多元汇率 / duōyuán huìlǜ
in ~s of millions	几百万的 / jǐbǎiwàn de
municipal (adj.)	市政的 / shìzhèng de, 地方的 / dìfāng de
~ bond	市政债券 / shìzhèng zhàiquàn, 地方债券 / dìfāng zhàiquàn
muniments of title	不动产权利书 / búdòngchǎn quánlìshū

mutual (adj.)	相互的 / xiānghù de, 共同的 / gòngtóng de, 相互保险的 / xiānghù bǎoxiǎn de
~fund	相互[共同, 互助, 互惠] 基金 / xiānghù [gòngtóng, hùzhù hùhuì] jījīn
~ly satisfactory agreement	相互满意的协议 / xiānghù mǎnyì de xiéyì

N

NAFTA (North America Free Trade Agreement)	北美自由贸易协定 / Běiměi Zìyóu Màoyì Xiédìng
naked (adj.)	无担保的 / wú dānbǎo de, 无证据的 / wú zhèngjù de
~ *contract*	无因[担保]契约 / wú yīn [dānbǎo] qìyuē
~ *promise*	口头承诺 / kǒutóu chéngnuò
~ *trust*	名义信托 / míngyì xìntuō
named (adj.)	记名的 / jìmíng de
~ *insured's product*	明确保险责任的产品 / míngquè bǎoxiǎn zérèn de chǎnpǐn
~ *point of destination*	指定目的地 / zhǐdìng mùdìdì
~ *port of exportation*	指定出口港 / zhǐdìng chūkǒugǎng
~ *port of shipment*	指定装运港 / zhǐdìng zhuāngyùngǎng
~*the beneficiary* ~	指名受惠人 / zhǐmíng shòuhuìrén
narrow (adj.)	狭窄的 / xiázhǎi de, 微薄的 / wēibó de
~ *margin*	薄利 / bólì
~ *market*	呆滞的市场 / dāizhì de shìchǎng
~ *range*	狭小的范围 / xiáxiǎo de fànwéi
NASDAQ (*National Association of Security Dealers Automated Quotation*)	全国证券商自动化报价协会/ Quánguó Zhèngquànshāng Zìdònghuà Bàojià Xiéhuì
national (adj.)	国民的 / guómín de, 国立的 / guólì de
~ *bank*	国家银行 / guójiā yínháng
~ *brand*	全国性厂牌 / quánguóxìng chǎngpái
~ *debt*	国债 / guózhài
~ *economy*	国民经济 / guómín jīngjì
~ *health insurance*	国民保健 / guómín bǎojiàn
~ *income*	国民收入 / guómín shōurù
~ *property*	国有财产 / guóyǒu cáichǎn
~ *treasury*	国库 / guókù
~ *wealth*	国家财富 / guójiā cáifù

nationality (n.)   国籍 / guójí

nationalization (n.)   国有化 / guóyǒuhuà, 国营 / guóyíng

native (n.)   当地人 / dāngdìrén

native (adj.)   本地的 / běndì de, 土产的 / tǔchǎn de
     ~ products   土产品 / tǔchǎnpǐn

natural (adj.)   自然的 / zìrán de
     ~ death   自然死亡 / zìrán sǐwáng
     ~ gas   天然气 / tiānránqì
     ~ heir   血缘继承人 / xuèyuán jìchéngrén
     ~ person   自然人 / zìránrén
     ~ resources   自然资源 / zìrán zīyuán
     ~ wealth   自然财富 / zìrán cáifù

nautical (adj.)   航海上的 / hánghǎishàng de
     ~ mile   海里 / hǎilǐ

navigation (n.)   航海 / hánghǎi
     ~ treaty   航海协定[条约] hánghǎi xiédìng [tiáoyuē]

near (adj.)   近的 / jìn de, 接近的 / jiējìn de
     ~ cargo   近海载货 / jìnhǎi zǎihuò
     ~-cash   类似现金 / lèisì xiànjīn
     ~ deliveries   近期交货[交割] / jìnqī jiāohuò [jiāogē]
     ~ futures   近期期货 / jìnqī qīhuò
     ~ maturity   正要到期 / zhèngyào dàoqī
     ~-money   类似[准]货币 / lèisì [zhǔn] huòbì
     ~ monopoly   近似垄断 / jìnsì lǒngduàn

necessaries (n.)   生活必需品 / shēnghuó bìxūpǐn

necessitous (adj.)   贫困的 / pínkùn de, 必需的 / bìxū de
     ~ area   贫困地区 / pínkùn dìqū

necessity (n.)   必要性 / bìyàoxìng; (pl.)必需品 / bìxūpǐn
     ~ies of life   生活必需品 / shēnghuó bìxūpǐn
     daily ~ies   日常必需品 / rìcháng bìxūpǐn

need (n.) 需要 / xūyào
   ~ to pay 支付义务 / zhīfù yìwù
   in case of ~ 以备需要 / yǐbèi xūyào, 必要时 / bìyào shí
   in great ~ 大量需要 / dàliàng xūyào
   in immediate ~ 即刻需要 / jíkè xūyào
   meet customers' ~ 满足顾客需要 / mǎnzú gùkè xūyào

needy (adj.) 贫困的 / pínkùn de
   the poor and ~ 穷苦的人们 / qióngkǔ de rénmen

negative (adj.) 否定的 / fǒudìng de, 消极的 / xiāojí de, 负的 / fù de
   ~ balance of payment 国际收支逆差 / guójì shōuzhī nìchā
   ~ cash flow 负现金流动 / fù xiànjīn liúdòng, 现金流出 / xiànjīn liúchū
   ~ convenant 反面保证(契约)条款 / fǎnmiàn bǎozhèng (qìyuē) tiáokuǎn
   ~ factor 消极因素 / xiāojí yīnsù
   a ~ reply 否定答复 / fǒudìng dáfù

neglect of duty 失职 / shīzhí, 玩忽职守 / wánhū zhíshǒu

negligence (n.) 过失 / guòshī
   ~ clause 过失免责条款 / guòshī miǎnzé tiáokuǎn
   ~ liability insurance 过失责任保险 / guòshī zérèn bǎoxiǎn

negotiable (n.) 可转让的 / kě zhuǎnràng de, 可流通的 / kě liútōng de, 可谈判的 / kě tánpàn de
   ~ instruments 有价[流通]证券 / yǒujià [liútōng] zhèngquàn
   ~ securities 可转让[流通]有价证券 / kě zhuǎnràng [liútōng] yǒujià zhèngquàn
   not ~ 不可转让的 / bùkě zhuǎnràng de
   Price is ~. 价钱可商讨的 / Jiàqián kě shāngtǎo de.

negotiant (n.) 谈判者 / tánpànzhě

negotiate (v.) 谈判 / tánpàn, 交涉 / jiāoshè, 磋商 / cuōshāng; 转让 / zhuǎnràng, 押汇 / yāhuì
   ~ a deal 洽谈生意 / qiàtán shēngyì
   ~d sale 议价销售 / yìjià xiāoshòu

negotiating bank (n.) 汇票让购[议付]银行 / huìpiào rànggòu [yì-fù] yínháng, 押汇银行 / yāhuì yínháng

negotiation (n.) 谈判 / tánpàn, 交涉 / jiāoshè, 磋商 / cuō-shāng; 押汇 / yāhuì; 议付 / yìfù

    ~ credit 让购信用证 / rànggòu xìnyòngzhèng

    ~ of bills 票据 议付 / piàojù yìfù

    ~ of contract term 蹉 商合同条款 / cuōshāng hétóng tiáokuǎn

    business ~ 商谈 / shāngtán

    open for ~ 随时可商谈 / suíshí kě shāngtán

    under ~ 在磋商中 / zài cuōshāngzhōng

negotiator (n.) 谈判者 / tánpànzhě, 交涉者 / jiāoshèzhě

nepotism (n.) 引用私人 / yǐnyòng sīrén, 裙带主义 / qún-dài zhǔyì

nest egg 为将来的储备金 / wèi jiānglái de chǔbèijin

net (adj.) 纯净的 / chúnjìng de, 净得的 / jìngdé de

    ~ amount 净额 / jìng'é

    ~ assets 净资产 / jìngzīchǎn

    ~ earnings 净收益[盈利] / jìngshōuyì [yínglì]

    ~ gain 净收益 / jìngshōuyì

    ~ income 净收入 / jìngshōurù

    ~ margin 净利 / jìnglì, 净差益 / jìngchāyì

    ~ lease 净租约 / jìngzūyuē

    ~ of tax 除税 净值 / chúshuì jìngzhí

    ~ profit 纯利润 / chún lìrùn

    ~ sales 销货净额 / xiāohuò jìng'é

    ~ value 净值 / jìngzhí

    ~ worth 财产净值 / cáichǎn jìngzhí, 净资产 / jìng zī-chǎn

net (v.) 净赚 / jìngzhuàn

network (n.) 通信网络 / tōngxìn wǎngluò

networking (n.) 利用关系 / lìyòng guānxì

neutral (adj.)	中立的 / zhōnglì de
new (adj.)	新的 / xīn de
~ *account*	新帐户 / xīn zhànghù
~ *high*	新高记录 / xīn gāojìlù
~ *hire*	新雇员 / xīn gùyuán
~ *issue*	新发行证券 / xīn fāxíng zhèngquàn, 增资股票 / zēngzī gǔpiào
~ *product development*	新产品开发 / xīn chǎnpǐn kāifā
niche (n.)	独特专属 / dútè zhuānshǔ, 合适处 / héshìchù, 市场间隙 / shìchǎng jiànxì
~ *market*	独特市场 / dútè shìchǎng
nil (n.)	零 / líng, 无 / wú
no (adj.)	非 / fēi, 无 / wú
~ *effect*	无效果 / wú xiàoguǒ; 无存款(空头支票上的批注) / wú cúnkuǎn (kōngtóu zhīpiàoshàng de pīzhù)
~~-*load*	不抽佣金的 / bùchōu yòngjīn de
~~-*par*	无面值的 / wú miànzhí de
~~-*voting stock*	无表决权股 / wú biǎojuéquán gǔ
~ *protect*	免除拒付证书 / miǎnchú jùfù zhèngshū
nominal (adj.)	名义上的 / míngyìshàng de, 名目的 / míngmù de, 微不足道的 / wēibùzúdào de
~ *capital*	名义资本 / míngyì zīběn, 票面股本 / piàomiàn gǔběn
~ *owner*	名义业主 / míngyì yèzhǔ
~ *price*	名义价格 / míngyì jiàgé
~ *rate of interest*	名义利息率 / míngyì lìxīlǜ
~ *value*	票面价值 / piàomiàn jiàzhí
~ *yield*	名义收益率 / míngyì shōuyìlǜ
nominate (v.)	指名 / zhǐmíng
nominee (n.)	被指定人 / bèi zhǐdìngrén, 代表人 / dàibiǎo rén

no money down	不必付定金 / búbì fù dìngjīn
non(pref.)-	不 / bù, 非 / fēi
~*acceptance*	[汇票]不承兑 / [huìpiào] bùchéngduì, 拒绝承兑 / jùjué chéngduì
~*deductible*	不能扣除的 / bùnéng kòuchú de
~*durable good*	非耐用品 / fēi nàiyòngpǐn, 非耐久性商品 / fēi nàijiǔxìng shāngpǐn
~*judicial foreclosure sale*	非法院终结抵押物 / fēi fǎyuàn zhōngjié dǐyāwù, 拍卖 / pāimài
~*fulfillment*	[契约]不履行 / [qìyuē] bùlǚxíng,
~*negotiable*	不可转让的 / bùkě zhuǎnràng de
~*operation expense*	非营业性费用 / fēi yíngyèxìng fèiyòng
~*profit orgazination*	非盈利性机构[组织] / fēi yínglìxìng jīgòu [zǔzhī]
~*recoverable*	[债务, 费用等]无法收回的 / [zhàiwù, fèiyòng děng] wúfǎ shōuhuí de
~*recurrent expense*	非经常性开资 / fēi jīngchángxìng kāizhī
~*resident*	非居民 / fēi jūmín, 侨民 / qiáomín
~*tariff barrier (NTB)*	非关税壁垒 / fēi guānshuì bìlěi
~*voting stock*	无投票权股 / wú tóupiàoquán gǔ
noncommittal (n.)	不表明意见的 / bù biǎomíng yìjiàn de
normal (adj.)	正常的 / zhèngcháng de
nostro account (n)	往帐 / wǎngzhàng
notarize (v.)	公证 / gōngzhèng
notary public (n.)	公证人 / gōngzhèngrén
note (n.)	期票 / qīpiào, 本票 / běnpiào; 借款单 / jièkuǎndān, 票据 / piàojù; 纸币 / zhǐbì; 记录 / jìlù, 便条 / biàntiáo
~ *payable*	应付票据 / yīngfù piàojù
notice (n.)	通知 / tōngzhī, 通告 / tōnggào
~ *of action*	诉案通知 / sù'àn tōngzhī

~ of default	违约[债务未付]通知 / wéiyuē [zhàiwù wèi fù] tōngzhī
novation (n.)	债权更新[以新债代替旧债] / zhàiquán gēngxīn [yǐ xīnzhài dàitì jiùzhài]; 代替协定 / dàitì xiédìng
null and void (adj.)	无效 / wúxiào, 作废 / zuòfèi
nullification (n.)	无效 / wúxiào, 作废 / zuòfèi
nullify (v.)	作废 / zuòfèi, 宣告无效 / xuāngào wúxiào
number (n.)	数目 / shùmù, 数值 / shùzhì
numerical (adj.)	数字的 / shùzì de
NYSE (New York Stock Exchange)	纽约股票交易所 / Niǔyuē Gǔpiào Jiāoyìsuǒ

O

oath (n.)	宣誓 / xuānshì
object (n.)	对象 / duìxiàng
objection (n.)	异议 / yìyì, 反对 / fǎnduì
objective (n.)	目的 / mùdì, 目标 /mùbiāo
long-term ~	长期目标 / chángqī mùbiāo
management by ~ (MBO)	目标管理 / mùbiāo guǎnlǐ
objective (adj.)	客观的 / kèguān de; 目标的 / mùbiāo de
~ rating	客观的评定等级 / kèguān de píngdìng děngjí
obligation (n.)	义务 / yìwù, 债务 / zhàiwù
~ bond	债券 / zhàiquàn
~ to disclose	揭示义务 / jiēshì yìwù
discharge one's ~	偿还债务 / chánghuán zhàiwù
financial ~s	债务 / zhàiwù
legal ~	法律义务 / fǎlǜ yìwù
obligate (v.)	使...负义务 / shǐ ...fù yìwù, 强制 / qiángzhì
obligatory (adj.)	必须履行的 / bìxū lǚxíng de, 强制性的 / qiángzhìxìng de
~ arbitration	强制仲裁 / qiángzhì zhòngcái
~ right	债权 / zhàiquán
obligee (n.)	债权人 / zhàiquánrén
obligor (n.)	债务人 / zhàiwùrén
observation (n.)	观察 / guānchá
obsolescence (n.)	陈旧化 / chénjiùhuà, 技术淘汰 / jìshù táotài
~ loss	陈旧化损失 / chénjiùhuà sǔnshī

obsolete (adj.) 陈旧的 / chénjiù de
   ~ equipment 陈旧设备 / chénjiù shèbèi
   ~ stock 过时存货 / guòshí cúnhuò

obstruction (n.) 妨碍 / fáng'ài
   ~ of justice 妨碍司法调查 / fáng'ài sīfǎ diàochá

occupancy (n.) 占有 / zhànyǒu, 占用 / zhànyòng, 被占用
   的建筑物 / bèi zhànyòng de jiànzhùwù,
   居住 / jūzhù
   ~ rate (公寓,办公楼等的)出租率 / (gōngyù,
   bàngōnglóu děng de) chūzūlǜ

occupant (n.) 占据者 / zhànjùzhě, 居住者 / jūzhùzhě

occupation (n.) 职业 / zhíyè; 占有 / zhànyǒu

occupational (adj.) 职业的 / zhíyè de
   ~ accident 职业性意外事故 / zhíyèxìng yìwài shìgù
   ~ hazards 职业危险 / zhíyè wēixiǎn

ocean shipping (n.) 远洋运输 / yuǎnyáng yùnshū

odd (adj.) 零星的 / língxīng de
   ~ job 零工 / línggōng
   ~ lot (transaction) 零批交易 / língpī jiāoyì
   ~ number 奇数 / jīshù
   ~ price 带零头价格 / dài língtóu jiàgé, 临时[不固
   定]价格 / línshí [búgùdìng] jiàgé

odds (n.) 零碎物件 / língsuì wùjiàn; 可能性 / kěnéng-
   xìng, 胜算 / shèngsuàn
   ~s and ends 零碎杂物 / língsuì záwù
   even ~ 成败机会相等 / chéngbài jīhuì xiāngděng
   The ~ are against it. 没有成功机会 / Méiyǒu chénggōng jīhuì.

OEM (Original Equipment Manufacturing) 原厂装配[委制]品 / yuánchǎng zhuāngpèi
   [wěizhì]pǐn, 委托代工 / wěituō dàigōng,
   OEM生产 / OEM shēngchǎn

off (adj.) 低落 / dīluò, 不活络 / bùhuóluò; 打...折 / dǎ...zhé; 中断 / zhōngduàn

   ~ brand 老牌子 / lǎo páizi

   ~ duty 非值班[上班]日 / fēi zhíbān [shàngbān]rì

   ~ season 淡季 / dànjì

   take time ~ 不上班 / búshàngbān

   He is ~ today. 他今天休息 / Tā jīntiān xiūxi.

   Profit has fallen ~. 利润下降 / Lìrùn xiàjiàng.

   The market is ~. 股市下跌 / Gǔshì xiàdiē.

   10% ~ 打九折 / dǎ jiǔzhé

off-balance sheet (adj.) 资产负债表以外的 / zīchǎn fùzhàibiǎo yǐwài de

   ~ finance or financing 资产负债筹资 / zīchǎn fùzhài chóuzī

   ~ item 资产负债项目 / zīchǎn fùzhài xiàngmù

offence/offense (n.) 违法犯罪行为 / wéifǎ fànzuì xíngwéi, 罪行 / zuìxíng

   a criminal ~ 犯法 / fànfǎ

   an ~ against the law 违反法律 / wéifǎn fǎlǜ

offender (n.) 冒犯者 / màofànzhě, 犯人 / fànrén

offer (n.) 提出 / tíchū; 报价 / bàojià, 报盘 / bàopán

   ~ price 售出价格 / shòuchū jiàgé

   a firm ~ 实盘 / shípán

   counter ~ 还盘 / huánpán

   make an ~ 报盘 / bàopán, 报价 / bàojià

   special ~ 特价 / tèjià

offer (v.) 提供 / tígōng, 报盘 / bàopán

   ~ a complete line of service 提供全套服务 / tígōng quántào fúwù

   ~ed price 卖价 / màijià, 发盘价 / fāpánjià

   ~ for sale 提供销售 / tígōng xiāoshòu, 标价出售 / biāojià chūshòu, 公开让售 / gōngkāi ràngshòu

   ~ing price 售出价格 / shòuchū jiàgé

   secondary ~ing 二级分配 / èrjí fēnpèi, 证券的二次发行 / zhèngquàn de èrcì fāxíng

offering (n.) 提供 / tígōng, 出售物 / chūshòuwù; 证券出售 / zhèngquàn chūshòu

~ *price* 售出价格 / shòuchū jiàgé

office (n.) 办公室 / bàngōngshì
~ *equipment* 办公设备 / bàngōng shèbèi
~ *hour* 办公时间 / bàngōng shíjiān
branch ~ 分支机构 / fēnzhī jīgòu

officer (n.) 高级职员 / gāojí zhíyuán

official (adj.) 官方的 / guānfāng de, 正式的 / zhèngshì de, 法定的 / fǎdìng de

~ *channel* 官方途径 / guānfāng tújìng
~ *discount rate* 法定贴现率 / fǎdìng tiēxiànlǜ
~ *document* 公文书 / gōngwénshū
~ *price* 公定价格 / gōngdìng jiàgé
~ *report* 公式报告 / gōngshì bàogào
on ~ *business* 因公事 / yīn gōngshì
It has been made ~ . 已经成为正式的 / Yǐjīng chéngwéi zhèngshì de.

offset (n.) 抵销额 / dǐxiāo'é
~ *account* 抵销帐额 / dǐxiāozhàng é
~ *item* 抵销项目 / dǐxiāo xiàngmù

offset (v.) 抵消 / dǐxiāo
~ *the loss* 弥补损失 / míbǔ sǔnshī

offshore (adj.) 国外的 / guówài de, 境外的 / jìngwài de, 近海岸的 / jìn hǎi'àn de

~ *banking* 国外[境外]银行业务 / guówài [jìngwài] yínháng yèwù
~ *drilling* 近海钻井 / jìnhǎi zuānjǐng
~ *funds* 海外[国外, 外岛]资金 / hǎiwài [guówài wàidǎo] zījīn
~ *market* 国外市场 / guówài shìchǎng

~ *outsourcing*	国外外包 / gúowài wàibāo, 境外采购 / jìngwài cǎigòu
off-site (n.)	建地外 / jiàndìwài
~ *cost*	建地外费用 / jiàndìwài fèiyòng
~ *improvements*	建地外改良工作 / jiàndìwài gǎiliáng gōngzuò
oil (n.)	石油 / shíyóu
~ *industry*	石油工业 / shíyóu gōngyè
oligopoly (n..)	卖方寡占 / màifāng guǎzhàn
oligopsony (n.)	买方寡占 / mǎifāng guǎzhàn
omission (n.)	疏忽 / shūhū；记载遗漏 / jìzǎi yílòu；失职 / shīzhí, 不履行法律责任 / bùlǚxíng fǎlǜ zérèn
~ *and error*	遗漏与误差 / yílòu yǔ wùchā
on-hand (adj.)	现有 / xiànyǒu, 在手头 / zài shǒutóu
~ *balance*	现有库存量 / xiànyǒu kùcúnliàng
~*cash* ~	手头现金 / shǒutóu xiànjīn
on-lend (v.)	转贷 / zhuǎndài
online (adj.)	联机的 / liánjī de
on-site (n.)	建地内 / jiàndìnèi
~ *cost*	建地界线内成本 / jiàndì jièxiànnèi chéngběn
~ *improvements*	建地内改良建筑物 / jiàndìnèi gǎiliáng jiànzhùwù
on-the-job training	在职培训 / zàizhí péixùn
one-stop shopping	一次买齐 / yícì mǎiqí
onus (n.)	责任 / zérèn, 负担 / fùdān
~ *of proof*	举证责任 / jǔzhèng zérèn

~ of proof of damage	损害责任证明 / sǔnhài zérèn zhèngmíng
~ probandi	举证责任 / jǔzhèng zérèn
put the ~ on...	把责任加诸于... / bǎ zérèn jiāzhūyú...

open (adj.) 公开的 / gōngkāi de；无限的 / wúxiàn de,
无条件的 / wú tiáojiàn de, 未了结的 /
wèi liǎojié de

~ account	未结清帐户 / wèi jiéqīng zhànghù
~ bid	公开招标 / gōngkāi zhāobiāo
~ competition	公开自由竞争 / gōngkāi zìyóu jìngzhēng
~ corporation	股份公开公司 / gǔfèn gōngkāi gōngsi
~ economy	开放经济 / kāifàng jīngjì
~ insurance	预约保险 / yùyuē bǎoxiǎn
~ market	公开市场 / gōngkāi shìchǎng
~ market operations	公开市场操作 / gōngkāi shìchǎng cāozuò, 公开市场买卖 / gōngkāi shìchǎng mǎi-mài
~ order	开放[开口]订单 / kāifàng [kāikǒu] dìngdān, 无条件定货 / wú tiáojiàn dìnghuò；未结算订单 / wèi jiésuàn dìngdān
~ price	公开[统一]价格 / gōngkāi [tǒngyī] jiàgé
~ trade	公开交易 / gōngkāi jiāoyì, 未了结的交易 / wèi liǎojié de jiāoyì

open (v.) 打开 / dǎkāi

~ an account	开立帐户 / kāilì zhànghù
~ a business	开业 / kāiyè

open-end (adj.) (担保, 合同)开放型的 / (dānbǎo, hétóng) kāifàngxíng de, 无限制的 / wú xiànzhì de

~ bonds	不定额抵押债券 / búdìng'é dǐyā zhàiquàn
~ contract	开口合同 / kāikǒu hétóng, 不定额契约 / búdìng'é qìyuē
~ credit	无担保贷款 / wú dānbǎo dàikuǎn
~ grant	无条件赠予 / wú tiáojiàn zèngyǔ
~ investment company	不定额投资公司 / búdìng'é tóuzī gōngsī
~ investment trust	开放型[股份不定]投资信托公司 / kāifàng-xíng [gǔfèn búdìng] tóuzī xìntuō gōngsī

~ mortgage	开放抵押 / kāifàng dǐyā, 可加抵贷 / kějiā dǐdài, 未到限额的抵押 / wèidào xiàn'é de dǐyā
~ lease	续租加钱租约 / xùzū jiāqián zūyuē
opening (adj.)	期初的 / qīchū de
~ balance	期初结余 / qīchū jiéyú
~ inventory	期初库存 / qīchū kùcún
~ purchase	开盘购买 / kāipán gòumǎi
~ trading	开盘交易 / kāipán jiāoyì
opening (n.)	开业 / kāiyè, 开盘 / kāpán, 开市 / kāishì; 职位空缺 / zhíwèi kòngquē
job ~	职位空缺 / zhíwèi kòngquē
~ quotation	开盘价 / kāpánjià
~ of business	开业 / kāiyè
~ price	开盘价格 / kāipán jiàgé
at the ~	开市 / kāishì, 开盘 / kāipán
operating (adj.)	营业上的 / yíngyèshàng de, 业务的 / yèwù de; 操作的 / cāozuò de
~ budget	营业预算 / yíngyè yùsuàn
~ expenses	营业费用 / yíngyè fèiyòng
~ income /profit	营业收益 / yíngyè shōuyì
~ margin	经营边际 / jīngyíng biānjì
~ rate	开工率 / kāigōnglǜ
operation (n.)	营业 / yíngyè, 业务 / yèwù; 操作 / cāozuò
~s audit	业务审计 / yèwù shěnjì
~ capacity	操纵能力 / cāozòng nénglì
~s committee	业务委员会 / yèwù wěiyuánhuì
~ curtailment	生产裁减 / shēngchǎn cáijiǎn
~ management	作业管理 / zuòyè guǎnlǐ, 业务管理 / yèwù guǎnlǐ
buying ~	采购业务 / cǎigòu yèwù
lending ~	信贷业务 / xìndài yèwù
rate of ~	操作速度 / cāozuò sùdù

operational (adj.) 营业上的 / yíngyèshàng de; 操作上的 / cāozuòshàng de, 可用的 / kěyòng de

   ~ activity 业务活动 / yèwù huódòng

   ~ assistance 操作上的支援 / cāozuòshàng de zhīyuán

   ~ phase 启用阶段 / qǐyòng jiēduàn

operative (adj.) 有效的 / yǒuxiào de, 实施的 / shíshī de

   ~ part of a deed 契约的实施部分 / qìyuē de shíshī bùfèn

   ~ word 有法律效力的词句 / yǒu fǎlǜ xiàolì de cíjù

operator (n.) 操作者 / cāozuòzhě

opinion (n.) 意见 / yìjiàn

   ~ of independent accountant 独立会计师意见书 / dúlì kuàijìshī yìjiànshū

   ~ polls 民意调查 / mínyì diàochá

opponent firm 竞争对手的公司 / jìngzhēng duìshǒu de gōngsī

opportunity (n.) 机会 / jīhuì, 良机 / liángjī

   ~ cost 机会成本 / jīhuì chéngběn

   investment ~ 投资机会 / tóuzī jīhuì

   job ~ 工作机会 / gōngzuò jīhuì

optimal/optimum (adj.) 最适当 [适宜]的 / zuì shìdàng [shìyí] de, 最理想的 / zuì lǐxiǎng de

   ~ conditions 最适宜的条件 / zuì shìyí de tiáojiàn

   ~ growth rate 最适宜的增长率 / zuì shìyí de zēngzhǎnglǜ

   ~ size of a firm 最佳企业规模 / zuì jiā qǐyè guīmó

option (n.) 选择权 / xuǎnzéquán, 约定买卖 / yuēdìng mǎimài, 优先租购权 / yōuxiān zūgòuquán; 期权 / qīquán

   keep one's ~s open 保留选择权 / bǎoliú xuǎnzéquán

   ~ to purchase 购买选择权 / gòumǎi xuǎnzéquán

   stock ~ 股票期权 / gǔpiào qīquán

optional (adj.) 任选的 / rènxuǎn de, 任意的 / rènyì de, 随意的 / suíyì de

~ dividend	任意股息发放法 / rènyì gǔxī fāfàngfǎ
~ early retirement	有选择性的提早退休 / yǒu xuǎnzéxìng de tízǎo tuìxiū
~ or more clause	提前清偿条款 / tíqián qīngcháng tiáokuǎn

oral contract (n.)　　口头合同 / kǒutóu hétóng

order (n.)　　订货 / dìnghuò, 命令 / mìnglìng; 次序 / cìxù

~ bill	记名票据 / jìmíng piàojù
~ check	抬头支票 / táitóu zhīpiào
~ form	订货单 / dìnghuòdān
~ in on hand	未交订货 / wèijiāo dìnghuò
~ note	购货确认单 / gòuhuò quèrèndān
~ number	订单号 / dìngdānhào
~ for payment	提货单 / tíhuòdān, 交割单 / jiāogēdān, 交货单 / jiāohuòdān
~ of work	工作的次序 / gōngzuò de cìxù
~ received	接到的订单 / jiēdào de dìngdān
mail ~	邮购 / yóugòu
payment ~	支付命令 / zhīfù mìnglìng
play to the ~ of	付给指定人 / fùgěi zhǐdìngrén
place on ~	下定单 / xià dìngdān
stop-payment ~	停止付款命令 / tíngzhǐ fùkuǎn mìnglìng

ordinance (n.)　　法规 / fǎguī, (市或郡)条例 / (shì huò jùn) tiáolì

ordinary (adj.)　　普通的 / pǔtōng de, 通常的 / tōngcháng de, 正常的 / zhèngcháng de

~ course of business	正常交易习惯 / zhèngcháng jiāoyì xíguàn
~ expenditure	经常支出 / jīngcháng zhīchū
~ income	正常[经常]收入 / zhèngcháng [jīngcháng] shōurù
~ revenue	正常收入 / zhèngcháng shōurù

ore (n.)　　矿砂 / kuàngshā

organization (n.)　　组织 / zǔzhī, 机构 / jīgòu

~ chart	组织系统图 / zǔzhī xìtǒngtú
~ structure	组织结构 / zǔzhī jiégòu

international trade ~	国际贸易组织 / guójì màoyì zǔzhī
orientation (n.)	定向 / dìngxiàng, 倾向 / qīngxiàng; 适当指导 / shìdàng zhǐdǎo
~ training	定向培训 / dìngxiàng péixùn
consumer ~	消费者倾向 / xiāofèizhě qīngxiàng
origin (n.)	起源 / qǐyuán, 原产地 / yuánchǎndì
~ marking	原产地标誌 / yuánchǎndì biāozhì
certificate of ~	产地证明书 / chǎndì zhèngmíngshū
country of ~	原产国 / yuánchǎnguó
point of ~	原点 / yuándiǎn
original (adj.)	原始的 / yuánshǐ de, 原本的 / yúanběn de
~ cost	原始成本 / yuánshǐ chéngběn
~ entry	原始记录 / yuánshǐ jìlù
~ payee	原本受款人 / yuánběn shòukuǎnrén
origination fees (n.)	贷款起始费 / dàikuǎn qǐshǐfèi
OTC (over the counter)	店头的 / diàntóu de, 场外的 / chǎngwài de
out (adv.)	无... / wú..., ...之外 / ... zhī wài
~ of date	过期的 / guòqī de
~ of order	出毛病 / chū máobìng
~ of stock	无存货 / wú cúnhuò
~ of work	失业 / shīyè
outbid (v.)	抬高出价 / táigāo chūjià, 出价高于... / chūjià gāoyú...
outgoing (n.)	(pl.)支出 / zhīchū
outgoing (adj.)	向外的 / xiàngwài de
~ inspection	出厂检查 / chūchǎng jiǎnchá
~ traffic	向外运输 / xiàngwài yùnshū
outfit (n.)	行号 / hánghào, 装备 / zhuāngbèi

outlaw (v.)	使无法律效力 / shǐ wú fǎlǜ xiàolì
~ed debt	失时效的债务 / shī shíxiào de zhàiwù
outlay (n.)	支出 / zhīchū, 费用 / fèiyòng
~ cost	支出[付现]成本 / zhīchū [fùxiàn] chéngběn
~ for capital equipment	机器设备费用 / jīqì shèbèi fèiyòng
capital ~	资本支出 / zīběn zhīchū
government ~	政府支出 / zhèngfǔ zhīchū
outlet (n.)	出口 / chūkǒu, 销路 / xiāolù, 出路 / chūlù
~ store	代销店 / dàixiāodiàn
factory ~	工厂直销店 / gōngchǎng zhíxiāodiàn
outlook (n.)	展望 / zhǎnwàng, 前景 / qiánjǐng
~ of the market / market ~	市场前景 / shìchǎng qiánjǐng
outnumber (v.)	在数量上超过 / zài shùliàngshàng chāoguò
out-of-pocket (adj.)	现款支付的 / xiànkuǎn zhīfù de
~ expenses	现款支付费用 / xiànkuǎn zhīfù fèiyòng
outmode (v.)	陈旧过时的 / chénjiù guòshí de
output (n.)	产出量 / chǎnchūliàng, 产品 / chǎnpǐn
~-input ratio	产出-投入比率 / chǎnchū - tóurù bǐlǜ
~ per man hour	人时产量 / rénshí chǎnliàng
agricultural ~	农产品产量 / nóngchǎnpǐn chǎnliàng
capital ~ ratio	资本产出率 / zīběn chǎnchūlǜ
factory ~	工厂产量 / gōngchǎng chǎnliàng
industrial ~	工业产出 / gōngyè chǎnchū
monthly ~	月产量 / yuèchǎnliàng
rate of ~	产出率 / chǎnchūlǜ
outright (adj.)	全部的 / quánbù de, 无保留的 / wú bǎoliú de
~ gift	无偿赠与 / wúcháng zèngyǔ
~ loss	完全损失 / wánquán sǔnshī
~ purchase	买断交易 / mǎiduàn jiāoyì
~ transaction	(不付任何条件的)当场交易 / (búfù rènhé tiáojiàn de) dāngchǎng jiāoyì

outright (adv.)   立即 / lìjí, 当场 / dāngchǎng, 直接 / zhíjiē

   buy ~   现金买断 / xiànjīn mǎiduàn

outsell (v.)   比其它商品更畅销 / bǐ qítā shāngpǐn gèng chàngxiāo, 比其他推销员更能推销 / bǐ qítā tuīxiāoyuán gèng néng tuīxiāo

outsider (n.)   局外人 / júwàirén

outsize(d) (adj.)   特大的 / tèdà de

outsourcing (n.)   外包 / wàibāo

outstanding (adj.)   未偿还的 / wèi chánghuán de; 未解决的 / wèi jiějué de; 发行并售出的 / fāxíng bìng shòuchū de; 未付款的 / wèi fùkuǎn de, 未清算帐目 / wèi qīngsuàn zhàngmù

   ~ account   未清帐目 / wèiqīng zhàngmù

   ~ amount   未付额 / wèifù é

   ~ and due   尚未付清及到期的 / shàngwèi fùqīng jí dàoqī de

   ~ balance   未付清债务 / wèi fùqīng zhàiwù

   ~ claim   未决赔款 / wèijué péikuǎn

   ~ check   未兑支票 / wèiduì zhīpiào

   ~ contract   未履行合约 / wèi lǚxíng héyuē

   ~ debt/obligation   未清偿债务 / wèi qīngcháng zhàiwù

   ~ share   流通在外(现有)股票 / liútōng zàiwài (xiànyǒu) gǔpiào

outstrip (v.)   超过 / chāoguò

   Demand ~s supply   供不应求 / gōng búyìng qiú

outside (adj.)   外部的 /.wàibù de

   ~ chance   不太可能的机会 / bútài kěnéng de jīhuì

   ~ director   不任职董事 / búrènzhí dǒngshì

   ~ financing   外部筹资 / wàibù chóuzī

   ~ world   外界 / wàijiè

outturn sample (n.)   送达货物样品 / sòngdá huòwù yàngpǐn

over- (pref.)	超过 / chāoguò, 过多的 / guòduō de
~*bid*	出价过高 / chūjià guògāo
~*book*	多定 /duōdìng, 超额预定 / chāo'é yùdìng
~*borrow*	超借 / chāojiè
~*bought*	买超/ mǎichāo, 因买者过多而价格偏高的 / yīn mǎizhě guòduō ér jiàgé piāngāo de
~*burden*	使过重 / shǐ guòzhòng
~*buy*	超过需要或购买力而买得过多 / chāoguò xūyào huò gòumǎilì ér mǎi de guòduō, 超买 / chāomǎi
~*capacity*	设备能力过多 / shèbèi nénglì guòduō
~*charge*	收费过高 / shōufèi guògāo
~ *customization*	过分客户化 / guòfēn kèhùhuà
~*draw*	透支 / tòuzhī
~*issue*	超额发行 / chāo'é fāxíng
~*paid*	多付/ duō fù
~*sell*	超卖 / chāomài
~*sold*	售出过多/ shòuchū guòduō, 超卖/ chāomài
~*stock*	存货过多 / cúnhuò guòduō
~*subscribed*	订购过多 / dìnggòu guòduō
~*supply*	过量供给 / guòliàng gōngjǐ
~*tax*	超额缴税 / chāo'é jiǎoshuì
~*value*	超估 / chāogū
~*weight load*	超载 / chāozài
overage (n.)	商品过剩/ shāngpǐn guòshèng, 超额(收费)/ chāo'é (shōufèi)
overdraft (n.)	透支/ tòuzhī
overdue (adj.)	过期未付的 / guòqī wèifù de
~ *bill*	过期票据 / guòqī piàojù
overhang (n.)	过剩部分 / guòshèng bùfèn
~ *of stocks*	存货过剩 / cúnhuò guòshèng
inventory ~	存货过剩 / cúnhuò guòshèng

overhead (n.)	杂项开支 / záxiàng kāizhī, 间接[制造]费用 / jiānjiē [zhìzào] fèiyòng
~ *capital*	间接资本 / jiānjiē zīběn
~ *cost*	间接成本 / jiānjiē chéngběn, 制造费用 / zhìzào fèiyòng
overlying mortgage (n.)	次级[无优先权]抵押 / cìjí [wú yōuxiānquán] dǐyā
overnight (adj.)	隔夜的 / géyè de, 通夜的 / tōngyè de
~ *loan*	隔日贷款 / gérì dàikuǎn
~ *money*	隔日还款 / gérì huánkuǎn, 隔夜资金 / géyè zījīn
override (n.)	推翻 / tuīfān; 额外费 / éwàifèi, 酬金 / chóujīn, 代理佣金 / dàilǐ yòngjīn
override(v.)	推翻 / tuīfān, 使无效 / shǐ wúxiào; 按销售额收取佣金 / àn xiāoshòu'é shōuqǔ yòngjīn
~ *the earlier decision*	取消早先的决定 / qǔxiāo zǎoxiān de juédìng
overrider / overriding commission	转分手续费 / zhuǎnfēn shǒuxùfèi; 代理[代售]佣金 / dàilǐ [dàishòu] yòngjīn
overrun (n.)	超支 / chāozhī, 超过限度 / chāoguò xiàndù, 超出量 / chāochūliàng
cost ~	成本超支 / chéngběn chāozhī
oversight (n.)	失察 / shīchá
overstock (n.)	存货过剩 / cúnhuò guòshèng
over-the-counter (OTC)	店头的 / diàntóu de, 场外的 / chǎngwài de
~ *broker*	场外交易经纪 / chǎngwài jiāoyì jīngjì
~ *market*	场外[店头, 柜台]市场 / chǎngwài [diàntóu, guìtái] shìchǎng
~ *transaction trading*	场外交易 / chǎngwài jiāoyì

overtime (n.)	额外时间 / éwài shíjiān, 加班时间 / jiābān shíjiān
overtime (adj.)	加班的 / jiābān de, 超时的 / chāoshí de
~ *allowance*	加班津贴 / jiābān jīntiē
~ *pay*	加班费 / jiābānfèi
~ *work*	加班工作 / jiābān gōngzuò
overtime (adv.)	超时地 / chāoshí de
work ~	加班 / jiābān
own risk (n.)	自负责任 / zìfù zérèn
owner (n.)	所有者 / suǒyǒuzhě, 业主 / yèzhǔ
~ *occupier*	业主住户 / yèzhǔ zhùhù, 屋主自住 / wūzhǔ zìzhù
~ *of goods*	货主 / huòzhǔ
~ *of property*	物主 / wùzhǔ
~ *of record*	名义上的所有人 / míngyìshàng de suǒyǒurén, 登记的屋主 / dēngjì de wūzhǔ
~*'s equity*	业主权益 / yèzhǔ quányì
~*'s policy*	屋主产权保险单 / wūzhǔ chǎnquán bǎoxiǎndān
~ *will carry mortgage*	房主承担抵押 / fángzhǔ chéngdān dǐyā
home ~	房主 / fángzhǔ
legal ~	合法所有人 / héfǎ suǒyǒurén
sole ~	唯一所有者 / wéiyī suǒyǒuzhě
ownership (n.)	所有权 / suǒyǒuquán, 所有制 / suǒyǒuzhì
~ *and control*	所有与支配 / suǒyǒu yǔ zhīpèi
joint ~	共有权 / gòngyǒuquán
land ~	土地所有权 / tǔdì suǒyǒuquán
private ~	私有制 / sīyǒuzhì

P

pace (n.)   速度 / sùdù, 步伐 / bùfá
    ~ *of increase*   增长速度 / zēngzhǎng sùdù
    ~ *of inflation*   通货膨胀速度 / tōnghuò péngzhàng sùdù
    ~ *maker*   定步调者 / dìng bùdiàozhě
    set the ~   定速度 / dìng sùdù, 调整速度 / tiáozhěng sùdù

pacesetter (n.)   调速器 / tiáo sùdù; 引导者 / yǐndǎozhě

package (n.)   包装 / bāozhuāng; 整批[一揽子]交易 / zhěngpī [yìlǎnzi] jiāoyì, 整组计划 / zhěngzǔ jìhuà
    ~ *deal*   整批 [一揽子]交易 / zhěngpī [yìlǎnzi] jiāoyì
    ~ *plan*   一揽子计划 / yìlǎnzi jìhuà
    ~ *price*   组合[混合]价格 / zǔhé [hùnhé] jiàgé
    ~ *of measure*   一揽子[一系列]措施 / yìlǎnzi [yíxìliè] cuòshī
    ~ *weight*   件重 / jiànzhòng
    financial ~   财政措施 / cáizhèng cuòshī

packaging (n.)   包装 / bāozhuāng; 成套转让 / chéngtào zhuǎnràng
    ~ *industry*   包装工业 / bāozhuāng gōngyè
    ~ *of foreign technology*   外国技术成套转让 / wàiguó jìshè chéngtào zhuǎnràng

packing (n.)   包装 / bāozhuāng
    ~ *charge*   包装费 / bāozhuāngfèi
    ~ *list*   包装清单 / bāozhuāng qīngdān
    bad ~   不良包装 / bùliáng bāozhuāng

pact (n.)   条约 / tiáoyuē, 公约 / gōngyuē

pad (v.)   虚报 / xūbào
    ~ *the account / bill*   虚报帐目 / xūbào zhàngmù

padding (n.)   虚报帐目 / xūbào zhàngmù

paid (adj.)	已付的 / yǐfù de, 付讫的 / fùqì de, 有薪水的 / yǒu xīnshuǐ de
~ *holiday*	带薪假期 / dàixīn jiàqī
~ *in full*	一次付清 / yícì fùqīng
amount ~	已付数额 / yǐfù shù'é
paid-in (adj.)	已付 / yǐfù
~ *capital*	实收[已付] / shíshōu [yǐfù]; 缴讫资本[股本] / jiǎoqì zīběn [gǔběn]
~ *surplus*	缴纳盈余 / jiǎonà yíngyú
paid-up (adj.)	已缴清的 / yǐ jiǎoqīng de
~ *loan*	已缴清的贷款 / yǐ jiǎoqīng de dàikuǎn
~ *insurance*	已缴清保险 / yǐ jiǎoqīng bǎoxiǎn
~ *shares*	已缴款股票 / yǐ jiǎokuǎn gǔpiào
pallet (n.)	整板 / zhěngbǎn, 托盘 / tuōpán, 货板 / huòbǎn, 夹板 / jiábǎn
paltry (a.)	不足取的 / bùzúqǔ de, 微不足道的 / wēi bùzúdào de
palletized freight (n.)	托盘化运输 / tuōpánhuà yùnshū
pamphlet (n.)	小册子 / xiǎo cèzi
panel (n.)	小组 / xiǎozǔ
panic (n.)	恐慌 / kǒnghuāng
~ *buying*	抢购 / qiǎnggòu
~ *market*	市场恐慌 / shìchǎng kǒnghuāng
~ *selling*	恐慌性抛售 / kǒnghuāngxìng pāoshòu
financial ~	金融恐慌 / jīnróng kǒnghuāng
paper (n.)	文件 / wénjiàn; 单证 / dānzhèng; 票据 / piàojù
commercial ~	商业票据 / shāngyè piàojù
negotiable ~	可转让票据 / kězhuǎnràng piàojù

paper (adj.) 纸上的 / zhǐshàng de

   ~ audit 书面审查 / shūmiàn shěnchá

   ~ loss 纸面损失 / zhǐmiàn sǔnshī

   ~ profit 帐面[纸上, 假设]利润 / zhàngmiàn [zhǐ-shàng, jiǎshè] lìrùn

   ~ work 日常文书工作 / rìcháng wénshū gōngzuò

par (n.) 同位 / tóngwèi, 同等 / tóngděng, 平价 / píng-jià, 票据面值 / piàojù miànzhí, 汇率平价 / huìlǜ píngjià; 标准 / biāozhǔn

   ~ value (票)面(价)值 / (piào)miàn (jià)zhí

   ~ value stock 面值股票 / miànzhí gǔpiào

   above ~ 票面价值以上 / piàomiàn jiàzhí yǐshàng; 高于平价 / gāoyú píngjià

   below ~ 票面价值以下 / piàomiàn jiàzhí yǐxià, 低于平价 / dīyú píngjià

   (buy) at ~ 依照票面价(购买) / yīzhào piàomiànjià (gòumǎi)

   face ~ 票面价值 / piàomiàn jiàzhí

   fixed ~ 固定票面价值 / gùdìng piàomiàn jiàzhí

   up to ~ 合乎平均或正常数量 / héhū píngjūn huò zhèngcháng shùliàng

   without ~ value 无票面价值 / wú piàomiàn jiàzhí

paradigm (n.) (思维的)范式 / (sīwéi de) fànshì

paradox (n.) 反论 / fǎnlùn, 矛盾 / máodùn

paralegal (n.) 律师助理 / lǜshī zhùlǐ

parallel (adj.) 平行的 / píngxíng de

parameter (n.) 参项 / cānxiàng; 规定范围 / guīdìng fànwéi

parcel (n.) 包裹 / bāoguǒ; 小宗货 / xiǎozōnghuò; 一块小地 / yíkuài xiǎodì

   ~ number 区划号码 / qūhuà hàomǎ

   ~ post 邮(政)包(裹) / yóu(zhèng) bāo(guǒ)

one ~ of real property	一小块不动产 / yìxiǎokuài búdòngchǎn
pare (v.)	削减 / xuējiǎn
~ down debts	削减负债 / xuējiǎn fùzhài
~ expenses	削减费用 / xuējiǎn fèiyòng
parent (n.)	母体 / mǔtǐ, 起源 / qǐyuán
~ company	母公司 / mǔgōngsī
parity (n.)	等价 / děngjià, 平价 / píngjià
~ cut	平价削减 / píngjià xuējiǎn
~ price	公平价格 / gōngpíng jiàgé, 等值价格 / děngzhí jiàgé
exchange ~	外汇平价 / wàihuì píngjià
gold ~	金平价 / jīn píngjià, 黄金平价 / huángjīn píngjià
on ~ with	与...等价 / yǔ...děngjià
parlance (n.)	特有的用语 / tèyǒu de yòngyǔ
in legal ~	用法律上用语来说 / yòng fǎlǜshàng yòngyǔ lái shuō
parley (n.)	谈判 / tánpàn
parsimonious (adj.)	极度节省的 / jídù jiéshěng de, 吝啬的 / lìnsè de
parsimony (n.)	极度节省 / jídù jiéshěng
part (n.)	部分 / bùfèn; 零件 / língjiàn, 部件 / bùjiàn
~ delivery	部分交付 / bùfèn jiāofù
~ owner	共有物主 / gòngyǒu wùzhǔ
~s and accessories	零件及附属品 / língjiàn jí fùshǔpǐn
part-time (adj.)	兼任的 / jiānrèn de, 部分时间的 / bùfèn shíjiān de
partial (adj.)	部分的 / bùfèn de
~ assignment	部分让渡 / bùfèn ràngdù

~ delivery	部分[零批, 分期, 分批]交货 / bùfèn (língpī, fēnqī, fēnpī) jiāohuò
~ payment	部分付款 / bùfèn fùkuǎn
~ release	部分释放 / bùfèn shìfàng
participating (adj.)	由他方一起参加的 / yóu tāfāng yìqǐ cānjiā de, 分红利的 / fēn hónglì de
~ bond	分红的公司债 / fēnhóng de gōngsīzhài
~ loan	共同放款 / gòngtóng fàngkuǎn
~ preferred stock	参加优先股 / cānjiā yōuxiāngǔ
participation (n.)	参加 / cānjiā, 分享 / fēnxiǎng
~ in management	参与管理 / cānyù guǎnlǐ
~ loan	共同[参与]贷款 / gòngtóng [cānyù] dàikuǎn
~ profits	参加利润分配 / cānjiā lìrùn fēnpèi
participative (adj.)	参与式的 / cānyùshì de
~ decision-making	参与式决策方式 / cānyùshì juécè fāngshì
~ style of management	参与管理方式 / cānyù guǎnlǐ fāngshì
particular (adj.)	特定的 / tèdìng de, 特殊的 / tèshū de; 严格的 / yángé de, 苛求的 / kēqiú de
~ average	特别[单独]海损 / tèbié [dāndú] hǎisǔn
~ estate	特别地产 / tèbié dìchǎn
~ lien	个别留置权 / gèbié liúzhìquán
~ successor	特定继承人 / tèdìng jìchéngrén
particular (n.)	细目 / xìmù
~s account	明细帐目 / míngxì zhàngmù
~s of articles	货物内容 / huòwù nèiróng, 货物详细情况 / huòwù xiángxì qíngkuàng
partition deed (n.)	分割契据 / fēngē qìjù
partner (n.)	合伙[合股]人 / héhuǒ [hégǔ]rén, 股东 / gǔdōng
~'s equity	合伙人权益 / héhuǒrén quányì
active ~	普通股东 / pǔtōng gǔdōng
general ~	普通合伙人 / pǔtōng héhuǒrén, 无限责任

合伙人 / wúxiàn zérèn héhuǒrén

partnership (n.) 　　　　合伙[合股]企业 / héhuǒ [hégǔ] qǐyè
　　general ~ 　　　　合伙公司 / héhuǒ gōngsī
　　limited ~ 　　　　合伙有限公司 / héhuǒ yǒuxiàn gōngsī

part-time (adj.) 　　　非专任的 / fēi zhuānrèn de
　　~ position 　　　　兼任职 / jiānrènzhí

party/parties (n.) 　　关係人 / guānxìrén
　　~ concerned 　　　有关各方 / yǒuguān gèfāng, 各当事人 /
　　　　　　　　　　　gè dāngshìrén
　　~ interested 　　　利害有关方 / lìhài yǒuguānfāng, 关系方 /
　　　　　　　　　　　guānxìfāng
　　~ involved 　　　　当事各方 / dāngshì gèfāng
　　~ primarily liable 　第一债务关系人 / dìyī zhàiwù guānxìrén
　　both ~ies 　　　　双方 / shuāngfāng
　　contracting ~ 　　契约当事人 / qìyuē dāngshìrén

passage (n.) 　　　　通过 / tōngguò, 转移 / zhuǎnyí

passenger (n.) 　　　乘客 / chéngkè, 旅客 / lǚkè
　　~ boat 　　　　　客轮 / kèlún
　　~ car 　　　　　　客车 / kèchē
　　~ traffic 　　　　客运 / kèyùn

passbook (n.) 　　　活期存折 / huóqī cúnzhé

password (n.) 　　　(通过警戒纤的)口令 / (tōngguò jǐngjièxiàn
　　　　　　　　　　　de) kǒulìng, 暗号 / ànhào

passive (adj.) 　　　被动的 / bèidòng de, 无息的 / wúxī de
　　~ bond 　　　　　无息债券 / wúxī zhàiquàn
　　~ debt 　　　　　无利息债务 / wú lìxī zhàiwù
　　~ income 　　　　投资而不劳力的收入 / tóuzī ér bùláolì de
　　　　　　　　　　　shōurù
　　~ investment 　　被动的消极投资 / bèidòng de xiāojí tóuzī

past-due (adj.) 　　过期的 / guòqī de, 过去的 / guòqù de

~ check	过期支票 / guòqī zhīpiào
~ obligation	过期债务 / guòqī zhàiwù
patent (n.)	专利权 / zhuānlìquán
~ application	专利申请书 / zhuānlì shēnqǐngshū
~ law	专利特许法 / zhuānlì tèxǔfǎ
patentability (n.)	取得专利的可能性 / qǔdé zhuānlì de kě-nēngxìng
paternalism (n.)	家长式统治 / jiāzhǎngshì tǒngzhì, 温情主义 / wēnqíng zhǔyì
paternalistic (adj.)	温情主义的 / wēnqíng zhǔyì de
paternity leave (n.)	产假 / chǎnjià
path (n.)	途径 / tújìng
stable ~	稳定路线 / wěndìng lùxiàn
patrimony (n.)	世袭财产 / shìxí cáichǎn
patronage (n.)	支援 / zhīyuán, 惠顾 / huìgù
pattern (n.)	花样 / huāyàng, 款式 / kuǎnshì, 模式 / mó-shì, 格局 / géjú
~ bargaining	典型谈判 / diǎnxíng tánpàn
~ setting	设定模式 / shèdìng móshì
price ~	价格模式 / jiàgé móshì
pawn (n.)	典当 / diǎndàng
~ shop	当铺 / dàngpù
pawn (v.)	典当 / diǎndàng
pawnee (n.)	质权者 / zhíquánzhě, 承典人 / chéngdiǎn-rén
pawnor (n.)	出当人 / chūdàngrén

pay (n.)	薪金 / xīnjīn, 工资 / gōngzī, 报酬 / bàochóu
~ *day*	领薪日 / lǐngxīnrì; 支付日 / zhīfùrì
~ *grade*	工资级别 / gōngzī jíbié
~ *increase*	加薪 / jiāxīn
back ~	欠薪 / qiànxīn
basic ~	基本工资 / jīběn gōngzī
high ~	高薪 / gāoxīn
without ~	无报酬 / wú bàochóu, 免费 / miǎnfèi
pay (v.)	支付 / zhīfù; 报偿 / bàocháng, 有利 / yǒulì, 合算 / hésuàn
~ *back*	偿付 / chángfù
~ *by installments*	分期付款 / fēnqī fùkuǎn
~ *in*	把款项解入 / bǎ kuǎnxiàng jiěrù
~ *in advance*	预付 / yùfù
~ *in full*	全额付清 / quán'é fùqīng
~ *out*	支出 / zhīchū
~ *to bearer*	付持票人 / fù chípiàorén
payable (adj.)	应付的 / yīngfù de, 有利的 / yǒulì de
~ *against documents*	按装船单付款 / àn zhuāngchuándān fùkuǎn, 交货时付款 / jiāohuò shí fùkuǎn, 凭单付款 / píng dān fùkuǎn
~ *at sight*	见票即付 / jiànpiào jífù
~ *on demand*	见票即付(索还时立即付款) / jiànpiào jífù (suǒhuán shí lìjí fùkuǎn)
~ *to bearer/order*	应付持票人 / yīngfù chípiàorén, 凭指示付款 / píng zhǐshì fùkuǎn
account ~	应付帐目 / yīngfù zhàngmù
dividend ~	应付红利 / yīngfù hóng lì
note ~	应付票据 / yīngfù piàojù
payables (n.)	应付款项[项目] / yīngfù kuǎnxiàng [xiàngmù]
payback (n.)	收回投资成本 / shōuhuí tóuzī chéngběn, 报酬率 / bàochóulǜ
~ *period*	收回期 / shōuhuíqī, 偿还期 / chánghuánqī
~ *ratio*	收回率 / shōuhuílǜ

paycheck (n.)　　　　　薪资支票 / xīnzī zhīpiào

payee (n.)　　　　　　收款人 / shōukuǎnrén

paying bank (n.)　　　付款银行 / fùkuǎn yínháng

payload (n.)　　　　　付费重量 / fùfèi zhòngliàng

paymaster (n.)　　　　会计长 / huàijìzhǎng, 拨款人 / bōkuǎnrén

payment (n.)　　　　　支付 / zhīfù, 付款 / fùkuǎn, 支付金额 / zhīfù jīn'é

　　~ against document　凭单付款 / píngdān fùkuǎn
　　~ in full　　　　　全额支付 / quán'é zhīfù
　　~ in kind　　　　　实物支付 / shíwù zhīfù
　　~ stopped　　　　停止支付 / tíngzhǐ zhīfù
　　annual ~　　　　　年费 / niánfèi
　　easy ~　　　　　分期付款 / fēnqī fùkuǎn
　　interest ~　　　　支付利息 / zhīfù lìxī

pay off (v.)　　　　　清算 / qīngsuàn, 决算 / juésuàn; (投资) 获得收益 / (tóuzī) huòdé shōuyì, 报酬 / bàochóu; 贿赂 / huìlù

　　~ a debt　　　　　清偿债务 / qīngcháng zhàiwù
　　~ a mortgage　　　付清抵押贷款 / fùqīng dǐyā dàikuǎn
　　The tactic is ~ing off.　策略已见效 / Cèlüè yǐ jiànxiào.

pay-off (n.)　　　　　收益 / shōuyì, 报酬 / bàochóu, 清偿 / qīngchǎng

　　~ period　　　　　资本回收时期 / zīběn huíshōu shíqī
　　reap the maximum ~　获得最大的收益 / huòdé zuìdà de shōuyì

payola (n.)　　　　　暗中贿赂 / ànzhōng huìlù

pay-out (n.)　　　　　支出 / zhīchū, 付出 / fùchū

payroll (n.)　　　　　发薪簿 / fàxīnbù, 员工名册 / yuángōng míngcè, 工资单 / gōngzīdān

　　~ deduction　　　薪工扣款 / xīngōng kòukuǎn

~ *tax*	薪工税 / xīngōngshuì
~ *period*	计薪期 / jìxīnqī
off the ~	被解雇 / bèi jiěgù
on the ~	被雇佣 / bèi gùyòng
pare the ~	削减员工 / xuējiǎn yuángōng

p/e ratio (n.)　本益比 / běnyìbǐ, (股票)价格收益率 / (gǔpiào) jiàgé shōuyìlǜ, 股价利润率 / gǔjià lìrùnlǜ

peak (n.)	高峰 / gāofēng, 最高点 / zuìgāodiǎn
~ *load*	最大[高峰]负荷 / zuìdà [gāofēng] fùhè
~*s and valleys*	(生产或销售季节性)淡旺季 / (shēngchǎn huò xiāoshòu jìjiéxìng) dànwàngjì
~ *season*	旺季 / wàngjì

pegging (n.)	固定[限定]价格 / gùdìng [xiàndìng] jiàgé, 挂钩 / guàgōu
~ *of prices*	盯住价格 / dīngzhù jiàgé

penalize (v.)　处罚 / chǔfá

penalty (n.)	惩罚 / chéngfá, 罚款 / fákuǎn
~ *clause*	罚则 / fázé, 违约金条款 / wéiyuējīn tiáokuǎn
~ *for delayed delivery*	逾期交货罚款 / yúqī jiāohuò fákuǎn

pendency (n.)　未定 / wèidìng

pendens (L.)　诉讼中 / sùsòngzhōng

pending (adj.)	未决的 / wèijué de
~ *case*	悬案 / xuán'àn
~ *pending*	申请专利中 / shēnqǐng zhuānlì zhōng

penetration pricing (n.)　市场渗透定价 / shìchǎng shèntòu dìngjià

penny stock (n.)　廉价股(价格在一美元以下的股票) / liánjià gǔ (jiàgé zài yī Měiyuán yǐxià de gǔpiào

pension (n.) 养老金 / yǎnglǎojīn, 退休金 / tuìxiūjīn

   ~ for survivorship 遗族抚恤金 / yízú fǔxùjīn

   ~ fund 退休金 / tuìxiūjīn

   ~ plan 养老金计划 / yǎnglǎojīn jìhuà

per (prep.) 经由 / jīngyóu; 每 / měi; 按照 / ànzhào

   ~ annum 每年 / měinián

   ~ capita 每人[按人头]计算 / měirén [àn réntóu] jìsuàn

   ~ share earnings ratio 每股收益率 / měigǔ shōuyìlù

percentage (n.) 百分率 / bǎifēnlù, 百分比 / bǎifēnbǐ; 手续费 / shǒuxùfèi, 利润 / lìrùn

   ~ increase 百分比上升 / bǎifēnbǐ shàngshēng

   ~ of profit 利润百分率 / lìrùn bǎifēnlù, 利润率 / lìrùnlù

per diem (n.) 按日计 / àn rì jì

perfect (adj.) 完全的 / wánquán de, 完美的 / wánměi de, 理想的 / lǐxiǎng de

   ~ competition 完全[完善]的竞争 / wánquán [wánshàn] de jìngzhēng

   ~ monopoly 完全垄断 / wánquán lǒngduàn

perforate (v.) 穿孔 / chuānkǒng

perform (v.) 履行 / lǚxíng, 表现 / biǎoxiàn

performance (n.) 履行 / lǚxíng; 绩效 / jīxiào, 实绩 / shíjī; 性能 / xìngnéng

   ~ analysis and control 绩效分析与控制制度 / jīxiào fēnxī yǔ kòngzhì zhìdù

   ~ bond 履约保证 / lǚyuē bǎozhèng

   ~ measurement 业绩评价 / yèjī píngjià

   ~ rating 绩效评定 / jīxiào píngdìng

   ~ stock 表现股 / biǎoxiàngǔ

   ~ test 性能试验 / xìngnéng shìyàn

   assessment of ~ 绩效评估 / jīxiào pínggū

   corporate ~ 公司业绩 / gōngsī yèjī

specific ~	具体履行(合同义务) / jùtǐ lǚxíng (hétóng yìwù)
perils of the sea (n.)	海难 / hǎinàn, 海上灾难 / hǎishàng zāinàn
period (n.)	期间 / qījiān, 周期 / zhōuqī, 定期 / dìngqī
~ covered	包括期内 / bāokuò qīnèi
~ of contract	契约有效期限 / qìyuē yǒuxiào qīxiàn
periodic (adj.)	定期的 / dìngqī de, 周期性的 / zhōuqīxìng de
~ audit	定期审计[查帐] / dìngqī shěnjì [cházhàng]
~ ordering system	定期定购制度 / dìngqī dìnggòu zhìdù
~ inspection	定期检查 / dìngqī jiǎnchá
~ inventory	定期盘点 / dìngqī pándiǎn
peripheral (adj.)	週边的 / zhōubiān de, 外围的 / wàiwéi de, 辅助的 / fǔzhù de
~ equipment	外围装置 / wàiwéi zhuāngzhì
perishable (adj.)	易腐的 / yìfǔ de
~ items	易腐商品 / yìfǔ shāngpǐn
perishables (n.)	鲜活食品 / xiānhuó shípǐn
perjury (n.)	伪证罪 / wěizhèngzuì
perjurer (n.)	伪证者 / wěizhèngzhě
perk (n.)	→ perquisite
permanent (adj.)	常设的 / chángshè de, 永久的 / yǒngjiǔ de
~ address	本籍 / běnjí, 永久地址 / yǒngjiǔ dìzhǐ
~ assets	永久性[固定]资产 / yǒngjiǔxìng [gùdìng] zīchǎn
~ domicile	本籍地 / běnjídì
~ power of attorney	常任委任状 / chángrèn wěirènzhuàng
permit (n.)	许付(证) / xǔfù(zhèng), 执照 / zhízhào

perpetual (adj.)	永久的 / yǒngjiǔ de, 永续的 / yǒngxù de
~ *annuity*	终身 [永续] 年金 / zhōngshēn [yǒngxù] niánjīn
~ *inventory*	永续盘存 / yǒngxù páncún
~ *lease*	永久租赁权 / yǒngjiǔ zūlìnquán
perpetuity (n.)	永续 / yǒngxù; 终身年金 / zhōngshēn niánjīn; 永久所有权 / yǒngjiǔ suǒyǒuquán
lease in ~	永久租赁权 / yǒngjiǔ zūlìnquán
perquisite/perk (n.)	(包括汽车, 住房等职位)特权 / (bāokuò qìchē, zhùfáng děng zhíwèi) tèquán, 外快 / wàikuài
person (n.)	人 / rén
~ *insured*	投保人 / tóubǎorén
legal person	法人 / fǎrén
the ~ *named in the policy*	在保单上列名者 / zài bǎodānshàng lièmíng zhě
personal (adj.)	私人的 / sīrén de, 个人的 / gèrén de, 可动的 / kědòng de
~ *assets*	动产 / dòngchǎn, 个人财产 / gèrén cáichǎn
~ *check*	私人支票 / sīrén zhīpiào
~ *computer*	个人电脑 / gèrén diànnǎo
~ *credit*	个人信用 / gèrén xìnyòng
~ *effects / belongings*	个人用品 / gèrén yòngpǐn
~ *exemption*	个人免税额 / gèrén miǎnshuǐé
~ *finance company*	个人贷借款公司 / gèrén dàijièkuǎn gōngsī
~ *identification number*	个人身份号码 / gèrén shēnfèn hàomǎ
~ *income tax*	个人所得税 / gèrén suǒdéshuì
~ *loan*	个人[小额]贷款 / gèrén [xiǎo'é] dàikuǎn
~ *liability insurance*	个人责任保险 / gèrén zérèn bǎoxiǎn
~ *property*	动产 / dòngchǎn
~ *property tax*	动产税 / dòngchǎnshuì
~ *selling*	亲自推销 / qīnzì tuīxiāo
~ *service*	个人服务 / gèrén fúwù

personnel (n.)   职工 / zhígōng, 人员 / rényuán
    ~ *administration*   人事管理 / rénshì guǎnlǐ
    ~ *cutback / reduction*   人员裁减 [削减] / rényuán cáijiǎn [xuējiǎn]
    ~ *department*   人事部 / rénshìbù
    ~ *relation*   人事关系 / rénshì guānxì

petition (n.)   请愿 / qǐngyuàn
    ~ *in bankruptcy*   破产申请 / pòchǎn shēnqǐng

petition (n., v.)   请愿 / qǐngyuàn

petrochemical (adj.)   石油化学的 / shíyóu huàxué de
    ~ *complex*   石化联合企业 / shíhuà liánhé qǐyè
    ~ *products*   石油化学制品 / shíyóu huàxué zhìpǐn

petroleum (n.)   石油 / shíyóu

petrodollars (n.)   石油美元 / shíyóu Měiyuán

petty cash (n.)   零用现金 / língyòng xiànjīn

pharmaceutical (adj.)   制药的 / zhìyào de
    ~ *industry*   制药工业 / zhìyào gōngyè

phase (n.)   阶段 / jiēduàn, 状态 / zhuàngtài
    ~ *of adjustment*   适应阶段 / shìyìng jiēduàn

philanthropy (n.)   慈善事业 / císhàn shìyè

physical (adj.)   身体的 / shēntǐ de, 物质的 / wùzhì de, 有形的 / yǒuxíng de, 实物的 / shíwù de
    ~ *assets*   实物[有形]资产 / shíwù [yǒuxíng] zīchǎn
    ~ *inventory*   实地盘存[清点] / shídì páncún [qīngdiǎn]
    ~ *labor*   体力劳动 / tǐlì láodòng
    ~ *life*   实际耐用年限 / shíjì nàiyòng niánxiàn
    ~ *market*   现货市场 / xiànhuò shìchǎng

PI (principal and interest)   本金加利息 / běnjīn jiā lìxī

picketing (n.)   (劝阻上班的)罢工纠察行动 / (quànzǔ shàngbān de) bàgōng jiūchá xíngdòng

picking (n.)	领料 / lǐngliào, 提货 / tíhuò
~ *list*	领料单 / lǐngliàodān
pickup (n.)	景气复苏 / jǐngqì fùsū; 收取 / shōuqǔ; 接送货物的小型卡车 / jiēsòng huòwù de xiǎoxíng kǎchē
~ *in business*	生意好转 / shēngyì hǎozhuǎn
~ *service*	运送服务 / yùnsòng fúwù
piece (n.)	片 / piàn, 匹 / pǐ, 个 / gè, 件 / jiàn
~ *goods*	纺织品匹头 / fǎngzhīpǐn pǐtóu, 布匹 / bùpī
~ *rate system*	计件(工资)制 / jìjiàn (gōngzī) zhì
piecework (n.)	计件工作 / jìjiàn gōngzuò
pike (n.)	关卡 / guānkǎ, 通行税 / tōngxíngshuì
piggyback loan	重复贷款 / chóngfù dàikuǎn
pilferage (n.)	偷窃 / tōuqiè
~ *insurance*	偷窃保险 / tōuqiè bǎoxiǎn
pilot (n.)	导航 / dǎoháng
pilot (adj.)	(小型)试验性的 / (xiǎoxíng) shíyànxìng de 试点的 / shìdiǎn de
~ *factory*	(小规模的)试验工厂 / (xiǎoguīmó de) shìyàn gōngchǎng
~ *farm*	实验[模范]农场 / shíyàn [mófàn] nóngchǎng
~ *plant*	小规模实验工厂 / xiǎoguīmó shíyàn gōngchǎng
~ *project*	试办项目 / shìbàn xiàngmù
~ *test*	小规模的初步试验 / xiǎoguīmó de chūbù shìyàn
pilotage (n.)	引航费 / yǐnhángfèi
pink slip (n.)	解雇通知 / jiěgù tōngzhī
pin money (n.)	零用钱 / língyòngqián, 私房钱 / sīfangqián

pioneer (n.) 开辟者 / kāipìzhě, 先驱者 / xiānqūzhě
    ~ project 新创项目 / xīnchuàng xiàngmù
    ~ing work 开创性工作 / kāichuàngxìng gōngzuò

pipeline (n.) 管道 / guǎndào, 输油管 / shūyóuguǎn; 商品供应线 / shāngpǐn gōngyìngxiàn

piracy (n.) 侵犯权利行为 / qīnfàn quánlì xíngwéi, 非法翻印 / fēifǎ fānyìn

pirated copy (n.) 盗版 / dàobǎn

pit (n.) 交易场 / jiāoyìchǎng

pitch (n.) 路边零售摊 / lùbiān língshòutān; 努力推销 / nǔlì tuīxiāo
    sales ~ 带推销的说项语调 / dài tuīxiāo de shuō-xiàng yǔdiào

PITI (principal, interest, tax, insurance) 本金 / běnjīn, 利息 / lìxī, 税金 / shuìjīn, 保险 / bǎoxiǎn

pivot (adj.) 基准的 / jīzhǔn de, 关键性的 / guānjiànxìng de
    ~ rate system 基准汇率制 / jīzhǔn huìlǜzhì

place (n.) 地点 / dìdiǎn
    ~ of business 营业地 / yíngyèdì, 服务地 / fúwùdì
    ~ of payment 支付地 / zhīfùdì

place (v.) 安置 / ānzhì, 存放 / cúnfàng, 发出 / fāchū
    ~ an order 订购 / dìnggòu
    ~ on the market 投放市场 / tóufàng shìchǎng

placement (n.) 职业介绍 / zhíyè jièshào; 债券的销售 / zhàiquàn de xiāoshòu
    ~ agency 职业介绍所 / zhíyè jièshàosuǒ
    private ~ 私人募股 / sīrén mùgǔ
    public ~ 公开募股 / gōngkāi mùgǔ

plain (adj.) 普通的 / pǔtōng de, 明白的 / míngbái de
   ~ invoice 普通发票 / pǔtōng fāpiào

plaintiff (n.) 原告 / yuángào

plan (n.) 计划 / jìhuà
   action ~ 行动计划 / xíngdòng jìhuà
   investment ~ 投资计划 / tóuzī jìhuà
   market ~ 市场计划 / shìchǎng jìhuà

plan (v.) 计划 / jìhuà
   ~ a business 筹划经营(活动) / chóuhuà jīngyíng (huódòng)
   ~ed economy 计划经济 / jìhuà jīngjì
   ~ned obsolescence 计划报废 / jìhuà bàofèi
   ~ed parenthood 计划生育 / jìhuà shēngyù
   ~ed unit development 规划的单位发展 / guīhuà de dānwèi fāzhǎn

planning (n.) 规划 / guīhuà, 策划 / cèhuà, 计划制定 / jìhuà zhìdìng
   ~ of production 生产计划 / shēngchǎn jìhuà
   business ~ 经营策划 / jīngyíng cèhuà
   financial ~ 财务计划 / cáiwù jìhuà

plant (n.) 工厂 / gōngchǎng, 整厂设备 / zhěngchǎng shèbèi; 植物 / zhíwù
   ~ capacity 工场[生产]设备能力 / gōngchǎng [shēngchǎn] shèbèi nénglì
   ~ export 成套设备出口 / chéngtào shèbèi chūkǒu
   ~ location 工厂地点 / gōngchǎng dìdiǎn

plastic (n.) 塑料 / sùliào

plat (n.) 土地图面 / tǔdì túmiàn
   ~ book 地籍簿 / dìjíbù

plantation (n.) 大农场 / dà nóngchǎng

plateau (n.)　　平稳状态 / píngwěn zhuàngtài, 停滞时期 / tíngzhì shíqī

plea (n.)　　请求 / qǐngqiú, 诉愿 / sùyuàn, 抗辩 / kàngbiàn, 答辩 / dábiàn
make a ~　　提出请求 / tíchū qǐngqiú
written ~　　书面请求 / shūmiàn qǐngqiú

plead (v.)　　辩护 / biànhù, 恳求 / kěnqiú, 求情 / qiúqíng
~ guilty　　承认有罪 / chéngrèn yǒu zuì

pleadings (n.)　　诉状 /sùzhuàng [法]

pledge (n.)　　保证 / bǎozhèng, 抵押品 / dǐyāpǐn, 质权 / zhìquán
hold ... in ~　　以... 当抵押品 / yǐ...dāng dǐyāpǐn
~ founder　　质权设定人 / zhìquán shèdìngrén

pledge (v.)　　质押 / zhìyā
~ed asset　　抵押资产 / dǐyā zīchǎn
~ed securities　　抵押有价证券 / dǐyā yǒujià zhèngquàn

pledgee (n.)　　承押人 / chéngyārén

pledger (n.)　　抵押人 / dǐyārén

pledging of accounts receivable　　以应收帐款抵押(而取得的贷款) / yǐ yīngshōu zhàngkuǎn (ér qǔdé de dàikuǎn)

plenary (adj.)　　全体出席的 / quántǐ chūxí de
~ meeting/session　　全体会议 / quántǐ huìyì
~ powers　　全权 / quánquán

plowback (n.)　　(以利润)再投资 / (yǐ lìrùn) zài tóuzī

poach (v.)　　偷捕猎物 /tōubǔ lièwù; 挖走人才/ wāzǒu réncái

poacher (n.)　　偷捕猎物人 / tōubǔ lièwùrén

pocket (n.)	钱袋 / qiándài, 资力 / zīlì, 财富 / cáifù; 小块地区 / xiǎokuài dìqū
~ money	零用钱 / língyòngqián
empty ~	没钱 / méi qián
a deep ~	充足的财力 / chōngzú de cáilì
out-of-~	实际支出 / shíjì zhīchū, 现金付出的费用 / xiànjīn fùchū de fèiyòng
pay out of one's ~	自掏腰包 / zì tāo yāobāo
pocketbook issue (n.)	经济问题 / jīngjì wèntí
point (n.)	点 / diǎn, 地点 / dìdiǎn, 时点 / shídiǎn; 细目 / xìmù; 目的 / mùdì, 用途 / yòngtú; 规费 / guīfèi, 点数费 / diǎnshùfèi
~ of destination	装运目的地点 / zhuāngyùn mùdì dìdiǎn
~ of purchase	(临时即兴) 购买点 / (línshí jíxìng) gòumǎi diǎn
~ of sale advertising	店头广告 / diàntóu guǎnggào
~ of purchase system	采购点连线系统 / cǎigòudiǎn liánxiàn xìtǒng
~ of sale terminal	销售点终端机 / xiāoshòudiǎn zhōngduānjī
~ of sales system	销售点连线系统 / xiāoshòudiǎn liánxiàn xìtǒng
breakeven ~	盈亏平衡点 / yíngkuī pínghéngdiǎn
no ~ loan	不收费贷款 / bùshōufèi dàikuǎn
policy (n.)	政策 / zhèngcè, 方针 / fāngzhēn; 保险单 / bǎoxiǎndān
~ holder	保险单持有人 / bǎoxiǎndān chíyǒurén
~ maker	政策制定者 / zhèngcè zhìdìngzhě
~ making	决定[制定]政策 / juédìng [zhìdìng] zhengcè
business ~	经营方针 / jīngyíng fāngzhēn
insurance ~	保险单 / bǎoxiǎndān
fire ~	火灾保险单 / huǒzāi bǎoxiǎndān
monetary ~	货币政策 / huòbì zhèngcè
polyopsony (n.)	有多家买主需求的垄断 / yǒu duōjiā mǎizhǔ xūqiú de lǒngduàn

polypoly (n.) 多头(有多家卖主供应的)垄断 / duōtóu (yǒu duōjiā màizhǔ gōngyìng de) lǒngduàn

pool (n.) 合伙经营 / héhuǒ jīngyíng, 联营 / liányíng; 总库 / zǒngkù

  ~ of capital 资金联合 / zījīn liánhé, 资金总汇 / zījīn zǒnghuì

pool (v.) 集合资金 / jíhé zījīn

  ~ing of interests 集合[合并]经营 / jíhé [hébìng] jīngyíng

  ~ing of capital 集中资本 / jízhōng zījīn, 资本联合 / zīběn liánhé, 统筹资金 / tǒngchóu zījīn

poor (adj.) 贫穷的 / pínqióng de; 粗劣的 / cūliè de, 不良的 / bùliáng de

  ~ crop 歉收 / qiànshōu

  ~ sale 销路不好 / xiāolù bùhǎo

  ~ quality 低质 / dīzhì

  ~ ore 贫铲 / pínchǎn

port (n.) 港 / gǎng, 口岸 / kǒu'àn, 机场 / jīchǎng

  ~ authority 港务局 / gǎngwùjú

  ~ duties 港口税 / gǎngkǒushuì

  ~ of entry 进港 / jìngǎng

portfolio (n.) 纸夹 / zhǐjiá; 资产组合 / zīchǎn zǔhé, 有价证券投资组合 / yǒujià zhèngquàn tóuzī zǔhé, 投资清单 / tóuzī qīngdān

  ~ analysis 资产构成分析 / zīchǎn gòuchéng fēnxī

  ~ investment 资产组合投资 / zīchǎn zǔhé tóuzī

  ~ management 有价证券管理 / yǒujià zhèngquàn guǎnlǐ, 资金运用 / zījīn yùnyòng

  ~ manager 有价证券经营者 / yǒujià zhèngquàn jīngyíngzhě

position (n.) 态度 / tàidù, 立场 / lìchǎng; 头寸 / tóucùn, 财务状况 / cáiwù zhuàngkuàng; 职位 / zhíwèi; (多头或空头)户 / (duōtóu huò kōngtóu) hù; 成交量 / chéngjiāoliàng

~ *description*	职位说明 / zhíwèi shūomíng
~ *paper*	立场文告 / lìchǎng wéngào
~ *vacant*	招聘 / zhāopìn
cash ~	现金头寸 / xiànjīn tóucùn
exchange ~	外汇头寸 / wàihuì tóucùn
international payment ~	国际支付地位 / guójì zhīfù dìwèi
liquidity ~	流动头寸 / liúdòng tóucùn
market ~	市场地位 / shìchǎng dìwèi
net ~	净部位 / jìng bùwèi
take a short ~	空头部位 / kōngtóu bùwèi

positioning (n.) 市场定位 / shìchǎng dìngwèi

positive (adj.) 确定的 / quèdìng de, 肯定的 / kěndìng de,
正的 / zhèng de, 积极的 / jījí de

~ *balance of payment*	国际收支顺差 / guójì shōuzhī shùnchā
~ *capital*	正资本 / zhèng zīběn
~ *evidence*	确证 / quèzhèng
~ *prescription*	取得时效 / qǔdé shíxiào
~ *spread*	正差幅 / zhèng chāfú
set a ~ *tone*	持肯定态度 / chí kěndìng tàidù

possession (n.) 拥有 / yōngyǒu, 占有 / zhànyǒu, 财产 / cái-
chǎn

permanent ~	永久财产 / yǒngjiǔ cáichǎn
valuable ~s	贵重品 / guìzhòngpǐn

post (n.) 邮件 / yóujiàn; 职位 / zhíwèi

~ *paid*	邮资已付 / yóuzī yǐfù
parcel ~	邮寄包裹 / yóujì bāoguǒ
resign one's ~	辞去职位 / cíqù zhíwèi

post (v.) 过帐 / guòzhàng; 公告 / gōnggào, 报值 /
bàozhí

~ *into the ledger*	过入总帐 / guòrù zǒngzhàng
~ *a new high*	创新高价 / chuàngxīn gāojià
~*ed price*	牌价 / páijià

post- (prep.)   …后 / …hòu
    ~audit   事后稽查 / shìhòu jīchá
    ~tax   缴税后 / jiǎoshuì hòu

postdate (v.)   填后日期 / tián hòu rìqí
    ~ a check   开远期支票 / kāi yuǎnqī zhīpiào
    ~ed check   填后日期支票 / tián hòu rìqī zhīpiào

posting (n.)   邮寄 / yóujì, 过帐 / guòzhàng

postpone (v.)   延期 / yánqī

potential (adj.)   潜在的 / qiánzài de, 可能的 / kěnéng de
    ~ buyer   潜在顾客 / qiánzài gùkè

potential (n.)   潜力 / qiánlì
    growth ~   成长潜力 / chéngzhǎng qiánlì
    market ~   市场潜力 / shìchǎng qiánlì

poultry (n.)   家禽 / jiāqín

poverty (n.)   贫穷 / pínqióng

power (n.)   力量 / lìliàng, 职权 / zhíquán, 权限 / quán-xiàn; 有影响力的人或机构 / yǒu yíngxiǎnglì de rén huò jīgòu; 动力 / dònglì
    ~ failure   停电 / tíngdiàn
    ~ of attorney   授权书 / shòuquánshū; 受托书 / shòutuōshū
    ~ struggle   权利斗争 / quánlì dòuzhēng
    economic ~   经济大国 / jīngjì dàguó

powerhouse (n.)   发电厂 / fādiànchǎng; 具有影响力的人或国家 / jùyǒu yǐngxiǎnglì de rén huò gúojiā

practical (adj.)   实用的 / shíyòng de; 实际的 / shíjì de

practice (v.)   实践 / shíjiàn; 惯例 / guànlì
    ~ of law   司法实践 / sīfǎ shíjiàn
    business ~   商业活动 / shāngyè huódòng
    put into ~   实施 / shíshī, 执行 / zhíxíng

practitioner (n.)	(医师, 律师等)开业者 / (yīshī, lǜshī děng) kāiyèzhě, 从事者 / cóngshìzhě
precedent (n.)	先例 / xiānlì, 判决例 / pànjuélì
judicial ~	司法先例 / sīfǎ xiānlì
precious metal (n.)	贵金属 / guìjīnshǔ
precursor (n.)	先驱 / xiānqū, 预兆 / yùzhào
predatory pricing	掠夺性定价 / lüèduóxìng dìngjià
predict (v.)	预测 / yùcè
~ed price	预计成本 / yùjì chéngběn
prediction (n.)	预测 / yùcè
preempt (v.)	先发制人 / xiānfā zhìrén, 先占 / xiānzhàn
preemptive right	新股优先认购权 / xīngǔ yōuxiān rèngòuquán
prefabricate(v.)	(建筑等的)预制构件 / (jiànzhù děng de) yùzhì gòujiàn
preference (n.)	优先 / yōuxiān, 优惠 / yōuhuì
~ tariff	优惠关税 / yōuhuì guānshuì
preferential hiring	工会会员优先雇用 / gōnghuì huìyuán yōuxiān gùyòng
preferred (adj.)	优先的 / yōuxiān de
~ rate	优惠利率 / yōuhuì lìlǜ
~ stock	优先股 / yōuxiāngǔ
~ tariff	优惠关税 / yōuhuì guānshuì
prejudice (n.)	偏见 / piānjiàn, 不利 / búlì, 损害 / sǔnhài
with ~	有偏见 / yǒu piānjiàn
without ~	不损害(当事人的)法律权力 / bù sǔnhài (dāngshìrén de) fǎlǜ quánlì

preliminary (adj.) 初步的 / chūbù de, 暂定的 / zàndìng de, 预备的 / yùbèi de

  ~ *agreement* 初步协议 / chūbù xiéyì

  ~ *date* 预备性资料 / yùbèixìng zīliào

premature (adj.) 未到期的 / wèi dàoqī de

  ~ *drawing* (外汇的)提前提取 / (wàihuì de) tíqián tíqǔ

premises (n.) 前提 / qiántí, 缘起部分 / yuánqǐ bùfèn; (包括建筑及附属基地的)房产 / (bāokuò jiànzhù jí fùshǔ jīdì de) fángchǎn

  office ~*s* 办公楼 / bàngōnglóu

  No drinking on the ~*s.* 在此建筑物内不准饮酒 / Zài cǐ jiànzhùwù nèi bùzhǔn yǐnjiǔ.

premium (n.) 升水 / shēngshuǐ, 加价 / jiājià, 溢价 / yìjià, 酬金 / chóujīn; 保险费 / bǎoxiǎnfèi

  ~ *bearing bond* 有奖债券 / yǒujiǎng zhàiquàn

  ~ *price* 溢价 / yìjià

  ~ *sale* 给赠品的销售 / gěi zèngpǐn de xiāoshòu

  exchange ~ 外汇升水 / wàihuì shēngshuǐ, 贴进 / tiējìn

  insurance ~ 保险费 / bǎoxiǎnfèi

  overtime ~ *pay* 加班工资 / jiābān gōngzī

  buy (the stock) at a ~ 以超过面值价购买某种股票 / yǐ chāoguò miànzhíjià gòumǎi mǒuzhǒng gǔpiào

  sell at ~ 以较高价出售 / yǐ jiàogāo jià chūshòu

prentice (n.) 学徒 / xuétú

preparatory (adj.) 初步的 / chūbù de, 准备的 / zhǔnbèi de

  ~ *committee* 筹备委员会 / chóubèi wěiyuánhuì

  ~ *measures* 初步措施 / chūbù cuòshī

prepare (n.) 准备 / zhǔnbèi; 编制 / biānzhì

  ~ *budget* 预备预算 / yùbèi yùsuàn

prepay (v.) 预付 / yùfù

  prepaid expenses 预付费用 / yùfù fèiyòng

prepayment (n.)   预付 / yùfù
    ~ penalty   提前还款罚金 / tíqián huánkuǎn fájīn

prerequisite (n.)   前提 / qiántí, 必备条件 / bìbèi tiáojiàn

prescription (n.)   药方 / yàofāng, 处方 / chǔfāng; 规定 / guī-
dìng; (取得) 时效 / (qǔdé) shíxiào

prescriptive rights   规定权力 / guīdìng quánlì; 时效权 / shíxiào-
quán

presell (v.)   预售 / yùshòu, 期货卖空 / qīhuò màikōng

present (n.)   礼物 / lǐwù; 现时 / xiànshí
    up to ~   到目前为止 / dào mùqián wéizhǐ

present (adj.)   现在的 / xiànzài de
    ~ price   时价 / shíjià
    ~ value   现值 / xiànzhí

presentation (n.)   提出 / tíchū, 出示 / chūshì

pressure (n.)   压力 / yālì
    financial ~   财务压力 / cáiwù yālì
    inflationary ~   通货膨胀压力 / tōnghuò péngzhàng yālì
    job ~   工作压力 / gōngzuò yālì
    *selling under profit-
taking ~*   获利回吐压力下的抛售 / huòlì huítǔ
yālìxià de pāoshòu

prestige (n.)   声誉 / shēngyù, 声望 / shēngwàng
    ~ advertising   商誉广告(建立企业或公司形象的广告) /
shāngyù guǎnggào (jiànlì qǐyè huò gōngsī
xíngxiàng de guǎnggào)
    ~ goods   享有良好声誉的商品 / xiǎngyǒu liánghǎo
shēngyù de shāngpǐn

presumptive (adj.)   推定的 / tuīdìng de, 假设的 / jiǎshè de
    ~ evidence   推定证据 / tuīdìng zhèngjù
    ~ title   推定产权 / tuīdìng chǎnquán

pretax (n.)	税前 / shuìqián
prevailing (adj.)	盛行的 / shèngxíng de, 现行的 / xiànxíng de
~ *interest rate*	现行利率 / xiànxíng lìlǜ
~ *price*	一般价格 / yìbān jiàgé, 现价 / xiànjià
~ *rate*	现行费率 / xiànxíng fèilǜ, 通行汇率 / tōng-xíng huìlǜ
~ *trend*	当前倾向 / dāngqián qīngxiàng
~ *wage*	现行[一般]工资 / xiànxíng [yìbān] gōngzī
prevalence (n.)	普及 / pǔjí
~ *rate*	普及率 / pǔjílǜ
prevention (v.)	阻止 / zǔzhǐ, 预防 / yùfáng
~ *of accidents*	伤害防止 / shānghài fángzhǐ
preventive (adj.)	预防的 / yùfáng de
~ *maintenance*	预防性维修 / yùfángxìng wéixiū
~ *measures*	预防措施 / yùfáng cuòshī
price (n.)	价格 / jiàgé, 代价 / dàijià, 代偿 / dàicháng
~ *asked*	开价 / kāijià, 要价 / yàojià
~ *before taxes*	税前价格 / shuìqián jiàgé
~ *differential*	价格差别 / jiàgé chābié
~ *elasticity*	价格弹性 / jiàgé tánxìng
~ *index*	价格指数 / jiàgé zhǐshù
~ *leader*	特价商品 / tèjià shāngpǐn, 价格先导(控制和制定市场价格的少数企业) / jiàgé xiāndǎo (kòngzhì hé zhìdìng shìchǎng jiàgé de shǎoshù qǐyè)
~ *setter*	价格制定者 / jiàgé zhìdìngzhě
closing ~	收盘价 / shōupánjià
competitive ~	有竞争力的价格 / yǒu jìngzhēnglì de jiàgé
going ~	现行价格 / xiànxíng jiàgé
pay a high ~	付出高的代价 / fùchū gāo de dàijià
priced (adj.)	标价的 / biāojià de, 定价的 / dìngjià de
priceless (adj.)	无价的 / wújià de

pricing (n.)   定价 / dìngjià, 作价 / zuòjià

   ~ policy   定价政策 / dìngjià zhèngcè, 价格决定
方针 / jiàgé juédìng fāngzhēn

primary (adj.)   初级的 / chūjí de, 原始的 / yuánshǐ de,
最初的 / zuìchū de; 主要的 / zhǔyào de

   ~ data   原始数据 / yuánshǐ shùjù

   ~ income   主要[营业]收益 / zhǔyào [yíngyè] shōuyì

   ~ industries   初级[第一, 基本]产业 / chūjí [dìyī, jīběn]
chǎnyè

   ~ material   原[主要]材料 / yuán [zhǔyào] cáiliào

   ~ market   初级(产品)市场 / chūjí (chǎnpǐn) shìchǎng

   ~ sector   基本产业部门 / jīběn chǎnyè bùmén

   ~ securities market   初级证券市场 / chūjí zhèngquàn shìchǎng

prime (adj.)   最初的 / zuìchū de; 原始的 / yuánshǐ de ;
主要的 / zhǔyào de, 根本的 / gēnběn de;
优良的 / yōuliáng de; 素数的 / sùshù de

   ~ agent   主因 / zhǔyīn

   ~ borrower   基本客户 / jīběn kèhù

   ~ cause   主要原因 / zhǔyào yuányīn

   ~ cost   主要[直接]成本 / zhǔyào [zhíjiē] chéngběn

   ~ customer   优良客户 / yōuliáng kèhù

   ~ location   上等地段 / shàngděng dìduàn

   ~ quality   最上品 / zuìshàngpǐn, 上等品 / shàngděng-
pǐn

   ~ (lending) rate   优惠贷贷款利率 / yōuhuì dàikuǎn lìlǜ

   ~ stock   原始股 / yuánshǐgǔ

   ~ time   听众最多的时间 / tīngzhòng zuìduō de shí-
jiān

prime (v.)   起勃(注入) / qǐbó zhùrù

   ~ the pump (of economy)   (以财政支出)刺激(经济) / (yǐ cáizhèng
zhīchū) cìjī (jīngjì)

primitive (adj.)   原始的 / yuánshǐ de

principal (adj.)   主要的 / zhǔyào de

   ~ currency   主要货币 / zhǔyào huòbì

~ *place of business*	主要产业所在地 / zhǔyào chǎnyè suǒzàidì
~ *products*	主要产品 / zhǔyào chǎnpǐn
principal (n.)	委托人 / wěituōrén, 当事者 / dāngshìzhě 信用状申请人 / xìnyòngzhuàng shēn-qǐngrén; 本金 / běnjīn
~ *amount*	本金额 / běnjīn'é
~ *debtor*	主要债务人 / zhǔyào zhàiwùrén
~ *payment*	本金的支付 / běnjīn de zhīfù
~ *sum*	本金 / běnjīn, 本钱 / běnqián
principle (n.)	原理 / yuánlǐ, 原则 / yuánzé
~ *of disclosure*	公开揭示原则 / gōngkāi jiēshì yuánzé
~ *of supply and demand*	供求原理 / gōngqiú yuánlǐ
~ *of reciprocity*	互惠性原则 / hùhuìxìng yuánzé
prior (adj.)	在前的 / zài qián de, 优先的 / yōuxiān de, 更重要的 / gèng zhòngyào de
~ *claim*	优先索赔权 / yōuxiān suǒpéiquán
~ *consultation*	事先咨商 / shìxiān zīshāng
~ *lien*	优先留置权 / yōuxiān liúzhìquán
~ *permit*	事先许可 / shìxiān xǔkě
~ *redemption*	优先偿付权 / yōuxiān chángfùquán
priority (n.)	优先项目 / yōuxiān xiàngmù, 优先权 / yōu-xiānquán
~ *of debts*	要求优先偿付权 / yāoqiú yōuxiān chángfù-quán
high ~	重要优先项目 / zhòngyào yōuxiān xiàngmù
private (adj.)	私人的 / sīrén de, 私用的 / sīyòng de, 私营的 / sīyíng de, 民间的 / mínjiān de
~ *bank*	民间[私人]银行 / mínjiān [sīrén] yínháng
~ *bid*	不公开投标 / bùgōngkāi tóubiāo
~ *carrier*	私营运输业者 / sīyíng yùnshū yèzhě
~ *company*	私人公司 / sīrén gōngsī
~ *corporation*	非公开公司 / fēi gōngkāi gōngsī
~ *enterprise system*	私营企业制度 / sīyíng qǐyè zhìdù
~ *label / brand*	私营厂牌 / sīyíng chǎngpái

~ placement	私募 / sīmù, 非公开发行 / fēi gōngkāi fāxíng
~ property	私人[私有]财产 / sīrén [sīyǒu] cáichǎn
~ sector	民间(经济)部门 / mínjiān (jīngjì) bùmén
~ warehouse	私营[自用]仓库 / sīyíng [zìyòng] cāngkù
go ~	私有化 / sīyǒuhuà
privatization (n.)	私营化 / sīyínghuà
proactive (adj.)	(对经营态度)有革新性的 / (duì jīngyíng tàidù) yǒu géxīnxìng de
probate (n.)	遗嘱检验 / yízhǔ jiǎnyàn
~ court	遗嘱检验法院 / yízhǔ jiǎnyàn fǎyuàn
~ of a will	遗嘱的认证 / yízhǔ de rènzhèng
probation (n.)	试用 / shìyòng, 见习 / jiànxí
on ~	见习 / jiànxí, 试用 / shìyòng
probationary (adj.)	试用的 / shìyòng de
~ employee	见习员工 / jiànxí yuángōng
pro bono (adj.)	无报酬的 / wú bàochóu de
~ legal services	不取费的法律上的咨询服务 / bùqǔfèi de fǎlǜshàng de zīxún fúwù
procedure (n.)	手续 / shǒuxù, 程序 / chéngxù, 诉讼手续 / sùsòng shǒuxù
bankruptcy ~	破产程序 / pòchǎn chéngxù
legal ~	法律程序 / fǎlǜ chéngxù
proceeding (n.)	进行 / jìnxíng; 会议记录 / huìyì jìlù; 诉讼程序 / sùsòng chéngxù
conference ~	会议记录 / huìyì jìlù
take ~s	提起控诉 / tíqǐ kòngsù
proceeds (n.)	收益 / shōuyì, 收款 / shōukuǎn
~ of sales	销售所得 / xiāoshòu suǒdé
process (n.)	过程 / guòchéng; 工序 / gōngxù; 诉讼程续 sùsòng chéngxù; 加工 / jiāgōng

~ chart	工序图 / gōngxùtú, 制程图表 / zhìchéng túbiǎo
work in ~	在制品 / zàizhìpǐn, 在产品 / zàichǎnpǐn
process (v.)	加工 / jiāgōng; 处理 / chǔlǐ
~ a loan	办理贷款事宜 / bànlǐ dàikuǎn shìyí
~ed foods/goods	(制)成品 / (zhì) chéngpǐn
~ing cost	加工费 / jiāgōngfèi
~ing industry	加工业 / jiāgōngyè
procrastinate (v.)	拖延 / tuōyán
procrastinaotr (n.)	善于拖延的人 / shànyú tuōyán de rén
proctor (n.)	代理人 / dàilǐrén, 代诉人 / dàisùrén
procuration (n.)	获得 / huòdé, 委任 / wěirèn
procurement (n.)	采购 / cǎigòu, 获得 / huòdé
~ cost	采购成本 / cǎigòu chéngběn
~ price	(政府)收购价格 / (zhèngfǔ) shōugòu jiàgé
military ~	军事采购 / jūnshì cǎigòu
produce (n.)	物产 / wùchǎn, 农产品 / nóngchǎnpǐn
farm ~	农产品 / nóngchǎnpǐn
produce (v.)	生产 / shēngchǎn, 制作 / zhìzuò; 提出 / tíchū
~ goods results	有所成效 / yǒusuǒ chéngxiào
~ goods for sale	供出卖的产品 / gōng chūmài de chǎnpǐn
producer (n.)	生产者 / shēngchǎnzhě, 製造者 / zhìzàozhě; 电影制片商 / diànyǐng zhìpiànshāng
~ prices	生产者价格 / shēngchǎnzhě jiàgé
~(s) stock	原材料 / yuán cáiliào, 商品库存 / shāngpǐn kùcún
product (n.)	产品 / chǎnpǐn; 结果 / jiéguǒ
~ cost	生产品成本 / shēngchǎnpǐn chéngběn

~ cycle	产品周期 / chǎnpǐn zhōuqí
~ design	产品设计 / chǎnpǐn shèjì
~ development	产品开发 / chǎnpǐn kāifā
~ differentiation	产品特色化 / chǎnpǐn tèsèhuà
~ engineering	产品设计 / chǎnpǐn shèjì, 制造工程 / zhìzào gōngchéng
~ liability	(制造商对)产品的责任 / (zhìzàoshāng duì) chǎnpǐn de zérèn
~ line	产品系列 / chǎnpǐn xìliè, 产品线 / chǎnpǐn-xiàn
~ mix	产品组合[搭配] / chǎnpǐn zǔhé [dāpèi]
farm ~s	农产品 / nóngchǎnpǐn
financial ~s	金融产品 / jīnróng chǎnpǐn
industrial ~	工业品 / gōngyèpǐn
production (n.)	生产 / shēngchǎn
~ capacity	生产设备[能力, 能量] / shēngchǎn shèbèi [nénglì, néngliàng]
~ control	生产管理 / shēngchǎn guǎnlǐ
~ cost	生产成本 / shēngchǎn chéngběn
~ line	生产(流水)线 / shēngchǎn (liúshuǐ) xiàn, 流水作业 / liúshuǐ zuòyè
~ management	生产管理 / shēngchǎn guǎnlǐ
~ planning	生产规划编制 / shēngchǎn guīhuà biānzhì
~ worker	生产劳动者 / shēngchǎn láodòngzhě
~ process	生产过程 / shēngchǎn guòchéng
~ schedule	生产进度表 / shēngchǎn jìndùbiǎo
productive (adj.)	生产(性)的 / shēngchǎn(xìng) de, 有生产力的 / yǒu shēngchǎnlì de
~ capital	生产资金 / shēngchǎn zījīn
~ investment	(增加生产性的)设备投资 / (zēngjiā shēng-chǎnxìng de) shèbèi tóuzī
~ period	多产期 / duōchǎnqī
productivity (n.)	生产力 / shēngchǎnlì, 生产率 / shēngchǎnlǜ
~ gain	生产率上升 / shēngchǎnlǜ shàngshēng
~ growth	生产率增长 / shēngchǎnlǜ zēngzhǎng
~ unemployment	生产性失业 / shēngchǎnxìng shīyè

profession (n.)	(专业性)职业 / (zhuānyèxìng) zhíyè
professional (adj.)	专业性的 / zhuānyèxìng de, 职业性的 / zhíyèxìng de
~ *golfer*	职业高尔夫球员 / zhíyè gāo'ěrfū qiúyuán
~ *magazine*	专业杂志 / zhuānyè zázhì
~ *secret*	职业上的秘密 / zhíyèshàng de mìmì
~ *training*	专业训练 / zhuānyè xùnliàn
professional (n.)	专业人员 / zhuānyè rényuán
~ *opinion*	职业眼光 / zhíyè yǎnguāng
~ *organizations*	专门组织[机构] / zhuānmén zǔzhī [jīgòu]
professionalism (n.)	专门特性[作风]/ zhuānmén tèxìng [zuòfēng]
proficiency (n.)	精通 / jīngtōng, 熟练度 / shúliàndù
profit (n.)	利润 / lìrùn
~ *analysis*	利润分析 / lìrùn fēnxī
~ *and loss statement*	损益表[计算书] / sǔnyìbiǎo [jìsuànshū]
~ *center*	盈利中心 / yínglì zhōngxīn
~ *making*	营利目的 / yínglì mùdì
~ *margin*	销货毛利率 / xiāohuò máolìlǜ
~ *sharing*	利润分享 / lìrùn fēnxiǎng, 分红制 / fēnhóngzhì
~ *taking*	见利抛售/ jiànlì pāoshòu, 获利回吐 / huòlì huítǔ, 抢帽子 / qiǎng màozi
~ *to capital ratio*	资本利润率 / zīběn lìrùnlǜ
make a ~	获得利润 / huòdé lìrùn
sell at a ~	以可以获利的价格出售 / yǐ kěyǐ huòlì de jiàgé chūshòu
profit (v.)	有利于 / yǒulìyú, 收益 / shòuyì
profitable (adj.)	有利可图的 / yǒulì kětú de, 合算的 / hésuànde
~ *deal*	有利生意 / yǒulì shēngyì
~ *investment*	有利投资 / yǒulì tóuzī

profitability (n.)	盈利性 / yínglìxìng, 获利能力 / huòlì nénglì
profiteer (v.)	牟取暴利 / móuqǔ bàolì
profiteer (n.)	牟取暴利的人 / móuqǔ bàolì de rén, 投机奸商 / tóujī jiānshāng
pro forma (adj.)	估计的 / gūjì de, 预计的 / yùjì de
~ *financial statement*	预计财务报表 / yùjì cáiwù bàobiǎo
~ *invoice*	估计发票 / gūjì fāpiào, 试算发票 / shìsuàn fāpiào
~ *statement*	定式决算表 / dìngshì juésuànbiǎo, 预测报表 / yùcè bàobiǎo
program (n.)	计划 / jìhuà, 方案 / fāng'àn; 项目 / xiàngmù; 日程表 / rìchéngbiǎo
~ *trading*	电脑程序交易 / diànnǎo chéngxù jiāoyì
programmed (adj.)	程序的 / chéngxù de
~ *instruction*	循序渐进的教学法 / xúnxù jiànjìn de jiào-xuéfǎ
progress (n.)	进度 / jìndù, 进步 / jìnbù
~ *chart*	进度图表 / jìndù túbiǎo
~ *payment*	分阶段 [施工分期] 付款 / fēnjiēduàn [shī-gōng fēnqī] fùkuǎn
~ *report*	进度 [工作进展] 报告 / jìndù [gōngzuò jìn-zhǎn] bàogào
technical ~	技术进步 / jìshù jìnbù
work in ~	工作进行中 / gōngzuò jìnxíng zhōng, 施工中 / shīgōngzhōng
progressive (adj.)	累进的 / lěijìn de; 进步的 / jìnbù de
~ *income tax*	累进所得税 / lěijìn suǒdéshuì
~ *payment*	分期累进付款 / fēnqī lěijìn fùkuǎn
~ *policy*	进步的政策 / jìnbù de zhèngcè
~ *tax*	累进税 / lěijìnshuì
~ *taxation*	累进课税 / lěijìn kèshuì

prohibited (n.)	被禁止的 / bèi jìnzhǐ de
~ *goods*	违禁品 / wéijìnpǐn
prohibitive (adj.)	禁止的 / jìnzhǐ de
~ *price*	令人却步的价格 / lìngrén quèbù de jiàgé
~ *tax*	禁止性税收 / jìnzhǐxìng shuìshōu
project (n.)	计划 / jìhuà, 工程项目 / gōngchéng xiàngmù
~ *financing*	项目融资 / xiàngmù róngzī
project (v.)	预计 / yùjì, 计划 / jìhuà
~ *marketing strategy*	计划行销战略 / jìhuà xíngxiāo zhànlüè
The growth is ~ed at %.	成长率预计将达…/ Chéngzhǎnglǜ yùjì jiāngdá …%.
projection (n.)	计划 / jìhuà, 预测 / yùcè
earnings ~	收入预计 / shōurù yùjì
proletariat (n.)	无产阶级 / wúchǎn jiējí
prolific (v.)	多产的 / duōchǎn de
promissory note (n.)	期票 / qīpiào, 本票 / běnpiào
promote (v.)	促销 / cùxiāo, 推销 / tuīxiāo
~ *business*	促进业务 / cùjìn yèwù
promoter (n.)	创办人 / chuàngbànrén, 发起人 / fāqǐrén
~'s *share*	发起人股份 / fāqǐrén gǔfèn, 创办人股份 / chuàngbànrén gǔfèn
promotion (n.)	增进 / zēngjìn, 促进 / cùjìn; 升级 / shēngjí; 发起 / fāqǐ, 创设 / chuàngshè
~ *system*	晋升 / jìnshēng
~-*from-within*	内部提拔 / nèibù tíbá
sales ~	销售促进 / xiāoshòu cùjìn
trade ~	鼓励贸易 / gǔlì màoyì
promotional (adj.)	促销的 / cùxiāo de, 推广的 / tuīguǎng de, 推销的 / tuīxiāo de

~ *item*	推广项目 / tuīguǎng xiàngmù
prompt (adj.)	即时的 / jíshí de, 迅速的 / xùnsù de
~ *cash*	立即付现 / lìjí fùxiàn
~ *payment*	立即支付 / lìjí zhīfù
proof (n.)	证据 / zhèngjù, 证书 / zhèngshū; (酒类的) 标准强度 / (jiǔlèi de) biāozhǔn qiángdù
~ *of loss*	损失证明 / sǔnshī zhèngmíng
documentary ~	文书证明 / wénshū zhèngmíng
propensity (n.)	倾向 / qīngxiàng, 性向 / xìngxiàng
~ *to consume*	消费倾向 / xiāofèi qīngxiàng
~ *to save*	储蓄倾向 / chǔxù qīngxiàng
property (n.)	财产权 / cáichǎnquán, 不动产 / búdòngchǎn; 特性 / tèxìng
~ *damage insurance*	财产毁损保险 / cáichǎn huǐsǔn bǎoxiǎn
~ *line*	房地产界线 / fángdìchǎn jièxiàn
~ *management*	不动产管理 / búdòngchǎn guǎnlǐ
~ *owner*	财产所有人 / cáichǎn suǒyǒurén, 业主 / yèzhǔ
~ *tax*	财产税 / cáichǎnshuì, 资产税 / zīchǎnshuì
proportion (n.)	比例 / bǐlì
in ~	比例地 / bǐlì de
proportional (adj.)	比例的 / bǐlì de, 相称的 / xiāngchèn de, 平衡的 / pínghéng de
~ *allocation*	按比例分配 / àn bǐlì fēnpèi
~ *share of cost*	按比例分摊成本 / àn bǐlì fēntān chéngběn
~ *tax*	比例税 / bǐlìshuì
proposition (n.)	提议 / tíyì, 建议 / jiànyì, 主张 / zhǔzhāng
a business ~	经营建议 / jīngyíng jiànyì
a selling ~	销售建议 / xiāoshòu jiànyì
proprietary (adj.)	所有者的 / suǒyǒuzhě de, 专有的 / zhuānyǒu de

~ *capital*	业主资本 / yèzhǔ zīběn
~ *medicine*	专利药品 / zhuānlì yàopǐn
~ *name*	专利商标名称 / zhuānlì shāngbiāo míng-chēng
~ *right to manufacture*	专利製造权 / zhuānlì zhìzàoquán
~ *technology*	专利技术 / zhuānlì jìshù
proprietor (n.)	业主 / yèzhǔ, 所有人 / suǒyǒurén
sole ~	独资企业 / dúzī qǐyè
proprietorship (n.)	独资企业 / dúzī qǐyè, 所有权 / suǒyǒuquán
prorata (L.)	按比例分配 / àn bǐlì fēnpèi
~ *allotment*	按比例分配认购数 / àn bǐlì fēnpèi rèngòu-shù
prorate (v.)	按比例分配 / àn bǐlì fēnpèi
prosecution (n.)	起诉 / qǐsù, 追诉 / zhuīsù
criminal ~	刑事诉讼 / xíngshì sùsòng
prospect (n.)	前景 / qiánjǐng, 展望 / zhǎnwàng; 可能成为顾客的人 / kěnéng chéngwéi gùkè de rén
business ~s	经营前景 / jīngyíng qiánjǐng
economic ~s	经济前景 / jīngjì qiánjǐng
prospective (adj.)	预期的 / yùqī de, 未来的 / wèilái de
~ *buyer*	可能的买主 / kěnéng de mǎizhǔ
prospectus (n.)	募股说明 / mùgǔ shuōmíng
prosperity (n.)	繁荣 / fánróng
prosperous (adj.)	繁荣的 / fánróng de
protect (v.)	保护 / bǎohù
~ed *industry*	受保护的产业 / shòu bǎohù de chǎnyè
protection (n.)	保护 / bǎohù
~ *of patent*	专利权保护 / zhuānlìquán bǎohù

trade ~	贸易保护 / màoyì bǎohù
protectionism (n.)	贸易保护主义 / màoyì bǎohù zhǔyì, 保护贸易论 / bǎohù màoyìlùn
protectionist (n.)	贸易保护主义者 / màoyì bǎohù zhǔyìzhě
protective (adj.)	保护的 / bǎohù de, 保护贸易的 / bǎohù màoyì de
~ buying	保障性购买 / bǎozhàngxìng gòumǎi
~ duties	保护性关税 / bǎohùxìng guānshuì
~ legislation	保护性立法 / bǎohùxìng lìfǎ, 保护贸易法令 / bǎohù màoyì fǎlìng
~ maintenance	预防性维修 / yùfángxìng wéixiū
~ stock	保障存货 / bǎozhàng cúnhuò
protest (n.)	抗议 / kàngyì; 拒付书 / jùfùshū; 船长海事报告书[证明书] / chuánzhǎng hǎishì bàogàoshū [zhèngmíngshū]
certified ~	抗辩证明 / kàngbiàn zhèngmíng
pay under ~	(保留异议的)有条件支付 / (bǎoliú yìyì de) yǒu tiáojiàn zhīfù
without ~	无异议的 / wú yìyì de
protest (v.)	拒付 / jùfù
prototype (n.)	原型 / yuánxíng, 模范 / mófàn
~ model	样品模型 / yàngpǐn móxíng
provision (n.)	准备金 / zhǔnbèijīn; 粮食 / liángshí, 储藏品 / chǔcángpǐn; 规定 / guīdìng, 条款 / tiáokuǎn
~ for bad debts	备抵坏帐 / bèidǐ huàizhàng, 坏帐准备金 / huàizhàng zhǔnbèijīn
~ of a lease	租赁契约规定 / zūlìn qìyuē guīdìng
run out of ~*s*	耗尽粮食 / hàojìn liángshí
provisional (adj.)	暂时性的 / zànshíxìng de, 临时的 / línshí de
~ figure	暂定数字 / zàndìng shùzì

~ *registration*	临时登记 / língshí dēngjì
proviso (n.)	条件 / tiáojiàn, 限制性条款 / xiànzhìxìng tiáokuǎn
~ *clause,*	[保留]限制性条款 / [bǎoliú] xiànzhìxìng tiáokuǎn
with ~	有条件 / yǒu tiáojiàn
proxy (n.)	代理人 / dàilǐrén, 委托书 / wěituōshū
~ *fight*	争夺代表权的斗争 / zhēngduó dàibiǎo-quán de dòuzhēng
~ *soliciting*	投票代理权 / tóupiào dàilǐquán
~ *statement*	委托投票状 / wěituō tóupiàozhuàng
~ *votes*	代理投票 / dàilǐ tóupiào
by ~	由...代表 / yóu ... dàibiǎo
prudent (v.)	谨慎的 / jǐnshèn de
~ *investment*	审慎投资 / shěnshèn tóuzī
public (adj.)	公共的 / gōnggòng de, 公有的 / gōngyǒu de, 公立的 / gōnglì de
~ *auction*	公开拍卖 / gōngkāi pāimài
~ *company*	公营公司 / gōngyíng gōngsī, 上市公司 / shàngshì gōngsī
~ *debt*	公共债务 / gōnggòng zhàiwù
~ *domain*	国公有地 / guó gōngyǒudì, 共有财产 / gòngyǒu cáicǎn, 无专利权状态(不受版权或专利权限制) / wú zhuānlìquán zhuàngtài (búshòu bǎnquán huò zhuānlì-quán xiànzhì)
~ *facilities*	公共设施 / gōnggòng shèshī
~ *land*	公共用地 / gōnggòng yòngdì
~ *offering*	公开销售证券 / gōngkāi xiāoshòu zhèng-quàn
~ *opinion poll*	民意调查 / mínyì diàochá
~ *property*	公共财产 / gōnggòng cáichǎn
~ *relations*	公共关系 / gōnggòng guānxì
~ *record*	官方记录 / guānfāng jìlù
~ *sale*	公开出售 / gōngkāi chūshòu, 拍卖 / pāimài

~ sector	公共部门 / gōnggòng bùmén
~ spending	公共支出 / gōnggòng zhīchū
~ utility	公用事业 / gōngyòng shìyè
~ warehouse	公共[公营]仓库 / gōnggòng [gōngyíng] cāngkù
~ works	公共工程 / gōnggòng gōngchéng
go ~	公开上市 / gōngkāi shàngshì
make ~	公开 / gōngkāi

publication (n.) 公告 / gōnggào, 出版(物) / chūbǎn(wù)

publicity (n.) 广告 / guǎnggào, 宣传 / xuānchuán
   ~ agent 广告代理人 / guǎnggào dàilǐrén
   ~ department 宣传部 / xuānchuánbù

pump priming (n.) 刺激经济实现充分就业政策 / cìjī jīngjì shíxiàn chōngfèn jiùyè zhèngcè

punitive (adj.) 惩罚的 / chěngfá de
   ~ damage 惩罚性的损害赔偿额 / chěngfáxìng de sǔnhài péicháng'é

purchase (n.) 购货 / gòuhuò
   ~ account 购货帐 / gòuhuòzhàng
   ~ book 购货簿 / gòuhuòbù
   ~ invoice 购货发票 / gòuhuò fāpiào
   authority to ~ 采购权 / cǎigòuquán, 购买权 / gòumǎiquán
   cost of ~ 购货[采购]成本 / gòuhuò [cǎigòu] chéngběn

purchasing (adj.) 采购的 / cǎigòu de
   ~ agent 购货代理商 / gòuhuò dàilǐshāng
   ~ power 购买力 / gòumǎilì
   ~ power party 购买力平价 / gòumǎilì píngjià
   ~ price 购入价格 / gòurù jiàgé

push money (n.) 推销奖金 / tuīxiāo jiǎngjīn

put (n.)	股票出售权 / gǔpiào chūshòuquán, 卖主选择权 / màizhǔ xuǎnzéquán, 看跌期权 / kàndiē qīquán
~ in a bid	叫价 / jiàojià
~ option	看跌期权 / kàndié qīquán, 出售选择权 / chūshòu xuǎnzéquán
~s and calls	看跌期权和看涨期权 / kàndiē qīquán hé kànzhǎng qīquán
pyramiding (n.)	连续投机 / liánxù tóujī, 追加落单 / zhuījiā luòdān, 金字塔式交易 / jīnzìtǎshì jiāoyì, 控制股权方法(股市价格上涨时, 投机商使用少量资金连续投机的做法) / kòngzhì gǔquán fāngfǎ (gǔshì jiàgé shàngzhǎng shí, tóujīshāng shǐyòng shǎoliàng zījīn liánxù tóujī de zuòfǎ)
~ selling	金字塔式销售 / jīnzìtǎshì xiāoshòu

Q

QC (quality control) (n.)	质量管理 / zhìliàng guǎnlǐ
quadruple (v.)	翻四番 / fān sìfān
quadruplicate (n.)	一式四份中的一份 / yíshì sìfèn zhōng de yífèn
in ~	一式四份 / yíshì sìfèn
qualification (n.)	资格(证明) / zīgé (zhèngmíng), 限制条件 / xiànzhì tiáojiàn
~ certificate	符合资格规定证书 / fúhé zīgé guīdìng zhèngshū
~ for a position	职位资格规定 / zhíwèi zīgé guīdìng
~ shares	(董事)资格(规定)股 / (dǒngshì) zīgé (guīdìng) gǔ
qualified (adj.)	有资格的 / yǒu zīgé de, 合格的 / hégé de, 有限制的 / yǒu xiànzhì de, 附条件的 / fù tiáojiàn de
~ acceptance endorsement	有条件接受的背书 / yǒu tiáojiàn jiēshòu de bèishū
~ approval	有条件认可 / yǒu tiáojiàn rènkě
~ for a job	具备工作资格 / jùbèi gōngzuò zīgé
~ opinion	附条件[保留]意见 / fù tiáojiàn [bǎoliú] yìjiàn
qualifying (adj.)	证明合格的 / zhèngmíng hégé de; 有限制的 / yǒu xiànzhì de
~ clause	限制条款 / xiànzhì tiáokuǎn
~ stock option	有条件的股份认购权 / yǒu tiáojiàn de gǔfèn rèngòuquán
no-~	没有资格限制的 / méiyǒu zīgé xiànzhì de
qualitative (adj.)	质量的 / zhìliàng de, 定性的 / dìngxìng de
~ analysis	定性[质量]分析 / dìngxìng [zhìliàng] fēnxī
~ improvement	质量改善 / zhìliàng gǎishàn

quality (n.)   质量 / zhìliàng, 品质 / pǐnzhí
   ~ *assurance*   质量保证 / zhìliàng bǎozhèn
   ~ *circle*   品管圈[质量管理圈] pǐnguǎnquān [zhì-liàng guǎnlǐquān]
   ~ *control*   质量管理 / zhìliàng guǎnlǐ
   ~ *first*   品质第一 / pǐnzhì dìyī
   ~ *goods/products*   优质[高级]品 / yōuzhì[gāojí]pǐn

quantify (v.)   用数字表示 / yòng shùzì biǎoshì
   ~ *the results*   用数字表示结果 / yòng shùzì biǎoshì jiéguǒ

quantitative (n.)   数量的 / shùliàng de, 定量的 / dìngliàng de
   ~ *analysis*   定量分析 / dìngliàng fēnxī
   ~ *economy*   数量经济 / shùliàng jīngjì
   ~ *trade restriction*   贸易数量限制 / màoyì shùliàng xiànzhì

quantity (n.)   数量 / shùliàng, 量 / liàng, 大量 / dàliàng
   ~ *buying/purchasing*   大量购买 / dàliàng gòumǎi
   ~ *demand*   需要量 / xūyàoliàng
   ~ *discount*   数量折扣 / shùliàng zhékòu
   ~ *order*   大量订购 / dàliàng dìnggòu
   ~ *theory of money*   货币数量说 / huòbì shùliàng shuō
   in large ~ies   大量 / dàliàng

quantum leap   急速的飞跃 / jísù de fēiyuè

quarantine (n.)   检疫 / jiǎnyì, 隔离 / gélí
   ~ *certificate*   检疫证明书 / jiǎnyì zhèngmíngshū
   ~ *port*   检疫港 / jiǎnyìgǎng

quarantine (v.)   隔离检疫 / gélí jiǎnyì

quarter (n.)   季度 / jìdù; 四分之一 / sìfēn zhī yī
   ~ *section*   160英亩土地 / yìbǎi liùshí yīngmǔ tǔdì
   the 1st/2nd/3rd/4th ~   第一/第二/第三/第四季度 / dìyī / dìèr / dìsān / dìsì jìdù

quarterly (adj.)   按季度的 / àn jìdù de
   ~ *installment*   按季度分期付款 / àn jìdù fēnqī fùkuǎn

~ *report*	季报 / jìbào
quash (v.)	取消 / qǔxiāo, 宣告无效 / xuāngào wúxiào
quasi- (pref.)	类似 / lèisì, 准 / zhǔn
~ *contract*	准合同 / zhǔnhétóng
~ *public company*	半共有公营公司 / bàn gòngyǒu gōngyíng gōngsī
questionnaire (n.)	调查表 / diàochábiǎo, 征询书 / zhēngxúnshū
quick (adj.)	即可兑现的 / jíkě duìxiàn de, 迅速变现的 / xùnsù biànxiàn de
~ *assets*	速动资产 / sùdòng zīchǎn, 易变现的资产 / yìbiànxiàn de zīchǎn
~ *cash*	即时现金 / jíshí xiànjīn
~ *loan*	即可收回的贷款 / jíkě shōuhuí de dàikuǎn
~ *ratio*	速动比率 / sùdòng bǐlǜ
~ *return and small margin*	薄利多销 / bólì duōxiāo
~ *sale*	快速销售 / kuàisù xiāoshòu
quid pro quo (L.)	交换条件 / jiāohuàn tiáojiàn, 报偿 / bàocháng
quiet enjoyment	(得以安享租用的)不受干扰权 / (déyǐ ānxiǎng zūyòng de) búshòu gānrǎoquán, 居安享受权 / jū'ān xiǎngshòuquán [不动]
quiet title (n.)	居安产权 / jū'ān chǎnquán [不动]
quietus (n.)	债务偿清 / zhàiwù chángqīng
quitclaim (n.)	放弃权利 / fàngqì quánlì
~ *deed*	放弃(房地产)权利契据 / fàngqì (fángdìchǎn) quánlì qìjù
quorum (n.)	法定人数 / fǎdìng rénshù

quittance (n.)　　　　　　　(债务的)免除 / (zhàiwù de) miǎnchú, 债务
　　　　　　　　　　　　　　　免除证书 / zhàiwù miǎnchú zhèngshū
　　~ from debt/obligation　免除债务 / miǎnchú zhàiwù

quota (n.)　　　　　　　　定额 / dìng'é, 限额 / xiàn'é, 配额 / pèi'é
　　export ~　　　　　　　出口配额 / chūkǒu pèi'é
　　impose ~　　　　　　　实施配额 / shíshī pèi'é
　　lift a ~　　　　　　　　解除配额 / jiěchú pèi'é
　　~ system　　　　　　　限额进出口制 / xiàn'é jìnchūkǒu zhì,
　　　　　　　　　　　　　　定额分配制 / dìng'é fēnpèi zhì

quotation (n.)　　　　　　报价 / bàojià, 报盘 / bàopán, 行情 / háng-
　　　　　　　　　　　　　　　qíng, 行市 / hángshì, 估价单 / gūjiàdān
　　~ record　　　　　　　行情记录 / hángqíng jìlù
　　~ table　　　　　　　　价目表 / jiàmùbiǎo
　　asked ~　　　　　　　　要价 / yàojià
　　bid ~　　　　　　　　　出价 / chūjià
　　closing ~　　　　　　　收盘 / shōupán, 收市行情 / shōushì háng-
　　　　　　　　　　　　　　　qíng
　　exchange ~　　　　　　外汇行情 / wàihuì hángqíng
　　official ~　　　　　　　法定汇兑行情(表) / fǎdìng huìduì hángqíng
　　　　　　　　　　　　　　(biǎo)

quote (v.)　　　　　　　　报价 / bàojià, 开估价单 / kāi gūjiàdān
　　~ a price　　　　　　　开价 / kāijià, 报价 / bàojià
　　~d price　　　　　　　报价 / bàojià, 收盘价 / shōupánjià
　　~d securities　　　　　上市(挂牌)证券 / shàngshì (guàpái) zhèng-
　　　　　　　　　　　　　　quàn

quotient (n.)　　　　　　商数 / shāngshù, 係数 / xìshù
　　intelligent ~ (IQ)　　智商 / zhìshāng

R

racket (v.)	诈骗 / zhàpiàn, 敲诈 / qiāozhà
racketeer (n.)	敲诈勒索的人 / qiāozhà lèsuǒ de rén
racketeer (v.)	以威胁手段敲诈钱财 / yǐ wēixié shǒuduàn qiāozhà qiáncái
racketeering (n.)	敲诈勒索 / qiāozhà lèsuǒ
rack jobber (n.)	供应超级市场等的批发商 / gōngyìng chāojí shìchǎng děng de pīfāshāng
radical (adj.)	根本的 / gēnběn de, 激进的 / jījìn de
~ *change*	根本性变化 / gēnběnxìng biànhuà
~ *measure*	激进措施 / jījìn cuòshī
~ *reform*	根本改革 / gēnběn gǎigé
raffle (n.)	抽彩(售货) / chōucǎi (shòuhuò)
raid (v.)	盗用 / dàoyòng, 冲击市场 / chōngjī shìchǎng, 抢购 / qiǎng gòu
~ *the market*	扰乱市场 / rǎoluàn shìchǎng
bear ~	扰乱市场 / rǎoluàn shìchǎng, 卖空浪潮 / màikōng làngcháo
raider (n.)	冲击市场者 / chōngjī shìchǎngzhě
~ *alert*	侵吞公司警告 / qīntūn gōngsī jǐnggào
raiding (n.)	挖墙角 / wā qiángjiǎo, 拆台 / chāitái
rail shipment (n.)	铁路运输 / tiělù yùnshū
rain check (n.)	有权利补购票 / yǒng quánlì bǔgòu piào
raise (n.)	增加 / zēngjiā, 提高 / tígāo, 筹款 / chóukuǎn
pay ~	加薪 / jiāxīn

raise (v.) 提高 / tígāo, 增加 / zēngjiā; 筹集 / chóují, 征收 / zhēngshōu; 解除 / jiěchú

   ~ embargo 解除禁运 / jiěchú jìnyùn

   ~ funds 筹措资金 / chóucuò zījīn

   ~ the price 提高价格 / tígāo jiàgé

   ~ing capital 集资 / jízī

rally (n.) (市况)回涨 / (shìkuàng) huízhǎng

   ~ in prices 价格止跌回涨 / jiàgé zhǐdiē huízhǎng

   market ~ 市场止跌回涨 / shìchǎng zhǐdiē huízhǎng

   technical ~ 技术性反弹 / jìshùxìng fǎntán

RAM (random access memory) 随机存取记忆装置 / suíjī cúnqǔ jìyì zhuāngzhì

R & D (research & development) 研究与开发 / yánjiū yǔ kāifā

rampant (adj.) 猖狂的 / chāngkuáng de, 激烈的 / jīliè de

   ~ inflation 激烈的通货膨胀 / jīliè de tōnghuò péngzhàng

random (adj.) 随机的 / suíjī de, 任意的 / rènyì de

   ~ check 随机抽查 / suíjī chōuchá

   ~ sample 随机抽样 / suíjī chōuyàng

   ~ test 随机检查 / suíjī jiǎnchá

range (n.) 范围 / fànwéi, 全距 / quánjù

   ~ of price 价格变动范围 / jiàgé biàndòng fànwéi

   ~ of products 产品系列 / chǎnpǐn xìliè

rank (n.) 等级 / děngjí, 分类 / fēnlèi

   ~ and file 普通成员 / pǔtōng chéngyuán, 一般职工 [属员] / yìbān zhígōng [shǔyuán]

   ~ correlation 等级相关 / děngjí xiāngguān

   ~ing method 等级法 / děngjífǎ

rank (v.) 位于 / wèiyú, 排等级 / pái děngjí

ranking (n.) 等级 / děngjí

   ~ system 考核定级方法 / kǎohé dìngjí fāngfǎ

rapid (adj.)	迅速的 / xùnsù de
~ *growth*	高速度增长 / gāo sùdù zēngzhǎng
~ *rise in price*	价格飞涨 / jiàgé fēizhǎng
~ *transit*	捷运[快速]运输 / jiéyùn [kuàisù] yùnshū
ratchet (n.)	棘齿 / jíchǐ, 棘轮 / jílún
~ *effect*	棘齿效应 / jíchǐ xiàoyìng
ratchet (v.)	像棘轮般地步步转动 / xiàng jílún bān de bùbù zhuǎndòng
~ *up*	向上推动 / xiàngshàng tuīdòng
rate (n.)	率 / lǜ, 费率 / fèilǜ, 定价 / dìngjià; 等级 / děngjí
~ *cutting*	减低费率 / jiǎndī fèilǜ
~ *of change*	变化率 / biànhuàlǜ
~ *of growth*	增长率 / zēngzhǎnglǜ
~ *of increase*	增长率 / zēngzhǎnglǜ, 增加率 / zēngjiālǜ
~ *of interest/interest* ~	利率 / lìlǜ
~ *of return*	收益[盈利]率 / shōuyì [yínglì] lǜ
~ *setting*	制定费率 / zhìdìng fèilǜ
exchange ~	汇率 / huìlǜ, 汇价 / huìjià
first ~	第一流 / dìyīliú
flat ~	统一价 / tǒngyījià, 统一收费率 / tǒngyī shōufèilǜ
full ~	全价 / quánjià
official ~	官方汇率 / guānfāng huìlǜ, 官价 / guānjià
ratify (v.)	批准 / pīzhǔn
rating (n.)	评等 / píngděng, 定级 / dìngjí, 确定费率 / quèdìng fèilǜ
credit ~	信用等级 / xìnyòng děngjí
market ~	市场排名或等级 / shìchǎng páimíng huò děngjí
~ *scale*	评定[评价]尺度 / píngdìng [píngjià] chǐdù
~ *system*	评价方式 / píngjià fāngshì

ratio (n.) 比例 / bǐlì, 比率 / bǐlǜ

~ *analysis* 比率分析 / bǐlǜ fēnxī

~ *of fixed assets to net worth* 固定资产对净值比率 / gùdìng zīchǎn duì jìngzhí bǐlǜ

price / earnings ~ (P/E ~) 股票市价对公司收入的比率 / gǔpiào shìjià duì gōngsī shōurù de bǐlǜ

ration (n.) 限额 / xiàn'é, 定量配给 / dìngliàng pèijǐ

rational (adj.) 合理化 / hélǐhuà

~ *act* 合理行为 / hélǐ xíngwéi

rationalization (n.) 合理化 / hélǐhuà

~ *measures* 合理化措施 / hélǐhuà cuòshī

rationing (n.) 定量 / dìngliàng, 配给 / pèijǐ

raw (adj.) 生的 / shēng de, 未加工的 / wèi jiāgōng de

~ *land* 生地 / shēngdì, 未开垦的土地 / wèi kāikěn de tǔdì

~ *materials* 原材料 / yuáncáiliào

~ *products* 原产品 / yuánchǎnpǐn

reacquire (v.) 重新获得 / chóngxīn huòdé

~*shares* 重获股份 / chónghuò gǔfèn, 入库股票 / rùkù gǔpiào

reaction (n.) 反应 / fǎnyìng; 复旧 / fùjiù

~ *period* 复旧时间 / fùjiù shíjiān

~ *time* 反应[起动]时间 / fǎnyìng [qǐdòng] shíjiān

reactivate (v.) 重新活动 / chóngxīn huódòng

readership survey 读者调查 / dúzhě diàochá

ready (adj.) 现成的 / xiànchéng de, 即期 / jíqī

~ *cash* 现金 / xiànjīn

~-*made* 现成的 / xiànchéng de

~ *market* 畅销市场 / chàngxiāo shìchǎng

~ *sale* 速[畅]销 / sù[chàng]xiāo

real (adj.)	实际的 / shíjì de, 现实的 / xiànshí de; 不动的 / búdòng de
~ *action*	(追回不动产的)物权[产权, 对物]诉讼 / (zhuīhuí búdòngchǎn de) wùquán [chǎnquán, duìwù] sùsòng
~ *cost*	实际成本 / shíjì chéngběn
~ *estate*	不动产 / búdòngchǎn, 房地产 / fángdìchǎn
~ *GNP growth*	实际GNP增长(率) / shíjì GNP zēngzhǎng(lǜ)
~ *property*	不动产/ búdòngchǎn
~ *time*	实时时间 / shíshí shíjiān
~ *value*	实价 / shíjià
~ *wages*	实际工资 / shíjì gōngzī
real estate (n.)	不动产 / búdòngchǎn
~ *broker / agent*	不动产业者 / búdòngchǎn yèzhě
~ *development*	不动产开发 / búdòngchǎn kāifā
~ *investment trust*	不动产投资信托 / búdòngchǎn tóuzī xìntuō
~ *loan*	不动产贷款 / búdòngchǎn dàikuǎn
~ *tax*	固定资产税 / gùdìng zīchǎnshuì
relignment (n.)	改组 / gǎizǔ, 重新组合 / chóngxīn zǔhé
realizable (adj.)	可实现的 / kě shíxiàn de, 可变现的 / kě biànxiàn de
~ *assets*	可变现的资产 / kě biànxiàn de zīchǎn
~ *value*	可变现价 / kě biànxiàn jià
realization (n.)	(财产的)变现 / (cáichǎn de) biànxiàn, 变卖财产 / biànmài cáichǎn
~ *and liquidation account*	变产清算帐 / biànchǎn qīngsuànzhàng
~ *sale / selling*	变产出售/ biànchǎn chūshòu
realize (v.)	实现/ shíxiàn, 变现 / biànxiàn, 变卖财产 / biànmài cáichǎn
~ *assets*	将资产变现 / jiāng zīchǎn biànxiàn
~d *appreciation*	资产变现增值 / zīchǎn biànxiàn zēngzhí
~d *gain*	实际收益 / shíjì shōuyì
realtor (n.)	不动产经纪人 / búdòngchǎn jīngjìrén

realty (n.)   不动产 / búdòngchǎn
    law of ~   物权法 / wùquánfǎ

reasonable (adj.)   合理的 / hélǐ de
    ~ care   适当注意 / shìdàng zhùyì
    ~ demand   合理的要求 / hélǐ de yāoqiú
    ~ price   合理价格 / hélǐ jiàgé

reasonable (adj.)   合理的 / hélǐ de
    ~ profit   合理的利润 / hélǐ de lìrùn

reassessment (n.)   再评价 / zàipíngjià, 再课税 / zàikèshuì; 再检讨 / zàijiǎntǎo

rebate (n.)   回扣 / huíkòu, 退还金 / tuìhuánjīn, 退税 / tuìshuì
    ~ on sales / sales ~   销售回扣 / xiāoshòu huíkòu
    export ~   出口退税 / chūkǒu tuìshuì
    tax ~   退税 / tuìshuì

rebound (v.)   回升 / huíshēng, 回涨 / huízhǎng
    ~ sharply   急速回涨 / jísù huízhǎng

rebound (n.)   回升 / huíshēng, 回涨 / huízhǎng
    sharp ~   激增 / jīzēng
    technical ~   技术性回升[反弹] / jìshùxìng huíshēng [fǎntán]

rebuild (v.)   改建 / gǎijiàn

recall (n.)   回收 / huíshōu, 撤销 / chèxiāo
    ~ notice   回收通知 / huíshōu tōngzhī

recapitalization (n.)   调整资本结构 / tiáozhěng zīběn jiégòu, 重定资本 / chóngdìng zīběn

recapture (n.)   收复(投资本金的收回)/ shōufù (tóuzī běnjīn de shōuhuí)

recasting (n.)   重整贷款 / chóngzhěng dàikuǎn

receipt (n.)   收入 / shōurù; 收据 / shōujù

   ~s and disbursements   收入与支出 / shōurù yǔ zhīchū

   ~ in full   (贷款等)全数收清收据 / (dàikuǎn děng) quánshù shōuqīng shōujù

   cash ~s   现金收入 / xiànjīn shōurù, 现金收据 / xiànjīn shōujù

   tax ~s   税收收入 / shuìshōu shōurù

receivable (n.)   应收项目(帐款) / yīngshōu xiàngmù (zhàngkuǎn), 应收款 / yīngshōukuǎn

   ~ account   应收款帐户 / yīngshōukuǎn zhànghù

receivable (adj.)   该接受的 / gāi jiēshòu de, 应收的 / yīngshōu de

   dividend ~   应收红利 / yīngshōu hónglì

   interest ~   应收利息 / yīngshōu lìxī

receiver (n.)   收受人 / shōushòurén, 领取人 / lǐngqǔrén, 破产财产(清算)管理人[接管人] / pòchǎn cáichǎn (qīngsuàn) guǎnlǐrén [jiēguǎnrén]

   ~ in bankruptcy   破产清算管理人 / pòchǎn qīngsuàn guǎnlǐrén

receivership (n.)   财务清算 / cáiwù qīngsuàn

recession (n.)   经济衰退 / jīngjì shuāituì, 不景气 / bùjǐngqì

recipient (n.)   受益者 / shòuyìzhě, 接受人 / jiēshòurén

   ~ country   受援国 / shòuyuánguó

   ~ of the benefits   收益者 / shōuyìzhě

reciprocal (adj.)   相互的 / xiānghù de, 互惠的 / hùhuì de

   ~ agreement   互惠协定[安排] / hùhuì xiédìng [ānpái]

   ~ buying   相互购买 / xiānghù gòumǎi

   ~ contract   互惠合同 / hùhuì hétóng

   ~ duties / tariff   互惠关税 / hùhuì guānshuì

reciprocity (n.)   互惠性 / hùhuìxìng

recital(s) (n.)   陈述事实部分 / chénshù shìshí bùfèn

reckon (v.)	计算 / jìsuàn
reckoning (n.)	清算日 / qīngsuànrì
reclamation (n.)	填筑 / tiánzhù, 垦殖 / kěnzhí; 归还要求 / guīhuán yāoqiú, 要求赔偿损失 / yāoqiú péicháng sǔnshī; 废品回收 / fèipǐn huí-shōu
reclaim (v.)	垦拓 / kěntuò; 废品回收 / fèipǐn huíshōu
~ed material	回收再生材料 / huíshōu zàishēng cáiliào
reclassification of stock	股票重新分类 / gǔpiào chóngxīn fēnlèi
recognition (n.)	认可 / rènkě, 承认 / chéngrèn, 认别 / rènbié
recognizance (n.)	具结 / jùjié, 保证书 / bǎozhèngshū
enter into ~	具结 / jùjié
recognize (v.)	认可 / rènkě, 承认 / chéngrèn
~ a claim	承认愿意赔偿 / chéngrèn yuànyì péicháng
~d right	公认的权力 gōngrèn de quánlì
recommend (v.)	推荐 / tuījiàn
recommendation (n.)	推荐信 / tuījiànxìn
recompensation (n.)	报酬 / bàochóu, 赔偿 / péicháng
reconcile (v.)	和解 / héjiě; 对帐 / duìzhàng
reconciliation (n.)	和解 / héjiě; 对帐 / duìzhàng
~ statement	对帐表 / duìzhàngbiǎo
bank ~	银行对帐表 / yínháng duìzhàngbiǎo
reconstruction (n.)	重建 / chóngjiàn, 复兴 / fùxīng
~ work	重建工作 / chóngjiàn gōngzuò
economic ~	经济复兴 / jīngjì fùxīng

reconveyance (n.)	(产权)归还 / (chǎnquán) guīhuán
deed of ~	产权归还契约 / chǎnquán guīhuán qìyuē, 归还地契 / guīhuán dìqì
record (n.)	帐簿 / zhàngbù, 记录 / jìlù
~-breaking	破记录 / pò jìlù
~ date	登记日 / dēngjìrì
~ sale	销售破记录 / xiāoshòu pò jìlù
~s management	记录管理 / jìlù guǎnlǐ
set a ~	创记录 / chuàng jìlù
recordation (n.)	记录 / jìlù, 登记 / dēngjì
recording (n.)	(房地产所有权的)登录 / (fángdìchǎn suǒyǒuquán de) dēnglù
recourse (n.)	追索(权) / zhuīsuǒ(quán), 救助 / jiùzhù
~ action	追索诉讼 / zhuīsuǒ sùsòng
non~	无追索权 / wú zhuīsuǒquán
with ~	有追索权 / yǒu zhuīsuǒquán
recover (v.)	恢复 / huīfù, 收回 / shōuhuí
recoverable (adj.)	可收回的 / kě shōuhuí de
~ cost	可收回的成本 / kě shōuhuī de chéngběn
recovery (n.)	追回款 / zhuīhuíkuǎn; 复苏 / fùsū, 恢复 / huīfù
~ fund	赔偿基金 / péicháng jījīn
a ~ high	高回复率 / gāo huífùlù
a ~ prospect	有回复的希望 / yǒu huífù de xīwàng
a ~ year	回复年 / huífùnián
~ of the market	市场复苏 / shìchǎng fùsū
recreation (n.)	娱乐 / yúlè
recreational (adj.)	娱乐的 / yúlè de
~ facilities	娱乐设施 / yúlè shèshī
recruit (v.)	招募 / zhāomù

recruitment (n.)	招募补充 (新职工) / zhāomù bǔchōng (xīn zhígōng)
recur (v.)	重新出现 / chóngxīn chūxiàn
recurrent (adj.)	周期性发生的 / zhōuqīxìng fāshēng de, 经常发生的 / jīngcháng fāshēng de
~ expenditure	经常开支 / jīngcháng kāizhī
recycle (v.)	再造 / zàizào, 回收使用 / huíshōu shǐyòng
~d paper	再造纸 / zàizàozhǐ
~ing of oil dollars	石油美元的回流 / shíyóu Měiyuán de huí-liú
red (n.)	赤字 / chìzì, 亏损 / kuīsǔn
get / go into ~	亏损 / kuīsǔn
get out of the ~	有盈余 / yǒu yíngyú
in the ~	赔本 / péiběn, 欠债 / qiànzhài
red tape (n.)	繁琐的手续 / fánsuǒ de shǒuxù, 繁文褥节 / fánwén rùjié
"red-herring" prospectus	非正式招股章程 / fēizhèngshì zhāogǔ zhāngchéng
redeem (v.)	偿还 / chánghuán, 赎回 / shúhuí; 兑换 / duìhuàn
~ a mortgage	赎回抵押品 / shúhuí dǐyāpǐn
~ bonds	偿还欠债 / chánghuán qiànzhài
redeemable (adj.)	可偿还的 / kě chánghuán de, 可赎回的 / kě shúhuí de, 可兑现的 / kě duìxiàn de
~ bonds	可赎回债券 / kěshúhuí zhàiquàn
~ right	可赎回权 / kě shúhuí quán
redemption (n.)	赎回 / shúhuí, 偿还(权) / chánghuán(quán)
~ at market price	按市价偿还 / àn shìjià chánghuán
~ at / before maturity	到期前赎回 / dàoqī qián shúhuí, 到期前偿还 / dàoqī qián chánghuán
~ date	偿还日期 / chánghuán rìqī

~ *fund*	偿还[赎回]基金 / chánghuán [shúhúi] jījīn
~ *with a premium*	溢价偿还 / yìjià chánghuán
~ *value*	偿还价值 / chánghuán jiàzhí
rediscount (v.)	重贴现 / chóngtiēxiàn, 再转贴现 / zàizhuǎn tiēxiàn
~ *rate*	重贴现率 / chóngtiēxiànlǜ
redress (v.)	补救 / bǔjiù, 赔偿 / péicháng
~ *damage*	赔偿损害 / péicháng sǔnhài
~ *the trade balance*	纠正贸易不平衡 / jiūzhèng màoyì bù píng-héng
redress (n.)	补救 / bǔjiù, 赔偿 / péicháng, 调整 / tiáo-zhěng
~ *damage*	赔偿损失 / péicháng sǔnshī
an injury beyond ~	无法弥补的损害 / wúfǎ míbǔ de sǔnhài
redouble (v.)	加倍 / jiābèi, 加强 / jiāqiáng
~ *one's efforts*	加倍努力 / jiābèi nǔlì
reduce (v.)	减少 / jiǎnshǎo
~ *price*	减价 / jiǎnjià
reduction (n.)	减少 / jiǎnshǎo, 削减 / xuējiǎn, 简化 / jiǎn-huà
~ *in prices*	减价 / jiǎnjià
~ *of capital*	减资 / jiǎnzī
~ *of operation*	缩减业务 / suōjiǎn yèwù
staff ~	裁员 / cáiyuán
tax ~	减税 / jiǎnshuì
redundant (adj.)	过多的 / guòduō de, 冗余的 / rǒngyú de
~ *personnel*	冗员 / rǒngyuán
redundancy (n.)	冗余 / rǒngyú
reengineering (n.)	企业的全面改革 / qǐyè de quánmiàn gǎigé

re-entry (v.)	再列入 / zài lièrù [会]; 恢复占有权 / huīfù zhànyǒuquán [不动]
refer (v.)	参照 / cānzhào
reference (n.)	参考 / cānkǎo, 基准 / jīzhǔn; 介绍备询人 / jièshào bèixúnrén; 仲裁 / zhòngcái
~ check	和介绍人联络 / hé jièshàorén liánluò
banking ~	银行介绍咨询人 / yínháng jièshào zīxúnrén
referral (n.)	介绍 / jièshào
~ fee	介绍费 / jièshàofèi
refinance (v.)	重新贷款 / chóngxīn dàikuǎn
refinancing (n.)	重新筹集资金 / chóngxīn chóují zījīn, 发行新债券代替旧债券 / fāxíng xīn zhàiquàn, dàitì jiù zhàiquàn
~ a mortgage	再抵押贷款 / zàidǐyā dàikuǎn
~ of a loan	重新贷款 / chóngxīn dàikuǎn
reflation (n.)	通货再膨胀 / tōnghuò zàipéngzhàng
reform (v.)	改良 / gǎiliáng, 改革 / gǎigé
reform (n.)	改良 / gǎiliáng, 改革 / gǎigé
currency ~	币制改革 / bìzhì gǎigé
land ~	土地改革 / tǔdì gǎigé
tax ~	税制改革 / shuìzhì gǎigé
reformation (n.)	修正契约文件内容 / xiūzhèng qìyuē wénjiàn nèiróng, 改正契约文件 / gǎizhèng qìyuē wénjiàn
refrigerated (adj.)	冷藏的 / lěngcáng de
refund (n.)	退还款 / tuìhuánkuǎn, 换借 / huànjiè
no ~	恕不退款 / shù bútuìkuǎn
refund (v.)	退款 / tuìkuǎn

refundable (adj.) 可退款的 / kě tuìkuǎn de
~ *deposit* 可退款保证金 / kě tuìkuǎn bǎozhèngjīn

refusal (n.) 拒绝 / jùjué
first ~ 优先取舍 / yōuxiān qǔshě [不动]

refuse (v.) 拒绝 / jùjué

regain (v.) 收复 / shōufù, 夺回 / duóhuí
~ *market share* 夺回市场份额 / duóhuí shìchǎng fèn'é

regional (adj.) 地区的 / dìqū de, 区域的 / qūyù de
~ *bank* 地方银行 / dìfāng yínháng

register (v.) 登记 / dēngjì, 注册 / zhùcè

register (n.) 登记(簿) / dēngjì, 注册 / zhùcè
~ *book* 登记簿 / dēngjìbù, 船舶名簿 / chuánbó míngbù
~ *of members* 会员名簿 / huìyuán míngbù

registered (adj.) 登记的 / dēngjì de, 注册的 / zhùchè de
~ *bond* 记名债券 / jìmíng zhàiquàn
~ *brand / trademark* 注册商标 / zhùcè shāngbiāo
~ *company* 注册[法人]公司 / zhùcè [fǎrén] gōngsī
~ *mail* 挂号信件 / guàhào xìnjiàn
~ *representative* 注册代表 / zhùcè dàibiǎo
~ *tonnage* 注册吨位 / zhùcè dūnwèi
~ *trader* 证券交易所注册的直接经营人 / zhèngquàn jiāoyìsuǒ zhùcè de zhíjiē jīngjìrén

registration (n.) 注册 / zhùcè, 登记(人数) / dēngjì (rénshù)
~ *fee* 注册[登记]费 / zhùcè[dēngjì]fèi
~ *statement* 申请股票上市登记表 / shēnqǐng gǔpiào shàngshì dēngjìbiǎo

regression analysis 回归分析 / huíguī fēnxī

regressive tax (n.) 累退税 / lěituìshuì

regular (adj.)	经常的 / jīngcháng de, 定期的 / dìngqī de, 正规的 / zhèngguī de, 常备的 / chángbèi de
~ *dividend*	定期股利 / dìngqī gǔlì
~ *income*	正常收入 / zhèngcháng shōurù
~ *meeting*	例会 / lìhuì, 常会 / chánghuì
~ *member*	正式会员 / zhèngshì huìyuán
~ *pay*	基本工资 / jīběn gōngzī
~ *price*	正常价格 / zhèngcháng jiàgé
regulate (v.)	规定 / guīdìng, 控制 / kòngzhì, 调节 / tiáojié
~*d competition*	受控制的竞争 / shòu kòngzhì de jìngzhēng
~*d industry*	统制产业 / tǒngzhì chǎnyè
~*d market*	管制的市场 / guǎnzhì de shìchǎng
~ *prices*	控制物价 / kòngzhì wùjià
regulation (n.)	规定 / guīdìng; 管理控制 / guǎnlǐ kòngzhì
according to the ~*s*	根据规定 / gēnjù guīdìng
~ *of stock price*	股票价格规定 / gǔpiào jiàgé guīdìng
regulatory (adj.)	规章的 / guīzhāng de, 受规章限制的 / shòu guīzhāng xiànzhì de, 制定规章的 / zhìdìng guīzhāng de
~ *body / organ*	管理机构 / guǎnlǐ jīgòu
~ *change*	法规变动 / fǎguī biàndòng
~ *power*	规定规章的权力 / guīdìng guīzhāng de quánlì
rehiring (n.)	重新雇用 / chóngxīn gùyòng
reimburse (v.)	付还 / fùhuán, 归垫 / guīdiàn, 补回 / bǔhuí
~ *one for expenses*	补偿某人的费用 / bǔcháng mǒurén de fèiyòng
~ *travel expenses*	补偿旅行费用 / bǔcháng lǚxíng fèiyòng
reimbursement (n.)	付还 / fùhuán, 归垫 / guīdiàn, 偿还 / chánghuán, 偿付 / chángfù
reinstallment (n.)	重新安装 / chóngxīn ānzhuāng

reinstate (v.)	恢复原状 / huīfù yuánzhuàng
reinstatement (n.)	恢复契约 / huīfù qìyuē, 恢复原保险额 / huī-fù yuán bǎoxiǎn'é
~ *of policy*	恢复原保险额 / huīfù yuán bǎoxiǎn'é
reinsurance (n.)	分保 / fēnbǎo, 再保险 / zài bǎoxiǎn
REIT (real estate investment trust)	不动产投资信托 / búdòngchǎn tóuzī xìntuō
reject (v.)	拒绝 / jùjué, 驳回 / bóhuí, 拒收 / jùshōu
reject (n.)	不合格品 / bùhégépǐn, 废品 / fèipǐn
relation (n.)	关系 / guānxì
business ~	业务关系 / yèwù guānxì
relaxation (n.)	缓和 / huǎnhé, 轻松 / qīngsōng
~ *of control*	放松控制 / fàngsōng kòngzhì
relative (adj.)	相对的 / xiāngduì de
~ *advantage*	相对的优势 / xiāngduì de yōushì
~ *priority*	相对优先次序 / xiāngduì yōuxiān cìxù
~ *wage*	相对工资 / xiāngduì gōngzī, 比较工资 / bǐjiào gōngzī
release (n.)	豁免 / huòmiǎn, 免除 / miǎnchú; 释放 / shìfàng, 放行 / fàngxíng; 让予 / ràngyǔ
~ *clause*	抵贷解除条款 / dǐdài jiěchú tiáokuǎn
~ *from debts*	免除债务 / miǎnchú zhàiwù
~ *of deed*	释放契约[地契] / shìfàng qìyuē [dìqì]
~ *of funds*	拨款 / bōkuǎn
release (v.)	放行 / fàngxíng, 解除 / jiěchú
~ *of debt / claim*	免除债务 / miǎnchú zhàiwù
~ *on bail*	保释 / bǎoshì
~ *one from liability*	免除某人债务 / miǎnchú mǒurén zhàiwù
reliable (adj.)	可靠的 / kěkào de
~ *source of information*	可靠的消息来源 / kěkào de xiāoxí láiyuán

relief (n.)   救济[金] / jiùjì[jīn], 救助 / jiùzhù; 解除 / jiě-chú, 豁免 / huòmiǎn

    ~ fund   救济基金 / jiùjì jījīn

    ~ measures   救济措施 / jiùjì cuòshī

relinquish (v.)   放弃 / fàngqì

    ~ a claim   放弃损害赔偿要求 / fàngqì sǔnhài péi-cháng yāoqiú

relocation (n.)   调动 / diàodòng, 改放 / gǎifàng

remainder (n.)   生命产权保留者 / shēngmìng chǎnquán bǎo-liúzhě

remedy (n.)   补偿 / bǔcháng, 补救办法 / bǔjiù bànfǎ

    judicial ~   司法补偿 / sīfǎ bǔcháng

remedy (v.)   补救 / bǔjiù

    ~ defects   补救瑕疵 / bǔjiù xiácī

remise (v.)   放弃(权利, 财产) / fàngqì (quánlì, cáichǎn)

remission (n.)   (负债等的)免除 / (fùzhài děng de) miǎnchú 豁免 / huòmiǎn

    ~ of a debt   豁免债务 / huòmiǎn zhàiwù

    ~ of a tax / tax ~s   豁免税收 / huòmiǎn shuìshōu

remit (v.)   汇款 / huìkuǎn

    ~ by mail   邮汇 / yóuhuì

    ~ting bank   汇款银行 / huìkuǎn yínháng

    ~ money   划拨款项 / huàbō kuǎnxiàng

remittance /remitting (n.)   汇款 / huìkuǎn, 汇付 / huìfù

    cable ~   电汇 / diànhuì

    make ~   汇款 / huìkuǎn

    receive ~   收到汇款 / shōudào huìkuǎn

remodel (v.)   改装 / gǎizhuāng, 改修 / gǎixiū

remunerate (v.)   报酬 / bàochóu, 补偿 / bǔcháng

remuneration (n.)　报酬 / bàochóu, 补偿 / bǔcháng
  at no ~/ without ~　无报酬的 / wú bàochóu de
  with ~　有报酬的 / yǒu bàochóu de

renege (v.)　背信 / bèixìn, 毁约 / huǐyuē
  ~ on a contract　毁约 / huǐyuē

renegotiate (v.)　重新协定 / chóngxīn xiédìng

renew (v.)　更新 / gēngxīn, 续订 / xùdìng
  ~ a lease　续租 / xùzū, 重订租约 / chóngdìng zūyuē
  ~ an insurance policy　继续投保 / jìxù tóubǎo
  ~ for another 5 years　延期五年 / yánqī wǔnián

renewable (adj.)　可更新[续订]的 / kě gēngxīn [xùdìng] de
  automatically ~　自动续约 / zìdòng xùyuē

renewal (n.)　更新[续订] / gēngxīn [xùdìng]
  ~ bond　更新债券 / gēngxīn zhàiquàn
  ~ of a lease　续租约 / xù zūyuē
  ~ of a loan　借款展期 / jièkuǎn zhǎnqī

renovation (n.)　更新 / gēngxīn, 革新 / géxīn

rent (n.)　租金[房租，地租] / zūjīn [fángzū, dìzū]
  ~ control　租金限制[管制] / zūjīn xiànzhì [guǎnzhì]
  ~-free　免收租金 / miǎnshōu zūjīn
  ~ freeze　租金冻结 / zūjīn dòngjié
  ~ purchase　租购 / zūgòu
  pay ~　付租金 / fù zūjīn

rent (v.)　租用 / zūyòng
  ~ out　租出 / zūchū

rental (n.)　租费 / zūfèi, 出租业 / chūzūyè

rental (adj.)　出租的 / chūzū de, 赁贷的 / lìndài de
  ~ contract　出租契约 / chūzū qìyuē
  ~ income　租金收入 / zūjīn shōurù
  ~ service　赁贷业 / lìndàiyè

renunciation (n.)	放弃权利 / fàngqì quánlì
reorganization (n.)	改组 / gǎizǔ, 重新组织 / chóngxīn zǔzhī, 整顿 / zhěngdùn
reorganize (v.)	改组 / gǎizǔ, 重新组织 / chóngxīn zǔzhī, 整顿 / zhěngdùn
repair (n.)	修理 / xiūlǐ, 维修 / wéixiū
reparation (n.)	赔款 / péikuǎn, 补偿 / bǔcháng
repatriate (v.)	送回 / sònghuí, 遣送 / qiǎnsòng
~ capital and profit	从国外调回资本和利润 / cóng guówài diàohuí zīběn hé lìrùn
repatriation (n.)	送回 / sònghuí, 遣送 / qiǎnsòng
repay (v.)	付还 / fùhuán, 偿还 / chánghuán
repayment (n.)	付还 / fùhuán, 偿还 / chánghuán
repeal (v. n.)	(法律的) 废除 / (fǎlǜ de) fèichú
repeat (n.)	重复 / chóngfù
~ demand	重复需要 / chóngfù xūyào
~ offer	再发盘 / zài fāpán
~ order	重新定货 / chóngxīn dìnghuò
replacement (n.)	更替 / gēngtì, 重置 / chóngzhì, 更新 / gēngxīn, 补充 / bǔchōng
~ cost	重置成本 / chóngzhì chéngběn
~ investment	更新[补填]投资 / gēngxīn [bǔtián] tóuzī
~ method	更换方法 / gēnghuàn fāngfǎ
~ price	重置价格 / chóngzhì jiàgé
replenish (v.)	补充 / bǔchōng
replenishment (n.)	补充 / bǔchōng
~ of the stock	补充存货 / bǔchōng cúnhuò

replevin (n.)   发还被扣押的财物 / fāhuán bèi kòuyā de cáiwù

report (n.)   报告(书) / bàogào(shū), 笔录 / bǐlù
     annual ~   年度报告 / niándù bàogào
     business ~   经营报告 / jīngyíng bàogào
     credit ~   信用报告 / xìnyòng bàogào
     financial ~   财务报表 / cáiwù bàobiǎo

report (v.)   报告 / bàogào
     ~ *a deficit*   报赤字 / bào chìzì
     ~ *to work*   报到 / bàodào

repossess (v.)   回收 / huíshōu, 重新占有 / chóngxīn zhànyǒu

repossession (n.)   回收 / huíshōu, 重新占有 / chóngxīn zhànyǒu

representation (n.)   (促使另一方订契约的)陈述 / (cùshǐ lìng yìfāng dìng qìyuē de) chénshù, 说明 / shuōmíng; 代表 / dàibiǎo, 代理 / dàilǐ; (权利, 债务的)继承 / (quánlì, zhàiwù de) jìchéng
     ~ *and warranties*   说明与保证 / shuōmíng yǔ bǎozhèng
     written ~   书面陈述 / shūmiàn chénshù

representative (n.)   样本 / yàngběn, 代理人 / dàilǐrén
     labor ~   劳工代表 / láogōng dàibiǎo

reprimand (n.)   戒告 / jiègào, 惩戒 / chéngjiè

repudiation (n.)   拒付 / jùfù, 拒绝履行义务 / jùjué lǚxíng yìwù
     ~ *of a debt*   拒绝偿还债务 / jùjué chánghuán zhàiwù
     ~ *of claim*   拒绝赔偿要求 / jùjué péicháng yāoqiú

repurchase (n.)   重购 / chónggòu, 购回 / gòuhuí
     ~ *agreement*   重新买回协定 / chóngxīn mǎihuí xiédìng

repurchase (v.)   重购 / chónggòu, 购回 / gòuhuí, 赎回 / shúhuí

~ed stock	(从股东中)再购入股票[股份] / (cóng gǔdōng zhōng) zài gòurù gǔpiào [gǔfèn]
request (n.)	请求 / qǐngqiú, 要求 / yāoqiú
~ for bid	招标 / zhāobiāo, 要求承包 / yāoqiú chéngbāo
~ for proposal	提案申请 / tí'àn shēnqǐng
~s for stop payment	止付请求(请求停止支付) / zhǐfù qǐngqiú (qǐngqiú tíngzhǐ zhīfù)
decline a ~	拒绝要求 / jùjué yāoqiú
grant a ~	接受要求 / jiēshòu yāoqiú
requirements (n.)	要求 / yāoqiú, 需要 / xūyào, 需要条件 / xūyào tiáojiàn, 需要量 / xūyàoliàng, 必需品 / bìxūpǐn
budgetary ~	预算要求 / yùsuàn yāoqiú
meet one's ~	满足某人的要求 / mǎnzú mǒurén de yāoqiú
requisition (n.)	(购买)请求 / (gòumǎi) qǐngqiú, 请购单 / qǐnggòudān
~ for material	领料单 / lǐngliàodān
~ for money	请款单 / qǐngkuǎndān
~ form	申请单 / shēnqǐngdān
military ~	军事征用 / jūnshì zhēngyòng
resale (n.)	转售 / zhuǎnshòu, 倒卖 / dǎomài
~ material	转售材料 / zhuǎnshòu cáiliào
~ parts	转售零件 / zhuǎnshòu língjiàn
~ price maintenance	转售价格控制 / zhuǎnshòu jiàgé kòngzhì
~ prices	转售价格 / zhuǎnshòu jiàgé
~ value	转售价值 / zhuǎnshòu jiàzhí, 重售价 / chóngshòujià
reschedule (v.)	重新排定日期[偿还期] / chóngxīn páidìng rìqī [chánghuánqī]
rescheduling of debts (n.)	重新排定偿债日期 / chóngxīn páidìng chángzhài rìqī

rescind (v.) 废除 / fèichú, 撤销 / chèxiāo
   ~ a contract 解除合约 / jiěchú héyuē

research (n.) 研究 / yánjiū
   ~ and development (R&D) 研究与开发 / yánjiū yǔ kāifā
   market ~ 市场研究 / shìchǎng yánjiū
   marketing ~ 营销研究 / yíngxiāo yánjiū

reservation (n.) (权利) 保留 / (quánlì) bǎoliú, 预订 / yùdìng
   room ~s 预订房间 / yùdìng fángjiān
   without ~ 无保留 / wú bǎoliú
   with some ~s 有保留 / yǒu bǎoliú

reserve (n.) 保存 / bǎocún, 储备(金) / chǔbèi(jīn), 外汇储备 / wàihuì chǔbèi; 蕴藏量 / yùncángliàng
   ~ fund 储备金 / chǔbèijīn, 准备基金 / zhǔnbèi jījīn
   ~ requirement 法定准备金 / fǎdìng zhǔnbèijīn
   ~ stock 储备器材 / chǔbèi qìcái
   bank ~s 银行储备 / yínháng chǔbèi
   capital ~s 资本储备 / zīběn chǔbèi
   cash ~s 现金储备 / xiànjīn chǔbèi
   legal ~s 法定准备金 / fǎdìng zhǔnbèijīn
   mineral ~s 矿藏蕴藏量 / kuàngcáng yùncángliàng
   required ~(s) 银行存款法定准备金 / yínháng cúnkuǎn fǎdìng zhǔnbèijīn

reserved (adj.) 保留的 / bǎoliú de, 后备的 / hòubèi de
   ~ profit 保留利润 / bǎoliú lìrùn
   ~ surplus 保留盈余 / bǎoliú yíngyú

reshuffle (n.) 重新配置 / chóngxīn pèizhì

residence (n.) 住居 / zhùjū, 居留(期间) / jūliú (qījiān)

resident (adj.) 居住的 / jūzhù de, 常驻的 / chángzhù de
   ~ agent 国外常驻代理店 / guówài chángzhù dàilǐdiàn
   ~ alien 外侨 / wàiqiáo, 外籍居民 / wàijí jūmín

~ *buyer*	常驻采购人员 / chángzhù cǎigòu rényuán
	驻地采购员 / zhùdì cǎigòuyuán
~ *registration*	居住登记 / jūzhù dēngjì
resident (n.)	居民 / jūmín
permanent ~	永久居民 / yǒngjiǔ jūmín
residential (adj.)	住宅的 / zhùzhái de
~ *area*	住宅区 / zhùzháiqū
~ *property*	住宅财产 / zhùzhái cáichǎn
residual(adj.)	残余的 / cányú de, 剩余的 / shèngyú de
~ *right*	剩余权利 / shèngyú quánlì
~ *value*	剩余价值 / shèngyú jiàzhí
residue (n.)	残余 / cányú, 残留物 / cánliúwù, 残余财产 /
	cányú cáichǎn
resignation (n.)	辞职 / cízhí
resilient (adj.)	有弹性的 / yǒu tánxìng de, 有活力的 / yǒu
	huólì de
resolution (n.)	决议(案) / juéyì(àn)
~ *of shareholders*	股东决议 / gǔdōng juéyì
adopt /pass a ~	通过决议 / tōngguò juéyì
Resolution Trust Corporation	联邦整理信托管理公司 / Liánbāng Zhěnglǐ
(RTC)	Xìntuō Guǎnlǐ Gōngsī
resolve (v.)	决议 / juéyì, 分解 / fēnjiě, 解决 / jiějué
~ *a dispute*	解决争议 / jiějué zhēngyì
It was ~d that...	(会议)决议... / (Huìyì) juéyì...
resort (n.)	手段 / shǒuduàn; 胜地 / shèngdì, 休闲度假
	地 / xiūxián dùjiàdì
~ *property*	休闲度假地 / xiūxián dùjiàdì
a health ~	疗养地 / liáoyǎngdì
the last ~	最后的手段 / zuìhòu de shǒuduàn
without ~	无计可施 / wújì kěshī

resort (v.)	求助于 / qiúzhùyú, 诉诸于 / sùzhūyú
~ to force	诉诸于暴力 / sùzhūyú bàolì
resource (n.)	资源 / zīyuán, 财源 / cáiyuán
~ allocation	资源分配 / zīyuán fēnpèi
financial ~	财务资源 / cáiwù zīyuán
natural ~s	自然资源 / zìrán zīyuán
responsibility (n.)	责任 / zérèn
~ accounting	责任(控制)会计 / zérèn (kòngzhì) kuàijì
joint and several ~	个别和连带责任 / gèbié hé liándài zérèn
restitution (n.)	恢复原状 / huīfù yuánzhuàng; 退还本人 / tuìhuán běnrén; 赔偿 / péicháng
~ of advance payment	退回预付款 / tuìhuí yùfùkuǎn
~ of performance	恢复履行义务 / huīfù lǚxíng yìwù
demand for ~	赔偿要求 / péicháng yāoqiú
pay ~ to investors	赔偿投资人 / péicháng tóuzīrén
restocking (n.)	补充库存 / bǔchōng kùcún
restraint (n.)	限制 / xiànzhì
~ of trade	贸易限制 / màoyì xiànzhì
~ on lending	贷款限制 / dàikuǎn xiànzhì
~ on realienation of property	产权转移的限制 / chǎnquán zhuǎnyí de xiànzhì
restricted (adj.)	限制的 / xiànzhì de, 限定的 / xiàndìng de
~ area	禁止通行区 / jìnzhǐ tōngxíngqū
~ endorsement	限制性背书 / xiànzhìxìng bèishū
~ fund	限定用途基金 / xiàndìng yòngtú jījīn
~ item	受限制项目 / shòu xiànzhì xiàngmù
restrictions (n.)	限制 / xiànzhì, 限定 / xiàndìng, 约款 / yuēkuǎn
~ on export	出口管制 / chūkǒu guǎnzhì
deed ~	地产用途变更限制 / dìchǎn yòngtú biàngēng xiànzhì
zone ~s	管制区域 / guǎnzhì qūyù

restrictive (adj.)	限制性的 / xiànzhìxìng de, 约束性的 / yuē-shùxìng de
~ budget	紧缩预算 / jǐnsuō yùsuàn
~ credit policy	抑制性信贷政策 / yìzhìxìng xìndài zhèngcè
~ endorsement	让渡制限制背书 / ràngdùzhì xiànzhì bèishū
~ measures	限制性措施 / xiànzhìxìng cuòshī
restructuring (n.)	调整结构 / tiáozhěng jiégòu
resume (n.)	复业 / fùyè, 再开始 / zài kāishǐ
resupply (n.)	补库 / bǔkù
retail (n.)	零售 / língshòu
~ bank	零售业务[少数 信贷]银行 / língshòu yèwù [shǎoshù xìndài] yínháng
~ing	零售 / língshòu
~ investor	小型投资者 / xiǎoxíng tóuzīzhě
~ merchandise	零售货品 / língshòu huòpǐn
~ outlet	零售批发市场 / língshòu pīfā shìchǎng
~ price	零售价格 / língshòu jiàgé
~ store	零售店 / língshòudiàn
retailer (n.)	零售商 / língshòushāng, 零售业者 / língshòu yèzhě
retain (v.)	保留 / bǎoliú, 留存 / liúcún; 聘律师 / pìn lǜshī
~ed earnings	保留盈余 / bǎoliú yíngyú
~ed profit	留存利润 / liúcún lìrùn
~ for record	保留做记录 / bǎoliú zuò jìlù
retainer / retaining fee (n.)	予聘律师费 / yùpìn lǜshīfèi, 辩护费 / biànhùfèi
retaliate (v.)	报复 / bàofù
retaliatory tariff (n.)	报复性关税 / bàofùxìng guānshuì
retardation (n.)	耽误 / dānwù, 阻碍 / zǔ'ài

retention (n.)   保留额 / bǎoliú'é [保], 扣留 / kòuliú

retire (v.)   还清债务 / huánqīng zhàiwù; 退休 / tuìxiū
    ~d bond   已赎回注销债券 / yǐ shúhuí zhùxiāo zhài-quàn

retiree (n.)   退休者 / tuìxiūzhě

retirement (n.)   (纸币等)收回 / (zhǐbì děng) shōuhuí, (固定资产的)退回 / (gùdìng zīchǎn de) tuìhuí, 报废 / bàofèi; 退休 / tuìxiū
    ~ age   退休年龄 / tuìxiū niánlíng
    ~ income   退休收入 / tuìxiū shōurù
    ~ of outstanding debts   偿还未偿债务 / chánghuán wèicháng zhàiwù
    ~ of shares   股份的收回 / gǔfèn de shōuhuí
    ~ plan   退休金制度 / tuìxiūjīn zhìdù

retreat (n.)   收回 / shōuhuí, 撤销 / chèxiāo
    market ~   股市上升反跌 / gǔshì shàngshēng fǎndiē

retrenchment (n.)   紧缩 / jǐnsuō, 经费节省 / jīngfèi jiéshěng
    ~ budget   紧缩预算 / jǐnsuō yùsuàn
    ~ in expenditure   经费[费用]节减 / jīngfèi [fèiyòng] jiéjiǎn
    ~ policy   紧缩开支政策 / jǐnsuō kāizhī zhèngcè

retroactive (adj.)   回溯的 / huísù de, 有追溯效力的 / yǒu zhuīsù xiàolì de
    ~ effect   追溯效力 / zhuīsù xiàolì
    ~ pay   补薪 / bǔxīn

return (n.)   退回 / tuìhuí, 退货 / tuìhuò; 投资收益 / tóuzī shōuyì; 申报 / shēnbào
    ~ on capital   资本利润率 / zīběn lìrùnlǜ
    ~ on equity (ROE)   权益报酬率 / quányì bàochóulǜ
    ~ on investment (ROI)   投资利润 / tóuzī lìrùn, 投资回报 / tóuzī huíbào
    inward ~s   销货退回 / xiāohuò tuìhuí
    rate of ~ (ROR)   退货率 / tuìhuòlǜ

tax ~s	所得税申报表 / suǒdéshuì shēnbàobiǎo, 报税表 / bàoshuìbiǎo
revaluation (n.)	重新估计 / chóngxīn gūjì, 提高货币官定汇率的比值 / tígāo huòbì guāndìng huìlǜ de bǐzhí, 升值 / shēngzhí, (资产)改值 / (zīchǎn) gǎizhí
~ of currency	币值重估 / bìzhí chónggū
~ of exchange	外汇重新估价 / wàihuì chóngxīn gūjià
asset ~	资产重估 / zīchǎn chónggū
revamp (v.)	改造 / gǎizào, 翻新 / fānxīn
revenue (n.)	岁入 / suìrù, 岁收 / suìshōu, 营运收入 / yíngyùn shōurù
~ and expenditure	岁入岁出 / suìrù suìchū
~ sharing	收入分配 / shōurù fēnpèi, 收益分享 / shōuyì fēnxiǎng
~ stamps	印花税 / yìnhuāshuì
tax ~	税收收入 / shuìshōu shōurù
The Internal Revenue Service (IRS)	国(内)税(务)局 / Guó(nèi) Shuì(wù)jú
the ~ picture of a company	公司收入状况 / gōngsī shōurù zhuàngkuàng
reverse stock split (n.)	併股 / bìnggǔ, 股票合并 / gǔpiào hébìng
reversion (n.)	产权返回 / chǎnquán fǎnhuí, 继承权 / jìchéngquán, 将来所有权 / jiānglái suǒyǒuquán
revert (v.)	归复(原主) / guīfù (yuánzhǔ)
reverting (n.)	物归原主 / wù guī yuánzhǔ
review (v., n.)	再审查 / zài shěnchá
revise (v.)	修改 / xiūgǎi, 修定 / xiūdìng
~d amount	修正额 / xiūzhèng'é
~d budget	修订预算 / xiūdìng yùsuàn

revision (n.)	修改 / xiūgǎi
~ *of tax law*	税法之修改 / shuìfǎ zhī xiūgǎi
revocable (adj.)	可撤销的 / kě chèxiāo de, 可废除的 / kě fèichú de
~ *letter of credit (L/C)*	可撤销的信用证 / kě chèxiāo de xìnyòngzhèng
~ *trust*	可撤销的信托 / kě chèxiāo de xìntuō
revival (n.)	恢复 / huīfù
revocation(n.)	撤销 / chèxiāo, 废除 / fèichú
revoke (v.)	废除 / fèichú, 取消 / qǔxiāo
~ *an agreement*	取消契约 / qǔxiāo qìyuē
~ *an order*	取消命令 / qǔxiāo mìnglìng
revolving (adj.)	循环 / xúnhuán, 周转性的 / zhōuzhuǎnxìng de
~ *credit arrangement*	周转信贷契约 / zhōuzhuǎn xìndài qìyuē
~ *fund*	周转(性)基金 / zhōuzhuǎn(xìng) jījīn
~ *letter of credit*	更新可能信用证 / gēngxīn kěnéng xìnyòng-zhèng
reward (n.)	报酬 / bàochóu
rezone (v.)	(区域的)重建规划 / (qūyù de) chóngjiàn guīhuà
rezoning (n.)	重新区域规划 / chóngxīn qūyù guīhuà
rider (n.)	批单 / pīdān, 文件附文 / wénjiàn fùwén, 追加条款 / zhuījiā tiáokuǎn
add a ~ to the contract	在契约上加附加条款 / zài qìyuēshàng jiā fùjiā tiáokuǎn
rig the market (v.)	操纵市场 / cāozòng shìchǎng
right (n.)	权利 / quánlì, 购买新股权 / gòumǎi xīn gǔ quán, 认股权 / rèngǔquán

~ *of survivorship*	(生存)继承权 / (shēngcún) jìchéngquán, 生者拥有权 / shēngzhě yōngyǒuquán
~ *of way*	通行权 / tōngxíngquán, 路权 / lùquán
~ *to work law*	工作权法 / gōngzuòquán fǎ
rightsizing (n.)	企业适当规模的重编 / qǐyè shìdàng guīmó de chóngbiān
ripple effect (n.)	波及效果 / bōjí xiàoguǒ
rise (n., v.)	上升 / shàngshēng, 上涨 / shàngzhǎng
~ *and fall*	上涨和下跌 / shàngzhǎng hé xiàdiē
~ *of prices*	物价上涨 / wùjià shàngzhǎng
~ *of wages*	工资上涨 / gōngzī shàngzhǎng
pace of ~	上升程度 / shàngshēng chéngdù
risk (n.)	风险率 / fēngxiǎnlǜ, 保险金额 / bǎoxiǎn jīn'é
~ *analysis*	风险分析 / fēngxiǎn fēnxī
~ *arbitrage*	风险套换 / fēngxiǎn tàohuàn
~ *capital*	风险[投机, 冒险]资本 / fēngxiǎn [tóujī, màoxiǎn] zīběn, 投入资本(股东重新投入企业资本) / tóurù zīběn (gǔdōng chóngxīn tóurù qǐyè zīběn)
~ *management*	风险管理 / fēngxiǎn guǎnlǐ
~ *taking*	承担风险 / chéngdān fēngxiǎn
at owner's ~	所有者风险 / suǒyǒuzhě fēngxiǎn
bad credit ~	不良信用风险 / bùliáng xìnyòng fēngxiǎn
buyer's ~	买方风险 / mǎifāng fēngxiǎn
seller's ~	卖方风险 / màifāng fēngxiǎn
rival (n.)	对手 / duìshǒu
rival (adj.)	竞争的 / jìngzhēng de
~ *business*	竞争的企业 / jìngzhēng de qǐyè
robot (n.)	机器人 / jīqìrén, 自动装置 / zìdòng zhuāngzhì
robust (adj.)	强壮的 / qiángzhuàng de

rock bottom *The market has hit ~.*	最低点 / zuìdīdiǎn 市场跌到最低点 / Shìchǎng diēdào zuì dī- diǎn.
rock-bottom (adj.) *~ price*	最低的 / zuìdī de 最低价格 / zuìdī jiàgé
ROE *(return on equity)*	权益报酬率 / quányì bàochóulǜ
ROI *(return on investment)*	投资利润 / tóuzī lìrùn, 投资回报 / tóuzī huíbào
roll (v.) *~ over a debt*	滚动 / gǔndòng 债务延期偿还 / zhàiwù yánqī chánghuán
roller (n.)	滚筒 / gǔntǒng
roller loan (n.)	滚动[延伸]贷款 / gǔndòng [yánshēn] dàikuǎn
rosy (adj.)	乐观的 / lèguān de
rotating shift	轮班 / lúnbān
rotation (n.)	轮换 / lúnhuàn
round/even lot	成交股 / chéngjiāogǔ, 整分股 / zhěngfēngǔ, 整批货物 / zhěngpī huòwù
routine (n.)	日常工作 / rìcháng gōngzuò, 例行工作 / lìxíng gōngzuò
routing (n.)	制造程序的安排 / zhìzào chéngxù de ānpái, 按规定路线发运 / àn guīdìng lù- xiàn fāyùn
royalty (n.)	版税 / bǎnshuì, 特许权 / tèxǔquán, 使用专 利权 / shǐyòng zhuānlìquán
rubber check (n.)	空头支票 / kōngtóu zhīpiào

ruling (n.) 判决 / pànjué
　~ *of the court* 法院的判决 / fǎyuàn de pànjué

run (n.) 周转 /zhōuzhuǎn, 操作 / cāozuò; 逃亡 /
　　táowáng; 趋势 / qūshì, 走向 / zǒuxiàng
　~ *of (the) mill* 普通产品 / pǔtōng chǎnpǐn
　~ *on bank* (因恐慌向)银行挤提(存款) / (yīn kǒnghuāng
　　xiàng) yínháng jǐtí (cúnkuǎn)
　~ *time* 加工时间 / jiāgōng shíjiān
　the ~ *of the market* 市场的走向 / shìchǎng de zǒuxiàng
　in the long ~ 从长期著眼 / chóng chángqī zhuóyǎn
　in the short ~ 从短期著眼 / chóng duǎnqī zhuóyǎn

run (v.) 经营 / jīngyíng; 运转 / yùnzhuǎn; 陷入 /
　　xiànrù
　~ *a business* 做生意 / zuòshēngyì
　~-*up time* 设备的起动时间 / shèbèi de qǐdòng shíjiān

runaway (adj.) 外逃的 / wàitáo de, 飞涨的 / fēizhǎng de
　~ *inflation* 恶性通货膨胀 / èxìng tōnghuò péngzhàng,
　　无法控制的通货膨胀 / wúfǎ kòngzhì de
　　tōnghuò péngzhàng
　~ *market* 脱离控制的市场 / tuōlí kòngzhì de shìchǎng
　~ *spiral* (价格)快速攀升 / (jiàgé) kuàisù pānshēng

rural (adj.) 农村的 / nóngcūn de
　~ *area* 农村地区 / nóngcūn dìqū

rush (n.) 抢购 / qiǎnggòu
　~ *of orders* 定货蜂拥而至 / dìnghuò fēngyǒng ér zhì

rush (adj.) 急迫的 / jípò de, 迫切需要的 / pòqiè xūyào
　　de
　~ *order* 紧急订单 [订货] / jǐnjí dìngdān [dìnghuò]
　~ *hour* 交通高峰[拥挤]时间 / jiāotōng gāofēng
　　[yǒngjǐ] shíjiān

rush (v.) 催赶 / cuīgǎn
　Please ~. 请加快 / Qǐng jiākuài.

S

sabotage (n.)	怠工 / dàigōng, (阴谋) 破坏 / (yīnmóu) pòhuài
sacrifice (n.)	牺牲 / xīshēng, 亏本出售 / kuīběn chūshòu
~ *goods*	亏本出售货 / kuīběn chūshòu huò
~ *price*	亏本出售价 / kuīběn chūshòu jià
~ *sale*	亏本出售 / kuīběn chūshòu, 大贱卖 / dà jiànmài
sell at a ~	亏本出售 / kuīběn chūshòu
safe (adj.)	安全的 /ānquán de, 保险的 /bǎoxiǎn de
~ *deposit*	贵重物品保管处 / guìzhòng wùpǐn bǎo-guǎnchù
~ *deposit box*	银行的保管箱 / yínháng de bǎoguǎnxiāng
~ *harbor*	避难所 / bìnnànsuǒ
~ *investment*	安全投资 / ānquán tóuzī
~ *keeping*	保管 / bǎoguǎn
safe (n.)	保管箱 / bǎoguǎnxiāng
safeguard (n.)	保护措施 / bǎohù cuòshī
~ *against...*	预防事故的安全措施 / yùfáng shìgù de ān-quán cuòshī
~ *provisions*	保证规定 / bǎozhèng guīdìng
safeguard (v.)	维护 / wéihù, 保障 / bǎozhàng
~ *interests*	保障利益 / bǎozhàng lìyì
safety (n.)	安全 / ānquán
~ *factor*	(信贷)安全系数 / (xìndài) ānquán xìshù
~ *of principal*	资本保障 / zīběn bǎozhàng
~ *stock*	安全[最低]库存量 / ānquán [zuìdī] kùcún-liàng
sag (n.)	(物价)下跌 / (wùjià) xiàdiē, 凋零 / diāolíng

sag (v.)	跌价 / diējià, 下跌 / xiàdiē
~ging market	市场不景气 / shìchǎng bùjǐngqì
salariat (n.)	薪水阶层 / xīnshuǐ jiēcéng
salaried (adj.)	拿薪水的 / ná xīnshuǐ de
~ job	有薪水的工作 / yǒu xīnshuǐ de gōngzuò
~ worker	领薪的劳动者 / lǐngxīn de láodòngzhě
salary (n.)	工资 / gōngzī, 薪水 / xīnshuǐ, 薪支 / xīnzhī
~ supplement	薪水补助 / xīnshuǐ bǔzhù
annual ~	年薪 / niánxīn
basic ~	基本工资 / jīběn gōngzī, 底薪 / dǐxīn
monthly ~	月薪 / yuèxīn
starting ~	起薪 / qǐxīn
sale (n.)	销售 / xiāoshòu, 出售 / chūshòu, 销售额 / xiāoshòu'é
~s analysis	销售分析 / xiāoshòu fēnxī
~ and leaseback	售后回租 / shòuhòu huízū
~s budget	销售预算 / xiāoshòu yùsuàn
~ contract	销售合同 / xiāoshòu hétóng
~ on cash	现金交易 / xiànjīn jiāoyì
~ price	销售价格 / xiāoshòu jiàgé
~s forecast	销售(额)预测 / xiāoshòu(é) yùcè
~s management	销售管理 / xiāoshòu guǎnlǐ
~s promotion	促销 / cùxiāo, 推销 / tuīxiāo
~s quota	销售价额 / xiāoshòu jià'é
~s talks	推销性会谈 / tuīxiāoxìng huìtán
~s tax	销售税 / xiāoshòushuì, 营业税 / yíngyèshuì
~s territory	销售地区 / xiāoshòu dìqū
~s turnover	营业额 / yíngyè'é
bill of ~	卖据 / màijù, 发票 / fāpiào
cash ~	现金交易 / xiànjīn jiāoyì
for ~	出售 / chūshòu
not for ~	非卖品 / fēimàipǐn
on ~	出售的 / chūshòu de, 上市的 / shàngshì de
salesman/salesperson (n.)	销售人员 / xiāoshòu rényuán, 推销员 / tuīxiāoyuán

salvage (n.)	残值 / cánzhí; 海上救助 / hǎishàng jiùzhù 废物利用 / fèiwù lìyòng
~ charge	救助费 / jiùzhùfèi
~ company	打捞劳动 / dǎlāo láodòng
~ of a ship	船舶残值 / chuánbó cánzhí
~ operation	救助作业 / jiùzhù zuòyè
~ value	残值 / cánzhí, 剩余价值 / shèngyú jiàzhí
(residual value)	残损价值 / cánsǔn jiàzhí
sample (n.)	样品 / yàngpǐn, 标本 / biāoběn, 抽样 / chōuyàng
~ book	样品目录 / yàngpǐn mùlù
buy on ~	凭样品购买 / píng yàngpǐn gòumǎi
free ~	赠送品 / zèngsòngpǐn, 免费样品 / miǎnfèi yàngpǐn
sale by ~	凭样品销售 / píng yàngpǐn xiāoshòu
sample (adj.)	样品的 / yàngpǐn de, 标本的 / biāoběn de
~ copy	样书 / yàngshū
~ order	样品订单 / yàngpǐn dìngdān, 试购 / shìgòu
~ room	样品陈列室 / yàngpǐn chénlièshì
sample (v.)	抽样 / chōuyàng
~ wine	试饮样品酒 / shìyǐn yàngpǐnjiǔ
sampling (n.)	抽样法 / chōuyàngfǎ
~ error	抽样误差 / chōuyàng wùchā
~ inspection	抽样检验 / chōuyàng jiǎnyàn
~ survey	抽样调查 / chōuyàng diàochá
sanction (n.)	认可 / rènkě; 制裁 / zhìcái
economic ~	经济制裁 / jīngjì zhìcái
give ~ to...	给予制裁 / gěiyǔ zhìcái
impose ~	予以制裁 / yǔyǐ zhìcái
lift ~	取消制裁 / qǔxiāo zhìcái
sanitary (adj.)	卫生的 / wèishēng de
satellite (n.)	卫星 / wèixīng

satisfaction (n.) 履行契约 / lǚxíng qìyuē; 偿还 / chánghuán, 赎回 / shúhuí

    ~ of a debt 偿还债务 / chánghuán zhàiwù

    ~ of lien 偿还抵押贷款 / chánghuán dǐyā dàikuǎn

    ~ of mortgage 抵押权的赎回 / dǐyāquán de shúhuí

    ~ of terms and conditons   履行合同条款 / lǚxíng hétóng tiáokuǎn
        of a contract

    demand ~ 要求赔偿 / yāoqiú péicháng

satisfy (v.) 赔偿 / péicháng, 偿还 / chánghuán

    ~ a claim 赔偿 / péicháng

    ~ one's creditor 对债权人清偿欠款 / duì zhàiquánrén qīngcháng qiànkuǎn

saturate (v.) 饱和 / bǎohé

    The market is ~ with ... 市场因...而饱和 / Shìchǎng yīn...ér bǎohé.

saturation (n.) 饱和 / bǎohé

    ~ point 饱和点 / bǎohédiǎn

save (v.) 节省 / jiéshěng

    time and labor 节省时间和劳力 / jiéshěng shíjiān hé láolì

savings (n.) 节省 / jiéshěng, 储蓄 / chǔxù, 储蓄存款 / chǔxù cúnkuǎn

    ~ account 储蓄帐户 / chǔxù zhànghù

    ~ bank 储蓄银行 / chǔxù yínháng

    ~ bond 储蓄债券 / chǔxù zhàiquàn

    ~ book 存折 / cúnzhé

    ~ deposit 储蓄存款 / chǔxù cúnkuǎn

Savings and Loan Association (S & L) 储蓄贷款协会 / Chǔxù Dàikuǎn Xiéhuì

SBA → Small Business Association

scab (n.) 破坏罢工者 / pòhuài bàgōngzhě

scale (n.) 比例 / bǐlì, 规模 / guīmó; 秤 / chèng; 级别 / jíbié

    ~ of salaries 工薪级别 / gōngxīn jíbié

    ~ trading 分批交易 / fēnpī jiāoyì

on a large ~	大规模 / dà guīmó
on a large/small ~	小规模 / xiǎo guīmó
on a ~ of one to ten	按一至十的衡量尺度(级别) / àn yī-zhì-shí de héngliáng chǐdù (jíbié)
tip the ~	扭转局面 / niǔzhuǎn júmiàn

scam (n.)   敲诈 / qiāozhà

scalper (n.)   黄牛 / huángniú

scarce (adj.)   稀少 / xīshǎo
~ capacity	生产能力不足 / shēngchǎn nénglì bùzú
~ resource	稀有资源 / xīyǒu zīyuán

scarcity n.)   稀少 / xīshǎo; 缺乏 / quēfá
~ economics	稀缺经济学 / xūquē jīngjìxué
~ of labor	劳力不足 / láolì bùzú
~ price	缺货价格 / quēhuò jiàgé

schedule (n.)   一览表 / yìlǎnbiǎo, 清单 / qīngdān, 明细表 / míngxìbiǎo, 时间表 / shíjiānbiǎo
~ of capital	资本明细表 / zīběn míngxìbiǎo
~ of payment	支付表 / zhīfùbiǎo
~ of price	定价表 / dìngjiàbiǎo
ahead of ~	比预定时间早 / bǐ yùdìng shíjiān zǎo
behind ~	比预定时间晚 / bǐ yùdìng shíjiān wǎn
have a busy ~	很忙 / hěn máng
on ~	按进度表顺利进行 / àn jìndùbiǎo shùnlì jìnxíng, 准时 / zhǔnshí

schedule (v.)   安排 / ānpái, 预定 / yùdìng
~d flight	班机 / bānjī; 定期航班 / dìngqī hángbān
~d time	预定时间 / yùdìng shíjiān
as ~d	照预定计划 / zhào yùdìng jìhuà

scheme (n.)   计划 / jìhuà, 方案 / fāng'àn, 谋策 / móucè
a ~ to evade taxes	漏税方式 / lòushuì fāngshì
a business ~	经营方案 / jīngyíng fāng'àn
marketing ~	营销方案 / yíngxiāo fāng'àn

scientific (adj.)   科学的 / kēxué
   ~ *management*   科学的管理 / kēxué de guǎnlǐ
   ~ *method*   科学的方法 / kēxué de fāngfǎ

scrambled merchandise   杂货 / záhuò

scrap (n.)   废料 / fèiliào, 碎片 / suìpiàn
   ~ *factor*   残料率 / cánliàolǜ
   ~ *value*   废物残值 / fèiwù cánzhí

screening (n.)   审查 / shěnchá, 选拔 / xuǎnbá

scrip (n.)   临时股票 / línshí gǔpiào
   ~ *dividend*   股利凭条 / gǔlì píngtiáo, 日后兑现的股票
      红利证书 / rìhòu duìxiàn de gǔpiào hónglì
      zhèngshū

SDR (special drawing rights)   特别提款权 / tèbié tíkuǎnquán

sea (adj.)   海洋的 / hǎiyáng de
   ~ *food*   海产品 / hǎichǎnpǐn
   ~ *transport*   海上运输 / hǎishàng yùnshū
   ~-*water damage*   海水损失 / hǎishuǐ sǔnshī

seaborne (adj.)   海运的 / hǎiyùn de

sealed bid (n.)   密封投标 / mìfēng tóubiāo

search (n.)   探索 / tànsuǒ, 搜索 / sōusuǒ
   ~ *warrant*   搜索令 / sōusuǒlìng, 搜查证 / sōucházhèng
   executive ~ *firm*   高级主管职业介绍所 / gāojí zhǔguǎn zhíyè
      jièshàosuǒ
   title ~   产权调查 / chǎnquán diàochá

season (n.)   季节 / jìjié
   dull/slack ~   淡季 / dànjì
   off/out of ~   淡季 / dànjì
   on ~   当令的 / dānglìng de, 当季的 / dāngjì de
   ~ *goods*   季节性商品 / jìjiéxìng shāngpǐn
   ~ *sales*   季节性销售 / jìjiéxìng xiāoshòu

seasonal (adj.) 季节的 / jìjié de
  ~ *adjustment(s)* 季节性调整 / jìjiéxìng tiáozhěng
  ~ *discount* 季节性折扣 / jìjiéxìng zhékòu
  ~ *fluctuation(s)* 季节性波动 / jìjiéxìng bōdòng
  ~*ly adjusted* 季节性调整过的 / jìjiéxìng tiáozhěngguò de

seat (n.) (交易所)会员权 / (jiāoyìsuǒ) huìyuánquán

SEC (Securities & Exchange Commission) 证券交易所 / Zhèngquàn Jiāoyìsuǒ

second (adj.) 第二 / dì'èr, 次等 / cìděng
  ~ *lien* 第二债权者 / dì'èr zhàiquánzhě
  ~ *mortgage* 第二抵押权 / dì'èr dǐyāquán, 第二抵贷 / dì'èr dǐdài
  ~ *shift* 第二班 / dì'èr bān
  the ~ half 第二部分 / dì'èr bùfèn
  the ~ quarter 第二季度 / dì'èr jìdù

secondary (adj.) 次等的 / cìděng de, 次要的 / cìyào de, 从属的 / cóngshǔ de, 间接的 / jiànjiē de
  ~ *boycott* 间接抵制 / jiànjiē dǐzhì
  ~ *distribution* 证券的第二次发行 / zhèngquàn de dì'èrcì fāxíng
  ~ *financing* 二级融资 / èrjí róngzī, 第二抵贷 / dì'èr dǐdài
  ~ *industry* 第二类产业 / dì'èrlèi chǎnyè
  ~ *information* 间接情报 / jiànjiē qíngbào
  ~ *issue* 次要问题 / cìyào wèntí
  ~ *market* 次级[次要]市场 / cìjí [cìyào] shìchǎng
  ~ *offering* 二手交割 / èrshǒu jiāogē
  ~ *products* 副产品 / fùchǎnpǐn

secret (n.) 秘密 / mìmì
  industrial ~s 产业机密 / chǎnyè jīmì

secret (adj.) 秘密的 / mìmì de
  ~ *agreement* 秘密协定 / mìmì xiédìng
  ~ *ledger* 暗帐 / ànzhàng
  ~ *partner* 隐名合伙人 / yǐnmíng héhuǒrén

secretary (n.)　　　　　秘书 / mìshū

section (n.)　　　　　段区 / duànqū; 科 / kē; 组 / zǔ

sector (n.)　　　　　部门 / bùmén
　　agricultural ~　　农业部门 / nóngyè bùmén
　　private ~　　民间部门 / mínjiān bùmén
　　public ~　　公共部门 / gōnggòng bùmén

secular (adj.)　　　　　长期的 / chángqī de
　　~ *bull market*　　长期旺市 / chángqī wàngshì
　　~ *development*　　长期发展 / chángqī fāzhǎn
　　~ *trend*　　长期趋势 / chángqī qūshì

secured (adj.)　　　　　有保的 / yǒubǎo de
　　~ *loan*　　抵押(担保)放款 / dǐyā (dānbǎo) fàngkuǎn

security (n.)　　　　　保证 / bǎozhèng, 担保 / dānbǎo, 抵押品 /
　　　　　dǐyāpǐn; 机密 / jīmì, 安全 / ānquán
　　~ *deposits / money*　　保证金 / bǎozhèngjīn
　　~ *device*　　安全系统 / ānquán xìtǒng
　　~ *for a loan*　　贷款抵押品 / dàikuǎn dǐyāpǐn
　　~ *loans*　　抵押贷款 / dǐyā dàikuǎn

securities (n.)　　　　　有价证券 / yǒujià zhèngquàn
　　~ *business*　　证券业 / zhèngquànyè
　　~ *exchange*　　证券交易所 / zhèngquàn jiāoyìsuǒ
　　~ *investment*　　证券投资 / zhèngquàn tóuzī
　　foreign ~　　外国证券 / wàiguó zhèngquàn

securitization (n.)　　　　　证券化 / zhèngquànhuà

seed money　　　　　种子[创业]资本 / zhǒngzi [chuàngyè] zīběn

seek (v.)　　　　　寻求 / xúnqiú, 探索 / tànsuǒ
　　~ *for employment*　　谋职 / móuzhí
　　~ *redress*　　要求赔偿 / yāoqiú péicháng

segmentation (n.)　　　　　分化 / fēnhuà, 分割 / fēngē
　　market ~　　市场剖析 / shìchǎng pōuxī

seisin / seizin (n.)	依法占有 / yīfǎ zhànyǒu, 占有物 / zhàn-yǒuwù, 拥有权 / yōngyǒuquán [法]
~ in deed/fact	事实上占有 / shìshíshàng zhànyǒu
seize (v.)	查封 / cháfēng, 扣押 / kòuyā
seizure (n.)	查封 / cháfēng, 扣押 / kòuyā
~ notes	查封通知 / cháfēng tōngzhī
~ of assets	扣留财产 / kòuliú cáichǎn
~ of property on default of payment	因不付款而扣押财产 / yīn búfùkuǎn ér kòu-yā cáichǎn
select (v.)	选择 / xuǎnzé
~ed quality	精选品质 / jīngxuǎn pǐnzhí
selection (n.)	选择 / xuǎnzé
selective (adj.)	选择的 / xuǎnzé de, 有选择性的 / yǒu xuǎn-zéxìng de
~ buying	选购 / xuǎngòu
~ lending	选择性放款 / xuǎnzéxìng) fàngkuǎn
~ selling	选择性销售 / xuǎnzéxìng xiāoshòu
self- (pref.)	自主的 / zìzhǔ de, 自己的 / zìjǐ de
~ employed man	自营职业的人 / zìyíng zhíyè de rén
~ financing	自筹资金 / zìchóu zījīn
~ insurance	自行保险 / zìxíng bǎoxiǎn
~ made man	靠自己努力成功的人 / kào zìjǐ nǔlì chéng-gōng de rén
~ owned	自有的 / zìyǒu de
~ support	自给 / zìjǐ
sell (n.)	销售 / xiāoshòu, 经销 / jīngxiāo
~-and-lease agreement	售出租回契约 / shòuchū zūhuí qìyuē
~ price	销售价格 / xiāoshòu jiàgé
hard ~	强行推销 / qiángxíng tuīxiāo
sell (v.)	销售 / xiāoshòu
~ at a loss	亏本出售 / kuīběn chūshòu
~ at a profit	赚钱出售 / zhuànqián chūshòu

~ *at cost*	以成本价出售 / yǐ chéngbǎnjià chūshòu
~ *for cash*	现款销售 / xiànkuǎn xiāoshòu
~ *off*	廉价出清(存货) / liánjià chūqíng (cúnhuò)
~ *out (of stock)*	减价销售 / jiǎnjià xiāoshòu, 售存货 / shòu cúnhuò
~ *short*	卖空 / màikōng
~ *well*	畅销 / chàngxiāo
seller (n.)	销售者 / xiāoshòuzhě, 卖主 / màizhǔ
~'s *market*	对卖方有利的市场 / duì màifāng yǒulì de shìchǎng
~'s *option*	卖方选择 / mǎifāng xuǎnzé
~'s *over*	卖主过多 / màizhǔ guòduō
best-~	畅销品 / chàngxiāopǐn
selling (n.)	销售 / xiāoshòu, 经销 / jīngxiāo
~ *against the box*	以保险箱为保证的卖空 / yǐ bǎoxiǎnxiāng wéi bǎozhèng de màikōng [证]
~ *off*	售价下跌 / shòujià xiàdiē, 行情看跌 / hángqíng kàndiē
~ *pressure*	销售压力 / xiāoshòu yālì
direct ~	直接销售 / zhíjiē xiāoshòu
net ~	净销售 / jìng xiāoshòu
selling (adj.)	销售的 / xiāoshòu de, 经销的 / jīngxiāo de
~ *agents*	销售代理商 / xiāoshòu dàilǐshāng
~ *costs*	销售成本 / xiāoshòu chéngběn
~ *points*	销售点 / xiāoshòudiǎn, 招买点 / zhāomǎidiǎn
~ *support*	销售支持 / xiāoshòu zhīchí
sellout (n.)	(商品)脱销 / (shāngpǐn) tuōxiāo
semi- (pref.)	半 / bàn
~ *annual*	半年度的 / bànniándù de
~ *custom*	半订制 / bàndìngzhì
~ *finished products*	半成品 / bànchéngpǐn
~ *manufactured good*	半制成品 / bànzhì chéngpǐn
~ *monthly*	半月的 / bànyuè de
~ *official*	半官方的 / bànguānfāng de

~ skilled worker	半熟练工人 / bànshúliàn gōngrén
~ variable costs	半变动成本 / bànbiàndòng chéngběn
senior (adj.)	高级的 / gāojí de, 优先的 / yōuxiān de
~ debt	优先债务 / yōuxiān zhàiwù
~ executive	高级主管人员 / gāojí zhǔguǎn rényuán
~ interest	优惠利率 / yōuhuì lìlǜ
~ issue	优先债券 / yōuxiān zhàiquàn
~ mortgage	优先抵押债务 / yōuxiān dǐyā zhàiwù
~ securities	优先证券 / yōuxiān zhèngquàn
~ vice-pesident	第一副总裁 / dìyī fùzǒngcái
seniority (n.)	工龄 / gōnglíng, 年资 / niánzī, 资深 / zīshēn
~-based promotion	以年资为基础的晋升制度 / yǐ niánzī wéi jīchǔ de jìnshēng zhìdù
~ system	年资制度 / niánzī zhìdù
sensitive (adj.)	敏感的 / mǐngǎn de
~ list	进口限制商品目录 / jìnkǒu xiànzhì shāngpǐn mùlù
~ market	敏感市场 / mǐngǎn shìchǎng
price-~	价格敏感 / jiàgé mǐngǎn
sensitivity training (n.)	敏感训练 / mǐngǎn xùnliàn
separation (n.)	分离 / fēnlí, 离职 / lízhí, 分居 / fēnjū
~ pay	遣散费 / qiǎnsànfèi
~ of ownership and control	所有权与控制权分离 / suǒyǒuquán yǔ kòngzhìquán fēnlí
sequester / sequestrate (v.)	扣押财产 / kòuyā cáichǎn, (有争议物的) 暂时保管 / (yǒu zhēngyìwù de) zànshí bǎoguǎn; 查封 / cháfēng
~ed account	查封帐户 / cháfēng zhànghù
sequestrate (v.)	扣押财产 / kòuyā cáichǎn
series (n.)	系列 / xìliè, 数列 / shùliè, 级数 / jíshù

serial (adj.)	连串的 / liánchuàn de, 依次的 / yīcì de; 分期偿还的 / fēnqī chánghuán de
~ *bonds*	顺序偿还债券 / shùnxù chánghuán zhàiquàn
~ *number*	编号 / biānhào, 顺序号 / shùnxùhào
~ *storage*	依次存放 / yīcì cúnfàng
service (n.)	服务 / fúwù, 劳务 / láowù, 维修 / wéixiū, 送达 / sòngdá
~ *charges/fee*	服务[劳务]费 / fúwù [láowù]fèi
~ *contract*	劳务合同 / láowù hétóng
~ *department*	服务部门 / fúwù bùmén
~ *industries*	服务业 / fúwùyè
~ *life*	耐用年数 / nàiyòng niánshù
~ *rating*	成绩考查 / chéngjī kǎochá
~ *sector*	服务部门 / fúwù bùmén
customer ~	顾客服务 / gùkè fúwù
debt ~	债务还本付息 / zhàiwù huánběn fùxī
free ~*s*	免费服务 / miǎnfèi fúwù
public ~	公共服务 / gōnggòng fúwù
servitude (n.)	义务地役权 / yìwù dìyìquán
servient tenement	提供地役权 / tígōng dìyìquán
session (n.)	一盘交易 / yìpán jiāoyì, 市 / shì
opening ~	开盘 / kāipán, 开市 / kāishì
in ~	交易中 / jiāoyìzhōng
morning ~	早市 / zǎoshì
afternoon ~	午市 / wǔshì, 后市 / hòushì
setback (n.)	挫折 / cuòzhé, 后退 / hòutuì
setoff (n.)	抵销 / dǐxiāo
settle (v.)	决算 / juésuàn, 偿付 / chángfù, 了结 / liǎojié
~ *an account*	结帐 / jiézhàng
~ *a claim*	理赔 / lǐpéi
~ *a debt*	清偿欠债 / qīngcháng qiànzhài
~ *out of court*	法院外自行和解 / fǎyuànwài zhìxíng héjiě

settlement (n.)	决算 / juésuàn, 付讫 / fùqì; 解决 / jiějué
~ *day*	决算日 / juésuànrì
~ *of accounts*	清算帐目 / qīngsuàn zhàngmù
~ *of debts/obligations*	偿还付债 / chánghuán fùzhài
~ *of dispute*	解决争议 / jiějué zhēngyì
~ *of exchange*	结汇 / jiéhuì
setup (n.)	组织 / zǔzhī, 构造 / gòuzào
~ *cost*	生产准备成本 / shēngchǎn zhǔnbèi chéngběn
~ *time*	生产准备时间 / shēngchǎn zhǔnbèi shíjiān
several (adj.)	几个的 / jǐgè de, 个别的 / gèbié de
joint and ~ *liability*	个别和连带责任 / gèbié hé liándài zérèn
~ *responsibilities*	个人单独责任 / gèrén dāndú zérèn
severalty (n.)	单独所有权 / dāndú suǒyǒuquán
tenancy in ~	个别不动产 / gèbié búdòngchǎn
severance (n.)	断绝 / duànjué, 分割 / fēngē; 离职 / lízhí, 解雇 / jiěgù
~ *benefit*	解雇津贴 / jiěgù jīntiē, 遣散费 / qiǎnsànfèi
~ *pay*	解雇金 / jiěgùjīn
~ *tax*	州外消费税 / zhōuwài xiāofèishuì
shakeout (n.)	市场竞争中的淘汰 / shìchǎng jìngzhēngzhōng de táotài
shakeup (n.)	大量裁员 / dàliàng cáiyuán, 人事改组 / rénshì gǎizǔ
share (n.)	份额 / fèn'é, 分担额 / fēndān'é; 股票 / gǔpiào
a fair ~	应得的股份 / yīngdé de gǔfèn
market ~	市场占有率 / shìchǎng zhànyǒulǜ
~ *outstanding*	已发行股票 / yǐ fāxíng gǔpiào
~ *price*	股票价格 / gǔpiào jiàgé
Share Appreciation Mortgage	共享增值抵押 / gòngxiǎng zēngzhí dǐyā

share (v.)	分享 / fēnxiǎng, 分担 / fēndān
~ *in profits*	利润分享 / lìrùn fēnxiǎng
~ *responsibility*	分担责任 / fēndān zérèn
shareholder (n.)	股东 / gǔdōng
~'s *equity*	股东权益 / gǔdōng quányì
~'s *meeting*	股东会议 / gǔdōng huìyì
~'s *right*	股东权利 / gǔdōng quánlì
shark (n.)	骗子 / piànzi, 伺机收购其它公司的公司 / sìjī shōugòu qítā gōngsī de gōngsī
~ *repellant*	防止被收购的措施 / fángzhǐ bèi shōugòu de cuòshī
loan ~	高利贷者 / gāolìdàizhě
sharp (adj.)	急激的 / jíjī de
~ *advance/upswing*	激涨 / jīzhàng
~ *decline*	剧跌 / jùdiē
shelf (n.)	搁架 / gējià, 搁板 / gēbǎn
~ *life*	储存期限 / chǔcún qīxiàn
shell company	挂名[空壳]公司 /guàmíng [kōngqiào] gōngsi
shelter (n.)	躲避处 / duǒbìchù; 以投资名义逃避缴税 / yǐ tóuzī míngyì táobì jiǎoshuì
tax ~	税收逃避 / shuìshōu táobì
Sherman Anti-Trust Act	谢尔曼反托拉斯法案 / Xiè'ěrmàn fǎntuō-lāsī fǎ'àn
shift (n.)	换班 / huànbān
~ *system*	轮班制 / lúnbānzhì
~ *transfer*	换班 / huànbān
day ~	日班 / rìbān
night ~	夜班 / yèbān
work ~	轮班 / lúnbān
ship (n.)	船 / chuán

ship (v.)	装船 / zhuāngchuán, 装运 / zhuāngyùn
shipment (n.)	装船 / zhuāngchuán, 装运货物 / zhuāngyùn huòwù
~ *advice*	装运通知单 / zhuāngyùn tōngzhīdān
~ *contract*	装运合同 / zhuāngyùn hétóng
bulk ~	散装货 / sǎnzhuānghuò
shipper (n.)	装[发]货人 / zhuāng[fā]huòrén, 托运人 / tuōyùnrén, 货主 / huòzhǔ
~'*s credit*	托运人信用贷款 / tuōyùnrén xìnyòng dàikuǎn
~'*s export declaration*	托运人出口报关清单 / tuōyùnrén chūkǒu bàoguān qīngdān
shipping (n.)	装运 / zhuāngyùn, 海运业 / hǎiyùnyè
~ *agent*	装运海运代理商 / zhuāngyùn hǎiyùn dàilǐshāng
~ *and handling*	装运 / zhuāngyùn
~ *charge*	运费 / yùnfèi
~ *company*	船运公司 / chuányùn gōngsī
~ *expenses*	装运费用 / zhuāngyùn fèiyòng
~ *instructions*	装运须知 / zhuāngyùn xūzhī
ship's manifest	船舶载货清单 / chuánbó zàihuò qīngdān
shop (n.)	商店 / shāngdiàn; 工厂 / gōngchǎng
shop (v.)	寻买 / xúnmǎi, 搜购 / sōugòu
~ *around*	逐店进行搜购 / zhúdiàn jìnxíng sōugòu
shoplifting (n.)	店内行窃 / diànnèi xíngqiè
shopping (n.)	购物 / gòuwù
~ *center*	购物中心 / gòuwù zhōngxīn, 市郊商店区 / shìjiāo shāngdiànqū
~ *goods*	选购的货物 / xuǎngòu de huòwù
~ *list*	购物单 / gòuwùdān
~ *mall*	购物商场 / gòuwù shāngchǎng

short (adj.)	不足的 / bùzú de; 短期的 / duǎnqī de; 空头的 / kōngtóu de, 卖空的 / màikōng de
~ *account*	空头帐户 / kōngtóu zhànghù
~ *bills*	短期票据 / duǎnqī piàojù
~ *covering*	抛空补回 / pāokōng bǔhuí, 短期抵补 / duǎnqī dǐbǔ
~ *cash*	现金不足 / xiànjīn bùzú
~ *credit*	短期信贷 / duǎnqī xìndài
~ *delivery*	短交 / duǎnjiāo, 交货不足 / jiāohuò bùzú
~-*form*	简式 / jiǎnshì
~ *hedge*	买空保值 / màikōng bǎozhí, 空头套购 / kōngtóu tàogòu
~ *interest*	空头权益(空头抛出与补进证券的差额)/ kōngtóu quányì (kōngtóu pāochū yǔ bǔjìn zhèngquàn de chā'é)
~ *loans*	短期贷款 / duǎnqī dàikuǎn
~ *position*	超卖 / chāomài, 空头部位[地位] / kōngtóu bùwèi [dìwèi]
~-*run*	短期 / duǎnqī
~ *sale/selling*	卖空 / màikōng
~ *seller*	卖空者 / màikōngzhě
~ *shipment*	短装 / duǎnzhuāng, 缺额装运 / quē'é zhuāngyùn
~ *supply*	供应不足 / gōngyìng bùzú
shortage (n.)	不足(额) / bùzú(é), 缺少 / quēshǎo
~ *of manpower*	人力资源不足 / rénlì zīyuán bùzú
short fall (n.)	不足(额) / bùzú(é), 亏空 / kuīkòng, 缺少 / quēshǎo
~ *in receipts*	收益不足 / shōuyì bùzú
short-run (adj.)	短期的 / duǎnqī de
in the ~	短期内 / duǎnqīnèi
short-term (adj.)	短期的 / duǎnqī de
~ *capital account*	短期资本帐户 / duǎnqī zīběn zhànghù
~ *debt*	短期债务 / duǎnqī zhàiwù
~ *financing*	短期融资 / duǎnqī róngzī

show (n.,v.)   展览 / zhǎnlǎn

shrinkage (n.)   短缩 / duǎnsuō, 缩减率 / suōjiǎnlǜ; 仓耗 / cānghào

shut-down (n.)   工厂暂时停业 / gōngchǎng zànshí tíngyè

shyster (n.)   讼师 / sòngshī, 讼棍 / sònggùn

SIC number (Standard Industrial Classification number)   标准产业分类号 / biāozhǔn chǎnyè fēnlèihào

sick leave (n.)   病假 / bìngjià

sight (adj.)   即期的 / jíqī de, 见票即付的 / jiànpiào jífù de
     ~ bill   即期汇票 / jíqī huìpiào
     ~ check   即期票 / jíqīpiào
     ~ entry   暂时起货报单 / zànshí qǐhuò bàodān
     ~ test   现场[当场]检查 / xiànchǎng [dāngchǎng] jiǎnchá

sight draft (S/D)   即期(见票就付的)票据 / jíqī (jiànpiào jiù fù de) huìpiào

silent partner   匿名合伙人 / nìmíng héhuǒrén

simple (adj.)   简单的 / jiǎndān de, 单一的 / dānyī de
     ~ interest   单利 / dānlì
     ~ majority   单纯多数 / dānchún duōshù
     ~ tariff   单一税率 / dānyī shuìlǜ, 单税则 / dānshuìzé

simplification (v.)   简化 / jiǎnhuà

simplified (adj.)   简化的 / jiǎnhuà de
     ~ form   简表 / jiǎnbiǎo

simulated (adj.)   模拟的 / mónǐ de, 模仿的 / mófǎng de
     ~ contract   模拟合同 / mónǐ hétóng
     ~ model   模拟模型 / mónǐ móxíng

simulation (n.)	模拟(实验) / mónǐ (shíyàn)
sine qua non (L.)	必须条件 / bìxū tiáojiàn
sinecure (n.)	挂名职务 / guàmíng zhíwù, 闲职 / xiánzhí
single (adj.)	单一的 / dānyī de, 单独的 / dāndú de
~ entry	单式记入法 / dānshì jìrùfǎ
~ exchange rate	单一汇率 / dānyī huìlǜ
~-name paper	单名票据 / dānmíng piàojù
~ price policy	单一价格政策 / dānyī jiàgé zhèngcè
~ tax	单一税 / dānyīshuì
sinking fund	偿债资金[基金] / chángzhài zījīn [jījīn]
sit-down strike (n.)	厂内静坐罢工 / chǎngnèi jìngzuò bàgōng
site (n.)	用地 / yòngdì, 地点 / dìdiǎn, 现场 / xiàn-chǎng
~ audit	现场审计 / xiànchǎng shěnjì
construction ~	建筑工地 / jiànzhú gōngdì
on-~ production	现场制造 / xiànchǎng zhìzào
situs (n.)	地点 / dìdiǎn, 位置 / wèizhì
skew (adj.)	偏斜的 / piānxié de
skewness (n.)	偏斜度 / piānxiédù
skill (n.)	技能 / jìnéng, 技术 / jìshù
~-based pay	根据技能支付工资 / gēnjù jìnéng zhīfù gōngzī
skilled (adj.)	熟练的 /shúliàn de
~ labor	熟练劳动力 / shúliàn láodònglì
skimming pricing	(先高价, 后低价的)撇脂定价法 / (xiān gāojià hòu dījià de) piězhǐ dìngjiàfǎ
skyrocketing price (n.)	飞涨的价格 / fēizhǎng de jiàgé

slack (adj.)	清淡的 / qīngdàn de
slack (n.)	萧条 / xiāotiáo, 淡季 /dànjì
business ~	商业淡季 / shāngyè dànjì
slander (n.)	诽谤 / fěibàng
slash (v.)	杀价 / shājià, 大幅度降价 / dà fúdù jiàngjià
slave driver	残酷的老板 / cánkù de lǎobǎn
slow (adj.)	缓慢的 / huǎnmàn de, 清淡的 / qīngdàn de
~ demand	需求呆滞 / xūqiú dāizhì
~ growth	低增长 / dī zēngzhǎng
~ sale	滞销 / zhìxiāo
~ seller	滞销品 / zhìxiāo pǐn
slowdown (n.)	减产 / jiǎnchǎn, 减速 / jiǎnsù
slump (n.)	暴跌 / bào diē, 景气衰退 / jǐngqì shuāituì
~ in demand	需求急剧下降 / xūqiú jíjù xiàjiàng
~ in business/business ~	营业(活动)衰退 / yíngyè (huódòng) shuāituì
~ in sales	销售暴跌 / xiāoshòu bàodiē
slush fund	行贿基金 / xínghuì jījīn, 收买官员的资金 / shōumǎi guānyuán de zījīn
small (adj.)	小的 / xiǎo de, 小型的 / xiǎoxíng de, 小规模的 / xiǎo guīmó de, 小号的 / xiǎohào de
~ business	小型企业 / xiǎoxíng qìyè
~ capital stock	小型股 / xiǎoxíng gǔ
~ change	零钱 / língqián
Small Business Administration (SBA)	小型企业管理局 / Xiǎoxíng Qǐyè Guǎnlǐjú
~ investor	小投资者 / xiǎo tóuzīzhě
~ loan	小额贷款 / xiǎo'é dàikuǎn
~ order	小批订单 / xiǎopī dìngdān
smokestack industry	烟囱重工业 / yāncōng zhònggōngyè

smuggle (v.)	走私 / zǒusī
smuggler (n.)	走私犯 / zǒusīfàn
social (adj.)	社会的 / shèhuì de, 社会性的 / shèhuìxìng de, 社会福利的 / shèhuì fúlì de
~ *cost*	社会成本 / shèhuì chéngběn
~ *expenditure*	社会福利支出 / shèhuì fúlì zhīchū
~ *responsibility*	社会责任 / shèhuì zérèn
~ *welfare*	社会福利 / shèhuì fúlì
social security (n.)	社会安全 / shèhuì ānquán, 社会保障 / shèhuì bǎozhàng
socialized medicine (n.)	公费医疗制 / gōngfèi yīliáozhì
socialism (n.)	社会主义 / shèhuì zhǔyì
societal (adj.)	社会的 / shèhuì de
socio-economic (adj.)	社会经济的 / shèhuì jīngjì de
~ *condition*	社会经济条件 / shèhuì jīngjì tiáojiàn
~ *pressure*	社会经济压力 / shèhuì jīngjì yālì
sociometry (n.)	人际关係研究 / rénjì guānxì yánjiū
soft (adj.)	软的 / ruǎn de
~ *currency/money*	软势货币 / ruǎnshì huòbì, 软通货 / ruǎn tōnghuò
~ *good*	纺织品 / fǎngzhīpǐn
~ *market*	行情疲软的市场 / hángqíng píruǎn de shìchǎng
~ *sell*	说服性销售 / shuìfúxìng xiāoshòu
~ *terms*	优惠条件 / yōuhuì tiáojiàn
software (n.)	软体 / ruǎntǐ, 软件 / ruǎnjiàn
sole (adj.)	独家的 / dújiā de, 唯一的 / wéiyī de
~ *agency*	独家代理 / dújiā dàilǐ, 总代理权 / zǒngdàilǐquán
~ *agent*	总代理 / zǒng dàilǐ, 经销店 / jīngxiāodiàn

~ *distributor*	独家经销店 / dújiā jīngxiāo diàn
~ *owner*	个人事业主 / gèrén shìyèzhǔ
~ *proprietorship*	个人产业 / gèrén chǎnyè

solicit (v.) 请求 / qǐngqiú
　　~ *business* 招揽生意 / zhāolǎn shēngyì

solicitation (n.) 招揽生意 / zhāolǎn shēngyì, 兜售货物 / dōushòu huòwù

solid (adj.) 坚固的 / jiāngù de; 可靠的 / kěkào de, 资金雄厚的 / zījīn xiónghòu de
　　~ *business firm* 殷实商行 / yīnshí shāngháng
　　~ *waste* 固型废弃物 / gùxíng fèiqìwù

solidarity (n.) 团结 / tuánjié, 连体责任 / liántǐ zérèn

solution (n.) 解决 / jiějué; (偿清后的)解除 / (chángqīng-hòu de) jiěchú

solvency (n.) 偿付能力 / chángfù nénglì

sort (v.) 分类 / fēnlèi

sound (adj.) 健全的 / jiànquán de, 殷实的 / yīnshí de
　　~ *business* 殷商 / yīnshāng, 优良企业 / yōuliáng qǐyè
　　~ *company* 殷实公司 / yīnshí gōngsī
　　~ *investment* 安全可靠的投资 / ānquán kěkào de tóuzī
　　~ *value* 公平价值 / gōngpíng jiàzhí

source (n.) (货物, 资料, 消息的) 来源 / (huòwù, zīliào, xiāoxí de) láiyuán
　　~ *document* 原始凭证 / yuánshǐ píngzhèng
　　~ *material* 原始资料 / yuánshǐ zīliào
　　~ *of fund* 资金来源 / zījīn láiyuán
　　~ *of revenue* 收入来源 / shōurù láiyuán
　　~ *of taxation* 税收来源 / shuìshōu láiyuán
　　a reliable ~ 可靠来源 / kěkào láiyuán

sourcing (n.) 置办 / zhìbàn; 筹集 / chóují

span of control (n.)   管理跨度[幅度] / guǎnlǐ kuàdù [fúdù], 监督的界限 / jiāndū de jièxiàn

spare (n.)   备用品 / bèiyòngpǐn

spare (adj.)   备用的 / bèiyòng de, 空闲的 / kòngxián de
     ~ capacity   闲置能力 / xiánzhì nénglì
     ~ parts   备用零件 / bèiyòng língjiàn
     ~ time   空闲时间 / kòngxián shíjiān

spec house (n.)   泛屋 / fànwū, 特惠户 / tèhuìhù [不动]

special (adj.)   特定的 / tèdìng de, 特殊的 / tèshūde, 专门的 / zhuānmén de, 特别的 / tèbié de
     ~ allowance   特殊津贴 / tèshū jīntiē
     ~ assessment   专项征税 / zhuānxiàng zhēngshuì
     ~ drawing rights (S.D.R..)   特别提款权 / tèbié tíkuǎnquán
     ~ interest group   特别利益集团 / tèbié lìyì jítuán
     ~ legislation   特别立法 / tèbié lìfǎ
     ~ session   特别会议 / tèbié huìyì
     ~ power of attorney   特定授权书 / tèdìng shòuquánshū
     ~ warranty deed   有限保证地契 / yǒuxiàn bǎozhèng de dìqì

specialist (n.)   专家 / zhuānjiā; 交易所内专员 / jiāoyìsuǒnèi zhuānyuán

specialization (n.)   专业化 / zhuānyèhuà

specialty (n.)   特制品 / tèzhìpǐn, 特产 / tèchǎn; 盖印书面契约 / gàiyìn shūmiàn qìyuē
     ~ good   特色产品 / tèsè chǎnpǐn
     ~ store   特色商店 / tèsè shāngdiàn

specific (adj.)   特定的 / tèdìng de, 具体的 / jùtǐ de
     ~ duty   从量税 / cóngliàngshuì
     ~ legacy   指定遗赠 / zhǐdìng yízèng
     ~ order   特定订单 / tèdìng dìngdān
     ~ performance   (合同义务的)具体履行 / (hétóng yìwù de) jùtǐ lǚxíng
     ~ price index   个别物价指数 / gèbié wùjià zhǐshù

~ reserve	特别准备金 / tèbié zhǔnbèijīn
specification (n.)	规格 / guīgé, 说明书 / shuōmíngshū, 技术 条件 / jìshù tiáojiàn, 计划书 / jìhuàshū
~ of a building	建筑说明书 / jiànzhù shuōmíngshū
~ of quality	质量规范 / zhìliàng guīfàn, 质量要求 / zhì- liàng yāoqiú
job ~	工作说明书 /gōngzuò shuōmíngshū
specie (n.)	硬币 / yìngbì, 正币 / zhèngbì, 正金 / zhèng- jīn
specimen (n.)	样品 / yàngpǐn, 样本 / yàngběn
~ signature	签字[印鉴]样本 / qiānzì [yìnjiàn] yàngběn
speculation (n.)	投机 / tóujī
~ in stock	证券投机 / zhèngquàn tóujī
speculative (adj.)	投机性的 / tóujīxìng de
~ market	投机市场 / tóujī shìchǎng
~ business	投机性生意/ tóujīxìng shēngyì
speculator (n.)	投机商 / tóujīshāng, 投机买卖者 / tóujī mǎimàizhě
speed-up (n.)	加速(生产) / jiāsù (shēngchǎn)
spending (n.)	开支 / kāizhī
~ power	购买力 / gòumǎilì
defense ~	国防支出 / guófáng zhīchū
deficit ~	超支 / chāozhī, 赤字支出 / chìzì zhīchū
government ~	政府开支 / zhèngfǔ kāizhī
spike (n.)	尖钉型突然上升 / jiāndīngxíng tūrán shàngshēng
sudden ~ in interest rate	利率突然上升 / lìlǜ tūrán shàngshēng
spillover (n.)	需要转移 / xūyào zhuǎnyí, 需求溢出 / xūqiú yìchū

spin-off (n.)	有用的副产品 / yǒuyòng de fùchǎnpǐn, 附带利益 / fùdài lìyì; 让产易股 / ràngchǎn yìgǔ, 分离独立 / fēnlí dúlì
spin-off (v.)	分割独立 / fēngē dúlì
spiral (n.)	螺旋式上升 / luóxuánshì shàngshēng
wage-price ~	工资物价攀升 / gōngzī wùjià pānshēng
split (n.)	分割 / fēngē, 拆股 / chāigǔ, 平分 / píngfēn
~ of profits	利润分配 / lìrùn fēnpèi
stock ~	拆股 / chāigǔ
split (v.)	平分 / píngfēn, 分割 / fēngē; 拆股 / chāigǔ
~ the cost	成本分担 / chéngběn fēndān
~ the profits	利润分配 / lìrùn fēnpèi
split (adj.)	平分 / píngfēn
~ delivery	分批交货 / fēnpī jiāohuò
~ order	分批定货 / fēnpī dìnghuò
~ shift	分班 / fēnbān
~ ticket	分票 / fēnpiào
split-off (n.)	股本转移 / gǔběn zhuǎnyí
splurge (n., v.)	炫耀摆阔 / xuányào bǎikuò, 挥霍 / huīhuò
spoil (n.)	腐坏 / fǔhuài, 损伤 / sǔnshāng
spoilage (n.)	损伤 / sǔnshāng, 损毁量 / sǔnhuǐliàng
sponsor (n.)	发起人 / fāqǐrén, 资助者 / zīzhùzhě
sponsor (v.)	发起 / fāqǐ, 主办 / zhǔbàn
sponsorship (n.)	发起 / fāqǐ, 主办 / zhǔbàn
spot (n.)	污点 / wūdiǎn; 场所 / chǎngsuǒ; 现货 / xiànhuò
~ check	取样检查 / qǔyàng jiǎnchá

spot (adj.)	现货的 / xiànhuò de, 现付的 / xiànfù de
~ *cash*	立即付现 / lìjí fùxiàn, 现款支付 / xiànkuǎn zhīfù
~ *delivery*	当场交货 / dāngchǎng jiāohuò, 即期交割 / jíqī jiāogē
~ *exchange*	即期外汇 / jíqī wàihuì, 现汇 / xiànhuì
~ *good*	现货 / xiànhuò
~ *market*	现货[实物]市场 / xiànhuò [shíwù] shìchǎng
~ *payment*	现付 / xiànfù
~ *price*	现金价格 / xiànjīn jiàgé, 现货价 / xiànhuòjià
~ *rate*	现汇价 / xiànhuìjià
~ *sale*	现货销售 / xiànhuò xiāoshòu
~ *transaction*	现货交易 / xiànhuò jiāoyì
spread (n.)	(进出)差价 / (jìnchū) chājià, 多空套做 / duō-kōng tàozuò; 利率差幅 / lìlǜ chāfú
~ *of risk*	扩散风险 / kuòsàn fēngxiǎn
interest rate ~*s*	利率差幅 / lìlǜ chāfú
spree (n.)	(无节制的)狂欢行为 / (wú jiézhì de) kuáng-huān xíngwéi
buying ~	无节制地购买 / wú jiézhì de gòumǎi
spending ~	无节制地消费 / wú jiézhì de xiāofèi
spurt (n.)	价格突涨 / jiàgé tūzhǎng, 交易突然踊跃 / jiāoyì tūrán yǒngyuè
~ *in price*	价格暴涨 / jiàgé bàozhǎng
square (adj.)	公平的 / gōngpíng de, 公正的 / gōngzhèng de
~ *deal*	公平交易 / gōngpíng jiāoyì
fair and ~	公平 / gōngpíng
make account~	结清帐目 / jiéqīng zhàngmù
square (v.)	结清(帐目) / jiéqīng (zhàngmù)
~ *up*	结算清楚 / jiésuàn qīngchǔ
square (n.)	期货轧平 / qīhuò zhápíng
squatter (n.)	公地占用者 / gōngdì zhànyǒuzhě

squeeze (n.) 紧缩 / jǐnsuō
  monetary ~ 银根紧缩 / yíngēn jǐnsuō
  ~ on profit / profit ~ 利润减少 / lìrùn jiǎnshǎo

stability (n.) 稳定 / wěndìng
  ~ of employment 就业稳定性 / jiùyè wěndìngxìng
  price ~ 价格稳定性 / jiàgé wěndìngxìng

stabilization (n.) 平准 / píngzhǔn, 稳定(作用) / wěndìng (zuòyòng)
  ~ fund 外汇平准基金 / wàihuì píngzhǔn jījīn
  ~ of prices 物价稳定 / wùjià wěndìng
  ~ policy 稳定政策 / wěndìng zhèngcè

stabilize (v.) 稳定 / wěndìng
  ~ the market 稳定市场 / wěndìng shìchǎng
  ~ the price of goods 稳定物价 / wěndìng wùjià

stable (adj.) 稳定的 / wěndìng de, 不变的 / búbiàn de
  ~ currency 稳定的货币 / wěndìng de huòbì
  ~ economy 稳定的经济 / wěndìng de jīngjì
  ~ growth 稳定的增长 / wěndìng de zēngzhǎng

staff (n.) 工作人员 / gōngzuò rényuán
  administrative ~ 行政管理人员 / xíngzhèng guǎnlǐ rényuán

staffing (n.) 雇佣[配备]人员 / gùyòng [pèibèi] rényuán

stag (n.) 投机性超额认购 / tóujīxìng chāo'é rèngòu
多头投机者 / duōtóu tóujīzhě

stagflation (n.) 停滞膨胀 / tíngzhì péngzhàng

stagger (v.) 交错 / jiāocuò, 错开 / cuòkāi
  ~ed hours 时间不定 / shíjiān búdìng
  ~ work shifts 错开班制 / cuòkāi bānzhì

stagnant (adj.) 停滞的 / tíngzhì de, 萧条的 / xiāotiáo de
  ~ business 生意萧条 / shēngyì xiāotiáo
  ~ economy 停滞的经济 / tíngzhì de jīngjì

~ *market*	疲软市场 / píruǎn de shìchǎng, 行情不振 / hángqíng búzhèn
stake (n.)	利害关系 / lìhài guānxì, 赌注 / dǔzhù
acquire a ~	下赌注 / xià dǔzhù, 收购股权 / shōugòu gǔquán
at ~	得失攸关 / déshī yōuguān, 濒临危险 / bīnlín wēixiǎn
have a ~ in a company	在某公司内有股权[利害]关系 / zài mǒu gōngsīnèi yǒu gǔquán [lìhài] guānxì
~-gamble	赌博 / dǔbó
stakeholder (n.)	不动产定金保管者 / búdòngchǎn dìngjīn bǎoguǎnzhě; 有利害关係者 / yǒu lìhài guānxìzhě
stale (adj.)	过期的 / guòqī de, 失时效的 / shī shíxiào de
~ check	过期支票 / guòqī zhīpiào
stalemate (n.)	僵持 / jiāngchí, 僵局 / jiāngjú, 停顿 / tíngdùn
The market is ~d.	市场停顿 / Shìchǎng tíngdùn.
stamp (n.)	图章 / túzhāng, 票 / piào
stampede (n.)	蜂拥上前 / fēngyǒng shàngqián, 抢购风潮 / qiǎnggòu fēngcháo
standard (n.)	标准 / biāozhǔn, 水平 / shuǐpíng, 本位 / běnwèi
~ of living	生活水准 / shēnghuó shuǐzhǔn
gold ~	金本位 / jīn běnwèi
high ~ of ethics	高道德水准 / gāo dàodé shuǐzhǔn
up to ~	达到水平 / dádào shuǐpíng
standard (adj.)	标准的 / biāozhǔn de
~ costs	标准成本 / biāozhǔn chéngběn
~ deviation	标准边差[误差] / biāozhǔn biānchā [wùchā]
~ deduction	标准扣除额 / biāozhǔn kòuchú'é[税]

Standard and Poor's Stock Index 标准普尔指数(史坦普尔股票价格指数) / Biāozhǔn Pǔ'ěr Zhǐshù (Shítǎn Púěr Gǔpiào Jiàgé Zhǐshù)

Standard Industrial Classification 标准产业分类/ Biāozhǔn Chǎnyè Fēnlèi

Standard International Trade Classification 国际贸易标准分类/ Guójì Màoyì Biāozhǔn Fēnlèi

standardization (n.) 标准化 / biāozhǔnhuà, 一致化 / yízhìhuà

standby (n.) 后备工人 / hòubèi gōngrén, 备用设备 / bèi-yòng shèbèi

standing (n.) 身分 / shēnfèn, 名声 / míngshēng
credit ~ 信用状况 / xìnyòng zhuàngkuàng
good ~ 好名声 / hǎo míngshēng

standing (adj.) 固定的 / gùdìng de, 常设的 / chángshè de, 站立的 / zhànlì de
~ charges 固定费用 / gùdìng fèiyòng
~ committee 常务委员会 / chángwù wěiyuánhuì
~ costs 固定成本 / gùdìng chéngběn
~ inventory 常备库存 / chángbèi kùcún
~ order 经常[长期]订单 / jīngcháng [chángqī] dìng-dān

staple (n.) 主要商品 / zhǔyào shāngpǐn, 主成分 / zhǔ chéngfèn, 原材料 / yuáncáiliào

staple (adj.) 主要的 / zhǔyào de
~ commodities 主要商品 / zhǔyào shāngpǐn
~ crops 主要农作物 / zhǔyào nóngzuòwù
~ industries 主要产业 / zhǔyào chǎnyè, 基础产业 / jīchǔ chǎnyè
~ products 主要产物 / zhǔyào chǎnwù

start (n.) 开端 / kāiduān
housing ~s 新房建筑动工数 / xīnfáng jiànzhù dònggōng shù

start-up (n.)	开办 / kāibàn, 新创办的公司 / xīn chuàng-bàn de gōngsī
start-up (adj.)	开办的 / kāibàn de, 创办的 / chuàngbàn de
~ cost	开办费 / kāibànfèi
state (n.)	国家 / guójiā, 州 / zhōu；状态 / zhuàngtài
~ bank	国营[州立]银行 / guóyíng [zhōulì] yínháng
~ control	国家统制[管理] / guójiā tǒngzhì [guǎnlǐ]
~ enterprise	国营企业 / guóyíng qǐyè
~ monopoly	国家专营 / guójiā zhuānyíng
~ of emergency	紧急状态 / jǐnjí zhuàngtài
~ of the art	(当前)科技[技术]水平 / (dāngqián) kējì [jìshù] shuǐpíng
~ owned enterprise	国营企业 / guóyíng qǐyè
~ ownership	国有 / guóyǒu
statement (n.)	陈述 / chénshù, 声明 / shēngmíng；报表 / bàobiǎo
~ of account	帐目表 / zhàngmùbiǎo
financial ~	财务报表 / cáiwù bàobiǎo
profit and loss ~	损益表 / sǔnyìbiǎo
statistic(s) (n.)	统计资料 / tǒngjì zīliào, 统计值 / tǒngjìzhí
statistical (adj.)	统计上的 / tǒngjìshàng de
~ analysis	统计分析 / tǒngjì fēnxī
~ error	统计误差 / tǒngjì wùchā
~ inference	统计推理 / tǒngjì tuīlǐ
~ sampling	统计抽样 / tǒngjì chōuyàng
~ significance	统计意义 / tǒngjì yìyì
status (n.)	身分 / shēnfèn, 地位 / dìwèi；状态 / zhuàng-tài
~ quo	现状 / xiànzhuàng
~ quo ante	以前的状态 / yǐqián de zhuàngtài
~ report	现状报告书 / xiànzhuàng bàogàoshū
~ symbol	社会地位 / shèhuì dìwèi, 身分的象征 / shēnfèn de xiàngzhēng

statute (n.)	法规 / fǎguī, 法令 / fǎlìng, 章程 / zhāng- chéng, 条例 / tiáolì
~ *law*	成文法 / chéngwénfǎ
~ *of limitations*	时效(限制)法规 / shíxiào (xiànzhì) fǎguī
statutory (adj.)	法令的 / fǎlìng de, 法定的 / fǎdìng de
~ *agent*	法定代理人 / fǎdìng dàilǐrén
~ *audit*	法定审计 / fǎdìng shěnjì
~ *bond*	法律保证 / fǎlǜ bǎozhèng
~ *capital*	法定资本 / fǎdìng zīběn
~ *limitation*	法定时效 / fǎdìng shíxiào
~ *minimum*	法定最小限额 / fǎdìng zuìxiǎo xiàn'é
~ *notice*	法令的通知 / fǎlìng de tōngzhī
~ *rights*	法定权利 / fǎdìng quánlì
~ *warranty deed*	保证合法地契 / bǎozhèng héfǎ dìqì
stay (n.)	延期 / yánqī, 停止 / tíngzhǐ
~ *of enforcement*	延缓执行 / yánhuǎn zhíxíng
~ *of judgement*	延缓判决 / yánhuǎn pànjué
~ *of proceedings*	诉讼中止 / sùsòng zhōngzhǐ
automatic ~	自动停止 / zìdòng tíngzhǐ
steady (adj.)	稳固的 / wěngù de, 平稳的 / píngwěn de
~ *growth*	稳定的增长 / wěndìng de zēngzhǎng
~ *job*	定职 / dìngzhí
~ *market*	坚稳的市场 / jiānwěn de shìchǎng
steal (n.)	偷窃 / tōuqiè; 特便宜的购物 / tè piányi de gòuwù
sterling (n.)	英镑 / Yīngbàng
sterling (adj.)	英镑的 / Yīngbàng de, 纯银的 / chúnyín de
~ *area/block*	英镑区 / Yīngbàngqū
~ *bill*	英汇票 / Yīnghuìpiào
~ *rate*	英汇率 / Yīnghuìlǜ
stevedorage (n.)	码头工人搬运费 / mǎtóu gōngrén bānyùnfèi
steward (n.)	乘务员 / chéngwùyuán, 财务管理员 / cáiwù guǎnlǐ rényuán

stick and carrot	硬软兼施 / yìngruǎn jiān shī
sticker price (n.)	标(签)价(格) / biāo(qiān)jià(gé)
stimulative (adj.)	刺激性的 / cìjīxìng de
~ *monetary policy*	刺激性货币政策 / cìjīxìng huòbì zhèngcè
stipend (n.)	定期生活津贴 / dìngqī shēnghuó jīntiē
stipulate (v.)	规定 / guīdìng, 约定 / yuēdìng
It is ~d that...	依照契约规定 / Yīzhào qìyuē guīdìng…
~d price	约定价格 / yuēdìng jiàgé
stipulation (n.)	规定 / guīdìng
stock (n.)	股票 / gǔpiào, 资本金 / zīběnjīn; 存货 / cúnhuò, 库存品 / kùcúnpǐn
~ *and fixtures*	资本金与固定设备 / zīběnjīn yǔ gùdìng shèbèi
~ *broker*	股票经纪人 / gǔpiào jīngjìrén
~ *building*	库存增加 / kùcún zēngjiā
~ *certificate*	股票证券 / gǔpiào zhèngquàn
~ *corporation*	股份公司 / gǔfèn gōngsī
~ *dividend*	股息 / gǔxí, 股份红利 / gǔfèn hónglì
~ *exchange*	股票交易所 / gǔpiào jiāoyìsuǒ
~ *jobbing*	股票买卖 / gǔpiào mǎimài
~ *market*	股票市场 / gǔpiào shìchǎng
~ *on hand*	库存货 / kùcúnhuò, 现货 / xiànhuò
~ *option*	认股选择权 / rèngǔ xuǎnzéquán
~*-out*	库存枯竭 / kùcún kūjié
~ *power*	股票转让授权书 / gǔpiào zhuǎnràng shòuquánshū
~ *purchase plan*	职工优先购股方法 / zhígōng yōuxiān gòugǔ fāngfǎ
~*-taking*	盘存 / páncún, 清点库存 / qīngdiǎn kùcún
~ *turnover*	库存周转率 / kùcún zhōuzhuǎnlǜ
capital ~	资本存货 / zīběn cúnhuò
good in ~	库存商品 / kùcún shāngpǐn
seasonal ~	季节储备 / jìjié chúbèi

stock (v.)	储备 / chǔbèi
stockholder (n.)	股东 / gǔdōng
~'s equity	股东产权[权益] / gǔdōng chǎnquán [quányì]
~'s meeting	股东大会 / gǔdōng dàhuì
~'s right	股东权利 / gǔdōng quánlì
~ of record	记名股东 / jìmín gǔdōng
stockholding (adj.)	持有存货的 /chíyǒu cúnhuò de, 持有股份的 / chíyǒu gǔfèn de
stockpile (n.)	存积 / cúnjī
stop (n.)	停止 / tíngzhǐ
~ and limit order	限价停购订单 / xiànjià tínggòu dìngdān [证]
~-loss order	防止损失订单 /fángzhǐ sǔnshī dìngdān, 止损订单 / zhǐsǔn dìngdān [证]
~ payment of a check	停止某张支票的支付 / tíngzhǐ mǒuzhāng zhīpiào de zhīfù
~ (payment) order	止付通知单 / zhǐfù tōngzhīdān
storage (n.)	储存 / chǔcún, 保管 / bǎoguǎn, 仓库 / cāngkù, 库存量 / kùcúnliàng, 栈租 / zhànzū
~ and handling expenses	保管及其它费用 / bǎoguǎn jí qítā fèiyòng
~ charges	储存费 / chǔcúnfèi
~ room	储藏室 / chǔcángshì
stowage (n.)	理仓 / lǐcāng, 装载理货 / zhuāngzài lǐhuò
~ charges	理仓费 / lǐcāngfèi
straddle (n.)	等价买卖 / děngjià mǎimài, 多空套做 / duōkōng tàozuò, 套利 / tàolì, 约期 / yuēqī, 套期图利 / tàoqī túlì
straight (adj.)	纯粹的 /chúncuì de, 单纯的 / dānchún de, 不可取消的 /bùkě qǔxiāo de; 直接的 / zhíjiē de
~ commission	纯粹佣金 / chúncuì yòngjīn
~ line depreciation	直线折旧法 / zhíxiàn zhéjiùfǎ

~ loan	无担保贷款 / wú dānbǎo dàikuǎn; 单次 [整笔] 偿还贷款 / dāncì [zhěngbǐ] chánghuán dàikuǎn
~ paper	流通票据 / liútōng piàojù
~ salary	纯薪给制 / chún xīnjǐ zhì
~ time	规定工时 / guīdìng gōngshí, 正式工作时间 / zhèngshì gōngzuò shíjiān

straight (n.) — 确定权利的债券 / quèdìng quánlì de zhàiquàn

strategic (adj.) — 战略上 / zhànlüèshàng, 战略性的 / zhànlüèxìng de

~ alliance	战略上联手 / zhànlüèshàng liánshǒu
~ business unit (SBU)	战略事业单位 / zhànlüè shìyè dānwèi
~ goods / material	战略物资 / zhànlüè wùzī
~ investment	战略性投资 / zhànlüèxìng tóuzī
~ management	战略管理 / zhànlüè guǎnlǐ
~ planning	战略计划 / zhànlüè jìhuà

strategize (v.) — 拟订战略 / nǐdìng zhànlüè

stratified sample (n.) — 分层抽样 / fēncéng chōuyàng

straw (adj.) — 假的 / jiǎde, 无价值的 / wú jiàzhí de

~ bond,	无价值的担保 / wú jiàzhí de dānbǎo
~ man	假手人 / jiǎshǒurén

streamline (v.) — 使合理化 / shǐ hélǐhuà, 简化 / jiǎnhuà

~ the distribution system	分销系统合理化 / fēnxiāo xìtǒng hélǐhuà

street (n.) — 场外 / chǎngwài; 纽约金融街 / Niǔyuē Jīnróngjiē

~ broker	场外非会员经纪人 / chǎngwài fēi huìyuán jīngjìrén
~ dealing	场外交易 / chǎngwài jiāoyì
~ market	(交易所)场外市场 /(jiāoyìsuǒ) chǎngwài shìchǎng
~ name	行号代名 / hánghào dàimíng, 转让记名 / zhuǎnràng jìmíng

stress (n.) 强调 / qiángdiào, 紧张 / jǐnzhāng, 压力 / yālì
   ~ management 压力调适 / yālì tiáoshì
   financial ~ 财政压力 / cáizhèng yālì

strict (adj.) 严格的 / yángé de
   ~ foreclosure 法院拍卖 / fǎyuàn pāimài
   ~ performance 严格遵守(合约) / yángé zūnshǒu (héyuē)
   ~ly confidential 严守机密 / yánshǒu jīmì

strike (n.) 罢工 / bàgōng
   ~ breaker 破坏罢工者 / pòhuài bàgōngzhě
   go on ~ 继续罢工 / jìxù bàgōng
   on ~ 实行罢工 / shíxíng bàgōng
   wildcat ~ 自发罢工 / zìfā bàgōng

strike (v.) 罢工 / bàgōng; 商定 / shāngdìng, 结算 / jiésuàn
   ~ a balance 结帐 / jiézhàng
   ~ a bargain 成交 / chéngjiāo, 约定 / yuēdìng
   ~ risk clause 罢工风险条款 / bàgōng fēngxiǎn tiáokuǎn
   buyer's ~ 买主罢买 mǎizhǔ bàmǎi

striking price 定约价 / dìngyuējià, 约定价格 / yuēdìng jiàgé

stringent (money) market 银根奇紧的市场 / yíngēn qíjǐn de shìchǎng

strings (n.) 条件 / tiáojiàn
   with no ~ attached 没有附带条件 / méiyǒu fùdài tiáojiàn

strip shopping center (n.) (带状式)购物街 / (dàizhuàngshì) gòuwùjiē

strong (adj.) 坚挺的 / jiāntǐng de, (资力)雄厚的 / (zīlì) xiónghòu de
   ~ currency 强货币 / qiáng huòbì
   ~ market 看涨的行情 / kànzhǎng de hángqíng

structural (adj.) 结构上 / jiégòushàng, 构造上 / gòuzàoshàng
   ~ inflation 结构性通货膨胀 / jiégòuxìng tōnghuò péngzhàng

~ unemployment	结构性失业 / jiégòuxìng shīyè
subassembly (n.)	分装 / fēnzhuāng, 组装 / zǔzhuāng
subchapter S corporation	第 S 项公司 / dì-S xiàng gōngsī
subcontract (n.)	分包 / fēnbāo, 转包 / zhuǎnbāo
subcontracing company	分包公司 / fēnbāo gōngsī
subdivision (n.)	(使合适建筑的)划分地区成小地块 / (shǐ héshì jiànzhù de) huàfēn dìqū chéng xiǎo dìkuài
subject (n.)	对象 / duìxiàng, 主题 / zhǔtí
~ matter	主题 / zhǔtí, 诉讼对象 / sùsòng duìxiàng
~ property	对象不动产 / duìxiàng búdòngchǎn
subject (adj.)	以...为条件 / yǐ...wéi tiáojiàn, 受...的支配 / shòu...de zhīpèi
~ to the approval of ...	需经...批准 / xū jīng...pīzhǔn
~ to immediate acceptance	需立即接受始有效 / xū lìjí jiēshòu shǐ yǒuxiào
~ to the mortgage	以抵押贷款为准 / yǐ dǐyā dàikuǎn wéi zhǔn
sublease /sublet (n.)	转租 / zhuǎnzū, 分租 / fēnzū
sublessee (n.)	次房东 / cìfángdōng
sublessor (n.)	次房客 / cìfángkè
subliminal advertising	潜在[下意识]广告 / qiánzài [xiàyìshí] guǎnggào
subordinate (adj.)	次等的 / cìděng de, 附属的 / fùshǔ de
~ bond/debenture	次级债券 / cìjí zhàiquàn
~ debts	附属债务 / fùshǔ zhàiwù
~ rating	次等 / cìděng

subordination (n.)	附属 / fùshǔ, (将第一贷款)放在次级 / (jiāng dìyī dàikuǎn) fàngzài cìjí
subpoena (n.)	强制到法庭的传票 / qiángzhì dào fǎtíng de chuánpiào
subrogation (n.)	权益取代 / quányì qǔdài, 债权转移[代位] / zhàiquán zhuǎnyí [dàiwèi]; 法律代位权 / fǎlǜ dàiwèiquán
subscribe (v.)	认购 / rèngòu, 认股订购 / rèngǔ dìnggòu
~d capital	认定股本 / rèndìng gǔběn
~d shares	认购的股票 / rèngòu de gǔpiào
subscriber (n.)	认购人 / rèngòurén, 认购者 / rèngòuzhě
subscription (n.)	认股 / rèngǔ, 认捐 / rènjuān
private ~	私下认券 / sīxià rènquàn
public ~	公债发行 / gōngzhài fāxíng, 公开认募 / gōngkāi rènmù
~ price	认购价格 / rèngòu jiàgé
~ right	认股[认购]权 / rèngǔ[rèngòu]quán
share ~	应募股本 / yìngmù gǔběn
subsidiary (n.)	分公司 / fēngōngsī, 附属机构 / fùshǔ jīgòu
~ company	子公司 / zǐgōngsī, 从属公司 / cóngshǔ gōngsī
subsidiary (adj.)	补助的 / bǔzhù de, 附属的 / fùshǔ de
~ books	补助帐簿 / bǔzhù zhàngbù, 明细帐簿 / míngxì zhàngbù
~ business	副业 / fùyè
~ money	辅币 / fǔbì
~ products	副产品 / fùchǎnpǐn
subsidize (v.)	补助 / bǔzhù, 补贴 / bǔtiē
~d industry	受补助的产业 / shòu bǔzhù de chǎnyè
~d price	补助价格 / bǔzhù jiàgé
subsidy (n.)	补助 / bǔzhù, 津贴 / jīntiē, 补贴 / bǔtiē

subsistence (n.)	最低生活费 / zuìdī shēnghuófèi, 维持费 / wéichífèi
~ allowance	生活津贴 / shēnghuó jīntiē
~ level	最低生活水准 / zuìdī shēnghuó shuǐzhǔn
~ wages	糊口工资 / húkǒu gōngzī
substandard (adj.)	低于标准规格的 / dīyú biāozhǔn guīgé de
substantial (adj.)	真实的 / zhēnshí de, 大量的 / dàliàng de
~ damages	巨额的损害赔偿金 / jù'é de sǔnhài péicháng jīn
~ gains	巨额利益 / jù'é lìyì
~ performance	实质的履行 / shízhì de lǚxíng [法]
substantiate (v.)	确证 / quèzhèng
substantive (adj.)	实质的 / shízhì de, 实体的 / shítǐ de, 规定权力与义务的 / guīdìng quánlì yǔ yìwù de
~ enactivement	(法令)明文规定 / (fǎlìng)míngwén guīdìng
~ evidence	真凭实据 / zhēnpíng shíjù
~ law	实体法 / shítǐfǎ
substitute (n.)	代替人 / dàitìrén, 代替品 / dàitìpǐn
substitute (adj.)	代理的 / dàilǐ de, 替代的 / tìdài de
~ goods	替代品 / tìdàipǐn
~ materials	代用材料 / dàiyòng cáiliào
subtract (v.)	扣除 / kòuchú, 扣减 / kòujiǎn
subtraction (n.)	扣除 / kòuchú, 扣减 / kòujiǎn
suburb (n.)	郊区 / jiāoqū
succeed (v.)	成功 / chénggōng; 继承 / jìchéng
success (n.)	成功 / chénggōng
successful (adj.)	成功的 / chénggōng de
~ bid	得标 / débiāo

succession (n.)　连续 / liánxù, 继承(权) / jìchéng(quán)

successor (n.)　继承者 / jìchéngzhě, 后继者 / hòujìzhě

sue (v.)　起诉 / qǐsù, 控诉 / kòngsù
　　~ N for damages　控告N要求损坏赔偿 / kònggào N yāoqiú sǔnhuài péicháng

sufference (n.)　默认 / mòrèn, 默许 / mòxǔ, 宽容 / kuānróng
　　~ wharf　优惠[特许]码头 / yōuhuì [tèxǔ] mǎtóu
　　bill of ~　沿海船用品免税证 / yánhǎi chuányòngpǐn miǎnshuìzhèng
　　on ~　只是由于宽容 / zhǐshì yóuyú kuānróng
　　tenancy by ~　默许租赁 / mòxǔ zúlìng

suggested retail price　建议零售价格 / jiànyì língshòu jiàgé

suit (n.)　(民事)诉讼 / (mínshì) sùsòng
　　bring a ~ against ...　控告某人 / kònggào mǒurén
　　go to ~　提交诉讼 / tíjiāo sùsòng

suggestion (n.)　建议 / jiànyì, 提案 / tí'àn
　　~ box　意见箱 / yìjiànxiāng
　　~ system　提案制度 / tí'àn zhìdù

sum (n.)　总计 / zǒngjì, 总额 / zǒng'é, 金额 / jīn'é
　　~ total　总额 / zǒng'é
　　principal ~　本钱 / běnqián, 资本 / zīběn
　　owing　欠债总额 / qiànzhài zǒng'é

summary (n.)　摘要 / zhāiyào, 概要 / gàiyào
　　~ account　汇兑帐户 / huìduì zhànghù

summons (n.)　传票 / chuánpiào

sundries (n.)　杂货商品 / záhuò shāngpǐn

sunk costs　沉没成本 / chénmò chéngběn, 已支付成本 / yǐ zhīfù chéngběn

sunrise industry	朝阳产业 / zhāoyáng chǎnyè
sunset industry	夕阳产业 / xīyáng chǎnyè
super- (pref.)	超 - / chāo-
business	超大企业 / chāodà qǐyè
highway	超级高速公路 / chāojí gāosù gōnglù
supercede/supersede (v.)	代替 / dàitì, 更替 / gēngtì
New contract ~s the old one.	新合同代替了旧合同 / Xīn hétóng dàitì le jiù hétóng.
superintendent (n.)	主管人 / zhǔguǎnrén, 监督者 / jiāndūzhě
superior (n.)	上司 / shàngsī
superior (adj.)	优良的 / yōuliáng de, 上级的 / shàngjí de
~ quality	优质 / yōuzhí
superiority (n.)	优越 / yōuyuè
supermarket (n.)	超级市场 / chāojí shìchǎng
superstore (n.)	特大型商店 / tèdàxíng shāngdiàn
supervise (v.)	监督 / jiāndū
supervisor (n.)	监督者 / jiāndūzhě, 管理人 / guǎnlǐrén
supervisory (adj.)	监督的 / jiāndū de, 管理的 / guǎnlǐ de
~ personne	监督管理人员 / jiāndū guǎnlǐ rényuán
supplemental (adj.)	追加的 / zhuījiā de, 补充的 / bǔchōng de
~ agreement	附属合同 / fùshǔ hétóng, 补充协议 / bǔchōng xiéyì
~ unemployment benefit	补助的失业津贴 / bǔzhù de shīyè jīntiē
supplementary (adj.)	附加的 / fùjiā de, 增补的 / zēngbǔ de
~ allowance	追加津贴 / zhuījiā jīntiē
~ budget	追加[补充]预算 / zhuījiā [bǔchōng] yùsuàn

~ conditions	附加条件 / fùjiā tiáojiàn
~ order	追加定购 / zhuījiā dìnggòu
supplier (n.)	供应者 / gōngyìngzhě, 供应厂商 / gōngyìng chǎngshāng
supplies (n.)	供应品 / gōngyìngpǐn, 储备物资 / chǔbèi wùzī
supply (n.)	供给(量) / gōngjǐ(liàng)
~ and demand	供(给和需)求 / gōng(jǐ hé xū)qiú
~ curve	供应曲线 / gōngyìng qūxiàn
~-side economics	供应学派(经济学) / gōngyìng xuépài (jīng-jìxué)
support (n.)	支持 / zhīchí
~ activities	支持活动 / zhīchí huódòng
~ buying	支持购买 / zhīchí gòumǎi
~ industry	支持产业 / zhīchí chǎnyè
~ level/line	支持水平 / zhīchí shuǐpíng
~ system	支持系统 / zhīchí xìtǒng
financial ~	财政支持 / cáizhèng zhīchí
suppress (v.)	抑制 / yìzhì
supra protest	参与承兑 / cānyǔ chéngduì
surcharge (n.)	附加费 / fùjiāfèi, 附加税 / fùjiāshuì
surety (n.)	连带保证 / liándài bǎozhèng, 保证人 / bǎo-zhèngrén, 担保 / dānbǎo
~ bond	保证书 / bǎozhèngshū
stand ~ for...	替...担保 / tì...dānbǎo
surge (n.)	高涨 / gāozhǎng
~ in the housing industry	房地产业景气 / fángdìchǎnyè jǐngqì
surge (v.)	汹涌 / xiōngyǒng, 澎湃 / péngpài
~ in heavy trading	大量交易 / dàliàng jiāoyì

surplus (adj.)	剩余的 / shèngyú de, 盈余 / yíngyú, (国际 收支)顺差 / (guójì shōuzhī) shùnchā
~ budget	盈馀预算 / yíngyú yùsuàn
~ capacity	过剩生产力 / guòshèng shēngchǎnlì
~ capital	剩余盈馀资本 / shèngyú yíngyú zīběn
~ country	顺差国家 / shùnchā guójiā
~ goods	剩余商品 / shèngyú shāngpǐn
~ material	剩余物资 / shèngyú wùzī
surplus (n.)	剩余 /shèngyú; 公积金 / gōngjījīn, 超过额 / chāoguò'e
~ in revenue	岁入盈余 / suìrù yíngyú
operating ~	营业盈余 / yíngyè yíngyú
surrender (v.)	交出 / jiāochū, 解约 / jiěyuē
~ of lease	租赁解约 / zūlìn jiěyuē
~ on insurance policy	保险单解约 / bǎoxiǎndān jiěyuē
surrender (n.)	保险解约 / bǎoxiǎn jiěyuē
~ value	退保值 / tuìbǎozhí
surtax (n.)	附加税 / fùjiāshuì
survey (n.)	测量 / cèliáng, 观测 / guāncè
~ agent	检验代理人 / jiǎnyàn dàilǐrén
~ drawing	测量图 / cèliángtú
~ fee	测量费 / cèliángfèi
~ of business	商情调查 / shāngqíng diàochá
survivorship (n.)	生存者继承权 / shēngcúnzhě jìchéngquán
suspend (v.)	中止 / zhōngzhǐ, 暂停 / zàntíng
~ operations	暂停营业 / zàntíng yíngyè
~ payment	暂停支付 / zàntíng zhīfù
~ed sentence	缓刑 / huǎnxíng
~ed trading	暂停交易 / zàntíng jiāoyì
suspense account (n.)	暂时帐户 / zànshí zhànghù
suspension (n.)	暂停 / zàntíng, 中止 / zhōngzhǐ

sustain (v.)	维持 / wéichí, 承受 / chéngshòu
~ high growth	维持高度成长 / wéichí gāodù chéngzhǎng
~ a huge loss	遭受巨大的损失 / zāoshòu jùdà de sǔnshī
sustainable growth	持续的增长 / chíxù de zēngzhǎng
swap arrangement	通货[货币]互换协定 / tōnghuò [huòbì] hùhuàn xiédìng
sweat (n.)	汗 / hàn, 苦役 / kǔyì
~ damage	受潮损害 / shòu cháo sǔnhài
~ shop	血汗工厂 / xuèhàn gōngchǎng
sweep account	每日转移帐户 / měirì zhuǎnyí zhànghù
sweepstakes (n.)	赛马的赌金 / sàimǎ de dǔjīn
sweetheart contract	黄色劳工协议 / huángsè láogōng xiéyì
swing (v.)	(利率, 价格等的)涨落 / (lìlǜ, jiàgé děng de) zhǎngluò
swindle (n.)	欺诈 / qīzhà
sworn statement (n.)	宣誓证明 / xuānshì zhèngmíng
sympathy strike (n.)	同情罢工 / tóngqíng bàgōng
syndicate (n.)	辛迪加 / xīndíjiā, 联合经营 / liánhé jīngyíng, 企业组合 / qǐyè zǔhé, 银行团 / yínhángtuán, 财团 / cáituán
~ bank	财团银行 / cáituán yínháng
~ financing	联合财团 / liánhé cáituán
syndicated (adj.)	辛迪加的 / xīndíjiā de, 企业联合的 / qǐyè liánhé de
loan/credit	辛迪加[财团]贷款 / xīndíjiā [cáituán] dàikuǎn, 联合[财团]贷款 / liánhé [cáituán] dàikuǎn

syndicator (n.) 联合经营组织者 / liánhé jīngyíng zǔzhīzhě, 组织辛迪加者 / zǔzhī xīndíjiāzhě

synergy (n.) 协同作用 / xiétóng zuòyòng
~/*synergistic effect* 协同作用效果 / xiétóng zuòyòng xiàoguǒ

synopsis (n.) 概要 / gàiyào

synthesis (n.) 综合 / zōnghé

synthetic (adj.) 合成的 / héchéng de, 人造的 / rénzào de
~ *process* 综合程序 / zōnghé chéngxù
~ *product* 合成产品 / héchéng chǎnpǐn

system (n.) 体系 / tǐxì, 系统 / xìtǒng, 制度 / zhìdù
~ *of operation* 营业制度 / yíngyè zhìdù

systematic (adj.) 有组织的 / yǒu zǔzhī de, 有系统的 / yǒu xìtǒng de

T

table (n.) 表 / biǎo, 目录 / mùlù
　　~ *of contents* 目录 / mùlù
　　amortization ~ 分期偿付表 / fēnqī chángfùbiǎo
　　conversion ~ 换算表 / huànsuànbiǎo

table (v.) 搁置 / gēzhì
　　~ *a proposal* 搁置提议 / gēzhì tíyì
　　~ *of contents* 刊物目录 / kānwù mùlù

tabular (adj.) 表列的 / biǎoliè de

tabulate (v.) 制表 / zhìbiǎo

tabulation (n.) 制表 / zhìbiǎo

tacit (adj.) 默示的 / mòshì de
　　~ *agreement* 默契 / mòqì
　　~ *approval* 默认 / mòrèn
　　~ *understanding* 默契 / mòqì

tact (n.) 生产节拍 / shēngchǎn jiépāi

tag (n.) 货签 / huòqiān

tail (n.) 限定(所有)继承权 / xiàndìng (suǒyǒu) jì-chéngquán
　　an estate in ~ 限定继承权财产 / xiàndìng jìchéngquán cáichǎn
　　an heir in ~ 限定继承权继承人 / xiàndìng jìchéngquán jìchéngrén

tail (adj.) 限定继承的 / xiàndìng jìchéng de
　　fee ~ 指定继承不动产继承人的 / zhǐdìng jìchéng búdòngchǎn jìchéngrén de

tailor-made (adj.) 定制的 / dìngzhì de, 定做的 / dìngzuò de

take (n.)	捕获(量) / bǔhùo(liang), 收入额 / shōurù'é; 看法 / kànfǎ, 解释 / jǐeshì
~ from tickets	票收 / piàoshōu
stock ~	对股票的看法 / duì gǔpiào de kànfǎ
take (v.)	取得 / qǔdé, 承担 / chéngdān
~ a profit	获取利润 / huòqǔ lìrùn
~ a risk	承担风险 / chéngdān fēngxiǎn
~ off	起飞 / qǐfēi, 急速上升 / jísù shàngshēng
take-home pay	实得薪金 / shídé xīnjīn
take-off (n.)	起飞 / qǐfēi
takeout (n.)	(周转建屋的)长期贷款 / (zhōuzhuǎn jiànwū de) chángqī dàikuǎn
~ commitment	长期贷款合约 / chángqī dàikuǎn héyuē
~ loan	长期资金周转的贷款(建筑完成后的长期清还贷款) / chángqī zījīn zhōuzhuǎn de dàikuǎn (jiànzhù wánchénghòu de chángqī qīnghuán dàikuǎn)
taker (n.)	买主 / mǎizhǔ, 借款人 / jièkuǎnrén
takeover (n.)	收购 / shōugòu, 购股兼并 / gòugǔ jiānbìng
~ bid (T.O.B., TOB)	收购[吸收合并]出价 / shōugòu [xīshōu hébìng] chūjià
corporate ~	公司购并 / gōngsī gòubìng
take over a company	收购公司 / shōugòu gōngsī
talent (n.)	才能 / cáinéng, 人才 / réncái
tally (n.)	清点 / qīngdiǎn, 理货 / lǐhuò
~ book	清点簿 / qīngdiǎnbù, 理货簿 / lǐhuòbù
~ company	理货公司 / lǐhuò gōngsī
~ impression	对口章 / duìkǒuzhāng
pay the ~	付帐 / fùzhàng
talon (n.)	股息调换券 / gǔxī diàohuànquàn

tamper (v.)   篡改 / cuàngǎi

tangible (adj.)   有形的 / yǒuxíng de
     ~ assets   有形资产 / yǒuxíng zīchǎn
     ~ property   有形财产 / yǒuxíng cáichǎn
     ~ value   有形[确实]价值 / yǒuxíng [quèshí] jiàzhí

tangibles (n.)   有形资产 / yǒuxíng zīchǎn

tanker (n.)   油轮 / yóulún

tape   股票行情显示带 / gǔpiào hángqíng xiǎnshì-dài

tare (n.)   皮重 / pízhòng
     ~ weight   包装重量 / bāozhuāng zhòngliàng

target (n.)   指标 / zhǐbiāo, 目标 / mùbiāo
     ~ company   被收购的公司 / bèi shōugòu de gōngsī
     ~ date   预定日期 / yùdìng rìqī
     ~ market   目标市场 / mùbiāo shìchǎng
     ~ price   目标[指标]价格 / mùbiāo [zhǐbiāo] jiàgé
     ~ rate of return   目标利润率 / mùbiāo lìrùnlǜ
     meet a ~   达到目标 / dádào mùbiāo
     set a ~   设定目标 / shèdìng mùbiāo

tariff (n.)   关税 / guānshuì, 费率表 / fèilǜbiǎo, 价目表 / jiàmùbiǎo
     ~ barriers   关税壁垒 / guānshuì bìlěi
     ~ classification   关税分类 / guānshuì fēnlèi
     ~ differential   关税差别 / guānshuì chābié
     ~ war   关税战 / guānshuìzhàn
     trade ~   贸易税率 / màoyì shuìlǜ

task (n.)   工作 / gōngzuò, 定量作业 / dìngliàng zuò-yè, 任务 / rènwù
     ~-force   工作小组 / gōngzuò xiǎozǔ
     ~ setting   制定任务 / zhìdìng rènwù

tax (n.)	税 / shuì
~ *accounting*	税务会计 / shuìwù kuàijì
~ *allowance*	税收优待 / shuìshōu yōudài, 免税便利 / miǎnshuì biànlì
~ *assessor*	税务估计员 / shuìwù gūjìyuán
~ *avoidance*	避税 / bìshuì
~ *base*	税基 / shuìjī, 课税值 / kèshuìzhí
~ *break*	减免税赋 / jiǎnmiǎn shuìfù
~ *burden*	税收[课税]负担 / shuìshōu [kèshuì] fùdān
~ *collector*	税吏 / shuìlì, 税务人员 / shuìwù rényuán
~ *credit*	税款扣抵 / shuìkuǎn kòudǐ, 抵减税额 / dǐjiǎn shuǐé; 税收抵免 / shuìshōu dǐmiǎn
~ *cut*	减税 / jiǎnshuì
~ *deductible*	可减免课税的 / kě jiǎnmiǎn kèshuì de
~ *deduction for dependents*	抚养人的减税 / fǔyǎngrén de jiǎnshuì
~ *evasion*	逃税 / táoshuì, 偷漏税 / tōulòushuì
~*-exempt*	免税的 / miǎnshuì de
~*-exempt export*	免税出口货物 / miǎnshuì chūkǒu huòwù
~ *fraud*	税收欺诈 / shuìshōu qīzhà
~*-exempt import*	免税进口货物 / miǎnshuì jìnkǒu huòwù
~ *heaven*	免税地 / miǎnshuìdì
~ *lien*	欠税留置权 / qiànshuì liúzhìquán
~ *payer*	纳税人 / nàshuìrén
~ *sale*	欠税的公卖 / qiànshuì de gōngmài
~*-saving*	节税 / jiéshuì, 税金节约额 / shuìjīn jiéyuē'é
~ *sharing*	税收分享 / shuìshōu fēnxiǎng
~ *shelter*	减免赋税 / jiǎnmiǎn fùshuì
taxable (adj.)	应征[纳]税的 / yīng zhēng[nà]shuì de
~ *goods*	有税品 / yǒushuìpǐn, 应纳税商品 / yīng nàshuì shāngpǐn
~ *income/earnings*	应纳税所得 / yīng nàshuì suǒdé
taxation (n.)	税收 / shuìshōu, 征税 / zhēngshuì, 纳税 / nàshuì
~ *at the sources*	从源课税 / cóng yuán kèshuì
tax free (adj.)	免税的 / miǎnshuì de
~ *article*	免税品 / miǎnshuìpǐn

T-bill (n.)　　　　短期国库债券 / duǎnqī guókù zhàiquàn
　　　　　　　　　　→ treasury

T-bond (n.)　　　　长期国库债券 / chángqī guókù zhàiquàn
　　　　　　　　　　长期国库券 / chángqī guókùquàn
　　　　　　　　　　→ treasury

teamwork (n.)　　　协同动作 / xiétóng dòngzuò, 协力配合 /
　　　　　　　　　　xiélì pèihé

tear (n., v.)　　　　磨损 / mósǔn
　~-and-wear allowancw　许容磨损 / xǔróng mósǔn

teaser (n.)　　　　　引起好奇心(的广告) / yǐnqǐ hàoqíxīn (de
　　　　　　　　　　　guǎnggào)
　~ ad　　　　　　　　引人注目的广告 / yǐnrén zhùmù de guǎng-
　　　　　　　　　　　gào

technical (adj.)　　技术的 / jìshù de, 专门的 / zhuānmén de
　~ analysis　　　　　技术分析 / jìshù fēnxī
　~ assistance　　　　技术援助 / jìshù yuánzhù
　~ backgrounds　　　技术经历[背景] / jìshù jīnglì [bèijǐng]
　~ change　　　　　技术变化 / jìshù biànhuà
　~ know-how　　　　技术诀窍 / jìshù juéqiào, 技术[专门]知识 /
　　　　　　　　　　jìshù [zhuānmén] zhīshí
　~ rally　　　　　　技术性回升 / jìshùxìng huíshēng[证]

technocrat (n.)　　技术官僚 / jìshù guānliáo

technocracy (n.)　专家管理 / zhuānjiā guǎnlǐ, 技术治国 / jìshù
　　　　　　　　　　zhìguó

technological (adj.)　技术的 / jìshù de
　~ advance　　　　　技术进步 / jìshù jìnbù
　~ unemployment　　技术性失业 / jìshùxìng shīyè

technology (n.)　　工业技术 / gōngyè jìshù, 科(学)技(术) / kē-
　　　　　　　　　　(xué) jì(shù)
　~ transfer　　　　技术转让 / jìshù zhuǎnràng

tele- (pref.) 电话 / diànhuà

    ~ conferencing 电话会议 / diànhuà huìyì

    ~ marketing 电话销售 / diànhuà xiāoshòu

    ~ shopping 电话订购 / diànhuà dìnggòu

telecommunications (n.) 电信 / diànxìn

    ~ network 电讯通信网 / diànxùn tōngxìnwǎng

telex (n.) 电传 / diànchuán

teller (n.) 出纳员 / chūnàyuán

template (n.) 模板 / móbǎn, 样板 / yàngbǎn

temporary (adj.) 临时的 / línshí de, 暂时的 / zànshí de

    ~ advance 临时[短期]预付款 / línshí [duǎnqī] yùfùkuǎn

    ~ employment 暂时雇佣 / zànshí gùyòng

    ~ injunction 临时命令(禁止) / línshí mìnglìng (jìnzhǐ)

    ~ measures 临时措施 / línshí cuòshī

tenancy (n.) (不动产) 保有[占有] / (bùdòngchǎn) bǎo-yǒu [zhànyǒu], 不动产所有权 / búdòng-chǎn suǒyǒuquán

    ~ agreement 租约 / zūyuē, 租赁契约 / zūlìn qìyuē

    ~ by the entirety 连带不动产权 / liándài búdòngchǎnquán

    ~ for years 按年期租赁 / àn niánqī zūlìn

    ~ in common 共同租赁 / gōngtóng zūlìn, 共有不动产权 / gòngyǒu búdòngchǎnquán

    ~ in severalty 单独地产权 / dāndú dìchǎnquán, 个别不动产 / gèbié búdòngchǎn

tenant (n.) 承租人 / chéngzūrén, 租户 / zūhù, 不动产占有人 / búdòngchǎn zhànyǒurén

    ~ at/by sufferance 逾期占住 / yúqī zhànzhù

    ~ at will 无合约而获准占住者 / wú héyuē ér huòzhǔn zhànzhùzhě

    ~ for life 终身租赁者 / zhōngshēn zūlìnzhě

    ~ in tail 产权限定的租赁者 / chǎnquán xiàndìng de zūlìnzhě

tender (n.)	投标 / tóubiāo; 货币 / huòbì
~ bond	投标保证金 / tóubiāo bǎozhèngjīn
~ issue	招标发行 / zhāobiāo fāxíng
~ offer	股权收购 / gǔquán shōugòu
~ price	投标价格 / tóubiāo jiàgé
invite a ~	招标 / zhāobiāo
legal ~	法币 / fǎbì
tender (v.)	投标 / tóubiāo, 提出 / tíchū
~ for a contract	投标承包 / tóubiāo chéngbāo
~ one's resignation	提出辞呈 / tíchū cíchéng
tenements (n.)	建筑物 / jiànzhùwù, 旧公寓 / jiù gōngyù
tenor (n.)	票据期限 / piàojù qīxiàn
tentative (adj.)	暂定的 / zàndìng de
~ agreement	暂定协定 / zàndìng xiédìng
~ budget	暂定预算 / zàndìng yùsuàn
~ plan	暂定计划 / zàndìng jìhuà
tenure (n.)	占有(权) / zhànyǒu(quán), 占有期间 / zhànyǒu qījiān; 任期 / rènqī
~ for life	终身所有权 / zhōngshēn suǒyǒuquán
~ of office	任职期间 / rènzhí qījiān
~ of use	使用年限 / shǐyòng niánxiàn
land ~	土地保有权 / tǔdì bǎoyǒuquán
term (n.)	期间 / qījiān, 期限 / qīxiàn
~ bill	期票 / qīpiào
~ bond	定期债券 / dìngqī zhàiquàn
~-end	期末 / qīmò
~ insurance	定期保险 / dìngqī bǎoxiǎn
~ loan	定期[期限]贷款 / dìngqī [qīxiàn] dàikuǎn
~ of office	任期 / rènqī
~ of validity	有效期 / yǒuxiàoqī
on ~	定期付款 / dìngqī fùkuǎn
terminal (n.)	末端 / mòduān, 终点 / zhōngdiǎn

terminate (v.)	使终结 / shǐ zhōngjié, 终止 / zhōngzhǐ
~ *a contract*	解除[终止]合同 / jiěchú [zhōngzhǐ] hétóng
termination (n.)	终止 / zhōngzhǐ, 期满 / qīmǎn; 解雇 / jiěgù
~ *allowance*	解雇津贴 / jiěgù jīntiē
~ *of a contract*	合约期满 / héyuē qīmǎn
terms (n.)	条件 / tiáojiàn, 条款 / tiáokuǎn; 术语 / shùyǔ
~ *and conditions*	各项条件 / gèxiàng tiáojiàn
~ *of payment*	付款条件 / fùkuǎn tiáojiàn
~ *of sale*	买卖条件 / mǎimài tiáojiàn
techincal ~	专门名词 / zhuānmén míngcí
territorial (adj.)	地方(性)的 / dìfāng(xìng) de, 领土的 / lǐngtǔ de
~ *waters*	领海 / lǐnghǎi
territory (n.)	推销地区 / tuīxiāo dìqū
tertiary (adj.)	第三代的 / dìsāndài de, 第三级的 / dìsānjí de
~ *industry*	第三产业 / dìsān chǎnyè
~ *product*	第三级产品 / dìsānjí chǎnpǐn
test-market (v.)	试销市场 / shìxiāo shìchǎng
testament (n.)	遗嘱 / yízhǔ, 遗书 / yíshū [法]
testacy (n.)	留有遗嘱 / liúyǒu yízhǔ [法]
testate　(adj.)	立遗嘱的 / lì yízhǔ de
die ~	立遗嘱死亡 / lì yízhǔ sǐwáng
testamentary trust	遗嘱信托 / yízhǔ xìntuō
testator (n.)	立遗嘱人 / lì yízhǔrén
testation (n.)	遗赠 / yízèng, 遗产处理 / yíchǎn chǔlǐ
testatrix (n.)	女遗嘱人 / nǚ yízhǔrén

testify (v.) 证明 / zhèngmíng, 宣誓证言 / xuānshì zhèngyán

testimonial (n.) 证明书 / zhèngmíngshū, 推荐信 / tuījiànxìn, 感谢信 / gǎnxièxìn

test (n.) 试验 / shìyàn, 测验 / cèyàn
~ *audit* 抽查 / chōuchá
~ *case* 判例 / pànlì, 检定案例 / jiǎndìng ànlì
~ *marketing* 试销 /shìxiāo, 营销测试 / yíngxiāo cèshì
~ *results* 测试结果 / cèshì jiéguǒ

test (v.) 测试 / cèshì
~ *the market* 市场试销 / shìchǎng shìxiāo

testing (n.) 测试 / cèshì, 检验 / jiǎnyàn

theft (n.) 盗窃 / dàoqiè
~ *insurance* 盗窃保险 / dàoqiè bǎoxiǎn

theory (n.) 理论 / lǐlùn

thin (adj.) 贫乏的 / pínfá de, 清淡的 / qīngdàn de
~ *market* 交易不旺的市场 / jiāoyì búwàng de shì-chǎng
~ *supply* 供给不足 / gōngjǐ bùzú

think tank 智囊团 / zhìnángtuán

third (adj.) 第三的 / dìsān de
~ *market transaction* 第三市场交易(上市股票在场外的交易)/ dìsān shìchǎng jiāoyì (shàngshì gǔpiào zài chǎngwài de jiāoyì)
~ *party* 第三者 / dìsānzhě
~ *rate* 第三级 / dìsānjí

thrift (n.) 节约 / jiéyuē, 节俭 / jiéjiǎn
~ *institution* 储蓄机构 / chǔxù jīgòu
~ *shop* 二手货商店 / èrshǒuhuò shāngdiàn

ticker (n.)	电子指示器 / diànzǐ zhǐshìqì
~ *symbol*	股票代号 / gǔpiào dàihào
~ *tape*	股票行情电子指示纸条 / gǔpiào hángqíng diànzǐ zhǐshì zhǐtíao
tickler (n.)	备忘录 / bèiwànglù, 到期票据记录簿 / dào-qī piàojù jìlùbù
tie (v.)	束缚 / shùfú, 联结 / liánjié
~*d aid*	限制性援助 / xiànzhìxìng yuánzhù
~*d loan*	专项贷款 / zhuānxiàng dàikuǎn
tight (adj.)	紧的 / jǐn de, 银根紧的 / yíngēn jǐn de
~ *credit*	信用紧缩 / xìnyòng jǐnsuō
~ *market*	供不应求的市场 / gōng búyìng qiú de shìchǎng
~ *money*	银根紧缩[吃紧] / yíngēn jǐnsuō [chījǐn]
~ *money market*	银根紧缩的金融市场 / yíngēn jǐnsuō de jīnróng shìchǎng
~ *money policy*	银根紧缩政策 / yíngēn jǐnsuō zhèngcè
~ *supply*	供给不足 / gōngjǐ bùzú
time (n.)	时间 / shíjiān
~ *bill*	期票 / qīpiào
~ *clause*	保险期间条款 / bǎoxiǎn qíjiān tiáokuǎn
~ *deposit*	定期存款 / dìngqī cúnkuǎn
~ *draft*	定期汇票 / dìngqī huìpiào
T~ is of the essence	定期履行 / dìngqī lǚxíng, 严守时间 / yán-shǒu shíjiān
~ *loan*	(可分期偿还的)定期放款 / (kě fēnqī cháng-huán de) dìngqī fàngkuǎn, 长期贷款 / chángqī dàikuǎn
~ *management*	时间管理 / shíjiān guǎnlǐ
~ *share*	分期占用产权 / fēnqī zhànyòng chǎnquán
~ *sharing*	共渡屋 / gòngdùwū, 度假屋 / dùjiàwū
~ *sheet*	时间表 / shíjiānbiǎo
~ *study*	时间研究 / shíjiān yánjiù
~ *zone*	时区 / shíqū
tip (n.)	小费 / xiǎofèi

title (n.)	标题 / biāotí, 题目 / tímù; 名称 / míng-chēng, 称号 / chēnghào; 权利证书 / quánlì zhèngshū, (不动产)所有权 / (bú-dòngchǎn) suǒyǒuquán
~ *abstract*	地权摘要 / dìquán zhāiyào
~ *company*	房地产公证交易所 / fángdìchǎn gōngzhèng jiāoyìsuǒ, 房权公司 / fángquán gōngsī
~ *deed*	地契 / dìqì, 房契 / fángqì, 所有权证 / suǒyǒu-quánzhèng
~ *insurance*	产权保险 / chǎnquán bǎoxiǎn
~ *report*	产权调查报告 / chǎnquán diàochá bàogào
~ *search*	产权调查 / chǎnquán diàochá
tolerance (n.)	容许界限 / róngxǔ jièxiàn, 公差 / gōngchā
~ *level*	可容许度 / kě róngxǔdù, 公差标准 / gōngchā biāozhǔn
~ *limits*	容许界限 / róngxǔ jièxiàn, 公差标准 / gōng-chā biāozhǔn
toll (n.)	通行费 / tōngxíngfèi, 使用税 / shǐyòngshuì
~ *call*	收费长途电话 / shōufèi chángtú diànhuà
~ *road*	收费公路 / shōufèi gōnglù
tombstone ad	证券发行公告 / zhèngquàn fāxíng gōnggào
ton-(n.)	吨 / dùn
~ *mile (T.M)*	吨英里 / dùn Yīnglǐ
~ *(s) of displacement*	排水吨 / páishuǐ dùn
long ~	长吨 / chángdùn
metric ~	公吨 / gōngdùn
tone (n.)	情况 / qíngkuàng, 行情 / hángqíng
~ *of the market*	市(场销售情)况 / shì(chǎng xiāoshòu qíng)-kuàng
tonnage (n.)	吨位 / dùnwèi
top (adj.)	最高的 / zuì gāo de
~ *executive*	总经理 / zǒngjīnglǐ, 最高行政管理人员 / zuìgāo xíngzhèng guǎnlǐ rényuán

~ *heavy market*	(价格过高的)不稳的市场 / (jiàgé guògāo de) bùwěn de shìchǎng
~ *management*	最高管理部门 / zuìgāo guǎnlǐ bùmén
~-*notch*	最高的 / zuì gāo de, 第一流的 / dìyīliú de
~ *price*	最高价格 / zuìgāo jiàgé
~ *priority*	绝对优先 / juéduì yōuxiān
~ *quality*	顶好质量 / dǐnghǎo zhìliàng
~-*selling*	最畅销的 / zuì chàngxiāo de

tort (n.)   民事的侵害 / mínshì de qīnhài, 民事过失 / mínshì guòshī

~ *liability*	侵权行为的赔偿责任 / qīnquán xíngwéi de péicháng zérèn
act of ~	侵权行为 / qīnquán xíngwéi

total (adj.)   全体的 / quántǐ de, 总计的 / zǒngjì de, 完全的 / wánquán de

~ *amount*	总额 / zǒng'é, 总计 / zǒngjì
~ *capital*	总资本 / zǒngzīběn, 资本总额 / zīběn zǒngé
~ *cost*	总成本 / zǒngchéngběn, 成本总额 / chéngběn zǒngé
~ *loss*	总损失 / zǒngsǔnshī, 全损 / quánsǔn
~ *quality control (TQC)*	全面质量管理 / quánmiàn zhìliàng guǎnlǐ
~ *quality management (TQM)*	全面质量管理 / quánmiàn zhìliàng guǎnlǐ
~ *track record*	全过程记录 / quánguòchéng jìlù
~ *reserve system*	全额准备制度 / quán'é zhǔnbèi zhìdù, 十足准备制 / shízú zhǔnbèi zhìdù

total (v.)   合计 / héjì, 总计达… / zǒngjì dá…

tour (v., n.)   周遊 / zhōuyóu, 巡回 / xúnhuí

tourism (n.)   旅遊业 / lǚyóuyè, 观光业 / guānguāngyè

tourist (n.)   观光客 / guānguāngkè

tourist (adj.)   旅遊的 / lǚyóu de, 观光的 / guānguāng de

    ~ *bureau*   观光局 / guānguāngjú

~ business	旅遊业 / lǚyóuyè
~ class	二等舱 / èrděngcāng
tow (v.)	牵引 / qiānyǐn
~ing boat	拖船 / tuōchuán
~ing charges/towage	牵引费 / qiānyǐnfèi
township (n.)	镇区 / zhènqū
tract house (n.)	社区屋 / shèqūwū, 泛造屋 / fànzàowū
trade (n.)	交易 / jiāoyì, 贸易 / màoyì, 商业 / shāngyè, 职业 / zhíyè
terms of ~	贸易条件 / màoyì tiáojiàn; 贸易术语 / màoyì shùyǔ
~ acceptance	商业承兑票据 / shāngyè chéngduì piàojù
~ advertising	贸易广告 / màoyì guǎnggào
~ agreement	贸易协定 / màoyì xiédìng, 劳资协议 / láozī xiéyì
~ association	同业公会 / tóngyè gōnghuì
~ barrier	贸易壁垒 / màoyì bìlěi
~ credit	贸易信贷 / màoyì xìndài
~ deficit	贸易逆差 / màoyì nìchā
~ discount	营业折扣(制造商或批发商给零售商的折扣 / yíngyè zhékòu (zhìzàoshāng huò pīfāshāng gěi língshòushāng de zhékòu)
~ friction	贸易摩擦 / màoyì móchā
~ imbalance	贸易入超 / màoyì rùchāo
~ magazine	业界杂志 / yèjiè zázhì
~ mission	贸易代表团 / màoyì dàibiǎotuán
~ name	商品名 / shāngpǐnmíng, 商号 / shānghào
~ secret	商业[专业]秘密 / shāngyè [zhuānyè] mìmì
~ show	贸易展览会 / màoyì zhǎnlǎnhuì
~ surplus	贸易顺差 / màoyì shùnchā, 出超 / chūchāo
unfair ~	不公正交易 / bùgōngzhèng jiāoyì
trade-in (adj.)	抵换 / dǐhuàn, 易新(方式)的 / yìxīn (fāngshì) de
~ price	易新价格 / yìxīn jiàgé
~ value	易新价值 / yìxīn jiàzhí

trade-in (n.)	折价物 / zhéjiàwù, 折价交易(以物易物折价抵付的交易方式) / zhéjià jiāoyì (yǐ wù yì wù zhéjià dǐfù de jiāoyì fāngshì)
trade-off (n.)	取舍 / qǔshě, 条件交换 / tiáojiàn jiāohuàn, 平衡收效 / pínghéng shōuxiào
trademark (n.)	商标 / shāngbiāo
trader (n.)	交易人 / jiāoyìrén, 贸易商人 / màoyì shāng-rén
bearish ~	卖空者 / màikōngzhě
floor ~	场内商人 / chǎngnèi shāngrén, 场内经纪人 / chǎngnèi jīngjìrén
wholesale ~	批发商 / pīfāshāng
trading (n.)	贸易 / màoyì, 商业 / shāngyè
~ area	营业区 / yíngyèqū
~ company	贸易公司 / màoyì gōngsī
~ floor	交易场所 / jiāoyì chǎngsuǒ, 交易所 / jiāoyì-suǒ
~ limit	贸易范围 / màoyì fànwéi
~ on margin	按保证金交易 / àn bǎozhèngjīn jiāoyì
~ post	证券交易所 / zhèngquàn jiāoyìsuǒ, 交易点 / jiāoyìdiǎn, 商栈 / shāngzhàn
~ range	成交价格幅度 / chéngjiāo jiàgé fúdù
~ stamp	商品券 / shāngpǐnquàn, 购物赠券 / gòuwù zèngquàn
traffic (n.)	交易 / jiāoyì; 交通(量) / jiāotōng(liàng), 运输量 / yùnshūliàng
~ control	交通管制 / jiāotōng guǎnzhì
~ congestion	交通拥挤 / jiāotōng yōngjǐ
air ~	航空运输 / hángkōng yùnshū
drug ~	毒品交易 / dúpǐn jiāoyì
trafficker (n.)	奸商 / jiānshāng, 掮客 / qiánkè
train (v.)	培训 / péixùn

trainee (n.)	学徒 / xuétú, 培训人员 / péixùn rényuán
training (n.)	培训 / péixùn, 训练 / xùnliàn
in-service ~	在岗培训 / zàigǎng péixùn
on-the-job ~	在职培训 / zàizhí péixùn
professional ~	职业培训 / zhíyè péixùn
tramp steamer (n.)	不定期货船 / búdìngqī huòchuán
transaction (n.)	交易 / jiāoyì
~ account	交易帐户 / jiāoyì zhànghù
~ date	成交日 / chéngjiāorì
~ statement	交易清单 / jiāoyì qīngdān
cash ~	现金交易 / xiànjīn jiāoyì
conduct a ~	进行交易 / jìnxíng jiāoyì
transfer (n.)	转让 / zhuǎnràng, 过户 / guòhù; 转帐 / zhuǎnzhàng, 划拨 / huàbō; 汇兑 / huìduì; 职务调动 / zhíwù diàodòng
~ agent	过户代理人 / guòhù dàilǐrén, 股票经纪 / gǔpiào jīngjì
~ deeds	过户契约 / guòhù qìyuē
~ fees	过户费 / guòhùfèi
~ of funds	资金转拨 / zījīn zhuǎnbō
~ of ownership	所有权转让 / suǒyǒuquán zhuǎnràng
~ of rights	过户 / guòhù
~ of title	过户 / guòhù, 所有权转让 / suǒyǒuquán zhuǎnràng
~ order	转让订单 / zhuǎnràng dìngdān, 转让许可证 / zhuǎnràng xǔkězhèng
~ tax	股票过户税 / gǔpiào guòhùshuì
bank ~	银行间转帐 / yínhángjiān zhuǎnzhàng, 银行汇款[划转] / yínháng huìkuǎn [huàzhuǎn]
cable ~	电汇 / diànhuì
cash ~	现汇 / xiànhuì
job ~	工作调动 / gōngzuò diàodòng
money ~	货币转移[划转] / huòbì zhuǎnyí [huàzhuǎn]

transfer (v.)	转让 / zhuǎnràng, 过户 / guòhù; 转帐 / zhuǎnzhàng, 划拨 / huàbō, 汇兑 / huìduì; 调职 / diàozhí
~ *a share-certificate*	移交股券 / yíjiāo gǔquàn
~ *to another bank account*	转入另一银行帐户 / zhuǎnrù lìngyī yínháng zhànghù
~ *risks*	转嫁风险 / zhuǎnjià fēngxiǎn
transference (n.)	(证券)过户 / (zhèngquàn) guòhù, 权利转让 / quánlì zhuǎnràng
transit (n.)	转口 / zhuǎnkǒu, 过境 / guòjìng
~ *goods*	过境物品 / guòjìng wùpǐn
~ *passenger*	过境旅客 / guòjìng lǚkè
~ *port*	转口港 / zhuǎnkǒugǎng
~ *trade*	转口贸易 / zhuǎnkǒu màoyì, 过境贸易 / guòjìng màoyì
in ~	运输中 / yùnshū zhōng
mass ~	大规模转口 / dàguīmó zhuǎnkǒu; 捷运 / jiéyùn
transition (n.)	过渡 / guòdù
~ *period*	过渡时期 / guòdù shíqī
transitional (adj.)	过渡性的 / guòdùxìng de
~ *measure*	过渡性的措施 / guòdùxìng de cùoshī
translate (v.)	翻译 / fānyì; 折算 / zhésuàn
translator (n.)	翻译者 / fānyìzhě
transmit (v.)	输送 / shūsòng, 传播 / chúanbō
transparent (adj.)	透明的 / tòumíng de
transparency (n.)	透明度 / tòumíngdù
transport (n.)	运输 / yùnshū, 输送 / shūsòng
~ *by air/air* ~	空运 / kōngyùn
~ *by land and water*	水陆联运 / shuǐlù liányùn

transportation (n.)	运输 / yùnshū, 输送机关 / shūsòng jīguān; 运输费 / yùnshūfèi
~ *by land*	陆上运输 / lùshàng yùnshū
~ *cost*	运输成本 / yùnshū chéngběn
~ *by sea*	海上运输 / hǎishàng yùnshū
travel agent (n.)	旅行社 / lǚxíngshè
travel/traveler's check	旅行支票 / lǚxíng zhīpiào
treasurer (n.)	司库 / sīkù, 财务主任 / cáiwù zhǔrèn
treasury /treasuries (n.)	国库 / guókù, 金库 / jīnkù, 财务部 / cáiwùbù
~ *bill (T-bill)*	短期国库债券 / duǎnqī guókù zhàiquàn, 联邦短期债券 / liánbāng duǎnqī zhàiquàn
~ *bond(s)(T-bond)*	(联邦)长期国库债券 / (liánbāng)chángqī guókù zhàiquàn
~ *notes*	国库中期债券 / guókù zhōngqī zhàiquàn
~ *receipts*	公库收据 / gōngkù shōujù
~ *resources*	财源 / cáiyuán
~ *stock*	库存股份 / kùcún gǔfèn
T~ Department	财政部 / cáizhèngbù
treaty (n.)	条约 / tiáoyuē, 协定 / xiédìng
~ *of economic cooperation*	经济合作条约 / jīngjì hézuò tiáoyuē
~ *port*	(条约规定的)通商港口 / (tiáoyuē guīdìng de) tōngshāng gǎngkǒu
~ *reinsurance*	合约分保 / héyuē fēnbǎo
economic ~s	经济协定 / jīngjì xiédìng
trade ~	贸易条约 / màoyì tiáoyuē
treble (n.)	三倍 / sānbèi, 三重 / sānchóng
~ *tarrif*	三重税率 / sānchóng shuìlǜ
treble (v.)	成为三倍 / chéngwéi sānbèi
trend (n.)	倾向 / qīngxiàn, 趋势 / qūshì
~ *analysis*	趋势分析 / qūshì fēnxī
business ~	景气动向 / jǐngqì dòngxiàng
market ~	市场的趋势 / shìchǎng de qūshì

trend (v.)　　趋于 / qūyú
　　~ *upward*　　趋于上升 / qūyú shàngshēng

trendy (adj.)　　最流行的 / zuì liúxíng de, 时髦的 / shímaó de

trespass (n., v.)　　(非法)侵犯不动产 / (fēifǎ) qīngfàn búdòng-chǎn
　　~ *to land*　　侵犯不动产行为 / qīngfàn búdòngchǎn xíngwéi

trial (adj.)　　试验的 / shìyàn de, 试用的 / shìyòng de; 审判的 / shěnpàn de
　　~ *balance*　　试算表 / shìsuànbiǎo
　　~ *order*　　试(用订)购 / shì(yòng dìng)gòu
　　~ *period*　　试用期间 / shìyòng qījiān
　　~ *product*　　试产品 / shìchǎnpǐn
　　~ *run*　　试车 / shìchē, 试航 / shìháng, 测试运行 / cèshì yùnxíng
　　~ *sale*　　试销 / shìxiāo

triangular (adj.)　　三角的 / sānjiǎo de
　　~ *trade*　　三角贸易 / sānjiǎo maòyì

trickle-down economics　　利益扩散理论 / lìyì kuòsàn lǐlùn, 滴入论 / dīrùlùn

trigger price (n.)　　(保护国内产业的)基准[控制]价格 / (bǎohù guónèi chǎnyè de) jīzhǔn [kòngzhì] jiàgé

trilateral (adj.)　　三边的 / sānbiān de
　　~ *agreement*　　三边协议 / sānbiān xiéyì

trillion (n.)　　兆 / zhào

trim (v.)　　削减 / xiāojiǎn
　　~ *the budget*　　削减预算 / xiāojiǎn yùsuàn

triplicate (adj.)　　一式三份的 / yíshì sānfèn de

triple (adj.)   三倍的 / sānbèi de, 三部的 / sānbù de
      ~net lease   净收益租赁 / jìngshōuyì zūlìn

triplex (n.)   三户住宅 / sānhù zhùzhái

trival (adj.)   琐碎的 / suǒsuì de, 无价值的 wújiàzhí de

trouble (n.)   麻烦 / máfán, 故障 / gùzhàng

troubleshoot (v.)   排除纠纷 / páichú jiūfēn

troubleshooting (n.)   故障处理 / gùzhàng chǔlǐ

troubleshooter (n.)   调停人 / tiáotíngrén, 排解纠纷者 / páijiě jiūfēnzhě

trough (n.)   景气的波谷 / jǐngqì de pōgǔ

troy ounce   金衡制盎司 / jīnhéngzhì àngsī

truckage (n.)   卡车运输(费) / kǎchē yùnshū(fèi)

trucking (adj.)   卡车载运的 / kǎchē zàiyùn de
      ~ business   货运业 / huòyùnyè
      ~ company   货运公司 / huòyùn gōngsǐ

truckload (n.)   货载量 / huòzàiliàng

truck wholesaler (n.)   货车零售商 / huòchē língshòushāng

truncate (v.)   截短 / jiéduǎn, 舍位 / shěwèi

truncation (n.)   截尾 / jiéwěi

trunk (n.)   干线 / gànxiàn

trust (adj.)   信托的 / xìntuō de
      ~ account   信托帐户 / xìntuō zhànghù
      ~ company   信托公司 / xìntuō gōngsī
      ~ deed   信托契据 / xìntuō qìjù
      ~ fund   信托基金 / xìntuō jījīn

~ *indenture*	信托契约 / xìntuō qìyuē
~ *receipt*	信托收据 / xìntuō shōujù, 信托提货证 / xìn-tuō tíhuòzhèng
trust (n.)	信任 / xìnrèn; 信托 / xìntuō, 信托 (管理) 财产 / xìntuō (guǎnlǐ) cáichǎn; 托拉斯 (具有垄断性的大企业) / tuōlāsī (jùyǒu lǒngduànxìng de dà qǐyè)
~-*busting*	反托拉斯活动 / fǎn tuōlāsī huódòng
a brain ~	智囊团 / zhìnángtuán
investment ~	投资信托 / tóuzī xìntuō
trustee (n.)	受托者 / shòutuōzhě, 管财人 / guǎncáirén, 受托公司 / shòutuō gōngsī
~ *'s deed*	受托人契据 / shòutuōrén qìjù
~ *'s sale*	受托拍卖 / shòutuō pāimài
a ~ *in bankruptcy*	破产管理人 / pòchǎn guǎnlǐrén
trustor (n.)	信托人 / xìntuōrén, 信托债务人 / xìntuō zhàiwùrén
trustworthy (adj.)	可信赖的 / kě xìnlài de
truth-in-lending act	贷款 (条件表示) 法案 / dàikuǎn (tiáojiàn biǎoshì) fǎ'àn
truth-in-lending disclosure statements	贷款说明书 / dàikuǎn shuōmíngshū
try (v.)	尝试 / chángshì; 审判 / shěnpàn
~ *out*	尝试 / chángshì
~ *someone for murder*	以杀人罪审判某人 / yǐ shārénzuì shěnpàn mǒurén
tuition (n.)	学费 / xuéfèi
tumble (n.)	(市场的) 暴跌 / (shìchǎng de) bàodiē
tumble (v.)	跌落 / diēluò

turmoil (n.)	混乱 / hǔnluàn
turnaround time	周转时间 / zhōuzhuǎn shíjiān
turnkey (n.)	交钥匙(统包)方式 / jiāo yàoshi (tǒngbāo) fāngshì, 成套包建 / chéngtào bāojiàn, 包揽承建 / bāolǎn chéngjiàn
~ contract	总包工合同 / zǒngbāogōng hétóng
~ plant	按合同共有的工厂设备 / àn hétóng gòng-yǒu de gōngchǎng shèbèi
~ project	包办计划 / bāobàn jìhuà, 完工交匙计划 / wángōng jiāoshí jìhuà
turnover (n.)	周转率 / zhōuzhuǎnlǜ, 营业额 / yíngyè'é, 交易额 / jiāoyì'é
~ of funds	资金周转 / zījīn zhōuzhuǎn
asset ~	资产周转 / zīcǎn zhōuzhuǎn
inventory ~	库存周转 / kùcún zhōuzhuǎn
high rate of employee ~	高雇员调换率 / gāogùyuán diàohuànlǜ
stock ~	存货周转 / cúnhuò zhōuzhuǎn
twilight industry	黄昏[没落]产业 / huánghūn [mòluò] chǎnyè
two (adj.)	二 / èr, 双 / shuāng
~/double digit inflation	二位数通胀率 / èrwèishù tōngzhànglǜ
~-name account	二人合用账户 / èrrén héyòng zhànghù
~-name paper	双记名票据 / shuāng jìmíng piàojù
~ tier exchange rate	双重率汇 / shuāngchóng huìlǜ
tying agreement / tying contract	附带条件的合同 / fùdài tiáojiàn de hétóng
type (n.)	类型 / lèixíng, 种类 / zhǒnglèi
~ of business	业务类型 / yèwù lèixíng
~ of enterprise	企业形态 / qǐyè xíngtài
~ of loan	贷款类型 / dàikuǎn lèixíng
~ sample	标准样品 / biāozhǔn yàngpǐn
typical (adj.)	典型的 / diǎnxíng de

U

ullage (n.)   实际抵达量 / shíjì dǐdá liàng, 途耗 / túhào

ultimate (adj.)   最终的 / zuìzhōng de; 最大的 / zuì dà de
   ~ *capacity*   设备最大生产能量 / shèbèi zuìdà shēng-chǎn néngliàng
   ~*consumer market*   最终消费市场 / zuìzhōng xiāofèi shìchǎng

ultra vires activities   越权行为 / yuèquán xíngwéi, 超越法定权限 / chāoyuè fǎdìng quánxiàn

umbrella (adj.)   总括的 / zǒngkuò de, 包含无遗的 / bāohán wúyí de
   ~ *cover*   综合契约 / zōnghé qìyuē
   ~ *organization*   篮子保单 / lánzi bǎodān

unacceptable (adj.)   不能接受的 / bùnéng jiēshòu de

unaccounted (adj.)   未予说明的 / wèi yǔ shuōmíng de
   be ~ for   未予解释清楚的 / wèi yǔ jiěshì qīngchǔ de

unadjusted (adj.)   未调整的 / wèi tiáozhěng de
   ~ *debts*   未调整的借项 / wèi tiáozhěng de jièxiàng
   ~ *rate of return*   未调整的收益率 / wèi tiáozhěng de shōuyìlǜ

unanimous (adj.)   全体一致的 / quántǐ yízhì de, 一致同意的 / yízhì tóngyì de
   ~ *consent*   一致同意 / yízhì tóngyì

unappropriated (adj.)   未分配[拨用的] / wèi fēnpèi [bōyòng] de
   ~ *funs*   未动用资金 / wèi dòngyòng zījīn
   ~ *profit*   未动用利润 / wèi dòngyòng lìrùn

unassignable (adj.)   不可转让的 / bùkě zhuǎnràng de
   ~ *L/C*   不可转让的信用证 / bùkě zhuǎnràng de xìnyòngzhèng

unaudited (adj.) | 未经审核的 / wèijīng shěnhé de
~ *statement* | 未经审核的报表 / wèijīng shěnhé de bàobiǎo

unauthorized (adj.) | 未经授权的 / wèijīng shòuquán de
~ *person* | 未经授权的人 / wèijīng shòuquán de rén
~ *strike* | 未经工会批准的罢工 / wèijīng gōnghuì pīzhǔn de bàgōng

unavoidable (adj.) | 不可回避的 / bùkě huíbì de
~ *cost* | 不可回避的成本 / bùkě huíbì de chéngběn

unclaimed (adj.) | 无人认领的 / wúrén rènlǐng de
~ *balance* | 不来提取的(帐户)余额 / bùlái tíqǔ de (zhànghù) yú'é
~ *cargo* | 无人认领的货物 / wúrén rènlǐng de huòwù
~ *deposit* | 未提存款 / wèití cúnkuǎn

uncollectable (adj.) | 无法收回的 / wúfǎ shōuhuí de
~ *account* | 坏帐 / huàizhàng, 呆帐 / dāizhàng
~ *loan* | 无法收回的贷款 / wúfǎ shōuhuí de dàikuǎn

uncollected (adj.) | 未收的 / wèishōu de, 未征收的 / wèi zhēngshōu de
~ *funds* | 未收资金 / wèishōu zījīn
~ *interest* | 未收利息 / wèishōu lìxí

unconditional (adj.) | 无条件的 / wútiáojiàn de, 无限制的 / wúxiànzhì de
~ *acceptance* | 无条件承兑 / wútiáojiàn chéngduì
~ *obligations* | 无条件的义务 / wútiáojiàn de yìwù

unconfirmed (adj.) | 未经确认的 / wèijīng quèrèn de
~ *letter of credit(L/C)* | 非保兑信用证 / fēi bǎoduì xìnyòngzhèng

uncovered (adj.) | 无担保的 / wú dānbǎo de, 未投保的 / wèi tóubǎo de
~ *bond* | 无担保债券 / wú dānbǎo zhàiquàn
~ *goods* | 未保险货物 / wèi bǎoxiǎn huòwù

undated (adj.)	没有注明年月日的 / méiyǒu zhùmíng nián yuè rì de
~ check	无出票日期支票 / wú chūpiào rìqí zhīpiào
~ bill	无日期票据 / wú rìqī piàojù
~ stock	无到期债券 / wú dàoqī zhàiquàn
undelivered (adj.)	未交的 / wèijiāo de
~ cargo	未交付的货物 / wèijiāofù de huòwù
~ letters	未能交付的书信 / wèinéng jiāofù de shūxìn
underbid (v.)	出价过低 / chūjià guòdī, 投标低于他人 / tóubiāo dīyú tārén
under-capitalized (adj.)	资金不足的 / zījīn bùzú de
~ company	资金过少的公司 / zījīn guòshǎo de gōngsī
undercapitalization (n.)	股本不足 /gǔběn bùzú, 资本过少 / zīběn guòshǎo
undercut (v.)	廉价售出 / liánjià shòuchū, 削低价格与别人做生意 / xuēdī jiàgé yǔ biérén zuòshēngyì
underdeveloped (adj.)	未开发的 / wèikāifā de, 不发达的 / bùfādá de
~ country	未开发国家 / wèikāifā guójiā
underemployed (and.)	非充分[非全日]就业的 / fēi chōngfèn [fēi quánrì] jiùyè de
underestimate (v.)	低估 / dīgū
underestimation (n.)	过低的估价 / guòdī de gūjià
underground (adj.)	秘密的 / mìmì de, 非法的 / fēifǎ de, 地下的 / dìxià de
~ dealing	地下交易 / dìxià jiāoyì
~ market	非法市场 / fēifǎ shìchǎng, 黑市 / hēishì
~ resources	地下资源 / dìxià zīyuán
~ water table	地下水位 / dìxià shuǐwèi

underlying (adj.)	基本的 / jīběn de, 第一的 / dìyī de, 优先的 / yōuxiān de; 潜在的 / qiánzài de
~ *bonds*	优先债券 / yōuxiān zhàiquàn
~ *inflation*	潜在性通货膨胀 / qiánzàixìng tōnghuò péngzhàng
~ *mortgage*	优先[第一担保]抵押权 / yōuxiān [dìyī dānbǎo] dǐyāquán
~ *principle*	基本原则 / jīběn yuánzé
~ *security*	附属公司证券 / fùshǔ gōngsī zhèngquàn
undermanned (adj.)	人手不足 / rénshǒu bùzú
underpaid (adj.)	未足额支付的 / wèizú'é zhīfù de, 薪水过低 / xīnshuǐ guòdī
underpayment (n.)	付款不足 / fùkuǎn bùzú
underperformed (adj.)	成绩不够好 / chéngjī búgòu hǎo
underpopulated (adj.)	人口稀少的 / rénkǒu xīshǎo de
underpriced (adj.)	定价偏低的 / dìngjià piāndī de
underpricing (n.)	定价偏低 / dìngjià piāndī
underprivileged (v.)	贫困的 / pínkùn de, 社会地位低的 / shèhuì dìwèi dī de
undersell (v.)	廉价贩卖 / liánjià fànmài, 低价出货 / dījià chūhuò
~ *competitors*	以比竞争者低廉的价钱卖出 / yǐ bǐ jìngzhēngzhě dīlián de jiàqián màichū
undersigned (adj.)	文件的签署者 / wéijiàn de qiānshǔzhě
the ~	下方签署人 / xiàfāng qiānshǔrén
understaffed (adj.)	人员不足的 / rényuán bùzú de, 人员太少的 / rényuán tàishǎo de
understanding (n.)	理解 / lǐjiě, 默契 / mòqì

understock (v.)	存货不足 / cúnhuò bùzú
undertake (v.)	承办 / chéngbàn, 承担 / chéngdān, 保证 / bǎozhèng; 创办 / chuàngbàn
~ an enterprise	创办事业 / chuàngbàn shìyè
~ a responsibility	承担责任 / chéngdān zérèn
undertaking (n.)	承担[之事] / chéngdān [zhīshì], 保证 / bǎozhèng; 企业 / qǐyè
~ for profit	营利企业 / yínglì qǐyè
undertaking syndicate	企业联合组织 / qǐyè liánhé zǔzhī
under-the-counter (adj.)	秘密的 / mìmì de, 暗中成交的 / ànzhōng chéngjiāo de, 非法的 / fēifǎ de
~ sales	秘密贩卖 / mìmì fànmài, 不正当贩卖 / bú zhèngdāng fànmài
under the table (adj.)	秘密的 / mìmì de, 暗中进行的 / ànzhōng jìnxíng de
~ trading	秘密交易 / mìmì jiāoyì
undertone (n.)	(市场的)潜在趋势[倾向] / (shìchǎng de) qiánzài qūshì [qīngxiàng]
underutilize (v.)	未充分利用 / wèi chōngfèn lìyòng
undervalue (v.)	低估 / dīgū
~ed stocks	低估价值的股票 / dīgū jiàzhí de gǔpiào
undervaluation (n.)	评价过低 / píngjià guòdī
underwrite (v.)	包办证券 / bāobàn zhèngquàn / 承(担)保(险) / chéng(dān) bǎo(xiǎn)
~ an issue	承销证券 / chéngxiāo zhèngquàn
~ cargo	承保货物 / chéngbǎo huòwù
underwriter (n.)	(新发行证券或公债的)承销[认购]人 / (xīn fāxíng zhèngquàn huò gōngzhài de) chéngxiāo [rèngòu] rén, 保险商 / bǎoxiǎnshāng

underwriting (n.) 承销 / chéngxiāo, 承保 / chéngbǎo
~ *syndicate* 包销证券银行团 / bāoxiāo zhèngquàn yín-hángtúan, (海运险等) 辛迪加 / (hǎiyùn-xiǎn děng) xīndíjiā

undistributed (adj.) 未分配的 / wèi fēnpèi de
~ *profits* 未分配利润 / wèi fēnpèi lìrùn

undisclosed (adj.) 隐名的 / yǐnmíng de
~ *princip[al* 未公开的当事人 / wèi gōngkāi de dāngshì-rén

undue (adj.) 过度的 / guòdù de, 不适当的 / bú shìdàng de; 未到支付期的 / wèi dào zhīfùqī de
~ *principal* 隐名委托人 / yǐnmíng wěituōrén
~ *debt* 未到期欠款 / wèidàoqī qiànkuǎn

unearned (adj.) 份外的 / fènwài de, 非赚得的 / fēi zhuàndé de, 未满期的 / wèi mǎnqī de
~ *income* 份外收益 / fènwài shōuyì
~ *increment* 自然增值 / zìrán zēngzhí
~ *premium* 未满期保费 / wèi mǎnqī bǎofèi
~ *profit* 非营业利润 / fēi yíngyè lìrùn
~ *revenue* 份外收入 / fènwài shōurù

unemployable (adj.) 不能被雇佣的 / bùnéng bèi gùyòng de

unemployed (adj.) 失业的 / shīyè de, 未用的 / wèiyòng de

unemployment (n.) 失业 / shīyè
~ *compensation* 失业补助金 / shīyè bǔzhùjīn
~ *insurance* 失业保险 / shīyè bǎoxiǎn

unencumbered (adj.) 无抵押或债务的 / wú dǐyā huò zhàiwù de, 未分拨的 / wèi fēnbō de
~ *property* 无债务财产 / wú zhàiwù cáichǎn

unenforceable (adj.) 不能强制执行的 / bùnéng qiángzhì zhíxíng de

unfair (adj.) 不公平的 / bùgōngpíng de
~ *competition* 不公平竞争 / bùgōngpíng jìngzhēng
~ *trade practice* 不公平贸易做法 / bùgōngpíng màoyì zuòfǎ

unfavorable (adj.) 不利的 / búlì de
~ *balance of trade* 贸易逆差 / màoyì nìchā, 入超 / rùchāo

unfeasible (adj.) 不可行的 / bùkěxíng de
an ~ *plan* 不可行的计划 / bùkěxíng de jìhuà

unfilled order (n.) 未交货订单 / wèijiāohuò dìngdān

unfinished (adj.) 未完成的 / wèiwánchéng de, 未结束的 / wèijiéshù de
~ *good* 半成品 / bànchéngpǐn

unfunded (adj.) 无基金的 / wú jījīn de

uniform (adj.) 统一[标准]的 / tǒngyī [biāozhǔn] de, 均匀的 / jūnyún de, 一致的 / yízhì de
~ *price* 统一价格 / tǒngyī jiàgé
~ *tariff* 统一关税 / tǒngyī guānshuì
~ *wages* 相同的工资 / xiāngtóng de gōngzī

unilateral (adj.) 片面的 / piànmiàn de, 单边的 / dānbiān de
~ *action* 单方行动 / dānfāng xíngdòng
~ *agreement* 单方承担义务的协定 / dānfāng chéngdān yìwù de xiédìng, 单边协定 / dānbiān xiédìng

unincorporated (adj.) 未组成公司的 / wèi zǔchéng gōngsī de

union (n.) 工会 / gōnghuì
~ *contract* 劳工合同 / láogōng hétóng
~ *dues* 工会会费 / gōnghuì huìfèi
~ *shop* 必须雇用工会会员的工厂 / bìxū gùyòng gōnghuì huìyuán de gōngchǎng

unionize (v.) 参加工会 / cānjiā gōnghuì

unissued (adj.) 未发行的 / wèi fāxíng de
   ~ *capital stock* 未发行股本 / wèi fāxíng gǔběn
   ~ *stock* 未发行股票 / wèi fāxíng gǔpiào

unit (n.) 单位 / dānwèi
   ~ *banking system* 单一银行制 / dānyī yínhángzhì
   ~ *cost* 单位成本 / dānwèi chéngběn
   ~ *price* 单(位)价(格) / dān(wèi)jià(gé)

universal (adj.) 通用的 / tōngyòng de, 多功能的 / duōgōng-
   néng de
   ~ *bank* 多功能普通银行 / duōgōngnéng pǔtōng
   yínháng
   ~ *lathe* 万能车床 / wànnéng chēchuáng
   ~ *partnership* 普遍[共同]合伙 / pǔbiàn [gòngtóng] héhuǒ
   ~ *product code (UPD)* 产品通用代号 / chǎnpǐn tōngyòng dàihào

unjust (adj.) 不正当的 / búzhèngdàng de, 不公平的 / bù-
   gōngpíng de
   ~ *compensation* 不正当的报酬 / búzhèngdàng de bàochóu
   ~ *price* 不公道的价格 / bùgōngdào de jiàgé

unlimited (adj.) 无限的 / wúxiàn de, 不定的 / búdìng de
   ~ *liability* 无限责任 / wúxiàn zérèn
   ~ *partnership* 无限责任合伙 / wúxiàn zérèn héhuǒ
   ~ *policy* 无限制保险单 / wúxiànzhì bǎoxiǎndān

unlisted (adj.) 未上(证券)市(场)的 / wèishàng (zhèng-
   quàn) shì(chǎng) de; 未入帐的 / wèi rù-
   zhàng de
   ~ *assets* 帐外资产 / zhàngwài zīchǎn
   ~ *securities/stock* 未上市(股票) / wèi shàngshì gǔpiào

unload (v.) 卸载 / xièzài, 卸货 / xièhuò; 抛售 / pāoshòu
   ~*ing charge* 卸货费用 / xièhuò fèiyòng
   ~ *one's holdings* 抛售手中股票 / pāoshòu shǒuzhōng gǔpiào

unloading (n.) 卸货 / xièhuò

unorganized (adj.)	没有组织的 / méiyǒu zǔzhī de, 未参加工会组织的 / wèi cānjiā gōnghuì zǔzhī de
~ *labor*	未组织劳工 / wèi zǔzhī láogōng
unpaid (adj.)	未付 / wèifù
~ *accounts*	未付帐目 / wèifù zhàngmù
~ *check*	未兑支票 / wèiduì zhīpiào
~ *dividend*	未付红利 / wèifù hónglì
~ *job*	无偿[义务]工作 / wúcháng [yìwù] gōngzuò
unproductive (adj.)	非生产性的 / fēi shēngchǎnxìng de
~ *capital*	非生产性的资本 / fēi shēngchǎnxìng de zīběn
~ *expenditure*	非生产性支出 / fēi shēngchǎnxìng zhīchū
unprofitable (adj.)	没有利益的 / méiyǒu lìyì de
unrealized profit	未实现的利润 / wèi shíxiàn de lìrùn
unreasonable (adj.)	不合理的 / bùhélǐ de
~ *price*	不合理的价格 / bùhélǐ de jiàgé
~ *taxation*	不合理的赋税 / bùhélǐ de fùshuì
unredeemed (adj.)	未偿还的 / wèi chánghuán de
~ *pledge*	不赎回的抵押(品) / bùshúhuí de dǐyā (pǐn)
unregistered (adj.)	未登记的 / wèi dēngjì de
~ *bond*	无记名债券 / wújìmíng zhàiquàn
~ *certificate*	无记名证书 / wújìmíng zhèngshū
unrestricted (adj.)	不受限制的 / búshòu xiànzhì de, 自由的 / zìyóu de
unseasoned (adj.)	未经时间考验的 / wèijīng shíjiān kǎoyàn de
~ *securities*	未经时间考验的证券 / wèijīng shíjiān kǎoyàn de zhèngquàn
unsecured (adj.)	无担保的 / wúdānbǎo de
~ *liability*	无担保债务 / wúdānbǎo zhàiwù

~ *loan*	无担保[抵押，信用]贷款 / wúdānbǎo [dǐyā, xìnyòng] dàikuǎn
unsettled (adj.)	不稳定的 / bù wěndìng de; 未付清的 / wèi fùqīng de
~ *account*	未结清帐户 / wèi jiéqīng zhànghù
~ *market*	动荡的市场 / dòngdàng de shìchǎng
~ *debt*	未清偿债务 / wèi qīngcháng zhàiwù
unskilled labor	不熟练工人 / bùshúliàn gōngrén
unsold (adj.)	未售出的 / wèi shòuchū de
~ *goods*	未售出货物 / wèi shòuchū huòwù
unsolicited (adj.)	主动送来的 / zhǔdòng sònglái de
unsound (adj.)	不健全的 / bújiànquán de
~ *investment*	不健全投资 / bújiànquán tóuzī
unstable (adj.)	不稳定的 / bùwěndìng de
~ *economy*	不稳定的经济 / bùwěndìng de jīngjì
unsubscribed (adj.)	未认购的 / wèi rèngòu de
untapped (adj.)	未经开发的 / wèijīng kāifā de, 未利用的 / wèi lìyòng de
~ *natural resources*	未经开发的自然资源 / wèijīng kāifā de zìrán zīyuán
unutilized (adj.)	未经利用的 / wèijīng lìyòng de
~ *capacity*	未利用的[闲置]生产能力 / wèi lìyòng de [xiánzhì] shēngchǎn nénglì
up (n.)	繁荣 / fánróng
~*s and downs of life*	人生的盛衰[浮沉] / rénshēng de shèngshuāi [fúchén]
upbeat (adj.)	乐观的 / lèguān de
update (n.)	最新情报 / zuìxīn qíngbào

update (v.)	使现代化 / shǐ xiàndàihuà, 更新 / gēngxīn
upfront (adj., adv.)	先期的 / xiānqī de, 预付的 / yùfù de
an ~ fee	预付费 / yùfùfèi
to pay ~	预付 / yùfù
upgrade (v.)	提升 / tíshēng, 提高品级 / tígāo pǐnjí
upkeep (n.)	维修 / wéixiū, 保养 / bǎoyǎng
uplift (n.)	提高 / tígāo, 增长 / zēngzhǎng
up-market (adj.)	高档商品市场 / gāodàng shāngpǐn shìchǎng
upscale((adj.)	高收入的 / gāoshōurù de
~ market	高收入消费者市场 / gāoshōurù xiāofèizhě shìchǎng
upshot (n.)	结果 / jiéguǒ, 结论 / jiélùn
upstick (n.)	(股价)报升(成交价格比前一交更高的价格) / (gǔjià) bàoshēng (chéngjiāo jiàgé bǐ qián yìjiāo gènggāo de jiàgé)
upstream (n.)	上游 / shàngyóu
upsurge (n.)	高涨 / gāozhǎng
upswing (n.)	上升 / shàngshēng, 好转期 / hǎozhuǎnqī
uptime (n.)	正常运行时间 / zhèngcháng yùnxíng shíjiān
upturn (n.)	好转 / hǎozhuǎn
upvaluation (n.)	重新升值 / chóngxīn shēngzhí
upward trend	涨势 / zhǎngshì, 看涨 / kànzhǎng
urban (adj.)	都市的 / dūshì de, 城市的 / chéngshì de
~ development	城市开发 / chéngshì kāifā
~ renewal	城市环境改造 / chéngshì huánjìng gǎizào

~ *sprawl*	都市无计划扩展[延伸] / dūshì wújìhuà kuò-zhǎn [yánshēn]
urbanization (n.)	都市化 / dūshìhuà
urgent (adj.)	紧急的 / jǐnjí de, 急迫的 / jípò de
usance (n.)	票(据)期(限) / piào(jù) qī(xiàn), 期票支付期限 / qīpiào zhīfù qīxiàn, 远期 / yuǎnqī
~ *bill*	远期汇票 / yuǎnqī huìpiào
use (n.)	使用 / shǐyòng, 用途 / yòngtú
useful life	有效利用时期 / yǒuxiào lìyòng shíqí, 可用年限 / kěyòng niánxiàn
user (n.)	使用者 / shǐyòngzhě, 用户 / yònghù
~ *cost*	用户成本 / yònghù chéngběn
~ *fee*	使用费 / shǐyòngfèi
~ *friendly*	易用的 / yìyòng de
usurer (n.)	高利贷者 / gāolìdàizhě
usury (n.)	高利贷 / gāolìdài, 高利剥削 / gāolì bōxuē
untied loan	不附带条款的贷款 / bùfùdài tiáokuǎn de dàikuǎn
utility (n.)	效用 / xiàoyòng; 公用事业 / gōngyòng shìyè, 公用设施 / gōngyòng shèshī
~ *rate*	效用比率 / xiàoyòng bǐlǜ, (pl.) 公用事业费率 / gōngyòng shìyè fèilǜ
~ *theory*	效用理论 / xiàoyòng lǐlùn
utilization (n.)	利用 / lìyòng
~ *of waste*	废物利用 / fèiwù lìyòng
~ *rate*	利用率 / lìyònglǜ
utilize (v.)	利用 / lìyòng
~*d capacity*	开工率 / kāigōnglǜ

utmost (adj.)　　　　　　最大的 / zuì dà de, 极度的 / jídù de
　　~ degree　　　　　　　极限 / jíxiàn

utopian (adj.)　　　　　乌托邦的 / wūtuōbāng de, 空想的 / kōng-
　　　　　　　　　　　　　xiǎng de

uxor (L.)　　　　　　　妻 / qī

V

vacancy (n.) 空缺 / kòngquē
have a ~ 有缺 / yǒu quē
job ~ 职位空缺 / zhíwèi kòngquē
~ rate 空置[闲置]率 / kōngzhì[xiánzhì]lǜ

vacant (adj.) 空职 / kòngzhí; 没有住人的 / méiyǒu zhùrén de
~ estate 闲置资产 / xiánzhì zīchǎn
~ land/lot 空地 / kòngdì
~ succession 继承人不明的财产 / jìchéngrén bùmíng de cáichǎn

vacation (n.) 休暇 / xiūxiá, 假期 / jiàqī
paid ~ 带薪休假 / dàixīn xiūjià

vagary (n.) 变幻莫测 / biànhuàn mòcè
~ of the stock market 市场的不可予测性 / shìchǎng de bùkě yùcè xìng

valid (adj.) 有效的 / yǒuxiào de
~ contract 有效合同 / yǒuxiào hétóng
~ deed 有效契据 / yǒuxiào qìjù
~ period 有效期 / yǒuxiàoqī

validate (v.) 使有效 / shǐ yǒuxiào
~d export license 有效出口许可 / yǒuxiào chūkǒu xǔkě

validation (n.) 生效 / shēngxiào, 验证 / yànzhèng
date of ~ 生效日 / shēngxiàorì

validity (n.) 效力 / xiàolì, 合法性 / héfǎxìng, 有效期限 / yǒuxiào qīxiàn
date of ~ 有效日期 / yǒuxiào rìqī
period of ~ 有效期限 / yǒuxiào qīxiàn

valorization (n.) 公定价格 / gōngdìng jiàgé, 物价安定政策 / wùjià āndìng zhèngcè

valuable (adj.)	贵重的 / guìzhòng de, 有价值的 / yǒu jiàzhí de
~ *consideration*	对价 /duìjià, 等值报酬 / děngzhí bàochóu 有价值的承诺或给予 / yǒu jiàzhí de chéngnuò huò gěiyǔ
~ *goods*	贵重货物 / guìzhòng huòwù
~ *securities*	有价证券 / yǒujià zhèngquàn
valuables (n.)	[个人的]贵重物品 / [gèrén de] guìzhòng wùpǐn
valuation (n.)	评价 / píngjià, 估价 / gūjià
~ *of assets*	资产评估 / zīchǎn pínggū
value (v.)	评价 / píngjià, 估值 /gūzhí
value (n.)	价值 / jiàzhí, 公平的代价 / gōngpíng de dàijià
~-*added*	附加价值 / fùjiā jiàzhí
~-*added tax (VAT)*	增值税 / zēngzhíshuì
~ *date*	计息日 / jìxīrì, 起息日 / qǐxīrì
~ *for duty*	计税价值 / jìshuì jiàzhí
~ *received*	价款如数收讫 / jiàkuǎn rúshù shōuqì
actual ~	实际价值 / shíjì jiàzhí
appraised ~	鉴定价值 / jiàndìng jiàzhí, 估定价值 / gūdìng jiàzhí
asset ~	资产价值 / zīchǎn jiàzhí
book ~	帐面价值 / zhàngmiàn jiàzhí
cash ~	现金价值 / xiànjīn jiàzhí
face ~	面值 / miànzhí
fair market ~	公平市场价值[价格] / gōngpíng shìchǎng jiàzhí [jiàgé]
for ~ *received*	有对价的承诺或给予 / yǒu duìjià de chéngnuò huò gěiyǔ
of no ~	无价值 / wú jiàzhí
resale ~	转售价 / zhuǎnshòu jià, 转卖价值 / zhuǎnmài jiàzhí
surrender ~	退保金额 / tuìbǎo jīn'é
without ~	无对价 / wú duìjià

vangard (n.)   前卫 / qiánwèi, 先锋 / xiānfēng

vantage / vantage point (n.)   优越地位 / yōuyuè dìwèi, 优势 / yōushì

variable (n.)   变数 / biànshù, 变量 / biànliàng

variable (adj.)   可变的 / kěbiàn de

     ~ annuity   可变[变动, 不定]年金 / kěbiàn [biàndòng, búdìng] niánjīn

     ~ costs   可变成本 / kěbiàn chéngběn

     ~ exchange-rate system   自由浮动汇率体系 / zìyóu fúdòng huìlǜ tǐxì

     ~ import levy   非固定进口税 / fēi gùdìng jìnkǒushuì

     ~ pricing   变动成本定价 / biàndòng chéngběn dìngjià

     ~ rate   可变[变动, 浮动]利率 / kěbiàn [biàndòng, fúdòng] lìlǜ

     ~ rate mortgage   可变利率抵贷 / kěbiàn lìlǜ dǐdài

variance (n.)   方差 / fāngchā, 差异 / chāyì; 变更土地利用(不动产分区或地段之破例修改用途)/ biàngēng tǔdì lìyòng (búdòngchǎn fēnqū huò dìduàn zhī pòlì xiūgǎi yòngtú) [不动]

     ~ analysis   (实际成本的)差异分析 / (shíjì chéngběn de) chāyì fēnxī [会]

     price ~   价格差异 / jiàgé chāyì

variation (n.)   变动 / biàndòng, 变量 / biànliàng, 差异 / chāyì

     price ~   价格变动 / jiàgé biàndòng

     quantity ~   数量差异 / shùliàng chāyì

     seasonal ~s   季节变动 / jìjié biàndòng

variety store   杂货店 / záhuòdiàn

VAT *(value-added tax)*   增值税 / zēngzhíshuì

vault (n.)   仓库 / cāngkù, 保险库 / bǎoxiǎnkù

vehicle (n.)   车辆 / chēliàng; 媒介物 / méijièwù

velocity (n.) 速度 / sùdù
~ *of money* 货币周转速度 / huòbì zhōuzhuǎn sùdù

vend (v.) 贩卖 / fànmài

vendee (n.) 买主 / mǎizhǔ

vending machine 自动售货机 / zìdòng shòuhuòjī

vendor (n.) 卖主 / màizhǔ
~*'s lien* 卖主留置权 / màizhǔ liúzhìquán

venture (n.) 冒险事业 / màoxiǎn shìyè, 投机 / tóujī
~ *business* 冒险企业 / màoxiǎn qǐyè; 创业公司 / chuàngyè gōngsī
~ *capital* 风险资本 / fēngxiǎn zīběn, 创业基金 / chuàngyè jījīn
~ *capitalist* 风险投资者 / fēngxiǎn tóuzīzhě
start a new ~ 从事新的投资 / cóngshì xīn de tóuzī

verbal (adj.) 口头的 / kǒutóu de
~ *acceptance/agreement* 口头承诺 / kǒutóu chéngnuò

verbatim (adj., adv.) 逐字的 / zhúzì de

verdict (n.) 裁决 / cáijué, 判决 / pànjué

verification (n.) 证实 / zhèngshí, 证明 / zhèngmíng

versatile (adj.) 多才多艺的 / duōcái duōyì de, 通用的 / tōngyòng de
~ *man* 多才多艺的人 / duōcái duōyì de rén

vertical (adj.) 垂直的 /chuízhí de, 企业统管生产和销售全过程的 / qǐyè tǒngguǎn shēngchǎn hé xiāoshòu quán guòchéng de
~ *ax* 纵轴 zòngzhóu
~ *combination* 纵向合并 / zòngxiàng hébìng
~ *competition* 纵向竞争 / zòngxiàng jìng zhēng
~ *integration* 纵向一体化 / zòngxiàng yìtǐhuà

vest (v.)   归属 / guīshǔ, 授予 / shòuyǔ, 赋予 / fùyǔ
The estate ~s in the heir.   遗产归属继承人 / Yíchǎn guīshǔ jìchéngrén.

vested (adj.)   既得的 / jìdé de, 法定的 / fǎdìng de
    ~ benefits   既得利益 / jìdé lìyì
    ~ interest   既得利益 / jìdé lìyì
    ~ interests   既得利益集团 / jìdé lìyì jítuán
    ~ legacy   既得遗赠 / jìdé yízèng
    ~ reminder   固定的[绝对的]生命产权保留者 / gùdìng de [juéduì de] shēngmìng chǎnquán bǎoliú-zhě
    ~ right   既得权利 / jìdé quánlì

vesting (n.)   权利归属 / quánlì guīshǔ, 授予 / shòuyǔ
    ~ date   归属生效[授权]日期 / guīshǔ shēngxiào [shòuquán] rìqī
    ~ deed   授权[授产]契据 / shòuquán [shòuchǎn] qìjù

vestibule training   技工训练 / jìgōng xùnliàn

veto (v.)   否决 / fǒujué
    ~ power   否决权 / fǒujuéquán

viable (adj.)   有生存力的 / yǒu shēngcúnlì de, 可行的 / kěxíng de
    ~ suggestionn   可行的 建议 / kěxíng de jiànyì
    ~ unit   独立经营单位 / dúlì jīngyíng dānwèi

vicarious (n.)   代理的 / dàilǐ de, 代理人的 / dàilǐrén de
    ~ authority   代理权 / dàilǐquán
    ~ liability   代理职务 / dàilǐ zhíwù
    ~ power   代理权 / dàilǐquán

vice-president (n.)   副总裁 / fùzǒngcái

vicious (adj.)   恶性的 / èxìng de
    ~ cycle   恶性循环 / èxìng xúnhuán

video (n.)   电视影像 / diànshì yǐngxiàng, 录影机 / lùyǐngjī, 录像机 / lùxiàngjī

~ *conferencing*	电视会议 / diànshì huìyì
vintage (n.)	(同年代的)一批产品 / (tóngniándài de) yìpī chǎnpǐn, 葡萄收获期 / pútáo shōuhuòqī
violate (v.)	(法律, 规则的)违反 / (fǎlǜ, guīzé de) wéifǎn
~ *regulations*	违反规定 / wéifǎn guīdìng
virtual (adj.)	虚拟的 / xūnǐ de
~ *organization*	虚拟企业 / xūnǐ qǐyè
~ *reality*	虚拟实况 / xūnǐ shíkuàng
visible (adj.)	有形的 / yǒuxíng de, 可见的 / kějiàn de
~ *balance of trade*	有形贸易差额 / yǒuxíng màoyì chā'é
~ *exports*	有形出口产品 / yǒuxíng chūkǒu chǎnpǐn
visibility (n.)	能见度 / néngjiàndù, 可见性 / kějiànxìng
vital (adj.)	生命的 / shēngmìng de, 重大的 / zhòngdà de
~ *interest*	重大利益 / zhòngdà lìyì
~ *question*	非常重大的问题 / fēicháng zhòngdà de wèntí
~ *statistics*	人口动态统计 / rénkǒu dòngtài tǒngjì
vitiate (v.)	使(法律上)无效 / shǐ (fǎlǜshàng) wúxiào
vocation (n.)	职业 / zhíyè
vocational training (n.)	职业训练 / zhíyè xùnliàn
voice-activated (adj.)	声控的 / shēngkòng de
~ *mail*	声控邮件 / shēngkòng yóujiàn
void (adj.)	无效的 / wúxiào de, 失效的 / shīxiào de
null and ~	依法无效 / yīfǎ wúxiào
~ *contract*	失效合同 / shīxiào hétóng
violable (adj.)	可取消的 / kěqǔxiāo de, 可能无效的 / kěnéng wúxiào de

~ contract	可取消的合约 / kěqǔxiāo de héyuē
volatile market	不稳定行情 / bùwěndìng hángqíng
volatility (n.)	变动性 / biàndòngxìng
volume (n.)	容量 / róngliàng, 大量 / dàliàng, 成批 / chéngpī
~ business	成批业务 / chéngpī yèwù
~ discount	数量折扣 / shùliàng zhékòu
~ of business	营业量 / yíngyèliàng
~ of transaction	交易额 / jiāoyǐé
sales ~	销售量 / xiāoshòuliàng
voluntary (adj.)	自愿的 / zìyuàn de, 自动的 / zìdòng de
~ ceiling	自动限额 / zìdòng xiàn'é
~ export restrain (VER)	自动出口限制 / zìdòng chūkǒu xiànzhì
~ trust	自愿信托 / zìyuàn xìntuō
vostro account	转帐 / zhuǎnzhàng, 来帐 / láizhàng
vote (n.)	选票 / xuǎnpiào
~ of no-confidence	不信任投票 / búxìnrèn tóupiào
vote (v.)	投票 / tóupiào, 选举 / xuǎnjǔ
voting (n.)	投票 / tóupiào
~ right	投票权 / tóupiàoquán
~ stock	有投票权股东 / yǒu tóupiàoquán gǔdōng
~ trust	股权委托 / gǔquán wěituō, 授权信托 / shòuquán xìntuō
vouch (v.)	保证 / bǎozhèng, 证明 / zhèngmíng
~ for a person	给某人当保证人 / gěi mǒurén dāng bǎozhèng rén
~ the truth of	保证...的真实性 / bǎozhèng...de zhēnshí xìng
vouchee (n.)	被保证人 / bèi bǎozhèngrén

voucher(n.)	保证人 / bǎozhèngrén, 凭证收据 / píngzhèng shōujù
~ *check*	凭单支票 / píngdān zhīpiào
~ *payable*	应付凭单 / yīngfù píngdān
~ *system*	凭单支票制 / píngdān zhīpiàozhì
cash ~*s*	现金凭单 / xiànjīn píngdān
expense ~*s*	费用收据 / fèiyòng shōujù
vouched invoice (n.)	已核准发票[装运单] / yǐ hézhǔn fāpiào [zhuāngyùndān]
voyage (n.)	航行 / hángxíng
vulnerable (adj.)	易受伤的 / yì shòushāng de, 有弱点的 / yǒu ruòdiǎn de
vulture (n.)	劫掠者 / jiélüèzhě

W

wage (n.)	工资 / gōngzī
~ cut	削减工资 / xuējiǎn gōngzī
~ ceiling	工资最高限额 / gōngzī zuìgāo xiàn'é
~ control	工资管理 / gōngzī guǎnlǐ
~ differential	工资差别 / gōngzī chābié
~ dispute	工资纠纷 / gōngzī jiūfēn
~ earner	挣工资者 / zhèng gōngzī zhě
~ freeze	工资冻结 / gōngzī dòngjié
~-induced inflation	工资诱发的通货膨胀 / gōngzī yòufā de tōnghuò péngzhàng
~ hike/increase	工资上升 / gōngzī shàngshēng
~ level	工资水平 / gōngzī shuǐpíng
~-price spiral	工资物价螺旋上升 / gōngzī wùjià luóxuán shàngshēng
~s by the piece	计件工资 / jìjiàn gōngzī
~s sheet	工资表 / gōngzībiǎo
~ structure	工资结构 / gōngzī jiégòu
hourly ~	计时工资 / jìshí gōngzī
waiting period	等待期 / děngdàiqī
waive (v.)	自动放弃 / zìdòng fàngqì, 弃权 / qìquán
~ claim	放弃赔偿权利 / fàngqì péicháng quánlì
~ a payment	放弃支付要求 / fàngqì zhīfù yāoqiú
~ right	放弃权利 / fàngqì quánlì
waiver (n.)	弃权 / qìquán, 弃权声明书 / qìquán shēngmíngshū
~ clause	弃权条款 / qìquán tiáokuǎn
~ of the right of indemnity	放弃索偿权 / fàngqì suǒchángquán
~ of premium	免交保险费 / miǎnjiāo bǎoxiǎnfèi
walk of life	行业 / hángyè
walkout (n.)	退出 / tuìchū, 罢工 / bàgōng
Wall Street (n.)	华尔街 / Huá'ěr Jiē

want	需求 / xūqiú; 必需品 / bìxūpǐn
~ *ad*	招聘广告 / zhāopìn guǎnggào
wanton negligence	大意的疏忽[过失] / dàyì de shūhū [guòshī]
war (n.)	战争 / zhànzhēng, 冲突 / chōngtū
~ *chest*	战备基金 / zhànbèi jījīn
~ *economy*	战时经济 / zhànshí jīngjì
~ *on property*	财产纠纷 / cáichǎn jiūfēn
~ *risk*	战争险 / zhànzhēngxiǎn
price ~	价格战 / jiàgé zhàn
price-cutting ~	削价竞争 / xuējià jìngzhēng, 竞相削价 / jìngxiāng xuējià
trade ~	贸易战 / màoyìzhàn
ward (n.)	监护 / jiānhù, 监视 / jiānshì, 监督 / jiāndū, 监禁 / jiānjìn
a child under ~	被监护小孩 / bèi jiānhù xiǎohái
warehouse (n.)	仓库 / cāngkù
~ *receipt*	栈单 / zhàndān, 仓单 / cāngdān, 仓库收据 / cāngkù shōujù
~ *to* ~ *insurance*	仓至仓保险 / cāng zhì cāng bǎoxiǎn
~ *warrant*	仓储单 / cāngchǔdān
warehousing (n.)	仓储业务 / cāngchǔ yèwù
~ *industry*	仓储业 / cāngchǔyè
~ *receipt*	栈单 / zhàndān
warrant (n.)	仓单 / cāngdān; 令状 / lìngzhuàng; 保证 / bǎozhèng, 担保 / dānbǎo; 认股证书 / rèngǔ zhèngshū
~*(-bearing) bonds*	担保债券 / dānbǎo zhàiquàn
~ *money*	保证金 / bǎozhèngjīn
~ *of attachment*	扣押财产令 / kòuyā cáichǎnlìng
full ~ *deed*	完全担保契约 / wánquán dānbǎo qìyuē
general ~ *deed*	一般担保契约 / yìbān dānbǎo qìyuē
search ~	搜查令 / shōuchálìng
warehouse ~	仓单 / cāngdān

warranty (n.)	(卖方对货物的)保证(书) / (màifāng duì huò-wù de) bǎozhèng(shū), 商品保用单 / shāngpǐn bǎoyòngdān
~ *deed*	保证契约[地契] / bǎozhèng qìyuē [dìqì]
~ *for goods*	产品质量保单 / chǎnpǐn zhìliàng bǎodān
~ *of authority*	授权保证 / shòuquán bǎozhèng
~ *of title*	产权保证(书) / chǎnquán bǎozhèng(shū)
~ *period*	保证期限 / bǎozhèng qīxiàn
wartime (n.)	战时 / zhànshí
~ *economy*	战时经济 / zhànshí jīngjì
wash (n.)	洗 / xǐ, 冲洗 / chōngxǐ
wash/washing sale	虚售 / xūshòu, 虚抛 / xūpāo, 诈欺交易 / zhà-qī jiāoyì
waste (n.)	浪费 / làngfèi, 损耗 / sǔnhào; 废弃物 / fèi-qìwù
~ *materials*	废料 / fèiliào
~ *treatment*	废物处理 / fèiwù chǔlǐ
industrial ~	工业废料 / gōngyè fèiliào
waste (v.)	浪费 / làngfèi
~ *time and money*	浪费时间与金钱 / làngfèi shíjiān yǔ jīnqián
wastage(n.)	浪费[沽耗]量 / làngfèi[gūhào]liàng, 流失量 / líushīliàng
wasting asset	递耗资产 / dìhào zīchǎn
watch list (n.)	受监视表 / shòu jiānshìbiǎo
watchword (n.)	口号 / kǒuhào, 标语 / biāoyǔ
watered stock	掺水股票 / cānshuǐ gǔpiào
ways and means	赋税方法 / fùshuì fāngfǎ, 岁入 shuìrù
waybill (n.)	货运单 / huòyùndān

weak (adj.)	(价格,市况)疲软的 / (jiàgé, shìkuàng) píruǎn de, 疲弱的 / píruò de
~ *currency*	软通货 / ruǎn tōnghuò, 弱势货币 / ruòshì huòbì
~ *demand*	需求低落 / xūqiú dīluò
~ *market*	市场疲软 / shìchǎng píruǎn
~ *tone*	低调 / dīdiào
wealth (n.)	财富 / cáifù, 丰富 / fēngfù
~ *(re)distribution*	财富(再)分配 / cáifù (zài) fēnpèi
wear and tear	(自然)损耗 / (zìrán) sǔnhào, 磨损 / mósǔn
weathering (n.)	风化 / fēnghuà
weekly (adj.)	每周的 / měizhōu de, 每星期的 / měi xīngqī de
~ *earnings*	每周收入 / měizhōu shōurù, 周薪 / zhōuxīn
~ *salary*	每周薪支 / měizhōu xīnzhī
~ *wage*	每周工资 / měizhōu gōngzī
weekly (n.)	周刊 / zhōukān
weight (n.)	重量(单位) / zhòngliàng (dānwèi)
weights and measures	度量衡 / dùliànghéng
weighted (adj.)	加权的 / jiāquán de
~ *average*	加权平均 / jiāquán píngjūn
~ *index*	加权指数 / jiāquán zhǐshù
welfare (n.)	福利 / fúlì
~ *benefit*	福利享受 / fúlì xiǎngshòu
~ *expenditure*	福利支出 / fúlì zhīchū
~ *roll*	领福利人名单 / lǐng fúlì rén míngdān
a ~ *state*	福利国家 / fúlì guójiā
on ~	享受福利 / xiǎngshòu fúlì
well-being (n.)	福利 / fúlì, 幸福 / xìngfú
well-to-do (adj.)	经济宽裕的 / jīngjì kuānyù de

wharfage (n.)	码头设备 / mǎtóu shèbèi, 码头费 / mǎtóu-fèi, 停泊费 / tíngbófèi
~ *charges*	码头收费 / mǎtóu shōufèi
wheel and deal	一意孤行 / yíyì gūxíng, 为所欲为 / wéi suǒ yù wéi
wheeler-dealer	一意孤行者 / yíyì gūxíngzhě; 机灵诡诈者 / jīlíng guǐzhàzhě, 手腕泼辣的事业家 / shǒuwàn pōlà de shìyèjiā
wheel-dealing	滑头交易 / huátóu jiāoyì
when-issued (adj.)	发行日的 / fāxíngrì de
~ *transaction*	发行日交易 / fāxíngrì jiāoyì
wherewithal (n.)	必要资金 / bìyào zījīn, 所需资财 / suǒxū zīcái
whipsawed (adj.)	受双重损失的 / shòu shuāngchóng sǔnshī de
whistle-blower (n.)	告密者 / gàomìzhě, 揭发者 / jiēfāzhě
white-collar (adj.)	白领 / báilǐng
~ *crime*	利用职务便利的犯罪 / lìyòng zhíwù biànlì de fànzuì
~ *union*	御用工会 / yùyòng gōnghuì
~ *worker*	白领工人 / báilǐng gōngrén
white elephant	(极昂贵)不需要而不易脱手的东西 / (jí ángguì) bù xūyào ér búyì tuōshǒu de dōngxi
white goods	即床单等家庭用具 / jí chuángdān děng jiātíng yòngjù; (漆成白色的)家用电器 / (qīchéng báisè de) jiāyòng diànqì
whole life insurance	终身寿命保险 / zhōngshēn shòumìng bǎoxiǎn

wholesale (n.)	批发 / pīfā, 批卖 / pīmài
~ cost	批发成本 / pīfā chéngběn
~ dealer	批发商 / pīfāshāng
~ market	批发市场 / pīfā shìchǎng
~ price	批发价格 / pīfā jiàgé
~ sale	批量销售额 / pīliàng xiāoshòu'é
~ trade	批发贸易 / pīfā màoyì
buy ~	批量购买 / pīliàng gòumǎi
wholesaler (n.)	批发商 / pīfāshāng
~ cost	批发成本 / pīfā chéngběn
wholly-owned subsidiary	独家所有子公司 / dújiā suǒyǒu zǐgōngsī
wildcat strike	自发[野猫式]罢工 / zìfā [yěmāoshì] bàgōng
will (n.)	遗嘱 / yízhǔ; 意志 / yìzhì
capacity of ~	自主能力 / zìzhǔ nénglì
holographic ~	亲笔遗嘱 /qīnbǐ yízhǔ
provation of ~	遗嘱认证/ yízhǔ rènzhèng
wil(l)ful (adj.)	任性的 / rènxìng de, 故意的 / gùyì de
~ default	故意违约 / gùyì wéiyuē
~ misrepresentation	故意误传 / gùyì wùchuán
windfall (n.)	横财 / héngcái, 意外利润 / yìwài lìrùn
winding up (n.)	公司清盘 / gōngsī qīngpán
window (n.)	窗口 / chuāngkǒu; 良机 / liángjī, 完成一件事的时段 / wánchéng yíjiàn shì de shíduàn
~ dressing	虚饰门面 / xūshì ménmiàn, 粉饰 / fěnshì
~ envelope	开窗信封 / kāichuāng xìnfēng
~ of opportunity	机会之窗 / jīhuì zhī chuāng, 可能完成一件事的有限时段 / kěnéng wánchéng yíjiàn shì de yǒuxiàn shíduàn
win (v.)	赢得 / yíngdé

winner (v.) 　　赢家 / yíngjiā
　　~ *and loser* 　　赢家与输家 / yíngjiā yǔ shūjiā

wire (n.) 　　电报 / diànbào
　　~ *fate* 　　电汇状态 / diànhuì zhuàngtài
　　~ *house* 　　依靠电话联系业务的交易所会员公司
　　　　[经纪行] / yīkào diànhuà liánxì yèwù de jiāoyìsuǒ huìyuán gōngsī [jīngjìháng]
　　~-*transfer* 　　电汇 / diànhuì

wishful thinking 　　如意算盘 /rúyì suànpán

with all faults 　　如有瑕疵, 概不负责 / rú yǒu xiácī, gài bú-fùzé

with due diligence 　　加以适当的注意 / jiāyǐ shìdàng de zhùyì

withdraw (v.) 　　撤回 / chèhuí, 提取 / tíqǔ
　　~ *an offer* 　　撤回报盘[投标] / chèhuí bàopán [tóubiāo]

withdrawal (n.) 　　撤回 / chèhuí
　　~ *by notice* 　　通知退约 / tōngzhī tuìyuē
　　~ *of claim* 　　撤回要求 / chèhuí yāoqiú
　　~ *of partner* 　　退伙 / tuìhuǒ, 拆伙 chāihuǒ
　　~ *of resume* 　　准备金退回 / zhǔnbèijīn tuìhuí
　　notice of ~ 　　取消通知 / qǔxiāo tōngzhī

withdrawer (n.) 　　提款人 / tíkuǎnrén

withholding tax 　　预扣税款/ yùkòu shuìkuǎn

without (prep.) 　　无 / wú, 除外 / chúwài
　　~ *charge* 　　免费 / miǎnfèi
　　~-*par value stock* 　　无票面值股票 / wú piàomiànzhí gǔpiào
　　~ *prejudice to N* 　　N 不负任何责任 / N búfù rènhé zérèn
　　~ *recourse* 　　无追索权 / wú zhuīsuǒquán

witness (n.) 　　见证人 /jiànzhèngrén
　　~ *stand* 　　证人席 / zhèngrénxí
　　act as a ~ 　　作证 / zuòzhèng

witness (v.)	目击 / mùjī, 目睹 / mùdǔ, 作证 / zuòzhèng
~ed signature	证人签名 / zhèngrén qiānmíng
wood (n.)	木材 / mùcái, 森林 / sēnlín
wool (n.)	羊毛 / yángmáo
word processing	文字处理 / wénzì chǔlǐ
work (n.)	工作 / gōngzuò, 劳动 / láodòng, 作业 / zuò-yè; (pl.) 工厂 / gōngchǎng
~ center	劳动中心 / láodòng zhōngxīn
~ committee	工作委员会 / gōngzuò wěiyuánhuì
~ council	工作委员会 / gōngzuò wěiyuánhuì
~ cycle	作业周期 / zuòyè zhōuqī
~ day	工作日 / gōngzuòrì
~ distribution chart	工作分配图 / gōngzuò fēnpèitú, 作业流程图 / zuòyè liúchéngtú
~ ethic	职业道德 / zhíyè dàodé
~ experience	工作经验 / gōngzuò jīngyàn
~ hours	工作时间 / gōngzuò shíjiān
~-in-process	在制品 / zàizhìpǐn, 盘存 / páncún
~ load	劳动负担 / láodòng fùdān, 工作量 / gōngzuòliàng
~ measurement	作业测定 / zuòyè cèdìng
~ order	工作通知单 / gōngzuò tōngzhīdān
~ permit	工作许可 / gōngzuò xǔkě
~ sheet	计算表 / jìsuànbiǎo, 工作单 / gōngzuòdān 试算表 / shìsuànbiǎo
~ simplification	工作简化 / gōngzuò jiǎnhuà
~-to-rule	按章工作 / ànzhāng gōngzuò
~ unit	工作单位 / gōngzuò dānwèi
construction ~	建筑工程 / jiànzhù gōngchéng
machine ~s	机械厂 / jīxièchǎng
mining ~	采矿工程 / cǎikuàng gōngchéng
public ~s	市政工程 / shìzhèng gōngchéng, 公共工程 / gōnggòng gōngchéng
worker's compensation	工人补偿 / gōngrén bǔcháng

workforce (n.) 劳动力 / láodònglì

working (adj.) 工作的 / gōngzuò de
   ~ assets 运用资产 / yùnyòng zīchǎn
   ~ balance 营业[周转]余额 / yíngyè [zhōuzhuǎn] yú'é
   ~ capital 运用[营运]资金[资本] / yùnyòng [yíngyùn] zījīn [zīběn]
   ~ class 工人阶级 / gōngrén jiējí
   ~ condition 工作劳动条件 / gōngzuò láodòng tiáojiàn
   ~ days 工作日 / gōngzuòrì
   ~ expenses 营业费用 / yíngyè fèiyòng
   ~ hours 工作时间 / gōngzuò shíjiān
   ~ poor 在业贫民 / zàiyè pínmín
   ~ station 工作站 / gōngzuòzhàn

workmanship (n.) (作品的)手艺 / zùopǐn de) shǒuyì, 巧拙 / qiǎozhuō

workmen's compensation 工伤补偿金 / gōngshāng bǔchángjīn, 工人抚恤金 / gōngrén fǔxùjīn

workshop (n.) 车间 / chējiān; 研讨会 / yántǎohuì

worth (n.) (价)值 / (jià)zhí
   net ~ 净值 / jìngzhí

worth-debt ratio 资本与负债比率 / zīběn yǔ fùzhài bǐlǜ
   ~ insurance 劳工保险 / láogōng bǎoxiǎn

worthless (adj.) 没有价值的 / méiyǒu jiàzhí de, 不足取的 / bùzúqǔ de, 不足道的 / bùzúdào de

wraparound (adj.) 包括一切的 / bāokuò yíqiè de; 抵押权转移的 / dǐyāquán zhuǎnyí de
   ~ mortgage 概括式抵押贷款 / gàikuòshì dǐyā dàikuǎn 代旧抵押 / dàijiù dǐyā
   ~mortgage financing 转移抵押融资 / zhuǎnyí dǐyā róngzī

writ (n.) 令状 / lìngzhuàng, 传票 / chuánpiào
   ~ of attachment 扣押令 / kòuyālìng, 拘留证 / jūliúzhèng
   ~ of execution 执行令状 / zhíxíng lìngzhuàng

write-down (n.)	减记(资产, 价值) / jiǎnjì (zīchǎn, jiàzhí)
write-off (n.)	注消 / zhùxiāo, 冲消 / chōngxiāo, 销记帐面价值 / xiāojì zhàngmiàn jiàzhí
write-off (v.)	冲消 / chōngxiāo, 注消 / zhùxiāo
~ bad debts	冲消呆帐 / chōngxiāo dāizhàng
write-up (n.)	抬高(资产, 货物等)帐面价值 / táigāo (zīchǎn, huòwù děng) zhàngmiàn jiàzhí, 增记价值 / zēngjì jiàzhí
written (adj.)	书面的 / shūmiàn de, 成文的 / chéngwén de
~ agreement	书面协议 / shūmiàn xiéyì, 合约 / héyuē
~ bid	书面报价 / shūmiàn bàojià
~ law	成文法 / chéngwénfǎ
wrong (n.)	过失 / guòshī, 错误 (行为) / cuòwù (xíngwéi)
civil ~	民事过失 / mínshì guòshī
wrongful (adj.)	非法的 / fēifǎ de
~ly dismiss	非法解雇 / fēifǎ jiěgù

X

X. C. (ex coupon)   无息票 / wúxīpiào

X. D. (ex-dividend)   无股息 / wúgǔxī, 股利除外 / gǔlì chúwài

X. I. (ex interest)   无利息 / wú lìxī

X-rts (ex rights)   无认股权 / wú rèngǔquán

xenophobia   仇外 / chóuwài, 排外主义 / páiwaì zhǔyì

Y

yard (n.)	码 / mǎ
yardstick (n.)	尺度 / chǐdù
year (n.)	年 / nián
~-end	年末 / niánmò, 年终 / niánzhōng
~-end bonus	年终奖金 / niánzhōng jiǎngjīn
fiscal ~	财政年度 / cáizhèng niándù
yearling bonds	一年期债券 / yìniánqī zhàiquàn
yearly (adj.)	一年一度的 / yìnián yídù de, 每年的 / měinián de
~ earning	年收入 / niánshōurù
~ rate	年率 / niánlǜ
yen (n.)	日元 / Rìyuán; 热望 / rèwàng
~-denominated	日元表示的 / Rìyuán biǎoshì de
~ for money	渴望金钱 / kěwàng jīnqián
yield (n.)	投资收益率 / tóuzī shōuyìlǜ, 生产物 / shēngchǎnwù
~ curve	收益曲线 / shōuyì qūxiàn
~ to maturity	到期[期末]收益率 / dàoqī [qīmò] shōuyìlǜ
yellow-dog contract	黄狗契约 / huánggǒu qìyuē / 以受雇人不加入工会为条件的契约 / yǐ shòugùrén bùjiārù gōnghuì wéi tiáojiàn de qìyuē
yo-yo (n.)	忽上忽下起落不定的东西 / hū shàng hū xià qǐluò búdìng de dōngxi
~ price	上下不定的价格 / shàngxià búdìng de jiàgé
~ stock	价格上下不定的股票 / jiàgé shàngxià búdìng de gǔpiào, 悠悠股票 / yōuyōu gǔpiào
yuppie (n.)	雅皮士 / yǎpíshì, 少壮职业人 / shàozhuàng zhíyèrén

Z

zero (n.)	零 / líng
~ *coupon bond*	无息债券 / wúxī zhàiquàn
~ *defects*	无缺点 / wú quēdiǎn, 无差错 / wú chācuò
~ *growth*	零增长 / líng zēngzhǎng
~ *inventories*	零库存 / líng kùcún
~ *population growth*	人口零增长 / rénkǒu líng zēngzhǎng
~-*sum game*	零和对策 / línghé duìcè
~-*sum situation*	一方得利引起另一方损失的情况 / yìfāng délì yǐnqǐ lìng yìfāng sǔnshī de qíngkuàng
zero-based budgeting (ZBB) (n.)	零基(数的)预算编制法 / língjī(shù de) yùsuàn biānzhì fǎ
zip code (n.)	邮政编码 / yóuzhèng biānmǎ
zone (n.)	地区 / dìqū, 区域 / qūyù
~ *freight rate*	按区统一运费 / àn qū tǒngyī yùnfèi
~ *pricing*	地区定价 / dìqū dìngjià
zoning (n.)	地区规划 / dìqū guīhuà
~ *commission*	市区规划委员会 / shìqū guīhuà wěiyuánhuì
~ *map*	地区规划图 / dìqū guīhuàtú
~ *ordinance*	划区规划法令[条例] / huàqū guīhuà fǎlìng [tiáolì]
~ *regulations*	划区管理 / huàqū guǎnlǐ
~ *variance*	地区变更土地利用 / dìqū biàngēng tǔdì lìyòng

Appendices 附录

I. Information Technology and E-Business (资讯科技及电子
   商务 / Zīxùn Kējì Jí Diànzǐ Shāngwù) 423

   Telecommunications / Video 电信 / 视讯 423

   Network / E-business 网路 / 电子商务 424

   Computers and Peripherals 电脑及周边设备 426

II. Financial Statements (财务报表 / Cáiwù Bàobiǎo) 431

   A. Balance Sheets (资产负债表 / Zīchǎn Fùzhàibiǎo) 431

   B. Statements of Cash Flow (现金流量报表 / Xiànjīn
      Liúliàng Bàobiǎo) 433

   C. Income Statements / Statements of Profit and Loss
      (损益表 / Sǔnyìbiǎo) 434

III. Two-way Conversion of Figures (英汉 / 汉英数目
    变换表 / Yīng-Hàn / Hàn-Yīng Shùmù Biànhuànbiǎo) 436

IV. Eating and Drinking at a Restaurant (在餐馆饮食 / Zài
    Cānguǎn Yǐnshí) 438

Appendix I. Information Technology 资讯科技

Telecommunications / Video 电信/ 视讯 diànxìn / shìxùn

Analog cellular	模拟手机 mónǐ shǒujī, 类比电话 lèibǐ diànhuà
Architecture	结构 jiégòu
ATM (Asynchronous Transfer Mode)	异步传输模式 yìbù chuánshū móshì
Audio	音频 yīnpín
Audio Compression	话音压缩 huàyīn yāsuō
Bridge	网桥 wǎngqiáo
Broadband	宽带 kuāndài, 宽频 kuānpín
Cable	电缆 diànlǎn
Cable Television (CATV)	有线电视 yǒuxiàn diànshì
Cable modem	线缆调制解调器 xiànlǎn tiáozhì jiětiáoqì
Cellular Phone	蜂窝电话 fēngwō diànhuà, 大哥大 dàgēdà; 手提电话 shǒutí diànhuà
Circuit	电路 diànlù
Compression	压缩 yāsuō
Code Division Multiple Access (CDMA)	码分多址 mǎfēn duōzhǐ
Copper cabling	铜缆 tónglǎn
Customer premise	用户端设备 yònghùduān shèbèi
Digital broadcasting	数位广播 shùwèi guǎngbō
Digital multi-channel satellite broadcasting (DMC)	数位多通道卫星广播 shùwèi duō-tōngdào wèixīng guǎngbō
Digital TV	数位电视 shùwèi diànshì
DSL (Digital Subscriber Line)	数位用户线 shùwèi yònghùxiàn
Fiber optic	光纤 guāngxiān
Fiber optic cabling	光纤线路 guāngxiān xiànlù
Global positioning system	全球定位系统 quánqiú dìngwèi xìtǒng
Handset	手提电话 shǒutí diànhuà
HDSL (High-speed Digital Subscriber Line)	高速数位用户线 gāosù shùwèi yònghùxiàn
HDTV (High Definition TV)	高清晰度电视 gāo qīngxīdù diànshì
Hertz	赫兹 Hèzī
Integrated network	综合网 zōnghéwǎng

Integrated Services Digital Network (ISDN)	一线通 yíxiàn tōng; 数位综合业务网 shùwèi zōnghé yèwùwǎng
Integrated voice response system	集成话音网 jíchéng huàyīnwǎng
Intelligent transportation system (ITS)	智能通讯网 zhìnéng tōngxùnwǎng
LAS (Large Area Synchronous)	大区域同步 dàqūyù tóngbù
LDDN (Local Distributed Data Network)	区域分佈式网路 qūyù fēnbùshì wǎnglù
LPN (Local Packet Switch Network)	本地分组交换网 běndì fēnzǔ jiāo-huànwǎng
Metropolitan Area Network (MAN)	大都会区域网路 dàdūhuì qūyù wǎnglù
Mobile	移动通讯 yídòng tōngxùn; 行动通讯 xíngdòng tōngxùn
Multiplexer	复用器 fùyòngqì
Pager	寻呼机 xúnhūjī, 呼叫器 hūjàoqì
TDM (Time Divided Multiplexing)	时分复用 shífēn fùyòng
Video Compression	图形压缩 túxíng yāsuō
VOIP (Voice Over IP)	IP 话音网 IP huàyīn wǎng

Network / E-business 网路/电子商务 wǎnglù / diànzǐ shāngwù

Banner advertisement	广告栏 guǎnggàolán
Bookmarks	书签 shūqiān
B2B (Business to Business)	企业间电子商务 qǐyèjiān diànzǐ shāngwù
B2C (Business to Customer)	企业-用户电子商务 qǐyè-yònghù diànzǐ shāngwù
Browser	流览器 liúlǎnqì
Character code	字符 zìfú, 字元编码 zìyuán biānmǎ
Chat	聊天 liáotiān
Common gateway interface	通用网关界面 tōngyòng wǎngguān jièmiàn
Cookies	嵌入式程序 qiànrùshì chéngxù
Cyber business	电子商务 diànzǐ shāngwù
Database	数据库 shùjùkù, 资料库 zīliàokù
Dial up access/connection	拨号接入 bōhào jiērù
Domain name	域名 yùmíng
E-business	电子商务 diànzǐ shāngwù
Electronic money	电子货币 diànzǐ huòbì

E-mail	电子邮件 diànzǐ yóujiàn
Encryption	加密 jiāmì
Encrypted mail	加密邮件 jiāmì yóujiàn
Ethernet	乙太网 yǐtàiwǎng
Extranet	外部网 wàibùwǎng
File servers	文件服务器 wénjiàn fúwùqì; 文件 　伺服器 wénjiàn cìfúqì
File transfer	文件传输 wénjiàn chuánshū
Firewall	防火墙 fánghuǒqiáng
Flash memory	闪存 shǎncún
FMD (Fluorescent Multi-layer Disk)	荧光多层光碟 yíngguāng duōcéng 　guāngdié
Frame	帧 zhēn
FTP (File Transfer Protocol)	文件传输协定 wénjiàn chuánshū 　xiédìng
Gateway	网关 wǎngguān
Hacker	黑客 hēikè, 骇客 hàikè
High speed access	高速接入 gāosù jiērù
Home page	主页 zhǔyè, 首页 shǒuyè
HTML (Hyper Text Markup Language)	超级文本模式语言 chāojí wénběn 　móshì yǔyán
Hub	集线器 jíxiànqì
ICP (Internet Content Provider)	因特网内容供应商 yīntèwǎng nèi- 　róng gōngyìngshāng
Information superhighway	信息高速公路 xìnxī gāosù gōnglù
Internet banking	因特网银行 yīntèwǎng yínháng
Internet fax	因特网传真 yīntèwǎng chuánzhēn
Intranet	企业内部网 qǐyè nèibùwǎng
ISP (Internet Service Provider)	因特网服务供应商 yīntèwǎng fúwù 　gōngyìngshāng
Java	Java 语言 Java yǔyán
LAN (Local Area Network)	区域网 qūyùwǎng
Mail address	邮件地址 yóujiàn dìzhǐ
Mail list	邮件目录 yóujiàn mùlù
Net news	网路新闻 wǎnglù xīnwén
Network Attached Storage (NAS)	网路储存系统 wǎnglù chǔcún xìtǔng
Network Service Provider	网路服务供应商 wǎnglù fúwù gōng- 　yìngshāng
NIC (network information center)	网路信息中心 wǎnglù xìnxī zhōngxīn

Online shopping	网路购物 wǎnglù gòuwù
Pageview	键阅率 jiànyuèlǜ
Password	密码 mìmǎ, 口令 kǒulìng
PIM (Private Information Management)	企业资讯统管 qǐyè zīxùn tǒngguǎn
Platform	工作平台 gōngzuò píngtái
Port	端口 duānkǒu
Portal	门户网站 ménhù wǎngzhàn, 入口网站 rùkǒu wǎngzhàn
Protocol	协议 xiéyì, 协定 xiédìng
SCSI (Small Computer System Interface)	小型计算机系统接口 xiǎoxíng jìsuànjī xìtǒng jiēkǒu
Search engine	搜索引擎 sōusuǒ yǐnqíng
Server	服务器 fúwùqì
Service provider	业务供应商 yèwù gōngyìngshāng
Storage Area Network (SAN)	储域网路 chǔyù wǎnglù
Telnet	远程拨号方式 yuǎnchéng bōhào fāngshì
Very high speed backbone network service	高速骨干网业务 gāosù gǔgànwǎng yèwù
VRML (virtual reality modeling language)	虚拟模式语言 xūnǐ móshì yǔyán
Wave length	波长 bōcháng
Web Content	网站内容 wǎngzhàn nèiróng
WAN (Wide Area Network)	广域网路 guǎngyù wǎnglù
WWW	万维网 wànwéiwǎng, 全球资讯网 quánqiú zīxùnwǎng

Computers and Peripherals 电脑及周边设备　diànnǎo jí zhōubiān shèbèi

Access	接入 jiērù
Address	地址 dìzhǐ, 位址 wèizhǐ
Advance configuration and power interface (ACPI)	高级配置及电源接口 gāojí pèizhì jí diànyuán jiēkǒu
Analog	模拟 mónǐ, 类比 lèibǐ
Analog digital	模拟数位 mónǐ shùwèi, 数位类比 shùwèi lèibǐ
A/D	模数转换 móshù zhuǎnhuàn
Application	应用程式 yìngyòng chéngshì
Architecture	结构 jiégòu
Backup	备份 bèifèn

Binary	二进制 èrjìnzhì
Bit	比特 bǐtè, 位元 wèiyuán
Block	资料板 zīliàobǎn
Boot	启动 qǐdòng
Browse	浏览 liúlǎn
Bundle	簇 cù
Bus	总线 zǒngxiàn, 汇流排 huìliúpái
Byte	字节 zìjié, 位元组 wèiyuánzǔ
Cache	缓存 huǎncún, 高速缓冲记忆体 gāosù huǎnchōng jìyìtǐ
Cascade	级联 jílián
CD (Compact Disc)	雷射唱片 léishè chàngpiàn
CD-ROM (Compact Disk Read-Only Memory)	光碟只读存储器 guāngdié zhǐdú cúnchǔqì
Cell	单元 dānyuán
Channel	频道 píndào, 通道 tōngdào
Character	字符 zìfú, 字元 zìyúan
Character code	字符编码 zìfú biānmǎ
Chip	芯片 xīnpiàn
Circuit	电路 diànlù
Code	编码 biānmǎ
Command	命令 mìnglìng, 指令 zhǐlìng
Compatibility	兼容 jiānróng, 相容性 xiāngróngxìng
Computer virus	计算机病毒 jìsuànjī bìngdú
Configuration	配置 pèizhì
CPU (Processor / Central Processing Unit)	中央处理器 zhōngyāng chǔlǐqì
D/A	数模转换 shùmó zhuǎnhuàn
DOS (Disk Operating System)	硬盘操作系统 yìngpán cāozuò xìtǒng
Data	数据 shùjù, 资料 zīliào
Data storage	数据存储 shùjù cúnchǔ
Data processing	数据处理 shùjù chǔlǐ
Debug	除错 chúcuò
Default	默认值 mòrènzhí, 予设值 yùshèzhí
Desktop computer	台式机 táishìjī, 桌上型电脑 zhuōshàngxíng diànnǎo
Digital	数位 shùwèi
Digital network architecture (DNA)	数位网路结构 shùwèi wǎnglù jiégòu
Digital imaging	数位影像 shùwèi yǐngxiàng

Direct Memory Access (DMA)	直接存储器存取 zhíjiē cúnchǔqì cún-qǔ, 直接记忆体存取 zhíjiē jìyìtǐ cúnqǔ
Disk	磁盘 cípán, 磁碟 cídié
Document	文件 wénjiàn
Down	停机 tíngjī
Drive	驱动器 qūdòngqì
DVD (Digital Versatile Disk)	数位影碟机 shùwèi yǐngdiéjī
Dynamic Random Access Memory (DRAM)	动态随机存储器 dòngtài suíjī cún-chǔqì
Electronic	电子 diànzǐ
Electronic Data Processing (EDP)	电子数据处理 diànzǐ shùjù chǔlǐ
End user	最终用户 zuìzhōng yònghù
Execute	执行 zhíxíng
Field	资料栏 zīliàolán
File	文件 wénjiàn, 档案 dàngàn
Floppy Disk	软盘 ruǎnpán
Floppy Disk Drive (FDD)	软盘驱动器 ruǎnpán qūdòngqì
Font	字体 zìtǐ
Format command	格式化命令 géshìhuà mìnglìng
Framed	格式 géshì
Frame	帧 zhēn
Frequency	频率 pínlǜ
Gigabits	千兆比特 qiānzhào bǐtè
Hardware	硬件 yìngjiàn
Hardware Description Language (HDL)	硬件描述语言 yìngjiàn miáoshù yǔyán
Hard Disk Drive	硬盘驱动器 yìngpán qūdòngqì
Host	主机 zhǔjī
Icon	图标 túbiāo
Image reader	图形浏览器 túxíng liúlǎnqì
Information	资讯 zīxùn, 信息 xìnxī
Information System Network (ISN)	资讯系统网路 zīxùn xìtǒng wǎnglù
Information Technology	资讯科技 zīxùn kējì
Inkjet printer	喷墨印表机 pēnmò yìnbiǎojī
Integrated Circuit (IC)	集成电路 jíchéng diànlù
Integration circuit	积分电路 jīfēn diànlù
Integrated digital access	综合数位接入 zōnghé shùwèi jiērù
Interface	界面 jièmiàn

Keyboard	键盘 jiànpán
Kilo bit	千比特 qiānbǐtè
LAN card	区域网卡 qūyù wǎngkǎ
Liquid crystal display (LCD)	液晶显示 yèjīng xiǎnshì
Laptop	毕记型电脑 bǐjìxíng diànnǎo
Laser Printer	雷射印表机 léishè yìnbiǎojī
Loop	环路 huánlù
Megabyte	兆比特 zhàobǐtè
Memory	存储器 cúnchǔqì, 记忆体 jìyìtǐ
Microcomputer	微型计算机 wēixíng jìsuànjī
Micron	微米 wēimǐ
Mode	模式 móshì
Modem	调制解调器 tiáozhì jiětiáoqì, 数据机 shùjùjī
Modulator	调制器 tiáozhìqì
Mouse	鼠标 shǔbiāo
Motherboard	主机板 zhǔjībǎn
Multimedia	多媒体 duōméitǐ
Notebook personal computer	笔记型个人电脑 bǐjìxíng gèrén diàn- nǎo
Operating system (OS)	操作系统 cāozuò xìtǒng
Printer	印表机 yìnbiǎojī, 打印机 dǎyìnjī
Processing	处理 chǔlǐ
RAM (Random Access Memory)	随机存储器 suíjī cúnchǔqì
Resolution	分辨率 fēnbiànlǜ, 解析度 jiěxīdù
ROM	只读存储器 zhǐdú cúnchǔqì
Router	路由器 lùyóuqì
Scalable	可扩容 kě kuòróng
Scalability	可扩增性 kě kuòzēngxìng
Scanner	扫描器 sǎomiáoqì
Scanning	扫描 sǎomiáo
Screen	萤幕 yíngmù
Semiconductor	半导体 bàndǎotǐ
Serial	串行 chuànxíng, 序列 xùliè
Server	服务器 fúwùqì, 伺服器 cìfúqì
Signal	信号 xìnhào
Silicon	矽 xì, 硅 guī
Silicon chip	矽片 xìpiàn, 硅片 guīpiàn
Silicon wafer	硅圆片 guī yuánpiàn

SOHO (Small Office / Home Office)	小型办公室 xiǎoxíng bàngōngshì, 家庭办公室 jiātíng bàngōngshì
Speadsheet	电子表格 diànzǐ biǎogé
Speech recognition	语言识别 yǔyán shìbié
Supercomputer	超级计算机 chāojí jìsuànjī
Superconductor	超导体 chāodǎotǐ
Switch	开关 kāiguān, 交换机 jiāohuànjī
Template	模板 móbǎn, 格式样板 géshì yàngbǎn
Terminal	终端 zhōngduān
Transistor	晶体管 jīngtǐguǎn
Vector	向量 xiàngliàng
Video	视频 shìpín
Video games	视频遊戏 shìpín yóuxì
Workstation	工作站 gōngzuòzhàn
Wafer	晶圆片 jīngyúanpiàn
XML (Extensible Markup Language)	追伸标记语言 zhuīshēn bīaojì yǔyán

Appendix II: Financial Statements 财务报表

A. Balance Sheets	资产负债表 Zīchǎn Fùzhài-biǎo
Assets	资产 zīchǎn
Current/Liquid Assets:	流动资产 liúdòng zīchǎn
Cash and cash equivalent	现金及等量现金 xiànjīn jí děng-liàng xiànjīn
Short-term investments	短期投资 duǎnqī tóuzī
Trading assets	营业资产 yíngyè zīchǎn
Accounts receivable	应收帐款 yīngshōu zhàngkuǎn
Inventories	库存 kùcún
works-in-process	在制品 zàizhìpǐn
finished goods	制成品 zhìchéngpǐn
semi-finished goods	半成品 bànchéngpǐn
raw materials	原材料 yuáncáiliào
Interest receivable	应收利息 yīngshōu lìxī
Deferred tax assets	延期税务资产 yánqī shuìwù zīchǎn
Lease receivables	应收租赁帐款 yīngshōu zūlìn zhàngkuǎn
Prepaid expenses and other current assets	预付费用及其他流动资产 yùfù fèi-yòng jí qítā liúdòng zīchǎn
Total current assets	流动资产总计 liúdòng zīchǎn zǒngjì
Fixed Assets:	固定资产 gùdìng zīchǎn
Property, plant and equipment:	产房及设备 chǎnfáng jí shèbèi
Land and buildings	土地及建筑物 tǔdì jí jiànzhùwù
Machinery and equipment	机器及设备 jīqì jí shèbèi
Construction in progress	营建中的建筑物 yíngjiànzhōng de jiànzhùwù
Intangible Fixed Assets:	无形固定资产 wúxíng gùdìng zī-chǎn
Investments	投资 tóuzī
long-term investments	长期投资 chāngqī tóuzī
other investments	其他投资 qítā tóuzī

Goodwill and purchased intangible asset	商誉及无形资产 shāngyù jí wúxíng zīchǎn
Patents	专利权 zhuānlìquán
Other assets	其他资产 qítā zīchǎn
Total Assets	**资产总计** zīchǎn zǒngjì
Liabilities and Shareholders' Equity	负债及股东权益 fùzhài jí gǔdōng quányì
Current liabilities	流动负债 liúdòng fùzhài
Short-term debt	短期债务 duǎnqī zhàiwù
Accounts payable	应付帐款 yīngfù zhàngkuǎn
Notes payable	应付票据 yīngfù piàojù
Accrued compensation and benefits	应计工资 yīngjì gōngzī
Income tax payable	应付所得税 yīngfù suǒdéshuì
Interest payable	应付利息 yīngfù lìxī
Deferred revenue	延期营业收入 yánqī yíngyè shōurù
Accrued advertising	应计广告费用 yīngjì guǎnggào fèiyòng
Other accrued liabilities	其他应计负债 qítā yīngjì fùzhài
Total current liabilities	**流动负债总计** liúdòng fùzhài zǒngjì
Long-term debt	长期负债 chángqī fùzhài
Commitments and contingencies	承诺及意外开支 chéngnuò jí yìwài kāizhī
Shareholders' equity:	股东权益 gǔdōng quányì
Preferred stock	优先股 yōuxiān gǔ
Common stock	普通股 pǔtōng gǔ
Retained earnings	保留盈余 bǎoliú yíngyú
Minority interest	少数股东权益 shǎoshù gǔdōng quányì
Total shareholders' equity	**股东权益总计** gǔdōng quányì zǒngjì
Total liabilities and shareholders' equity	负债及股东权益总计 fùzhài jí gǔdōng quányì zǒngjì

B. Statements of Cash Flow

现金流量报表 Xiànjīn Liúliàng
Bàobiǎo

Cash flow from operating activities:	现金流量来自业务活动 xiànjīn liú-liàng láizì yèwù huódòng
Net income	净收入 jìng shōurù
Adjustments to reconcile net income	净收入调整 jìng shōurù tiáozhěng
Depreciation	折旧 zhéjiù
Amortization of goodwill and other acquisition-related intangibles and costs	商誉及其他购得的无形资产及成本摊销 shāngyù jí qítā gòudé de wúxínf zīchǎn jí chéngběn tānxiāo
Purchased in-process research and development	进行中研发计划购得 jìngxíngzhōng de yánfā jìhuà gòudé
Gains on investment	投资获利 tóuzhī huòlì
Net loss on retirements of property, plant and equipment	产房设备冲销 chǎnfáng shèbèi chōngxiāo
Deferred income taxes	延期所得税 yánqī suǒdéshuì
Changes in assets and liabilities	资产负债变动 zīchǎn fùzhài biàn-dòng
Accounts receivable	应收帐款 yīngshōu zhàngkuǎn
Inventories	库存 kùcún
Accounts payable	应付帐款 yīngfù zhàngkuan
Accrued compensation and benefits	应计工资 yīngjì gōngzī
Income tax payable	应付所得税 yīngfù suǒdéshùi
Tax benefits from employee stock option plan	由于员工购股计画而结余的税务利益 yóuyú yuángōng gòugǔ jìhuà ér jiéyú de shuìwù lìyì
Other assets and liabilities	其他资产负债 qítā zīchǎn fùzhài
Total Adjustments	调整总计 tiáozhěng zǒngjì
Net cash provided by operating Activities	净现金来自营业活动 jìng xiànjīn láizì yíngyè huódòng
Net cash used for investing activities	使用于投资活动净现金 shǐyòng yú tóuzī huódòng jìngxiànjīn
Additions to property, plant and equipment	产房, 土地, 设备增补 chǎngfáng tǔdì shèbèi zēngbǔ
Acquisitions, net of cash acquired	净现金收购 jìng xiànjīn shōugòu

Purchases of available-for-sale investment	可转售投资购买 kě zhǎngshòu tóuzī gòumǎi
Other investing activities	其他投资活动 qítā tóuzī huódòng
Net cash used for investing activities	投资活动所用净现金 tóuzī huódòng suǒyòng jìngxiànjīn
Cash flow from financing activities:	现金流量来自融资活动 xiànjīn liúliàng lái zì róngzī huódòng
Increase (decrease) in short-term debt, net	短期负债净值增加(减少) duǎnqī fùzhài jìngzhí zēngjiā (jiǎnshǎo)
Additions to long-term debt	长期负债帐面额外收入 chángqī fùzhài zhàngmiàn éwài shōurù
Retirement of long-term debt	长期负债到期 chángqī fùzhài dàoqī
Proceeds from sales of shares through employee stock plans	由员工购股计画销售结余的收入 yóu yuángōng gòugǔ jìhuà xiāoshòu jiéyú de shōurù
Repurchase and retirement of common stock	普通股购回 pǔtōnggǔ gòuhúi
Payment of dividends to stockholders	股利支出 gǔlì zhīchū
Net cash used for financing activities	使用於融资活动的净值现金 shǐyòng yú róngzī huódòng de jìngzhí xiànjīn
Net increase in cash and cash equivalents	现金及等量现金的净增长 xiànjīn jí děngliàng xiànjīn de jìngzēngzhǎng
Cash and cash equivalents, end of year	年底现金及等值现金 niándǐ xiànjīn jí děngzhí xiànjīn

C. Income Statements / Statements of Profit and Loss

损益(计算)表 sǔnyì(jìsuàn)-biǎo

Recurring/Ordinary Income and Loss	经常损益 jīngcháng sǔnyì
Operating Income	营业收入 yíngyè shōurù
Sales	销售总额 xiāoshòu zǒng'é
Operating Expenses	营业费用 yíngyè fèiyòng
Cost of sales	销售成本 xiāoshòu chéngběn

Marketing and general administration expenses	销售及一般管理费用 xiāoshòu jí yībān guánlǐ fèiyùng
Research and development expenses	研究及发展费用 yánjiù jí fāzhǎn fèiyòng
Non-Operating Income	营业外收入 yíngyèwài shōurù
Interest and discounts earned	利息及销售折让收入 lìxī jí xiāoshòu zhéràng shōurù
Dividends earned	股利收入 gǔlì shōurù
Non-operating expenses	营业外费用 yíngyèwài fèiyùng
Interest and discounts expenses	利息及销售折让费用 lìxī jí xiāoshòu zhéràng fèiyùng
Ordinary Income	经常收入 jīngcháng shōurù
Extraordinary Income and Loss	**特别损益** tèbié sǔnyì
Extraordinary profits	特别/超额利润 tèbié/chāo'é lìrùn
Profits on disposal of fixed assets	固定资产处分获利 gùdìng zīchǎn chǔfèn huòlì
Extraordinary losses	特别/超额损失 tèbié/chāo'é sǔnshī
Loss on disposal of fixed assets	固定资产处分损失 gùdìng zīchǎn chǔfèn sǔnshī
Prior period adjustments	前期损益修正 qiánqī sǔnyì xiūzhèng
Income before taxes	税前营业利益 shuìqián yíngyè lìyì
Net Income	净利润 jìnglìrùn
Retained earnings brought forward	前期保留盈余 qiánqī bǎoliú yíngyú
Dividends paid	股利支付 gǔlì zhīfù
Unappropriated retained earnings	当期未处分利益 dāngqī wèi chǔfèn lìyì
Earnings /loss per common share	每股盈利/损失 měigǔ yínglì /sǔnshī)

Appendix III. Two–way Conversion of Figures
英汉-汉英数字变换表

0	零	líng
10	十	shí
100	百	bǎi
1,000	千	qiān
10,000	万	wàn
100,000	十万	shíwàn
1,000,000	百万	bǎiwàn
10,000,000	千万	qiānwàn
100,000,000	亿	yì
1,000,000,000	十亿	shíyì
10,000,000,000	百亿	bǎiyì
100,000,000,000	千亿	qiānyì
1,000,000,000,000	兆	zhào

305	三百零五	sānbǎi-líng-wú
350	三百五十	sānbǎi-wúshí
1,005	一千零五	yìqiān-líng-wǔ
1,050	一千零五	yìqiān-líng-wǔshí
1,500	一千五百	yìqiān-líng-wǔ(bǎi)
50,005	五万零五	wǔwàn-líng-wǔ
50,050	五万零五十	wǔwàn-líng-wǔshí
50,500	五万零五百	wǔwàn-líng-wǔbǎi
50,501	五万零五百零一	wǔwàn-líng-wǔbǎi-líng-yī
55,000	五万五千	wǔwàn-wǔqiān
100,050	十万零五十	shíwàn-líng-wǔshí
100,550	十万零五百五十	shíwàn-líng-wǔbǎi-wǔshí
105,550	十万零五千五百五(十)	shíwàn-líng-wúqiān-wǔbǎi-wǔ(shí)
150,000	十五万	shíwǔwàn
230,050	二十三万零五十	èrshísānwàn-líng-wǔshí
235,000	二十三万五千	èrshísānwàn-wǔ(qiān)
1,050,300	一百零五万零三百	yībǎi-líng-wǔwàn-líng-sānbǎi
1,300,000	一百三十万	yībǎi-sānshíwàn
3,450,000	三百四十五万	sānbǎi-sìshíwàn
80,010,000	八千零一万	bāqiān-líng-yíwàn

95,601,050	九千五百六十万零一千五十	jiŭqiān-wŭbăiliùshíwàn-líng-yìqiānwŭshí
100,200,000	一亿零二十万	yíyì-líng-èrshíwàn
407,560,000	四亿零七百五十六万	sìyì-líng-qībăiwŭshíliùwàn
520,750,000	五亿二千七百五十万	wŭyì-èrqiān-qībăiwŭshíwàn
1,052,750,000	十亿五千二百七十五万	shíyì-wŭqiān-èrbăiqīshíwŭ-wàn
2,360,000,000	二十三亿六千万	èrshísānyì-liùqiānwàn

Commonly Used Expressions (from English to Chinese)

Half a dozen	半打	bàndá
Half a million	50万	wŭshíwàn
A quarter million	25万	èrshíwŭwàn
42.5 billion	4百25亿	sìbăi-èrshíwŭyì
Trillion	兆	zhào

Fractions 分数

¼	a quarter	四分之一	sìfēn-zhī-yī
1/3	one-third	三分之一	sānfēn-zhī-yī
½	one-half	二分之一/一半	èrfēn-zhī-yī / yíbàn
3/5	three-fifths	五分之三	wŭfēn-zhī-sān
2 1/6	two and one-sixth	二又六分之一	èr-yòu-liùfēn-zhī-yī

Decimals 小数

| 10.5 | 十点五 | shí-diăn-wŭ |
| 10.05 | 十点零五 | shí-diăn-líng-wŭ |

Percentage 百分比 băifēnbĭ

Appendix IV. Eating and Drinking at a Restaurant
在餐馆饮食

菜單 / càidān	**Menu**
<u>湯類 / tānglèi</u>	<u>Soup</u>
羅宋湯 / luósòngtāng	Borsch; borsht; tomato, potato and beef soup
蛤蜊湯 / gélítāng	Clam soup
粟米湯 / sùmǐtāng	Corn soup
蛋花湯 / dànhuātāng	Egg drop soup
酸辣湯 / suānlàtāng	Hot and sour soup
三鮮湯 / sānxiāntāng	Seafood soup
青菜湯 / qīngcàitāng	Vegetable soup
冬瓜湯 / dōngguātāng	Winter melon soup
<u>海鮮類 / hǎixiānlèi</u>	<u>Seafood</u>
腰果蝦仁 / yāoguǒ xiārén	Cashew shrimp
松鼠魚 / sōngshǔyú	Fried fish
燴三鮮 / huìsānxiān	Mixed seafood
干燒魚 / gānshāoyú	Sautéed fish
紅燒大蝦 / hóngshāo dàxiā	Sautéed prawn with tomato sauce
干烹蝦 / gānpēngxiā	Sautéed prawn
海鮮帶子 / hǎixiān dàizǐ	Scallops
紅燒海參 / hóngshāo hǎishēn	Sea cucumbers braised in brown sauce
清蒸魚 / qīngzhēngyú	Steamed fish
手抓蝦 / shǒuzhuāxiā	Steamed shrimp
椒鹽炒鮮魷 / jiāoyán chǎo xiānyóu	Stir-fried squid with salt and pepper
糖醋魚 / tángcùyú	Sweet and sour fish
三鮮豆腐煲 / sānxiān dòufu bǎo	Tofu with seafood
<u>蔬菜類 / shūcài lèi</u>	<u>Vegetables</u>
青炒西蘭花 / qīngchǎo xīlánhuā	Broccoli with garlic sauce
魚香茄子 / yúxiāng qiézi	Fish-flavored eggplant
蒜蓉介蘭 / suànróng jièlán	Gailan with garlic sauce
蠔油生菜 / háoyóu shēngcài	Lettuce with oyster sauce

燒二冬 / shāo èrdōng	Mushroom & bamboo shoots
青炒荷蘭豆 / qīngchǎo Hélándòu	Sautéed snow peas
鐵板豆腐 / tiěbǎn dòufu	Tofu on hot plate
麻婆豆腐 / mápó dòufu	Tofu Sichuan style

肉類 / ròulèi — Meat

蠔油牛肉 / háoyóu niúròu	Beef with oyster sauce
鐵板牛肉 / tiěbǎn niúròu	Beef on hot plate
腰果雞丁 / yāoguǒ jīdīng	Cashew chicken
辣子雞丁 / làzi jīdīng	Chicken with green pepper
葱油雞 / cōngyóujī	Chicken with onion sauce
宮保雞丁 / gōngbǎo jīdīng	Gong Pao chicken
北京烤鴨 / Běijīng kǎoyā	Peking Duck; roast duck
魚香肉絲 / yúxiāng ròusī	Pork with garlic sauce
紅燒肉 / hóngshāoròu	Sautéed pork
蒜泥白肉 / suànní báiròu	Slice pork with chopped garlic
白斬雞 / báizhǎnjī	Steamed chicken
清蒸牛肉 / qīngzhēng niúròu	Steamed beef
紅燒牛肉 / hóngshāo niúròu	Stewed beef

主食 / zhǔshí — Noodles and Rice

牛肉面 / niúròumiàn	Beef noodle
打鹵面 / dǎlǔmiàn	Da Lu mian
炸醬面 / zhájiàngmiàn	Noodles with soybean paste
三鮮炒面 / sānxiān chǎomiàn	Seafood fried noodles
揚州炒飯 / Yángzhōu chǎofàn	Yangzhou fried rice
蛋炒飯 / dànchǎofàn	Fried rice with eggs
什錦炒飯 / shéjǐn chǎofàn	Mixed fried rice
八寶飯 / bābǎofàn	Steamed glutinous rice with eight treasures
水餃 / shuǐjiǎo	Dumpling
鍋貼 / guōtiē	Fried dumpling
白飯 / báifàn	Plain rice
河粉 / héfěn	Rice noodles
肉包 / ròubāo	Pork-stuffed bun
粽子 / zòngzi	Steamed glutinous rice

口味 / kǒuwèi	Smell/Taste/Texture
澀 / sè	Astringent
苦 / kǔ	Bitter
脆 / cuì	Brittle
浓稠 / nóngchóu	Creamy
粘的 / niánde	Chewy
松脆的 / sōngcuìde	Crispy
細 / xì	Fine
有腥味的 / yǒu xīngwèi de	Fishy
香的 / xiāngde	Fragrant
新鲜的 / xīnxiānde	Fresh
蒜臭的 / suànchòude `	Garlicky
油腻的 / yóunìde	Greasy
硬的 / yìngde	Hard
燙的 / tàngde	Hot (in temperature)
淡而無味的 / dàn ér wúwèi de	Insipid
多汁的 / duōzhīde	Juicy
淡的 / dànde	Light
沖鼻的 / chòng bí de	Pungent
咸的 / xiánde	Salty
軟的 / ruǎnde	Soft
酸的 / suānde	Sour
辣的 / làde	Spicy
走味的 / zǒu wèi de	Stale
變味的 / biàn wèi de	Stinky
甜的 / tiánde	Sweet
嫩的 / nènde	Tender
老的 / lǎode	Tough

調料 / tiáoliào	Seasoning Materials
黄油 / huángyóu	Butter
奶油 / nǎiyóu	Cream
奶酪 / nǎilào	Cheese
番茄酱 / fānqiéjiàng	Ketchup
芥末酱 / jièmòjiàng	Mustard
胡椒 / hújiāo	Pepper
鹽 / yán	Salt

麻油 / máyóu	Sesame oil
醬油 / jiàngyóu	Soy sauce
糖 / táng	Sugar
醋 / cù	Vinegar

飲料 / yǐnliào   **Beverages**

<u>不含酒精 / bùhán jiǔjīng</u>   <u>Non-alcoholic</u>

瓶裝水 / píngzhuāngshuǐ	Bottled water
可樂 / kělè	Cola
咖啡 / kāfēi	Coffee
健怡可樂 / jiànyí kělè	Diet Cola
蒸餾水 / zhēngliūshuǐ	Distilled water
水果 / shuǐguǒ	Fruit
冰茶 / bīngchá	Iced tea
冰水 / bīngshuǐ	Ice water
果汁 / guǒzhī	Juice
檸檬汁 / níngméngzhī	Lemonade
礦泉水 / kuàngquánshuǐ	Mineral water
橙汁 / chéngzhī	Orange juice
根啤 / gēnpí	Root beer
蘇打水 / sūdǎshuǐ	Soda water
雪碧 / xuěbì	Sprite
茶 / chá	Tea
七喜 / qīxǐ	7-Up

<u>含酒精 / hán jiǔjīng</u>   <u>Alcoholic</u>

啤酒 / píjiǔ	Beer
白蘭地 / báilándì	Brandy
香檳 / xiāngbīn	Champagne
杜松子酒 / dùsōngzǐjiǔ	Gin
紅葡萄酒 / hóng pútáojiú	Red wine
蘇格蘭威士忌 / Sūgélán wēishìjì	Scotch
葡萄酒 / pútáojiú	Wine
白葡萄酒 / bái pútáojiú	White wine

忌口 / jìkǒu   **Healthy Requests**

飲食清淡 / yǐnshí qīngdàn	Bland meal / Light meal
低咖啡因 / dī kāfēiyīng	Decaffeinated
糖尿病飲食 / tángniàobìng yǐnshí	Diabetic meal
容易消化 / róngyì xiāohuà	Easily digestable
無麩質 / wú fūzhí	Gluten-free meal
高纖維 / gāo xiānwéi	High fiber meal
低卡路里 / dī kǎlùlǐ	Low calorie
低醣 / dī táng	Low carbohydrate
低膽固醇 / dī dǎngùchún	Low cholesterol
低脂肪 / dī zhīfáng	Low fat
低蛋白質 / dī dànbáizh	Low protein
低鈉 / dī nà	Low sodium
不要味精 / búyào wèijīng	No MSG
無糖 / wú táng	No sugar added
無乳糖素食 / wú rǔtáng sùshí	Non-Lactose meal
無鹽 / wú yán	Salt free
吃素 / chī sù	Vegetarian

Cheng & Tsui Publications of Related Interest

The Cheng & Tsui Chinese-Pinyin-English Dictionary for Learners *Ed. by Wang Huan*
Features 30,000 uncommonly detailed entries, including pinyin pronunciation, grammar notes, and numerous sample sentences.

Open for Business: Lessons in Chinese Commerce for the New Millennium *By Jane C.M. Kuo*
An in-depth perspective on contemporary Chinese business communications, designed for students in their third or fourth year of Chinese at the undergraduate or graduate level.

China Scene: An Advanced Chinese Multimedia Course
By Hong Gang Jin, De Bao Xu, and James Hargett
Offers an engaging way of learning modern Chinese, using audio and video cassettes, text, and CD-ROMs.

Across the Straits: 22 Miniscripts for Developing Advanced Listening Skills *By Jianhua Bai, Juyu Sung, and Hesheng Zhang*
Recordings of unscripted conversations offer a dynamic way to improve language skills; designed to facilitate discussions.

A New Text for a Modern China
By Irene Liu with Liu Xiaoqi
A language-learning resource with a socio-cultural focus, reflecting the most recent developments in Chinese society.

Cheng & Tsui titles are available through your bookstore, or directly from the publisher.

Cheng & Tsui Company
25 West St. Boston, MA 02111-1213 USA
Toll free orders: 1-800-554-1963
Fax: (617) 426-3669
orders@cheng-tsui.com
www.cheng-tsui.com

NOTES

NOTES

NOTES

NOTES

NOTES

NOTES

NOTES

NOTES

NOTES

Cheng & Tsui Publications of Related Interest

**The Cheng & Tsui Chinese-Pinyin-English Dictionary
for Learners** *Ed. by Wang Huan*
Features 30,000 uncommonly detailed entries, including pinyin
pronunciation, grammar notes, and numerous sample sentences.

**Open for Business: Lessons in Chinese Commerce
for the New Millennium** *By Jane C.M. Kuo*
An in-depth perspective on contemporary Chinese business
communications, designed for students in their third or fourth year of
Chinese at the undergraduate or graduate level.

China Scene: An Advanced Chinese Multimedia Course
By Hong Gang Jin, De Bao Xu, and James Hargett
Offers an engaging way of learning modern Chinese, using audio and
video cassettes, text, and CD-ROMs.

**Across the Straits: 22 Miniscripts for Developing Advanced
Listening Skills** *By Jianhua Bai, Juyu Sung, and Hesheng Zhang*
Recordings of unscripted conversations offer a dynamic way to improve
language skills; designed to facilitate discussions.

A New Text for a Modern China
By Irene Liu with Liu Xiaoqi
A language-learning resource with a socio-cultural focus, reflecting the
most recent developments in Chinese society.

---

*Cheng & Tsui titles are available through your bookstore,
or directly from the publisher.*

Cheng & Tsui Company
25 West St. Boston, MA 02111-1213 USA
Toll free orders: 1-800-554-1963
Fax: (617) 426-3669
orders@cheng-tsui.com
www.cheng-tsui.com

ANDREW C. CHANG is professor emeritus at Thunderbird, the American Graduate School of International Management, where he has taught for the past 31 years. Prior to joining Thunderbird, he was lecturer in Chinese and Japanese at Washington University, St. Louis, Mo., from 1964 until 1970. After joining Thunderbird in the fall of 1970, he initiated the Asian language programs and developed several business language courses (Japanese beginning in 1970 and Chinese in 1973). His teaching experience also includes stints in Beijing and Tokyo, and intensive language and cross-cultural training for corporate personnel. He has published several lexicographic works including *An English-Japanese Dictionary of Business Terms and Usage* (Tokyo: Taishukan, 1998).